AF706203

ಗುಲಾಬಿ ಮೃದು ಪಾದಗಳ ನೆನೆಯುತ್ತಾ..

ವಾಸುದೇವ ಶರ್ಮಾ ನನಗೆ ಪರಿಚಯವಾಗುವ ಮುನ್ನವೇ ಮಕ್ಕಳ ಕಡೆಗಿನ ಅವರ ಅಪರಿಮಿತ ಕಾಳಜಿಯ ಪರಿಚಯವಾಗಿತ್ತು. ಮಕ್ಕಳ ಬಗೆಗೆ ವಿಧಾನಸಭೆಯಲ್ಲಿ ಯಾವ ಜನಪ್ರತಿನಿಧಿ ಎಷ್ಟು ಪ್ರಶ್ನೆ ಕೇಳಿದ್ದಾರೆ? ನಿಜಕ್ಕೂ ಅವರಿಗೆ ಮಕ್ಕಳ ಬಗ್ಗೆ ಕಾಳಜಿ ಇದೆಯೇ? ಮಕ್ಕಳ ಬಗ್ಗೆ ಅವರಿಗೇನು ಗೊತ್ತು? ಎನ್ನುವುದನ್ನು ವಾಸುದೇವ ಶರ್ಮಾ ಅಧ್ಯಯನ ನಡೆಸಿ ಮಾಧ್ಯಮದ ಮುಂದೆ ಬಿಚ್ಚಿಡುತ್ತಿದ್ದರು. 'ಪ್ರಜಾವಾಣಿ'ಯ ವರದಿಗಾರನಾಗಿದ್ದ ನಾನು ಶರ್ಮಾ ಪಟಪಟನೆ ಮುಂದಿಡುತ್ತಿದ್ದ ಅಂಕಿ ಅಂಶಗಳನ್ನು ಬೆರಗುಗಣ್ಣಿನಿಂದ ನೋಡುತ್ತಿದೆ.

ಆ ವೇಳೆಗೆ ನಾನು ವರ್ಲ್ಡ್ ಕಪ್ ಫುಟ್‌ಬಾಲ್ ಬಗ್ಗೆ ಸಾಕಷ್ಟು ಪುಸ್ತಕದ ಪುಟಗಳನ್ನು ತಿರುವಿ ಹಾಕಿದ್ದೆ. 200 ದೇಶಗಳಲ್ಲಿ ಫುಟ್‌ಬಾಲ್ ಎಂದರೆ ಇನ್ನಿಲ್ಲದ ಹುಚ್ಚು. ಆದರೆ ಆ ಫುಟ್‌ಬಾಲ್ ಅನ್ನುವುದು ಹೇಗೆ ತಯಾರಾಗುತ್ತದೆ ಎನ್ನುವುದರ ಬಗ್ಗೆ ಸಂಪೂರ್ಣ ಅಜ್ಞಾನ. ಪ್ರತೀ ತಂಡದ ಪ್ರತೀ ಆಟಗಾರನ ಬಗ್ಗೆ ಬೆಟ್ಟದಷ್ಟು ಮಾಹಿತಿ ಹೊಂದಿರುವ, ದೇಶ ದೇಶಗಳ ನಡುವೆ ಇರುವ ಮುನಿಸು ಗೊತ್ತಿರುವ, ಎರಡು ದಶಕದ ಫುಟ್‌ಬಾಲ್ ಅಂಕಿ ಅಂಶವನ್ನು ಬೇಕಾದರೂ ಪಟಪಟನೆ ಹೇಳಬಲ್ಲ ಫುಟ್‌ಬಾಲ್ ಪ್ರಿಯರಿಗೆ.. ಈ ಫುಟ್‌ಬಾಲ್‌ನ ಹಿಂದೆ ಲಕ್ಷಾಂತರ ಮಕ್ಕಳ ಕಣ್ಣೀರು ಇದೆ ಎನ್ನುವುದು ಗೊತ್ತಿರುವುದಿಲ್ಲ.

ಖ್ಯಾತ ಸಾಹಿತಿ ವೈದೇಹಿ 'ಗುಲಾಬಿ ಮೃದು ಪಾದಗಳು' ಎನ್ನುವ ಕಥೆಯನ್ನು ಬರೆದಿದ್ದರು. ನನಗೆ ತುಂಬಾ ಇಷ್ಟವಾದ ಕಥೆ ಅದು. ಅದುವರೆಗೆ ನಾನು ಮಕ್ಕಳೆಂದರೆ ಮೃದು ಗುಲಾಬಿ ಅಂಗೈ ಇರುತ್ತದೆ. ಮೃದು ಗುಲಾಬಿ ಪಾದಗಳಿರುತ್ತದೆ, ಕಣ್ಣಲ್ಲಿ ಕನಸುಗಳಿರುತ್ತದೆ ಎಂದೇ ಅಂದುಕೊಂಡಿದ್ದೆ. ಫುಟ್‌ಬಾಲ್ ವರ್ಲ್ಡ್ ಕಪ್ ಶುರುವಾಗುವವರೆಗೆ.

ನಮ್ಮದೇ ಜಲಂಧರ್‌ನಲ್ಲಿ, ದೆಹಲಿಗೆ ತುಂಬಾ ದೂರವೇನೂ ಇಲ್ಲದ ಜಲಂಧರ್‌ನಲ್ಲಿ ಸಾವಿರಾರು ಮಕ್ಕಳು ಒಂದನೆಯ ತರಗತಿಗೆ ಹೋಗುವ ಮುನ್ನವೇ, ಕೈಗೆ ಬಳಪ ಎತ್ತಿಕೊಳ್ಳುವ ಮುನ್ನವೇ ಫುಟ್‌ಬಾಲ್ ಹೊಲಿಯಲು ಸೂಜಿಯನ್ನು ಎತ್ತಿಕೊಳ್ಳಬೇಕಾದ ಘೋರ ಪರಿಸ್ಥಿತಿ ಇದೆ.

'ಬೆಳ್ಳಂಬೆಳಗ್ಗೆ 7ಕ್ಕೆ ಸೂಜಿ ಕೈಗೆತ್ತಿಕೊಳ್ಳುವ ಮಗು ರಾತ್ರಿಯವರೆಗೂ ಫುಟ್‌ಬಾಲ್ ಹೊಲಿಯುತ್ತ ಅದರ ಬೆನ್ನು ಬಾಗಿದೆ, ಅಂಗೈ ಗಾಯಗಳಿಂದ ತುಂಬಿದೆ, ಕಣ್ಣಿನ ದೃಷ್ಟಿ ಹೋಗುತ್ತಿದೆ' ಎಂದು 'ಯೂನಿಸೆಫ್' ವರದಿ ಮಾಡಿದೆ.

ಅಂತಹ ಯೂನಿಸೆಫ್ ಸೇರಿದಂತೆ ಇದ್ದದ್ದನ್ನು ಇದ್ದ ಹಾಗೆ ಹೇಳುವ ಹಲವು ಸಂಘಟನೆಗಳಲ್ಲಿ ವಾಸುದೇವ ಶರ್ಮಾ ಹೆಜ್ಜೆ ಹಾಕಿದರು. ಹಾಗಾಗಿಯೇ ವಾಸುದೇವ ಶರ್ಮಾಗೆ ನಿಖರ ನೋಟವಿದೆ. ಮಕ್ಕಳೂ ಸಹಾ ಪ್ರಜೆಗಳೇ.. ಹಾಗಾಗಿ ಜನ ಪ್ರತಿನಿಧಿಗಳು ಮಕ್ಕಳ ಪ್ರತಿನಿಧಿಗಳು ಕೂಡಾ ಎನ್ನುವ ಅರಿವು ಮೂಡಿಸುವ ಅಸಾಧಾರಣವಾದ ಕೆಲಸವನ್ನು ಮಾಡಿದ್ದಾರೆ.

ಮಕ್ಕಳ ಮನಸ್ಸು ಒಂದು ಪುಟ್ಟ ಕ್ಯಾನ್‌ವಾಸ್‌ನಂತೆ. ಅಲ್ಲಿ ಬರೆದದ್ದು ಸುಲಭವಾಗಿ ಅಳಿಸಿಹೋಗುವಂತಹದ್ದಲ್ಲ. ಇದರ ಗಾಢ ಅರಿವು ನನಗೆ ಆದದ್ದು ಇದೇ ಪತ್ರಿಕಾ ವರದಿಗಾರಿಕೆಯ ಸಮಯದಲ್ಲಿಯೇ..

ಆಗ ನಾನು ಮಂಗಳೂರಿನಲ್ಲಿದ್ದೆ. ಬ್ಯಾಂಕ್‌ನ ಪತ್ರಿಕಾಗೋಷ್ಠಿ ಅದು. ಬ್ಯಾಂಕ್‌ನ ಅಧ್ಯಕ್ಷರು ತಮ್ಮ ಸಾಧನೆಯನ್ನು ವಿವರಿಸುತ್ತಾ ನಮ್ಮಲ್ಲಿ ಎಲ್ಲಾ ಯೋಜನೆಗಳೂ ಯಶಸ್ವಿಯಾಗಿದೆ. ಮಕ್ಕಳಿಗಾಗಿ ರೂಪಿಸಿದ ಪಿಗ್ಮಿ ಬ್ಯಾಂಕ್ ಬಿಟ್ಟು ಎಂದರು. ಆಗತಾನೆ ಸಮಾಜದ ಸಂಕೀರ್ಣತೆಗೆ ಕಣ್ಣು ಬಿಡುತ್ತಿದ್ದ ನಾನು ಹಾಗಿದ್ದರೆ ಅದೇಕೆ ಬೇಕು ಮುಚ್ಚಿಬಿಡಬಹುದಲ್ಲಾ ಎಂದೆ. ಅವರು ಬೆಚ್ಚಿ ಬಿದ್ದವರಂತೆ 'ಸಾಧ್ಯವೇ ಇಲ್ಲ. ಇವತ್ತು ನಮ್ಮ ಬ್ಯಾಂಕ್‌ನೊಡನೆ ಒಡನಾಡಿದ ಮಕ್ಕಳು ನಮ್ಮ ಭವಿಷ್ಯದ ಗ್ರಾಹಕರು. ಯಾರಿಗೆ ತಾನೇ ತಮ್ಮ ಬಾಲ್ಯಕ್ಕೆ ಮರಳಲು ಇಷ್ಟವಿಲ್ಲ ಹೇಳಿ. ಹಾಗಾಗಿ ನಾಳೆಯ ಕಾರಣದಿಂದಾಗಿ ಇಂದಿನ ನಷ್ಟಕ್ಕೆ ಕೊನೆ ಹಾಡುವುದಿಲ್ಲ' ಎಂದರು. ಒಂದು ಮಹತ್ವದ ಪಾಠ ನನಗೆ ಆಗಿಹೋಯಿತು.

ಮಕ್ಕಳು ಅನುಭವಿಸಿದ ನೋವು ಇಡೀ ಬದುಕಿನುದ್ದಕ್ಕೂ ಅವರ ಜೊತೆ ಪಯಣಿಸುತ್ತದೆ. ಅಂದು ಆದ ಗಾಯ ಇಡೀ ಬದುಕನ್ನು ಬಲಿ ತೆಗೆದುಕೊಳ್ಳುತ್ತದೆ.

ವಾಸುದೇವ ಶರ್ಮಾರಿಗೆ ಇದು ಗೊತ್ತಿರುವುದರಿಂದಲೇ ಅವರು ಮಕ್ಕಳಿಗಾಗಿ ಬರೀ ಕಾರ್ಯಕ್ರಮ ಸಂಘಟಿಸಿ, ಘೋಷಣೆ ಹೊರಡಿಸಿ ಸುಮ್ಮನಾಗಲಿಲ್ಲ. ಬದಲಿಗೆ ಮಕ್ಕಳಿಗೆ ಹಕ್ಕು ರೂಪಿಸುವ ಮಹತ್ವದ ಕೆಲಸದಲ್ಲಿ ತೊಡಗಿಸಿಕೊಂಡರು. ಮಕ್ಕಳ ಬಗ್ಗೆ ಜನ ನಾಯಕರಿಗಿದ್ದ ಅಜ್ಞಾನ ಒಂದಿಷ್ಟಾದರೂ ಇಲ್ಲವಾಗುವಂತೆ ನೋಡಿಕೊಂಡರು. ಮಕ್ಕಳ ಬಗ್ಗೆ ಸಮಾಜಕ್ಕಿದ್ದ ಕಣ್ಣ ಪೊರೆಯನ್ನು ತೆಗೆಯುವ ಕ್ಯಾಟರಾಕ್ಟ್ ಚಿಕಿತ್ಸೆಗೂ ಮುಂದಾಗಿದ್ದಾರೆ.

'ಮಕ್ಕಳ ಸ್ಕೂಲ್ ಮನೇಲಲ್ವೆ..' ಎಂದು ಹೇಳಿಬಿಡುವುದು ತುಂಬಾ ಸುಲಭ. ಆದರೆ ಇವತ್ತು ಮನೆ, ಮನೆಯೊಳಗಿನ ವ್ಯಕ್ತಿಗಳೇ ಜೀವನದುದ್ದಕ್ಕೂ ಮಾಸಲಾಗದ ಗಾಯಗಳಿಗೆ ಕಾರಣರು ಎನ್ನುವುದನ್ನು ಹಲವು ವರದಿಗಳು ಬೊಟ್ಟು ಮಾಡಿ ತೋರಿಸಿವೆ. ಮಕ್ಕಳಿಗೆ ಗುಡ್ ಟಚ್– ಬ್ಯಾಡ್ ಟಚ್ ಹೇಳಿಕೊಡಬೇಕಾದ ಕಾಲದಲ್ಲಿರುವುದಕ್ಕೆ ಮಕ್ಕಳ ಮನಸ್ಸಿನ ಮೇಲೆ, ಮುಗ್ಧತೆಯ ಮೇಲೆ ಹಲ್ಲೆ ಮಾಡಿದ ಮನೆ ಮಂದಿ, ನೆರೆ ಹೊರೆಯೂ ಕಾರಣ. ಇಂತಹ ವಿಷಯಗಳು ಇಂದು ಸಮಾಜದಲ್ಲಿ ಚರ್ಚೆಗೆ ಬರುತ್ತಿರುವುದರ ಹಿಂದೆ ವಾಸುದೇವ ಶರ್ಮಾ ಹಾಗೂ ಅಂತಹ ಮನಸ್ಸುಗಳ ಕಾಳಜಿಯಿದೆ.

ಶರ್ಮಾ ನನಗೆ ಅವರ ಈ ಎಲ್ಲಾ ಕೆಲಸಗಳ ಆಚೆಯೂ ಪರಿಚಿತರು. ಆದರೆ ಈ ಎಲ್ಲಕ್ಕೂ ಮೀರಿ ನನಗೆ ಅವರ ಕೆಲಸಗಳೇ ಮುಖ್ಯ. ಒಬ್ಬ ಸಮಾಜ ಕಾರ್ಯದ ವಿದ್ಯಾರ್ಥಿಯಾಗಿ ಅವರು ಯಾವ ರೀತಿಯ ಹಕ್ಕುಗಳ ಆಂದೋಲನದ ಜೊತೆಗೂ ಕೈಗೂಡಿಸಬಹುದಿತ್ತು. ಆದರೆ ಅವರು ಮಕ್ಕಳನ್ನು ತಮ್ಮ ತೆಕ್ಕೆಗೆ ಎತ್ತಿಕೊಂಡರಲ್ಲಾ ಅದು ನನಗೆ ಮುಖ್ಯ.

ಮಕ್ಕಳ ಹಕ್ಕುಗಳ ಬಗೆಗಿನ ಅರಿವು ಅವರಿಗೆ ಸುಲಭವಾಗಿ ಒದಗಿಬಂದದ್ದೇನೂ ಅಲ್ಲ. ವಾಸುದೇವ ಶರ್ಮಾ ಅದನ್ನು ಬೆಂಬತ್ತಿ ತಮ್ಮದಾಗಿಸಿಕೊಂಡಿದ್ದಾರೆ.

ಹೀಗೆ ಇವರು ಹಾಕಿದ ಹೆಜ್ಜೆಯ ಹಿಂದೆ ಒಂದು ಕಾಯುವ ತಾಯಿ ಇದ್ದಾರೆ ಎನ್ನುವುದು ನನಗೆ ಗೊತ್ತಾದದ್ದು ನಾವಿಬ್ಬರೂ ದೂರದರ್ಶನದ ಕಚೇರಿಯಲ್ಲಿ 'ಚಂದನ' ಪ್ರಶಸ್ತಿಯ ತೀರ್ಪುಗಾರರಾಗಿ ಕುಳಿತಾಗ. ಪ್ರಶಸ್ತಿಯ ಬಗ್ಗೆ ಮಾತನಾಡಿದ್ದಕ್ಕಿಂತ ನಾವು ಮಕ್ಕಳಿಗೆ ಹಕ್ಕುಗಳನ್ನು ದೊರಕಿಸಿಕೊಡುವುದನ್ನೇ ತನ್ನ ಬದುಕು ಎಂದುಕೊಂಡ ಎಗ್ಲಾಂಟೈನ್ ಜೆಬ್ ಬಗ್ಗೆ ಮಾತನಾಡಿದ್ದೇ ಹೆಚ್ಚು. ಶರ್ಮಾ ಅದೆಷ್ಟು ಉತ್ಸುಕರಾಗಿ

ಮಾತನಾಡುತ್ತಿದ್ದರೆಂದರೆ ದೂರದರ್ಶನದ ಕಛೇರಿಯೊಂದ ಹೊರ ಬರುವ ವೇಳೆಗೆ ನಾನು ಗೂಗಲಿಸಿ ಹತ್ತಾರು ವಿಷಯಗಳನ್ನು ನನ್ನದಾಗಿಸಿಕೊಂಡಿದ್ದೆ. ಎರಡೂ ಕೈ ಸೇರಿಸಿದರೆ ಚಪ್ಪಾಳೆ ಎನ್ನುತ್ತಾರೆ ನಮ್ಮಿಬ್ಬರ ನಾಲ್ಕೂ ಕೈಗಳು ಸೇರಿದ್ದರಿಂದ ಪರಿಣಾಮ ಹೆಚ್ಚಾಯಿತು. ಈ ಕೃತಿ ನಿಮ್ಮ ಮುಂದಿದೆ.

ನನಗೆ ಎಷ್ಟೋ ಜನ ಕೇಳುತ್ತಾರೆ. ನೀವು ಪತ್ರಕರ್ತರಾಗಿಲ್ಲದಿದ್ದರೆ ಏನಾಗಿರುತ್ತಿದ್ದಿರಿ? ಎಂದು. ನಾನು ಒಂದು ಕ್ಷಣವೂ ತಡವರಿಸದೆ ಮಕ್ಕಳ ಬಾಲವಾಡಿ ತೆರೆದು ಅವರ ಆಟ ಪಾಠಗಳನ್ನು ಕಣ್ಣು ತುಂಬಿಸಿಕೊಳ್ಳುತ್ತಾ ಕೂರುತ್ತಿದ್ದೆ ಎನ್ನುತ್ತೇನೆ.

ಅದು ಸಾಧ್ಯವಾಗಲಿಲ್ಲ. ಮಕ್ಕಳಿಗೆ ಆ ಆಟ, ಪಾಠದ ಹಕ್ಕು ಸಿಗುವಂತೆ ಮಾಡಿದ ಆ ಅಮ್ಮನ ಬಗ್ಗೆ ಈ ಕೃತಿ ಪ್ರಕಟಿಸುವ ಅವಕಾಶ ಸಿಕ್ಕಿತಲ್ಲಾ ಎಂದು ಒಂದು ಮಾರು ಎತ್ತರ ಜಿಗಿದಿದ್ದೇನೆ.

ನೀವೂ ಓದಿ. ಮಕ್ಕಳಿಗಾಗಿ ಒಂದು ಸುಂದರ ಜಗತ್ತನ್ನು ಬಿಟ್ಟು ಹೋಗೋಣ.

ಜಿ ಎನ್ ಮೋಹನ್

ಆಕೆ ಮಕ್ಕಳನ್ನು ರಕ್ಷಿಸಿದಳು..

ಎಗ್ಲಾಂಟೈನ್ ಜೆಬ್ ಕಥನ

ಎನ್ ವಿ ವಾಸುದೇವ ಶರ್ಮಾ

ಬಹುರೂಪಿ

ಎಂಬೆಸಿ ಸೆಂಟರ್, 111, ಮೊದಲನೇ ಮಹಡಿ, ಕ್ರೆಸೆಂಟ್ ರಸ್ತೆ,
ಕುಮಾರಪಾರ್ಕ್ ಈಸ್ಟ್, ಬೆಂಗಳೂರು 560 001.

ದೂರವಾಣಿ: 70191 82729 editor.bahuroopi@gmail.com

Online Book Store: bahuroopi.in

facebook: bahuroopi.official/

24

AAKE MAKKALANNU RAKSHISIDALU..

A warm biography of the crusader of child rights ***Eglantyne Jebb***

By **N V Vasudeva Sharma**

Published by **Bahuroopi**

Written By
NV Vasudeva Sharma
9448472513
vadeshanv@gmail.com

ಬಹುರೂಪಿ
ಪ್ರಕಟಣೆಗಳಿಗಾಗಿ ಈ
QR ಕೋಡ್ ಅನ್ನು
ಸ್ಕ್ಯಾನ್ ಮಾಡಿ.

Published By
Bahuroopi
Embassy Centre, 111, First Floor,
Crescent Road, Kumarapark East,
Bangalore 560 001.
--
editor.bahuroopi@gmail.com
Mobile: 70191 82729

online book store:
bahuroopi. in

Paper: 70 GSM Maplitho
Size: 1/4 Crown (23x15.5)
First Edition: November 2019

ISBN : 978-81-942917-0-1
Pages: 160
Price: Rs. 200

Cover Photo: **GMB Akash** / Bangladesh
Author's Photo: **Praveen Malnad**
Illustrations: **Wishvaa Winyaas**
Cover Design: **Gousi Arts**
Design: **Sagar M S**

Printed at
Regal Print Service
Bangalore

ಮಕ್ಕಳ ಹಕ್ಕುಗಳ
ಕಡೆಗಿನ ತೋರುಬೆರಳಾದ

ಡಾ. ಪದ್ಮಿನಿ

ಅವರಿಗೆ
ಈ ಕೃತಿ

ಡಾ. ಪದ್ಮಿನಿ. ನಮ್ಮ ಪಾಲಿನ ಎಗ್ಲಾಂಟೈನ್ ಜೆಬ್! ಹತ್ತಾರು ವರ್ಷಗಳ ಕಾಲ 'ಯುನಿಸೆಫ್' ಒಡಗೂಡಿ ಜಗದಗಲ ಓಡಾಡಿ ಮಕ್ಕಳ ಹಕ್ಕುಗಳನ್ನು ಕುರಿತು ಅಧ್ಯಯನ, ಪ್ರಚಾರ, ಜಾರಿ ಕೆಲಸಗಳನ್ನು ನಡೆಸಿದವರು.

ತಮ್ಮ ಇಳಿವಯಸ್ಸಿನಲ್ಲೂ ಮಕ್ಕಳ ಹಕ್ಕುಗಳ ಚಿಂತನೆಗಳಿಗೆ ಎಲ್ಲರನ್ನೂ ಸೆಳೆದು ಮಕ್ಕಳ ಸ್ನೇಹಿಗಳನ್ನಾಗಿಸುವ ಅಯಸ್ಕಾಂತ.

ಇನ್ನೂ ಮಾತನಾಡೋಣ..

‘ಎಗ್ಲಾಂಟೈನ್ ಜೆಬ್’ ಮಕ್ಕಳ ಹಕ್ಕುಗಳನ್ನು ಕುರಿತು ತಿಳಿದವರು, ಚಿಂತಿಸುವವರು, ಕೆಲಸ ಮಾಡುವವರೆಲ್ಲರೂ ಸದಾ ನೆನೆಯ ಬೇಕಿರುವ ಹೆಸರಾಗಿದೆ. ಆದರೆ ಯಾರೀಕೆ, ಏನು ಮಾಡಿದಳು ಎಂಬ ಬಗ್ಗೆ ನಮಗೆ ಅಷ್ಟೊಂದು ತಿಳಿದಿರಲಿಲ್ಲ.

ನನಗೆ ಮಕ್ಕಳ ಹಕ್ಕುಗಳು ಎಂಬ ವಿಚಾರದ ಪರಿಚಯವಾದದ್ದು ಐದಾರು ಹಂತಗಳಲ್ಲಿ. ಮೊದಲನೆಯದಾಗಿ, ನಾನು ಬೆಂಗಳೂರು ವಿಶ್ವವಿದ್ಯಾನಿಲಯದಿಂದ ಸಮಾಜಕಾರ್ಯ ಸ್ನಾತಕೋತ್ತರ ಪದವಿ ಪಡೆದು (1989) ಕರ್ನಾಟಕ ರಾಜ್ಯ ಶಿಶು ಕಲ್ಯಾಣ ಮಂಡಳಿ (ಕೆ.ಎಸ್.ಸಿ.ಸಿ.ಡಬ್ಲ್ಯು)ಯಲ್ಲಿ ಭಾರತೀಯ ಅನಾಥ ಮಕ್ಕಳಿಗೆ ಭಾರತೀಯ ಪೋಷಕರನ್ನೇ ಹುಡುಕಿ ಒಗ್ಗೂಡಿಸುವ ಆಂದೋಲನದಲ್ಲಿ ತೊಡಗಿದ್ದೆ (ವಾಲಂಟರಿ ಕೋ ಆರ್ಡಿನೇಟಿಂಗ್ ಏಜೆನ್ಸಿ). ಆಗ ಅಲ್ಲಿನ ಅಧ್ಯಕ್ಷರಾಗಿದ್ದ ಲಲಿತಾ ಸುಬ್ಬುರತ್ನಂ ಅವರೊಡಗೂಡಿ ದತ್ತು ಕುರಿತು ಒಂದು ಲೇಖನ ಬರೆಯ ಬೇಕಾಯಿತು. ಬೆಂಗಳೂರಿನಲ್ಲಿ ಆಗಷ್ಟೇ ಆರಂಭವಾಗಿದ್ದ ರಾಷ್ಟ್ರೀಯ ಕಾನೂನು ಶಾಲೆ (ಎನ್.ಎಲ್.ಎಸ್.ಐ.)

ಯು ಮಕ್ಕಳ ಹಕ್ಕುಗಳನ್ನು ಕುರಿತು ರಾಷ್ಟ್ರೀಯ ಮಟ್ಟದ ವಿಚಾರ ಸಂಕಿರಣವನ್ನು ಏರ್ಪಡಿಸಿತ್ತು (1990). ಲಲಿತಾ ಸುಬ್ಬುರತ್ನಂ ಅವರ ನೆರಳಿನಡಿ ನಾನೂ ಆ ವಿಚಾರ ಸಂಕಿರಣದಲ್ಲಿ ಲೇಖನ ಮಂಡಿಸುವ ನೆಪವಾಗಿ ಭಾಗವಹಿಸಿದೆ. ಎಲ್ಲೆಲ್ಲೂ ಮಕ್ಕಳ ಹಕ್ಕುಗಳ ವಿಚಾರ ಕುರಿತು ಇಂಗ್ಲಿಷ್‌ನಲ್ಲಿ ರಿಂಗಣ... ಏನೇನೂ ತಿಳಿಯಲಿಲ್ಲ. ಮಕ್ಕಳ ಹಕ್ಕುಗಳ ಒಡಂಬಡಿಕೆಯ ಒಂದು ಇಂಗ್ಲಿಷ್ ಪ್ರತಿ ಸಿಕ್ಕಿತ್ತು. ಓದಲು ಪ್ರಯತ್ನಿಸಿದ್ದೆ, ಊಹೂ... ಏನೂ ಅರ್ಥವಾಗಿರಲಿಲ್ಲ.

ಮತ್ತೆ ಮಕ್ಕಳ ಹಕ್ಕುಗಳ ವಿಚಾರ ಎದುರಾದದ್ದು ರಿಪ್ಪನ್ ಕಪೂರ್ ಅವರು (1979ರಲ್ಲೇ) ಆರಂಭಿಸಿದ್ದ ಕ್ರೈ – ಚೈಲ್ಡ್ ರಿಲೀಫ್ ಅಂಡ್ ಯೂ ಎಂಬ ಸಂಸ್ಥೆಯೊಂದಿಗೆ ನಾನು ಕೆಲಸ ಮಾಡುತ್ತಿದ್ದಾಗ (1992–2001). ಪುಣೆಯ ಬಳಿಯ ಲೋನಾವಾಲಾದಲ್ಲಿ ಜೂನ್ 1992ರಲ್ಲಿ ನಮಗೆ ಕೆಲಸದ ಆರಂಭದಲ್ಲಿ ನಡೆಸಿದ ತರಬೇತಿಯಲ್ಲಿ ಮಕ್ಕಳ ಹಕ್ಕುಗಳ ಬಗ್ಗೆ ನಿಮ್ಮಲ್ಲಿ ಯಾರಿಗೆ ಗೊತ್ತು ಎಂಬ ಪ್ರಶ್ನೆಗೆ, ಅಲ್ಲಿದ್ದ ಸುಮಾರು 20 ಮಂದಿ ನಾವ್ಯಾರೂ ಪ್ರಾಯಶಃ ಉತ್ತರಿಸಲು ಪ್ರಯತ್ನಿಸಿರಲಿಲ್ಲ. ಕೆಲವು ಪದಗಳನ್ನು ಉದುರಿಸಿ ತಡವರಿಸಿದೆವು. ಇಷ್ಟು ಮುಖ್ಯವಾದ ಜಾಗತಿಕ ದಾಖಲೆ ಕುರಿತು ನಿಮಗೆ ತಿಳಿದಿಲ್ಲವೇ ಎಂದು ರಿಪ್ಪನ್ ನಮ್ಮನ್ನೆಲ್ಲಾ ಛೇಡಿಸಿದ್ದರು. ಆಗಲೇ ಅಂದುಕೊಂಡಿದ್ದೆ, 'ಅದೇನದು' ಎಂದು ಸರಿಯಾಗಿ ತಿಳಿಯಲೇಬೇಕೆಂದು.

ಮತ್ತೆ ಹೇಳುತ್ತೇನೆ. ಆ ಇಂಗ್ಲಿಷ್ ದಾಖಲೆಯನ್ನು (ವಿಶ್ವಸಂಸ್ಥೆಯ ಭಾಷೆಯನ್ನು!) ಅರ್ಥ ಮಾಡಿಕೊಳ್ಳಲು ವಿಫಲ ಯತ್ನ ಮಾಡಿದೆ. 1994ರಲ್ಲಿ ಬೆಂಗಳೂರಿನ ಬನಶಂಕರಿಯಲ್ಲಿರುವ ಮಾತೃಛಾಯಾದಲ್ಲಿ ಆಗ ಮ್ಯಾನೇಜರ್ ಆಗಿದ್ದ ಪದ್ಮಾ ಸುಬ್ಬಯ್ಯನವರ ಉಮೇದಿನಿಂದ ಮಕ್ಕಳಿಗಾಗಿ ಬೇಸಿಗೆ ಶಿಬಿರದ ಆಯೋಜನೆ, ನಿರ್ವಹಣೆಯ ಜವಾಬ್ದಾರಿ ತೆಗೆದುಕೊಂಡಿದ್ದೆ. ಆಟ, ಹಾಡು, ನಾಟಕ, ಕುಶಲಕಲೆ ಚಟುವಟಿಕೆಗಳ ಮಧ್ಯ ಆಗಷ್ಟೇ ಹೊಸದಾಗಿ ಆವರಿಸಿಕೊಂಡಿದ್ದ ಗೀಳು, 'ಮಕ್ಕಳ ಹಕ್ಕು'ಗಳನ್ನು ಕುರಿತು ಶಿಬಿರದಲ್ಲಿ ಮಕ್ಕಳಿಗೆ ಒಂದು ಪರಿಚಯ ಮಾಡಬೇಕೆಂದು ನಿರ್ಧರಿಸಿಬಿಟ್ಟಿದ್ದೆ. ಯಾರು ನಡೆಸಿಕೊಡುತ್ತಾರೆ ಈ ಅಧಿವೇಶನ ಎಂಬ ಹುಡುಕಾಟಕ್ಕೆ ಮನೆಯಲ್ಲೇ ಸಿಕ್ಕಿತ್ತು ಪರಿಹಾರ. ನನ್ನ ಹೆಂಡತಿ ಎನ್.ಲಕ್ಷ್ಮೀ ಆಗ 'ದಿ ಕನ್ಸರ್ನ್ಡ್ ಫಾರ್ ವರ್ಕಿಂಗ್ ಚಿಲ್ಡ್ರನ್' ಎಂಬ ಸಂಸ್ಥೆಯಲ್ಲಿ ಉದ್ಯೋಗದಲ್ಲಿದ್ದಳು. ಮಹಾರಾಜಾ ಕಾಲೇಜಿನ ನನ್ನ ಸಹಪಾಠಿ ಗೆಳತಿ ಕವಿತಾ ರತ್ನ ಅಲ್ಲಿ ಸಂವಹನ ವಿಭಾಗದ ಮುಖ್ಯಸ್ಥೆ. ಲಕ್ಷ್ಮೀಯನ್ನು ಕೇಳಿಕೊಂಡಾಗ ಸ್ಪಂದನೆ ಸಿಕ್ಕಿತು. ಆಕೆ ಕವಿತಳೊಂದಿಗೆ ಮಾತನಾಡಿ ತಯ್ಯಾರಿ ಮಾಡಿಕೊಂಡು ಬಂದು ಮಕ್ಕಳೊಡನೆ ಸೊಗಸಾದ ನಿರೂಪಣೆ ಮಾಡಿಕೊಟ್ಟರು. ನಾನು ನಮ್ಮ ಐದಾರು ತಿಂಗಳ ಮಗಳು ಶ್ರದ್ಧಾಳನ್ನು ಎತ್ತಿಕೊಂಡು ಓಡಾಡುತ್ತಾ ಲಕ್ಷ್ಮೀ ನಡೆಸಿಕೊಟ್ಟ ಅಧಿವೇಶನ

ನೋಡಿದೆ, ಕೇಳಿದೆ. ಮಕ್ಕಳ ಹಕ್ಕುಗಳನ್ನು ಕುರಿತು ಅರಿತುಕೊಳ್ಳಲು, ಇತರರಿಗೆ ತಿಳಿಸಲು ಒಂದಷ್ಟು ಕಲ್ಪನೆಗಳು ಬರಲಾರಂಭಿಸಿತ್ತು.

ಆ ಸಮಯದಲ್ಲಿ ಬಾಲಕಾರ್ಮಿಕ ಪದ್ಧತಿ ವಿರೋಧೀ ಆಂದೋಲನದ ಕಾರ್ಯಕ್ರಮಗಳು ರಾಜ್ಯದಾದ್ಯಂತ ಹರಡಿಕೊಳ್ಳುತ್ತಿತ್ತು. ಶಿಕ್ಷಣ ಮಕ್ಕಳ ಮೂಲಭೂತ ಹಕ್ಕು ಎನ್ನುವ ತೀರ್ಪು ಸರ್ವೋಚ್ಚ ನ್ಯಾಯಾಲಯದಿಂದ ಹೊರಬಿದ್ದಿತ್ತು. ಸ್ವಯಂಸೇವಾ ಸಂಘಟನೆಗಳ ಗೆಳೆಯರು, ಸರ್ಕಾರ, ಮಾಧ್ಯಮಗಳು ಮತ್ತು ನಮ್ಮ ಆಂದೋಲನಗಳ ಕಾರ್ಯಕರ್ತರೆಲ್ಲರ ಮಾತುಕತೆಯಲ್ಲಿ ಇದೇ ಇತ್ತು. ನನ್ನ ಕೆಲಸವೂ ಅದೇ ಆಗಿತ್ತು. ಕರ್ನಾಟಕ, ಆಂಧ್ರಪ್ರದೇಶದಲ್ಲಿ ಮಕ್ಕಳ ವಿಚಾರಗಳನ್ನು ಕುರಿತು ಕೆಲಸ ಮಾಡುವ ಸ್ವಯಂಸೇವಾ ಸಂಘಟನೆಗಳನ್ನು ಗುರುತಿಸುವುದು, ಅವರಿಗೆ ನೆರವು ನೀಡಲು ಕ್ರೈ ಸಂಸ್ಥೆಗೆ ಶಿಫಾರಸ್ಸು ಮಾಡುವುದು, ಸಂಸ್ಥೆಯ ಸಿಬ್ಬಂದಿಗಳ ಕೆಲಸಗಳಿಗೆ ಬೇಕಾದ ತರಬೇತಿ, ಕಾರ್ಯಾಗಾರಗಳನ್ನು ನಡೆಸುವುದು, ಪರಸ್ಪರ ಸಂಪರ್ಕ ಏರ್ಪಡಿಸುವುದು, ಸರ್ಕಾರದೊಡನೆ ಮಾತುಕತೆ ನಡೆಸುವುದು, ಒಂದೇ ಎರಡೇ, ಪ್ರತಿದಿನ ಹೊಸತನ್ನು ಕಲಿಯುವುದು, ಹೊಸ ಸವಾಲುಗಳು, ಪ್ರಶ್ನೆಗಳು, ಸಾಧ್ಯತೆಗಳು. ಇದರ ಮಧ್ಯ ನನಗೆ ನಾನೇ ಹಾಕಿಕೊಂಡ ಮಕ್ಕಳ ಹಕ್ಕುಗಳನ್ನು ಕುರಿತು ಅರಿತುಕೊಳ್ಳುವ ಇರಾದೆ. ಆ ಇಂಗ್ಲಿಷ್ ಪ್ರತಿಯನ್ನು 'ಕಷ್ಟಪಟ್ಟು', ಖಂಡಿತಾ ಕಷ್ಟಪಟ್ಟು ನನ್ನ ಕನ್ನಡಕ್ಕೆ ಒಗ್ಗಿಸಿಕೊಳ್ಳುವ ಧಾವಂತದಲ್ಲಿದ್ದೆ. ಮಕ್ಕಳ ಹಕ್ಕುಗಳು ಮತ್ತು ಅದರ ವಿವಿಧ ಆಯಾಮಗಳನ್ನು ಕುರಿತು ನಾನು ನಡೆಸುತ್ತಿದ್ದ ಕನ್ನಡ, (ಒಮ್ಮೊಮ್ಮೆ ಹರಕುಮುರುಕು ಇಂಗ್ಲಿಷ್‌ನಲ್ಲಿಯೂ) ತರಬೇತಿ, ಕಾರ್ಯಾಗಾರಗಳಲ್ಲಿ ಅವನ್ನು ಬಳಸಿಕೊಳ್ಳಲು ಚಿಕ್ಕಮುಟ್ಟ ಲೇಖನಗಳು, ಪ್ರಕರಣಗಳು, ಸಂಭಾಷಣೆಗಳು, ಆಗ ಬಳಸುತ್ತಿದ್ದ ಓವರ್ ಹೆಡ್ ಪ್ರೊಜೆಕ್ಟರ್‌ಗಾಗಿ (ಓ.ಎಚ್.ಪಿ) ಸ್ಲೈಡ್‌ಗಳನ್ನು ತಯಾರಿಸಿಕೊಳ್ಳತೊಡಗಿದೆ. ಮಕ್ಕಳ ಹಕ್ಕುಗಳ ಒಡಂಬಡಿಕೆಯನ್ನು ನನಗೊಗ್ಗುವ ಭಾಷೆಯಲ್ಲಿ ಕನ್ನಡದಲ್ಲಿ ಅನುವಾದ ಮಾಡಿಕೊಳ್ಳತೊಡಗಿದೆ. ಅಂತಹ ನನ್ನ ಪ್ರಯತ್ನಕ್ಕೆ ನನ್ನ ತಂದೆ ನೆ. ವಿಶ್ವನಾಥ, ನನ್ನ ಹೆಂಡತಿ ಎನ್.ಲಕ್ಷ್ಮೀ ಮತ್ತು ಮಗಳು ಶ್ರದ್ಧಾ ಬಹುವಾಗಿ ಸಹಕರಿಸಿದ್ದಾರೆ (ನನ್ನ ಇಂಗ್ಲಿಷ್ ಭಾಷೆಯನ್ನೂ, ಕನ್ನಡವನ್ನೂ ಸುಧಾರಿಸಲು ಬಹಳ ಶ್ರಮಪಟ್ಟಿದ್ದಾರೆ!). ಯುನಿಸೆಫ್ ಸಂಸ್ಥೆಯ ಸುಧಾ ಮುರಳಿಯವರ ಪರಿಚಯದಿಂದಾಗಿ ಮಕ್ಕಳ ಹಕ್ಕುಗಳನ್ನು ಕುರಿತು ಇನ್ನಷ್ಟು ಸಾಮಗ್ರಿಗಳು ಕೈ ಸೇರಿತು. ಕ್ರೈ ಸಂಸ್ಥೆಯ ವಿವಿಧ ವಿಭಾಗಗಳ ಸಿಬ್ಬಂದಿಗೆ ಮಕ್ಕಳ ಹಕ್ಕುಗಳನ್ನು ಕುರಿತು ತರಬೇತಿ ಕೊಡುವ ಜವಾಬ್ದಾರಿಯನ್ನೂ ನಿರ್ವಹಿಸಿದೆ. ಇದರೊಂದಿಗೆ ಯುನಿಸೆಫ್ ಸಹಾಯದೊಂದಿಗೆ ಕ್ರೈ ಮತ್ತು ಕರ್ನಾಟಕ ರಾಜ್ಯ ತರಬೇತಿದಾರರ ಸಮುಚ್ಚಯ (ಕೆ.ಎಸ್.ಟಿ.ಸಿ) ಸೇರಿ ರಾಜ್ಯ ಮಟ್ಟದಲ್ಲಿ ಮಕ್ಕಳ ಹಕ್ಕುಗಳನ್ನು ಕುರಿತು ಒಂದು ಪ್ರಚಾರಾಂದೋಲನವನ್ನು ನಡೆಸಿದೆವು. ಇದಕ್ಕಾಗಿ

ಗೆಳೆಯರು ಅನೇಕರು ಸೇರಿ ಕಾರ್ಯಾಗಾರ ನಡೆಸಿ (ಉಮಾಶಂಕರ್ ಪೆರಿಯೋಡಿ, ಮೋಹನ ಚಂದ್ರ, ವಾಣಿ ಪೆರಿಯೋಡಿ, ಪ್ರಮೋದ್ ಇತ್ಯಾದಿ) ಹಾಡುಗಳು, ನಾಟಕ, ಚಿತ್ರಗಳನ್ನು ರಚಿಸಿದರು. ಬಹಳ ಮುಖ್ಯವಾಗಿ ಮಕ್ಕಳ ಹಕ್ಕುಗಳನ್ನು ಕುರಿತು ಭಿತ್ತಿಚಿತ್ರಗಳ ರಚನೆಯ ಕಲ್ಪನೆ ಅದರ ಬಳಕೆ ಕುರಿತು ಹಲವಾರು ಸುತ್ತುಗಳ ಮಾತುಕತೆಯ ಫಲವಾಗಿ ವಿಶ್ವವಿನ್ಯಾಸ್ (ಆಗ ಪ್ರವೀಣ್ ಜಿ.ಎಸ್) ರಚಿಸಿದ ಚಿತ್ರಗಳು ಮತ್ತು ಭಿತ್ತಿಪತ್ರಗಳು. ಈ ಎಲ್ಲವನ್ನೂ ವಿವಿಧ ಹಂತಗಳಲ್ಲಿ ವಿಸ್ತರಿಸುವ ಕಲ್ಪನೆಗಳಿಗೆ ಆಗಿನ ಸಹೋದ್ಯೋಗಿಗಳಾದ ಡಾ. ವಿನತೆ ಶರ್ಮಾ, ಡಾ. ಮಹೇಂದ್ರ, ಪ್ರಕಾಶ್ ಕಾಮತ್, ಅರುಣ್ ಸೆರಾವ್, ವಿಕ್ಟರ್ ಟಾರೋ ಜೊತೆಗೂಡಿದ್ದರು. ಆ ಚಿತ್ರಗಳನ್ನು ಈಗಲೂ ನಾವು ವಿವಿಧ ರೂಪಗಳಲ್ಲಿ ಬಳಸುತ್ತಿದ್ದೇವೆ. ಈ ಚಿತ್ರಗಳ ಮೂಲ ಎಲ್ಲಿಯದು ಎಂದು ತಿಳಿಯದೆ ಸರ್ಕಾರವೂ ಸೇರಿದಂತೆ ಅನೇಕರು ತಮ್ಮದೇ ಎನ್ನುವಂತೆ ಅವನ್ನು ಬಳಸುತ್ತಿದ್ದಾರೆ. ಬಹಳ ಸಂತೋಷ!

ಸುಮಾರು 1998ರ ಹೊತ್ತಿಗೆ ನಾವೂ ಮನೆಗೊಂದು ಕಂಪ್ಯೂಟರ್ ಕೊಂಡೆವು, ಜೊತೆಗೆ ಇಂಟರ್‌ನೆಟ್ ಜಾಲವೂ ಬಂದಿತು. ಆಗ ಮಕ್ಕಳ ಹಕ್ಕುಗಳನ್ನು ಕುರಿತು ನಿಜವಾದ ಸಂಶೋಧನೆ ಆರಂಭವಾಯಿತು. ಆ ಹುಡುಕಾಟದಲ್ಲಿ ಕಂಡ ಹೆಸರು 'ಎಗ್ಲಾಂಟೈನ್ ಜೆಬ್'. ಮೊದಮೊದಲು ಅಷ್ಟೇನೂ ವಿವರಗಳು ಸಿಕ್ಕಿರಲಿಲ್ಲ. ಆದರೂ ಇಲ್ಲೇನೋ ವಿಶೇಷವಿದೆ, ಮಕ್ಕಳ ಹಕ್ಕುಗಳ ವಿಚಾರದಲ್ಲಿ ಇವಳದೇನು ಕೊಡುಗೆ ಎಂಬ ಪ್ರಶ್ನೆ ಎದ್ದಿತ್ತು.

ಕ್ರೈ ಒಡನೆಯ ಸಂಬಂಧವನ್ನು 2001ರಲ್ಲಿ ಬಿಡಿಸಿಕೊಂಡು ಡಾ.ಪದ್ಮಿನಿ (ಯುನಿಸೆಫ್ ಒಟ್ಟಿಗೆ ವಿಶ್ವದ ಅನೇಕ ದೇಶಗಳಲ್ಲಿ ಮಕ್ಕಳ ಹಕ್ಕುಗಳ ಕ್ಷೇತ್ರದಲ್ಲಿ ದುಡಿದವರು) ಮತ್ತು ಆನ್ಸಲೆಂ ರೊಸಾರಿಯೋ (ಮಕ್ಕಳು ಮತ್ತು ಸಮುದಾಯಗಳೊಡನೆ ಹಲವಾರು ವಿನೂತನ ವಿಧಾನಗಳನ್ನು ಕಂಡುಕೊಂಡು ಮೈತ್ರಿ ಸರ್ವಸೇವಾ ಸಮಿತಿಯೊಡನೆ ಕೆಲಸ ಮಾಡುತ್ತಿರುವವರು) ಅವರೊಟ್ಟಿಗೆ 'ಚೈಲ್ಡ್ ರೈಟ್ಸ್ ಟ್ರಸ್ಟ್' ಆರಂಭಿಸುವ ಕಾಲಕ್ಕೆ ಮಕ್ಕಳ ಹಕ್ಕುಗಳನ್ನು ಕುರಿತು ಒಂದಷ್ಟು ಲೇಖನಗಳು, ಒಂದು ಪುಸ್ತಕ ರಚಿಸಿದ್ದೆ. ಆ ಹೊತ್ತಿಗೆ ಸೇವ್ ದ ಚಿಲ್ಡ್ರನ್ ಅವರದೊಂದು ಪುಸ್ತಕದಲ್ಲಿ ಎಗ್ಲಾಂಟೈನ್ ಕುರಿತು ಒಂದಷ್ಟು ಮಾಹಿತಿ ಸಿಕ್ಕಿತು. ಟಿಡಿ.ಎಚ್. ಜರ್ಮನಿಯವರ ಸಹಕಾರದಿಂದ ಪರಸ್ಪರ ಮತ್ತು ಸಮಾಜವಿಕಾಸ ಟ್ರಸ್ಟ್ ಜಂಟಿಯಾಗಿ ರಾಜ್ಯದಾದ್ಯಂತ ಮಕ್ಕಳ ಹಕ್ಕುಗಳನ್ನು ಕುರಿತು ನಡೆಸಿದ ತರಬೇತಿಯನ್ನು (2000–2001) ವಿನ್ಯಾಸ ಮಾಡಿ ಅದಕ್ಕಾಗಿ ಬೇಕಾದ ತರಬೇತಿ ಸಾಮಗ್ರಿಗಳನ್ನು ತಯಾರಿಸಿ (ತರಬೇತಿ ಕೈಪಿಡಿ, ಭಿತ್ತಿಪತ್ರಗಳ ಚಾರ್ಟ್ ಮತ್ತು ಮಕ್ಕಳ ಹಕ್ಕುಗಳು ಏಳು ಬೀಳು ಏಳು–ಹಾವು ಏಣಿ ಆಟ) ತರಬೇತಿದಾರರ ತರಬೇತಿಯನ್ನೂ ನಡೆಸಿಕೊಟ್ಟೆ, ಇವುಗಳಿಗೆಲ್ಲಾ

ಒಂದೆಡೆ ವಿಶ್ವವಿನ್ಯಾಸ್ ವಿನ್ಯಾಸ ಮತ್ತು ಚಿತ್ರಗಳನ್ನು ಒದಗಿಸಿದರೆ, ಗೆಳೆಯ ಡಾ.ಷನ್ಮುಖಾನಂದ ಅವುಗಳನ್ನು ಮುದ್ರಣಕ್ಕೆ ಸಿದ್ಧ ಮಾಡಿಕೊಡುತ್ತಿದ್ದರು. ಈ ಎಲ್ಲ ಪ್ರಕ್ರಿಯೆಗಳಲ್ಲಿ ಎಗ್ಲಾಂಟೈನ್ ಜೆಬ್ಬಳನ್ನು ಕುರಿತು ನನಗೆ ಸಿಕ್ಕಷ್ಟು, ನಾನು ಓದಿಕೊಂಡಷ್ಟು ಹಂಚಿಕೊಳ್ಳತೊಡಗಿದ್ದೆ. ಈ ಮಹಿಳೆಯ ಬಗ್ಗೆ ಇನ್ನೊಂದಿಷ್ಟು ತಿಳಿದುಕೊಳ್ಳಬೇಕೆಂಬ ಹುಡುಕಾಟ ನಡದೇ ಇತ್ತು. ಈ ಮಧ್ಯೆ ಅಮೇರಿಕಾ ಮೂಲದ 'ಅಶೋಕಾ ಇನ್ನೋವೇಟರ್ಸ್ ಫಾರ್ ದ ಪಬ್ಲಿಕ್' ಎನ್ನುವ ಅಂತಾರಾಷ್ಟ್ರೀಯ ಸಂಸ್ಥೆಯೊಡನೆ ಅಭಿವೃದ್ಧಿಗಾಗಿ ವಿನೂತನ ಆಲೋಚನೆಗಳು, ಕಲ್ಪನೆಗಳನ್ನು ಹೊಂದಿರುವ ವ್ಯಕ್ತಿಗಳನ್ನು ಹುಡುಕಿ, ಗುರುತಿಸುವ ಕೆಲಸದಲ್ಲಿ ತೊಡಗಿಕೊಂಡಿದ್ದೆ. ಅದೊಂದು ಅಮೋಘವಾದ ಅನುಭವ.

ಚೈಲ್ಡ್ ರೈಟ್ಸ್ ಟ್ರಸ್ಟ್‌ನ ಆರಂಭಿಕ ಹೆಜ್ಜೆಗಳ ಸಮಯದಲ್ಲಿ (2002–2003) ಜೊತೆ ಜೊತೆಯಾಗಿ ಹಲವು ವಿಭಿನ್ನ ಪ್ರಯೋಗಗಳು ಕೆಲಸಗಳಲ್ಲಿ ತೊಡಗಿಕೊಂಡಿದ್ದೆವು. ಇವುಗಳಿಗೆ ಸಮರ್ಥವಾದ ಸಹಕಾರ ಬೆಂಬಲ ಕೊಟ್ಟವರು ನಾಗಸಿಂಹ, ಸತೀಶ್, ಶ್ವೇತಾ, ಸುಮತಿ, ಕವಿತಾ ಮ್ಯಾಕ್ಸಿ, ರಾಘವೇಂದ್ರ ಮತ್ತು ನಾಗೇಂದ್ರ. ನಮ್ಮ ಮುಖ್ಯ ಕೆಲಸ ಮಕ್ಕಳ ಹಕ್ಕುಗಳನ್ನು ಕುರಿತು ಸಂಬಂಧಿಸಿದವರಿಗೆಲ್ಲಾ ತರಬೇತಿ ಕೊಡುವುದು! ಇದು ನಮ್ಮನ್ನು ರಾಜ್ಯದ ಎಲ್ಲ ಜಿಲ್ಲೆಗಳಿಗೆ ಮತ್ತು ವಿವಿಧ ರಾಜ್ಯಗಳಿಗೆ ಕರೆದೊಯುತ್ತಿದೆ. ರಾಜ್ಯ ಸರ್ಕಾರ ಮತ್ತು ಯುನಿಸೆಫ್‌ಗೆ ಸಲಹೆಗಾರನಾಗಿ 'ಕರ್ನಾಟಕ ರಾಜ್ಯ ಮಕ್ಕಳ ಕ್ರಿಯಾ ಯೋಜನೆ 2003–10' ಮತ್ತು 'ಕರ್ನಾಟಕ ರಾಜ್ಯ ಮಹಿಳೆಯರು ಮತ್ತು ಮಕ್ಕಳ ಸಾಗಣೆ ತಡೆ ಕ್ರಿಯಾ ಯೋಜನೆ 2005' ರಚನೆ ಪ್ರಮುಖವಾದ ನನ್ನ ಕೆಲಸವಾಗಿತ್ತು. ಜೊತೆಗೆ ಬೆಂಗಳೂರು ನಗರ ಜಿಲ್ಲಾ ಮಕ್ಕಳ ಕಲ್ಯಾಣ ಸಮಿತಿ (ಸಿ.ಡಬ್ಲ್ಯುಸಿ) ಸದಸ್ಯನಾಗಿ, ಅಧ್ಯಕ್ಷನಾಗಿ ಮಕ್ಕಳ ನ್ಯಾಯ ಕಾಯಿದೆ (ಜೆ.ಜೆ.ಕಾಯಿದೆ) ಜಾರಿಗಾಗಿ ಕಾಯಿದೆಯನ್ನು ಅರ್ಥಮಾಡಿಕೊಂಡು ಸಂಬಂಧಿಸಿದವರಿಗೆ ತರಬೇತಿ ಕೊಡುವುದು (2003–2009). ಮಕ್ಕಳ ಹಕ್ಕುಗಳ ವಾಸ್ತವ ಜಾರಿಯ ಮುಖಾಮುಖಿಯ ನಮ್ಮ ಮುಖ್ಯ ಕೆಲಸ ಬಳ್ಳಾರಿ ಜಿಲ್ಲೆಯ ಮೂರು ತಾಲೂಕುಗಳಲ್ಲಿ ಆಯ್ದ 15 ಗ್ರಾಮ ಪಂಚಾಯತಿಗಳಲ್ಲಿ ಮಕ್ಕಳ ಹಕ್ಕುಗಳ ಸ್ಥಿತಿಗತಿ ಅಧ್ಯಯನ (ಇದಕ್ಕೆ ಬೆಂಬಲ ನೀಡಿದವರು ಕ್ರೈ ಮತ್ತು ಎವ್ವರಿ ಚೈಲ್ಡ್). ಇದರ ಫಲವಾಗಿ ನಾವಿತ್ತ ಸಲಹೆಯಂತೆ ಕರ್ನಾಟಕ ಸರ್ಕಾರದ ಗ್ರಾಮೀಣಾಭಿವೃದ್ಧಿ ಮತ್ತು ಪಂಚಾಯತ್ ರಾಜ್ ಇಲಾಖೆ 2006ರಲ್ಲಿ ಸುತ್ತೋಲೆ ಹೊರಡಿಸಿ, 'ಎಲ್ಲಾ ಗ್ರಾಮ ಪಂಚಾಯತಿಗಳು ನವೆಂಬರ್ ತಿಂಗಳಲ್ಲಿ ಮಕ್ಕಳ ಹಕ್ಕುಗಳ ಗ್ರಾಮಸಭೆ ನಡೆಸಬೇಕು' ಎಂದು ಸೂಚನೆ ನೀಡಿತು. ಈಗ ಈ ವಿಚಾರ ಗ್ರಾಮ ಸ್ವರಾಜ್ ಮತ್ತು ಪಂಚಾಯತ್ ರಾಜ್ ಕಾಯಿದೆಯ ಭಾಗವಾಗಿದೆ (2015). ಇದರೊಂದಗಿನ ಇನ್ನೊಂದು ಕೆಲಸ ರಾಜ್ಯದ ಶಾಸಕರು ಮಕ್ಕಳ ಹಕ್ಕುಗಳನ್ನು ಕುರಿತು

ಎಷ್ಟು ಸೂಕ್ಷ್ಮಗೊಂಡಿದ್ದಾರೆ ಎನ್ನುವ ಅಧ್ಯಯನ. ಇದಕ್ಕಾಗಿ ಯುನಿಸೆಫ್ ಬೆಂಬಲದೊಂದಿಗೆ 'ಕರ್ನಾಟಕ ಮಕ್ಕಳ ಹಕ್ಕುಗಳ ನಿಗಾ ಕೇಂದ್ರ' ಸ್ಥಾಪಿಸಿದೆವು (2008). ಈ ಸಮಯದಲ್ಲಿ ಮಕ್ಕಳ ಹಕ್ಕುಗಳನ್ನು ಕುರಿತು ಕಂಡಿದ್ದನ್ನೆಲ್ಲಾ ಓದುವುದು, ಅಧ್ಯಯನ ಚರ್ಚೆಯಲ್ಲೂ ತೊಡಗುವುದು, ನಮಗೆ ದಕ್ಕಿದಷ್ಟನ್ನು ತರಬೇತಿಗಳು, ಲೇಖನ, ಚರ್ಚೆಗಳ ಮೂಲಕ ಹರಡುವುದು. ಇದು ವೃತ್ತಿ ಮತ್ತು ಪ್ರವೃತ್ತಿ ಎರಡೂ ಆಗಿ ಬೆಳೆಯುತ್ತಿತ್ತು.

ಮತ್ತೆ ಎಗ್ಲಾಂಟೈನಳ ವಿಚಾರಗಳನ್ನು ಸಂಧಿಸಿದ್ದು 2011ರಲ್ಲಿ! ಕರ್ನಾಟಕ ರಾಜ್ಯ ಮಕ್ಕಳ ಹಕ್ಕುಗಳ ರಕ್ಷಣಾ ಆಯೋಗದ ಸದಸ್ಯನಾಗಿ ಕಾರ್ಯ ನಿರ್ವಹಿಸುತ್ತಿದ್ದ ಸಂದರ್ಭದಲ್ಲಿ (2009–11), ಅಕಸ್ಮಾತ್ ಆಗಿ ಸಿಕ್ಕ ಮಾಹಿತಿ ಆಧರಿಸಿ ಸ್ವೀಡನ್‌ನ ರಾಜಧಾನಿ ಸ್ಟಾಕ್‌ಹೋಂನಲ್ಲಿ ನಡೆದ 'ಮಕ್ಕಳ ಹಕ್ಕುಗಳ ಜಾರಿ ಉಸ್ತುವಾರಿಯಲ್ಲಿ ಆಯೋಗಗಳ ಪಾತ್ರ' ತರಬೇತಿಗೆ ಆಯ್ಕೆಯಾಗಿ ಭಾಗವಹಿಸಿದೆ. ಅದೊಂದು ಬೆಲೆಗಟ್ಟಲಾಗದ ಕಾರ್ಯಕ್ರಮ. ಸ್ವೀಡನ್ ದೇಶದ ಮಕ್ಕಳ ಹಕ್ಕುಗಳ ಓಂಬಡ್ಸ್‌ಮನ್ ಸಂಸ್ಥೆ (ನಮ್ಮ ಲೋಕಾಯುಕ್ತ ಅಥವಾ ಆಯೋಗದ ರೀತಿ) ಆಯೋಜಿಸಿದ್ದ ಒಂದು ತಿಂಗಳ ಕಾರ್ಯಕ್ರಮದಲ್ಲಿ ಮಕ್ಕಳ ಹಕ್ಕುಗಳನ್ನು ಕುರಿತು ಯೂರೋಪಿನ ಬಹುತೇಕ ಸರ್ಕಾರಗಳು, ಆಯೋಗಗಳು, ವಿಶ್ವವಿದ್ಯಾಲಯಗಳು, ವಿಶ್ವಸಂಸ್ಥೆಯಲ್ಲಿ ಕೆಲಸ ಮಾಡುತ್ತಿರುವವರು, ಸಂಶೋಧಕರು ಬಂದು ಅನುಭವ ಹಂಚಿಕೊಂಡರು. ನಾವೂ ಹಲವಾರು ಸಂಸ್ಥೆಗಳನ್ನು ಭೇಟಿ ಮಾಡಲು ಅನುವು ಮಾಡಿಕೊಟ್ಟರು. ಅಲ್ಲಿ ಹಲವಾರು ಬಾರಿ ಎಗ್ಲಾಂಟೈನಳನ್ನು ಕುರಿತು ಉಲ್ಲೇಖ ಬಂದಿತ್ತು. ಆದರೆ ಯಾವುದೇ ಸಾಮಗ್ರಿ ಸಿಗಲಿಲ್ಲ. ಆ ಸಂದರ್ಭದಲ್ಲಿ ಭೇಟಿಯಾದವರಲ್ಲಿ ಪ್ರಮುಖರು ರೇಚಲ್ ಹಾಡ್ಗಿಕ್ನ್ ಮತ್ತು ಪೀಟರ್ ನ್ಯೂವೆಲ್. ನಾವೆಲ್ಲಾ ಮಕ್ಕಳ ಹಕ್ಕುಗಳ ವಿಚಾರಕ್ಕೆ ಸದಾಕಾಲಕ್ಕೂ ಪರಿಶೀಲಿಸುವ ಯುನಿಸೆಫ್‌ನ ಪ್ರಕಟನೆ Implementaon Handbook for the Convention on the Rights of the Child ಪುಸ್ತಕದ ಲೇಖಕರು ಇವರು. ಈಗ ಈ ಪುಸ್ತಕದ 3ನೇ ಆವೃತ್ತಿ ಪ್ರಕಟವಾಗಿದೆ. ಎಗ್ಲಾಂಟೈನಳನ್ನು ಕುರಿತು ಇವರಲ್ಲಿಯೂ ಮಾತನಾಡಿ ಕೆಲವು ಉಲ್ಲೇಖಗಳನ್ನು ಪಡೆದಿದ್ದೆ.

ಮತ್ತೆ ಶುರುವಾಯಿತು. ಎಗ್ಲಾಂಟೈನಳನ್ನು ಕುರಿತು ವಿವರ ಪಡೆಯುವ ಗೀಳು. ಅಲ್ಲೊಂದಿಷ್ಟು, ಇಲ್ಲೊಂದಿಷ್ಟು ಅಂತರ್ಜಾಲದಲ್ಲಿ ಮಾಹಿತಿ. ನೋಡುನೋಡುತ್ತಿದ್ದಂತೆ ಹೆಚ್ಚುಹೆಚ್ಚು ಮಾಹಿತಿ ಬಿಚ್ಚಿಕೊಳ್ಳತೊಡಗಿತು. ಆಕೆಯನ್ನು ಕುರಿತು ಇಂಗ್ಲಿಷ್‌ನಲ್ಲಿ ಪ್ರಕಟವಾಗಿದ್ದ ಪುಸ್ತಕಗಳು ಕಂಡವು. ಭಾರತೀಯ ಭಾಷೆಗಳಲ್ಲಿ ಎಗ್ಲಾಂಟೈನ್ ಜೆಬ್ಬಳನ್ನು ಕುರಿತು ಯಾವುದೇ ಲೇಖನಗಳು, ಪುಸ್ತಕಗಳು ನನಗೆ ಕಂಡುಬಂದಿಲ್ಲ. ಈಕೆಯನ್ನು

ಪರಿಚಯಿಸುವ ಲೇಖನವನ್ನೋ ಪುಸ್ತಕವನ್ನೋ ಬರೆಯಬೇಕೆಂಬ ಬಯಕೆ ತಲೆಯೆತ್ತಿತು.

ಮಕ್ಕಳ ಹಕ್ಕುಗಳನ್ನು ಕುರಿತು ಕೆಲಸ ಮಾಡುವವರೇ ಅಲ್ಲದೆ, ಸಮಾಜಕಾರ್ಯ, ಸಮಾಜಶಾಸ್ತ್ರ, ಶಿಕ್ಷಣ, ಶಿಶು ಅಭಿವೃದ್ಧಿ ವಿದ್ಯಾರ್ಥಿಗಳಿಗೂ ಎಗ್ಲಾಂಟೈನ್ ಮುಖ್ಯವಾಗಿದ್ದಾಳೆ. ಆಕೆ ಕೇಂಬ್ರಿಡ್ಜ್‌ನಲ್ಲಿ ನಡೆಸಿದ ಸಾಮಾಜಿಕ ಅಧ್ಯಯನ ಮತ್ತು ಸಮುದಾಯದಿಂದ ಸಂಗ್ರಹಿಸಿದ ಸಂಪನ್ಮೂಲಗಳನ್ನು ವೈಜ್ಞಾನಿಕವಾಗಿ ಸ್ವಯಂಸೇವಾ ಸಂಸ್ಥೆಗಳ ಕೆಲಸಗಳಿಗೆ ಮತ್ತು ನಿರಾಶ್ರಿತರಿಗೆ ವಿತರಿಸುವ ಕುರಿತು ನೀಡಿರುವ ಸಲಹೆ ಸೂಚನೆಗಳು ಬಹಳ ಪ್ರಸ್ತುತವಾಗಿದೆ. ಅಂತಹ ಓದು, ಚಿಂತನೆಯ ಫಲ ಈ ಪುಸ್ತಕ. 2016ರಲ್ಲಿ ಆರಂಭವಾದ ಬರವಣಿಗೆಯ ಕೆಲಸ ಈ ಹಂತಕ್ಕೆ ಈಗ ಮುಟ್ಟಿದೆ. ವಿಶ್ವಸಂಸ್ಥೆಯ ಮಕ್ಕಳ ಹಕ್ಕುಗಳ ಒಡಂಬಡಿಕೆಯ 30ನೇ ವರ್ಷಾಚರಣೆಯ ಸಂದರ್ಭದಲ್ಲಿ ಮಕ್ಕಳ ಹಕ್ಕುಗಳ ಕಲ್ಪನೆಯನ್ನು ಜಗತ್ತಿನೆದುರು ಇಟ್ಟ ಈ ಮಹಾತಾಯಿಯ ಬಗ್ಗೆ ಕಿರು ಪರಿಚಯ ಇದರ ಉದ್ದೇಶ. ಇದು ಯಾವುದೇ ನಿರ್ದಿಷ್ಟ ಪುಸ್ತಕದ ಅನುವಾದವಲ್ಲ. ಹಲವೆಡೆಗಳಿಂದ ಸಂಗ್ರಹಿಸಿದ ಮಾಹಿತಿಗಳನ್ನು ಪೋಣಿಸುವ ಯತ್ನ. ಹುಡುಕಾಟ ಇಲ್ಲಿಗೇ ನಿಲ್ಲುವುದಿಲ್ಲ. ಈ ಪುಸ್ತಕದ ಪರಿಷ್ಕರಣೆ ಮಾಡುವ ಕನಸೂ ಇದೆ.

ಈ ಪುಸ್ತಕದ ರಚನೆ, ವಿಶ್ಲೇಷಣೆ, ಕರಡು ತಿದ್ದುವುದು ಮೊದಲಾದ ಕೆಲಸಗಳಲ್ಲಿ ಹಲವರು ನೆರವಾಗಿದ್ದಾರೆ. ಮುಖ್ಯವಾಗಿ ನನ್ನ ಪತ್ನಿ ಎನ್. ಲಕ್ಷ್ಮೀ, ನನ್ನ ತಂದೆ ನೆ. ವಿಶ್ವನಾಥ, ಗೆಳೆಯರಾದ ನಾಗಸಿಂಹ, ನಾಗಮಣಿ, ಸತೀಶ್, ವಿನತೆ ಶರ್ಮಾ, ರಾಘವೇಂದ್ರ ಕೊಣಿಲ, ಅಂಜಲಿ ರಾಮಣ್ಣ, ಮತ್ತಿತರರು. ಎಗ್ಲಾಂಟೈನಳನ್ನು ಕುರಿತು ಪುಸ್ತಕ ಬರೆಯಬೇಕೆಂಬ ಗುಂಗು ಹತ್ತಿದಂದಿನಿಂದ ಇವಳನ್ನು ಕುರಿತು ನಾಟಕ ಪ್ರದರ್ಶನವಾಗಬೇಕೆಂಬ ಬಯಕೆಯೂ ಇದ್ದಿತು. ಗೆಳೆಯ ನಾಗಸಿಂಹನೊಡನೆ ಈ ಪುಸ್ತಕದ ಕರಡು ಹಂಚಿಕೊಂಡು ದೃಶ್ಯಗಳ ಕಲ್ಪನೆ ಎದುರಿಟ್ಟಾಗ, ಅವನಾಗಲೇ ನಾಟಕ ಸಿದ್ಧಮಾಡಿಕೊಂಡು, ಪುಸ್ತಕಕ್ಕೆ ಬೆನ್ನುಡಿಯನ್ನೂ ಬರೆದುಕೊಟ್ಟಿರುವ ಅಂಜಲಿ ರಾಮಣ್ಣ ಅವರೊಡನೆ ಪ್ರದರ್ಶನಕ್ಕೆ ಎದುರು ನೋಡುತ್ತಿದ್ದಾನೆ. ಈ ಪುಸ್ತಕವನ್ನು ವಿವರವಾಗಿ ಓದಿ, ತಮ್ಮ ಅಭಿಪ್ರಾಯಗಳೊಂದಿಗೆ ತಮ್ಮ ಮುನ್ನುಡಿ ನೀಡಿರುವ ಗೆಳೆಯ ಕವಿ ಡಾ. ಕಮಲಾಕರ ಕಡವೆ ಅವರಿಗೆ ನಾನು ಆಭಾರಿ. ಎಂದಿನಂತೆ ನನ್ನ ಪುಸ್ತಕಗಳಿಗೆ ಚಿತ್ರ ವಿನ್ಯಾಸ ನೀಡಿರುವ ಗೆಳೆಯ ವಿಶ್ವವಿನ್ಯಾಸ್ ಮತ್ತು ಈ ಪುಸ್ತಕವನ್ನು ವಿಭಿನ್ನವಾಗಿ ಹೊರತರುತ್ತಿರುವ 'ಬಹುರೂಪಿ'ಯ ಜಿ.ಎನ್.ಮೋಹನ್ ಮತ್ತು ಶ್ರೀಜಾ ವಿ.ಎನ್. ಅವರಿಗೆ ನನ್ನ ಕೃತಜ್ಞತೆಗಳು.

ವಿಶ್ವಸಂಸ್ಥೆಯ ಮಕ್ಕಳ ಹಕ್ಕುಗಳ ಒಡಂಬಡಿಕೆಗೆ 30 ವರ್ಷಗಳು ಸಂದಿರುವ ಮತ್ತು ಎಗ್ಲಾಂಟೈನ್ ಜೆಬ್ ಮಕ್ಕಳ ಹಕ್ಕುಗಳ ಪರವಾಗಿ ದನಿ ಎತ್ತಿ ಪೋಲಿಸರಿಂದ ಬಂಧಿತರಾಗಿದ್ದು ಮತ್ತು ಮಕ್ಕಳಿಗಾಗಿ ಸೇವ್ ದಿ ಚಿಲ್ಡ್ರನ್ ಸಂಸ್ಥೆ ಆರಂಭಿಸಿ 100 ವರ್ಷಗಳು ಆಗಿರುವ ಈ ಸಂದರ್ಭದಲ್ಲಿ ಈ ರಚನೆಯನ್ನು ನಿಮ್ಮೆದುರು ಇಡುತ್ತಿದ್ದೇನೆ. ಮಕ್ಕಳ ಹಕ್ಕುಗಳ ಕ್ಷೇತ್ರದ ಕಾರ್ಯಕರ್ತರು, ಚಿಂತಕರು ಹಾಗೂ ಮಕ್ಕಳಿಗೆ ಈ ಪುಸ್ತಕ ಸ್ಫೂರ್ತಿ ತರುವುದೆಂಬ ನಂಬಿಕೆ ನನಗಿದೆ.

ಎನ್ ವಿ ವಾಸುದೇವ ಶರ್ಮಾ

ಬಿಸಿಯೂಟದ ಮಧ್ಯೆ

ಒಳ್ಳೆಯ ಸಂಗತಿಗಳು ಯಾವಯಾವುದೋ ಮೂಲದಿಂದ ಬಂದು ನಮ್ಮ ಬಾಳನ್ನು, ಸಮಾಜವನ್ನು ಬೆಳಗಿಸುತ್ತಲಿರುತ್ತವೆ ಎನ್ನುವುದು ಖಂಡಿತವಾಗಿಯೂ ಜೀವನದಲ್ಲಿ ಕಾಣಬರುವ ಅದ್ಭುತಗಳಲ್ಲಿ ಒಂದು. ಅದೆಷ್ಟೋ ಸಲ ನಮ್ಮ ಹಾದಿಯ ಬೆಳಗಿದ ದೀಪ ಯಾರು ಹಚ್ಚಿದ್ದು ಎನ್ನುವ ಅರಿವು ನಮಗೆ ಆಗುವುದೇ ಇಲ್ಲ, ಆದರೂ ಹಾಗೆ ಒದಗುವ ಅವಕಾಶಗಳೇ ನಮ್ಮನ್ನು ಬೆಳೆಸುತ್ತಲಿರುತ್ತವೆ. ಆಗಲೀಗ ಯಾರ ಪ್ರಯತ್ನಗಳ ಫಲ ನಮಗೆ ದೊರಕಿದೆ ಎಂಬ ಮಾಹಿತಿ ನಮಗೆ ಸಿಕ್ಕಾಗ ಅವಕ್ಕಾಗುತ್ತೇವೆ. ಒಂದು ಕ್ಷಣ ಗಲಿಬಿಲಿಯೂ ಆಗುತ್ತದೆ. ಆದರೆ ಅದೇ ಮಾಹಿತಿ ಸ್ಫೂರ್ತಿಯ ಸೆಲೆಯೂ ಆಗಬಲ್ಲದು. ಈ ಸಾಧ್ಯತೆಯೇ ಇದೋ ಈ ಪುಸ್ತಕದ ಮೌಲ್ಯ ಎಂದು ನಾನು ಭಾವಿಸಿದ್ದೇನೆ.

ಹದಿನೆಂಟನೇ ಶತಮಾನದ ಹೊತ್ತಿಗೆ ಯೂರೋಪಿನಲ್ಲಿ 'ಮಾನವತಾವಾದ' (humanism) ಆಳ ಬೇರು ಬಿಟ್ಟು ಮಾನವ ಕೇಂದ್ರಿತ ಚಿಂತನೆಗೆ ಚಾಲನೆ ದೊರಕಿತ್ತು. ಮುಂದೆ ಹತ್ತೊಂಬತ್ತನೇ ಶತಮಾನದಲ್ಲಿ ಯೂರೋಪು ತನ್ನ ಸಂಪತ್ತಿನಲ್ಲಿ ಹೆಚ್ಚಳ ಕಂಡರೂ, ಅದರ ಹಿಂದಿದ್ದ ಅಪಾರ ಅನ್ಯಾಯ, ಅಗಾಧ ದಬ್ಬಾಳಿಕೆ ಮತ್ತು ಮಿತಿ ಮೀರಿದ ಅಮಾನವೀಯ ಲೋಭಗಳನ್ನು ಮರೆ ಮಾಚುವಂತಿರಲಿಲ್ಲ. ಈ ಹಿನ್ನೆಲೆಯಲ್ಲಿಯೇ ಕಾರ್ಮಿಕರ ಹಕ್ಕುಗಳಿಂದ ಮೊದಲಾಗಿ ಈ ಶತಮಾನದಲ್ಲಿ ಸಮಾಜವೊಂದು ನ್ಯಾಯಯುತವಾಗಿರಲು ಯಾವ ಬಗೆಯ ಕಾಯಿದೆಗಳ ಆವಶ್ಯಕತೆ ಇದೆ ಎನ್ನುವ ಕುರಿತು ವಿಸ್ತೃತ ಚರ್ಚೆಗಳಾದವು, ಸಿದ್ಧಾಂತಗಳ ಮಂಡನೆಗಳಾದವು. ಪ್ರಜಾಪ್ರಭುತ್ವದ ವಿಕಾಸದಲ್ಲಿ ಈ ಶತಮಾನ ತುಂಬಾ ಮುಖ್ಯವಾಗುವುದು ಇದೇ

ಕಾರಣಕ್ಕೆ. ಬಂಡವಾಳಶಾಹಿ ವ್ಯವಸ್ಥೆ 'ನಡೆ ಮುಂದೆ ನಡೆ ಮುಂದೆ, ನುಗ್ಗಿ ನಡೆ ಮುಂದೆ' ಎನ್ನುತ್ತ ಎಗ್ಗಿಲ್ಲದೇ ಸಾಗುತ್ತಿದ್ದ ಕಾಲವದು. ಜಗತ್ತಿನ ಮೂರು ಪಾಲು ದೇಶಗಳ ಸಂಪನ್ಮೂಲಗಳನ್ನು ಹೀರಿ ಸಾಮ್ರಾಜ್ಯಶಾಹಿ ಯೂರೋಪು ಹಿಗ್ಗುತ್ತಿದ್ದ ಕಾಲವದು.

ಈ ವಿಪರೀತಗಳಿಗೆ ಪ್ರತಿಕ್ರಿಯೆಯಾಗಿ ಆ ಕಾಲದ ಐರೋಪ್ಯ ಸಮಾಜ, ನ್ಯಾಯಯುತ ಸಹಜೀವನದ ರೂಪುರೇಷೆಗಳ ಕುರಿತು ಸಹ ಯೋಚನೆಗೆ ತೊಡಗಿತ್ತು. ಬಂಡವಾಳಶಾಹಿಯ ರಚನೆ, ಅದನ್ನು ಎದುರಿಸಲು ಬೇಕಿರುವ ದೃಷ್ಟಿಕೋನ ಮತ್ತು ಸಾಮಾಜಿಕ ಸಂಘಟನೆಯ ಆಕಾರಗಳ ವರ್ಣನೆಗಳನ್ನೊಳಗೊಂಡ ಸಮತಾವಾದಿ ಚಿಂತನೆಯನ್ನು ಕಾರ್ಲ್ ಮಾರ್ಕ್ಸ್ ಇದೇ ಶತಮಾನದಲ್ಲಿ ಮಂಡಿಸಿದ್ದನ್ನು ನೆನಪಿಸಿಕೊಳ್ಳಬೇಕು. ಅಲ್ಲಿಯ ಪ್ರಭುತ್ವಗಳು ಹುಟ್ಟುಹಾಕಿದ್ದ ಹಿಂಸೆ, ಅನಾಚಾರಗಳ ವಿರುದ್ಧ ಯೂರೋಪಿನ ಚಿಂತಕರು ಪ್ರಬಂಧ, ಪುಸ್ತಕ, ವಾದಗಳನ್ನು ಪ್ರಸ್ತುತಪಡಿಸಿದರು. ಕಾರ್ಮಿಕರ ಹಿತರಕ್ಷಣೆ, ಗುಲಾಮಗಿರಿ ತಡೆ, ಬಾಲಕಾರ್ಮಿಕ ಪದ್ಧತಿ ತಡೆಗೆ ಕಾಯ್ದೆ, ಬಡವರ ಶಿಕ್ಷಣ ಕುರಿತು ಕಾಯ್ದೆ, ಮುಂತಾದ ಅನೇಕ ಸುಧಾರಣೆಗಳು ಈ ಕಾಲದಲ್ಲಿ ಬರಲು ಅಲ್ಲಿನ ಪ್ರಭುತ್ವಗಳ ಮೇಲೆ ಸಾರ್ವಜನಿಕ ವಲಯ ಹೇರಿದ ಒತ್ತಾಯದ ಪ್ರಭಾವವಿತ್ತು. ಈ ವಲಯದಲ್ಲಿ ತತ್ವಜ್ಞಾನಿಗಳು, ಸಾಹಿತಿಗಳು, ಸಮಾಜಶಾಸ್ತ್ರಜ್ಞರು, ರಾಜಕಾರಣಿಗಳು ಮುಂತಾದ ಚಿಂತನಶೀಲ ಜನರಿದ್ದರು. ಅಂತಹ ವಿಚಾರವಂತ ಮಹಿಳೆಯೊಬ್ಬಳ ಜೀವನದ ಕತೆಯನ್ನು ಈ ಪುಸ್ತಕ ಪರಿಚಯಿಸುತ್ತದೆ.

ನಮಗೆಲ್ಲ ಶಾಲೆಯಲ್ಲಿ ಸಿಗುವ ಬಿಸಿ ಊಟದ ಕುರಿತು ಗೊತ್ತು. ನಾವು ಶಾಲೆಯಲ್ಲಿದ್ದಾಗ ಇದನ್ನು ಮಿಡ್‌ಡೇ ಮೀಲ್ ಅಂತ ಕರೀತಾ ಇದ್ದರು. ಆದರೆ, ವಾಸುದೇವ ಶರ್ಮಾ ಅವರ ಈ ಪುಸ್ತಕ ಓದುವವರೆಗೆ ನನಗೆ ಈ ಬಿಸಿ ಊಟದ ಕಲ್ಪನೆಯ ಹರಿಕಾರಳು ಎಗ್ಲಾಂಟೈನ್ ಜೆಬ್ ಎಂದು ತಿಳಿದಿರಲಿಲ್ಲ. 52 ವರ್ಷಗಳ ತನ್ನ ಅಲ್ಪಕಾಲದ ಬಾಳಿನಲ್ಲಿ ಇಡೀ ಜಗತ್ತಿಗೆ ಮಕ್ಕಳ ಹಕ್ಕುಗಳ ಕುರಿತು ಜಾಗ್ರತೆ ಮೂಡಿಸಿದ ಮತ್ತು ಆ ನಿಟ್ಟಿನಲ್ಲಿ ಜಗತ್ತು ಸಾಂಸ್ಥಿಕ ಕಾರ್ಯಕ್ರಮಗಳನ್ನು ರೂಪಿಸುವಂತೆ ಪ್ರೇರೇಪಿಸಿದ ಮಹಾನ್ ವ್ಯಕ್ತಿ ಎಗ್ಲಾಂಟೈನ್ ಜೆಬ್. ಇದೊಂದು ಬಲು ಮುಖ್ಯ ಮಾಹಿತಿ ಆಗಿದ್ದರೂ, ಈ ಬಗ್ಗೆ ಅರಿವಿರುವವರು ನನಗನ್ನಿಸುವ ಮಟ್ಟಿಗೆ ಬಲು ಕಮ್ಮಿ. ಶಿಕ್ಷಿತ ವರ್ಗದಲ್ಲಿಯೂ ಎಗ್ಲಾಂಟೈನ್ ಜೆಬ್ ಅವರ ಕೊಡುಗೆಯ ಬಗ್ಗೆ ತಿಳಿದಿರುವವರು ಬಹಳ ಜನ ಇರಲಾರರು. ಸಮಾಜಕಾರ್ಯದಲ್ಲಿ ತೊಡಗಿಕೊಂಡವರು ಕೇಳಿಬಲ್ಲವರಿದ್ದಾರು. ಅಂದರೆ, ಕಾರಣಾಂತರದಿಂದ (ಮಹಿಳೆ ಅನ್ನುವ ಕಾರಣವೂ ಇದ್ದೀತು) ಜನಜನಿತವಾಗಬೇಕಿದ್ದ ಎಗ್ಲಾಂಟೈನ್ ಜೆಬ್ ಅವರ ಹೆಸರನ್ನು ಕೆಲವೇ ಜನ ಬಲ್ಲವರಾಗಿದ್ದಾರೆ. ಈ ಕೊರತೆಯನ್ನು ನೀಗಿಸಲಾಗಿಯೇ ವಾಸುದೇವ ಶರ್ಮಾ ಅವರು ಈ

ಜೀವನ ಚರಿತ್ರೆ ಬರೆದಿದ್ದಾರೆ ಮತ್ತು ಈ ಬರವಣಿಗೆಗಾಗಿ ನಾವೆಲ್ಲ ಅವರಿಗೆ ಧನ್ಯವಾದ ಹೇಳಬೇಕಾಗಿದೆ.

ವಾಸುದೇವ ಶರ್ಮಾ ಸಮಾಜಕಾರ್ಯದ ಕ್ಷೇತ್ರದಲ್ಲಿ ಚಿರಪರಿಚಿತ ಹೆಸರು. ಚೈಲ್ಡ್ ರೈಟ್ಸ್ ಟ್ರಸ್ಟ್ ಎನ್ನುವ ಸಂಸ್ಥೆಯ ಕಾರ್ಯಕಾರಿ ನಿರ್ದೇಶಕರಾಗಿರುವ ಶ್ರೀ ಶರ್ಮಾ, ಈ ಕ್ಷೇತ್ರದಲ್ಲಿ ಮೂರು ದಶಕಗಳ ಕಾಲ ಗಮನಾರ್ಹ ಕೆಲಸ ಮಾಡಿದ್ದಾರೆ. ಕರ್ನಾಟಕದುದ್ದಕ್ಕೂ ಅವರ ಚಟವಟಿಕೆಯ ಜಾಲ ಹಬ್ಬಿದೆ. ತಾವು ಕೈಗೊಂಡಿರವ ಶ್ಲಾಘನೀಯ ಕೆಲಸವನ್ನು ತಮ್ಮ ಕ್ರಿಯಾಶೀಲತೆಯಿಂದ ಹೆಚ್ಚು ಹೆಚ್ಚು ಜನಪರವೂ ಜನಪ್ರಿಯವೂ ಆಗುವಂತೆ ಕೈಗೊಳ್ಳುವುದು ಅವರ ವಿಶೇಷತೆ. ಬಿಡುವಿರದ ಸಮಾಜಕಾರ್ಯದ ಚಟುವಟಿಕೆಗಳ ನಡುವೆಯೂ ಶ್ರೀ ಶರ್ಮಾ ಅವರು ಕನ್ನಡ ಪತ್ರಿಕೆಗಳಲ್ಲಿ ಕತೆ, ಕಾವ್ಯ, ಜನಪ್ರಿಯ ಲೇಖನಗಳನ್ನು ಬರೆಯುತ್ತಾರೆ. ಮಕ್ಕಳ ಹಕ್ಕು ಅವರ ವಿಶೇಷ ಪರಿಣತಿಯ ಕ್ಷೇತ್ರ. ಈ ಸಂಬಂಧದಲ್ಲಿ ಅವರು ಹಾಡು, ಲೇಖನ, ಪುಸ್ತಕಗಳ ಮುಖೇನ ಜನರಲ್ಲಿ, ಜನಪ್ರತಿನಿಧಿಗಳಲ್ಲಿ ಅರಿವು ಮೂಡಿಸುವ ಪ್ರಯತ್ನವನ್ನು ಸಫಲವಾಗಿ ಮಾಡುತ್ತ ಬಂದಿದ್ದಾರೆ.

"ಆಕೆ ಮಕ್ಕಳನ್ನು ರಕ್ಷಿಸಿದಳು: ಎಗ್ಲಾಂಟೈನ್ ಜೆಬ್ ಕಥನ" ಎಂಬ ಅವರ ಈ ಪುಸ್ತಕವನ್ನು ಬರೆದಿರುವ ಶೈಲಿಯಲ್ಲಿಯೇ ನಮಗೆ ಶ್ರೀ ಶರ್ಮಾ ಅವರ ನಿಲುವು ಸ್ಪಷ್ಟವಾಗುತ್ತದೆ. ತಮ್ಮ ವಿಷಯದ ಕುರಿತಾದ ಮಾಹಿತಿಯನ್ನು ಯಾವುದೋ ಒಂದು ರೀತಿಯಲ್ಲಿ ಹೊಂದಿಸಿಡುವ ಬದಲು, ಓದುಗರ ಆಸಕ್ತಿ ಕೆರಳುವಂತೆ, ಓದಲು ಬಯಕೆ ಹೆಚ್ಚಾಗುವಂತೆ ನಾಟಕೀಯ ಶೈಲಿಯಲ್ಲಿ ಕಥನವನ್ನು ನಿಭಾಯಿಸುತ್ತಾರೆ ಶ್ರೀ ಶರ್ಮಾ. ಒಂದೆಡೆ ಎಗ್ಲಾಂಟೈನ್ ಜೆಬ್ ಅವರ ಜೀವನದ ಕತೆ, ಇನ್ನೊಂದೆಡೆ ಮಕ್ಕಳ ಹಕ್ಕುಗಳ ಕುರಿತ ಚಿಂತನೆಯ ವಿಕಾಸದ ಕತೆ ಜತೆಜತೆಗೆ ಬರುತ್ತವೆ ಇಲ್ಲಿ. ಮಕ್ಕಳ ಹಕ್ಕು ಎನ್ನುವ ಕಲ್ಪನೆ ಈ ಪುಸ್ತಕದಲ್ಲಿ ಸೂತ್ರ ರೂಪದಲ್ಲಿದೆ. ಹಾಗಾಗಿ, ಜೆಬ್ ಅವರ ಅನುಭವಗಳಲ್ಲಿ ವಿಷಯಕ್ಕೆ ನೇರವಾಗಿ ಸಂಬಂಧಿಸಿದ ವಿವರಗಳ ಕಡೆ ಮಾತ್ರ ಇಲ್ಲಿ ಲಕ್ಷ್ಯ. ಮಕ್ಕಳ ಹಕ್ಕು ಎಂಬ ಸಂಕಲ್ಪನೆ ಹೇಗೆ ಕ್ರಮೇಣ ರೂಪುಗೊಂಡಿತು, ಜೆಬ್ ಅವರ ಚಟುವಟಿಕೆಗಳು ಇದರಲ್ಲಿ ವಹಿಸಿದ ಪಾತ್ರವೇನು ಎನ್ನುವುದೇ ಇಲ್ಲಿಯ ಕಥಾನಕದ ಕೇಂದ್ರ ಬಿಂದು.

ಈ ಪುಸ್ತಕವನ್ನು ಎಷ್ಟು ಆಸಕ್ತಿಯಿಂದ ವಯಸ್ಕರು ಓದಬಹುದೋ, ಮಕ್ಕಳೂ ಸಹ ಅಷ್ಟೇ ಆಸಕ್ತಿಯಿಂದ ಓದಬಹುದು. ಅಷ್ಟು ಸುಲಲಿತವಾದ ಗದ್ಯ ಶೈಲಿ ಶ್ರೀ ಶರ್ಮಾ ಅವರದ್ದು. ಎಲ್ಲಿಯೂ ಕಠಿಣ ಪದ ಪುಂಜಗಳ ಅಬ್ಬರವಿಲ್ಲ, ಕ್ಷೇತ್ರಕ್ಕೆ ಸಂಬಂಧಿಸಿದ ಶಬ್ದಗಳ ಆಡಂಬರವಿಲ್ಲ, ಅಂಕಿಸಂಖ್ಯೆ, ತಾರೀಕುಗಳ ಹೇರಿಕೆಯಿಲ್ಲ. ಸ್ಪಷ್ಟ ವಿವರಗಳು, ಚಿಕ್ಕ ಚೊಕ್ಕ ವಾಕ್ಯಗಳಲ್ಲಿ

ಕಣ್ಣಿಗೆ ಕಟ್ಟುವಂತೆ ಜೆಬ್ ಅವರ ಕತೆಯನ್ನು ಹೇಳಲಾಗಿದೆ. ಪುಸ್ತಕದ ಅಂತ್ಯದಲ್ಲಿ ಮಕ್ಕಳ ಹಕ್ಕುಗಳ ಕುರಿತ ಉಪಯುಕ್ತ ಮಾಹಿತಿಯನ್ನೂ ನೀಡಲಾಗಿದೆ.

ನಾನು ಮೆಚ್ಚಿದ ಇನ್ನೊಂದು ಅಂಶವೆಂದರೆ, ಉಲ್ಲೇಖಿಸಿದ ಐತಿಹಾಸಿಕ, ರಾಜಕೀಯ ಮತ್ತಿತರ ಸಂಕಲ್ಪನೆಗಳನ್ನು ಟಿಪ್ಪಣಿಯಲ್ಲಿ ಸಂಕ್ಷಿಪ್ತವಾಗಿ ವಿವರಿಸುವ ಮೂಲಕ ಓದುಗರಿಗೆ, ಅದರಲ್ಲೂ ಮಕ್ಕಳಿಗೆ, ಹೆಚ್ಚು ಸ್ಪಷ್ಟತೆ ದೊರಕುವಂತೆ ಮಾಡಿದ್ದಾರೆ ಲೇಖಕರು. ಅಧ್ಯಾಯಗಳೂ ಸಹ ಚಿಕ್ಕದಿದ್ದು ಯಾರೇ ಆಗಲಿ ಒಂದೇ ಸಲ ಕೂತು ಓದುವಂತಿದೆ.

ಕನ್ನಡದಲ್ಲಿ, ಭಾರತದ ಪ್ರತಿ ಭಾಷೆಯಲ್ಲಿಯೂ ಸಹ, ಮಾಹಿತಿ ಆಧಾರಿತ ಪುಸ್ತಕಗಳ ಆವಶ್ಯಕತೆ ಖಂಡಿತವಾಗಿ ಇದೆ. ಅದರಲ್ಲೂ ಮಕ್ಕಳಿಗೆ ಸರಳ ಶೈಲಿಯಲ್ಲಿ ಸರ್ವಕ್ಷೇತ್ರಗಳ ಕುರಿತಾದ ಮಾಹಿತಿಯನ್ನು ಮುಟ್ಟಿಸಬಲ್ಲ ಪುಸ್ತಕಗಳು ಅವಶ್ಯ ಮಾತ್ರವಲ್ಲ, ಅನಿವಾರ್ಯವೇ ಹೌದು. ಅಂತಹ ಒಂದು ಗುರುತರ ಜವಾಬ್ದಾರಿಯನ್ನು ಈ ಪುಸ್ತಕ ನಿಭಾಯಿಸುತ್ತದೆ. ಹಾಗಾಗಿ, ಈ ಪುಸ್ತಕ ಎಲ್ಲ ದೃಷ್ಟಿಯಿಂದಲೂ ಸ್ವಾಗತಾರ್ಹ.

ಮೂರು ದಶಕಗಳ ಸ್ನೇಹಿತರಾದ ವಾಸುದೇವ ಶರ್ಮಾ ನಮ್ಮ ಸ್ನೇಹದ ಆಧಾರದ ಮೇಲೆ ತಮ್ಮ ಪುಸ್ತಕಕ್ಕೆ ಹೀಗೊಂದು ಮುನ್ನುಡಿ ಬರೆಯುವ ಅವಕಾಶವನ್ನು ನನಗೆ ಕೊಟ್ಟಿದ್ದಾರೆ. ತನ್ಮೂಲಕ, ನನ್ನ ಅಜ್ಞಾನವನ್ನು ಸಹ ಕೊಂಚ ಕಮ್ಮಿ ಮಾಡಿದ್ದಾರೆ. ನನ್ನ ಕುರಿತು ಅವರು ತೋರಿರುವ ಈ ವಿಶ್ವಾಸಕ್ಕೆ ನಾನು ಅವರಿಗೆ ಋಣಿ.

ಮೌಲಿಕ ಮಾಹಿತಿಯ, ಸುಲಲಿತ ಓದಿಗೆ ದೊರಕುವ ಈ ಪುಸ್ತಕವನ್ನು ಕನ್ನಡ ಓದುಗರು ತುಂಬು ಹೃದಯದಿಂದ ಬರಮಾಡಿಕೊಳ್ಳಲಿ ಎಂದು ಆಶಿಸುತ್ತೇನೆ.

ಕಮಲಾಕರ ಕಡವೆ

ಮೃದು ಮಧುರ ಮಾತುಗಳಲ್ಲಿ, ಶಬ್ದ ಮೌನಗಳ ನಡುವೆ ಕವನಗಳ ಸೇತು ಕಟ್ಟುವ ಕಮಲಾಕರ ಕಡವೆ ಮಹಾರಾಷ್ಟ್ರದ ಅಹ್ಮದ್ ನಗರದಲ್ಲಿ ಇಂಗ್ಲಿಷ್ ಪ್ರಾಧ್ಯಾಪಕರು.

ಪುಟ್ಟ ಪುಟ್ಟ ಹೆಜ್ಜೆ..

ಕರಪತ್ರ ಚಳವಳಿ

1919ರ ಏಪ್ರಿಲ್‌ನ ಒಂದು ಬೆಳಗು.[1] ಹಿಂದಿನ ರಾತ್ರಿ ಮಳೆ ಸುರಿದಿತ್ತು. ತಣ್ಣನೆ ಗಾಳಿ ಸುಳಿಯುತ್ತಿತ್ತು. ಲಂಡನ್ ನಗರದ ಕೇಂದ್ರ ಭಾಗದಲ್ಲಿರುವ ವೆಸ್ಟ್‌ಮಿನಿಸ್ಟರ್‌ನಲ್ಲಿರುವ ಟ್ರೆಫಾಲ್ಗರ್[2] ಚೌಕದಲ್ಲಿ ಬೆಳಕು ಮೂಡಿ ಒಂದಷ್ಟು ಜನ ಅತ್ತಿತ್ತ ಹೆಜ್ಜೆ ಹಾಕುತ್ತಿದ್ದರು. ಸಮವಸ್ತ್ರ ಧರಿಸಿದ್ದ ಪೊಲೀಸರು ಅಲ್ಲಲ್ಲಿ ನಿಂತು ಓಡಾಡುತ್ತಿದ್ದ ಜನರನ್ನು ಗಮನಿಸುತ್ತಿದ್ದರು. ಅಷ್ಟು ಹೊತ್ತಿಗೆ

ಇಬ್ಬರು ಮಹಿಳೆಯರು ನಿಧಾನವಾಗಿ ನಡೆದು ಚೌಕದತ್ತ ಬಂದು ನಿಂತರು. ಅವರು ಧರಿಸಿದ್ದ ನವಿರಾದ ಟೊಪ್ಪಿಗೆ, ಬೆಚ್ಚನೆಯ ಉಡುಪು, ಕೈಚೀಲ, ಕೊಡೆ, ಪಾದರಕ್ಷೆಗಳೆಲ್ಲವೂ ಅವರು ಸಾಕಷ್ಟು ಸ್ಥಿತಿವಂತರು ಎಂಬುದನ್ನು ತೋರಿಸುತ್ತಿತ್ತು. ಒಂದಷ್ಟು ಕಾಲ ಇಬ್ಬರೂ ಮೆಲುದನಿಯಲ್ಲಿ ಮಾತನಾಡಿಕೊಂಡರು. ಕೈಯಲ್ಲಿ ಹಿಡಿದು ತಂದಿದ್ದ ಭಿತ್ತಿಪತ್ರಗಳನ್ನು ಪಾದಚಾರಿ ಮಾರ್ಗದಲ್ಲಿದ್ದ ಕಂಭಗಳಿಗೆ ಒರಗಿಸಿಟ್ಟರು. ನಂತರ ತಮ್ಮ ಕೈಚೀಲಗಳಿಂದ ಒಂದಷ್ಟು ಮುದ್ರಿತ ಕರಪತ್ರಗಳನ್ನು ಹೊರತೆಗೆದು, ಇನ್ನೊಂದಷ್ಟು ಮಾತನಾಡಿಕೊಂಡರು. ಇಬ್ಬರೂ ಬೇರೆಬೇರೆಯಾಗಿ ನಿಂತು ತಮ್ಮನ್ನು ದಾಟಿ ಹೋಗುತ್ತಿದ್ದ ಜನರತ್ತ ಮುಗುಳ್ನಕ್ಕು ಹೆಲೋ ಹೇಳಿದರು. ಅವರು ಪ್ರತಿ ವಂದನೆ ಹೇಳುತ್ತಿದ್ದಂತೆ ಅವರ ಕೈಗೆ ತಾವು ಹಿಡಿದುಕೊಂಡಿದ್ದ ಕರಪತ್ರಗಳನ್ನು ನೀಡುತ್ತಿದ್ದರು.

ಅದರಲ್ಲಿ ಬರೆದಿದ್ದುದು, 'ನಮ್ಮ ದೇಶ ಇಂಗ್ಲೆಂಡ್ ಹಾಕಿರುವ ಆರ್ಥಿಕ ದಿಗ್ಬಂಧನದ ಪರಿಣಾಮ ನೋಡಿ – ಜರ್ಮನಿ ಮತ್ತು ಆಸ್ಟ್ರಿಯಾದ ಲಕ್ಷಾಂತರ ಮಕ್ಕಳು ಹಸಿವಿನಿಂದ ಸಾಯುತ್ತಿದ್ದಾರೆ'.

ಬಹುತೇಕ ಜನ ಭಿತ್ತಿಪತ್ರ ಮತ್ತು ಕರಪತ್ರ ನೋಡಿ ಗಾಬರಿ, ಭೀತಿಯಿಂದ ಓಡಿ ಹೋದರು. ಎಲ್ಲೋ ಕೆಲವರು ಏನಿದು ಎಂದು ವಿಚಾರಿಸಲು ಹತ್ತಿರ ಬಂದರು. ಹಾಗೆ ಬಂದವರು, ವಿಷಯ ತಿಳಿದು ನಮ್ಮ ದೇಶ ಇಂತಹ ಪರಿಸ್ಥಿತಿಗೆ ಮಕ್ಕಳನ್ನು ದೂಡುತ್ತಿದೆಯೇ ಎಂದು ಬೇಸರಗೊಂಡರು. ಆಗಲೇ ಒಬ್ಬ ಹಿರಿಯ ಮಹಿಳೆ ಕರಪತ್ರವನ್ನು ಕೈಯಲ್ಲಿ ಹಿಡಿದು, ಭಿತ್ತಿಪತ್ರಗಳಲ್ಲಿದ್ದ ಚಿತ್ರ ಘೋಷಣೆಯ ವಿವರಣೆ ಕೇಳಿ ಮೂರ್ಛೆ ಹೋದಳು.

ಅದನ್ನೆಲ್ಲಾ ದೂರದಲ್ಲಿ ನಿಂತು ನೋಡುತ್ತಿದ್ದ ಸ್ಥಳೀಯ ಪೊಲೀಸನೊಬ್ಬ ಬಂದು ಏನಿದು ಎಂದು ಕೇಳಿದಾಗ ಅವನಿಗೂ ಆ ಮಹಿಳೆಯರು ಕರಪತ್ರ ಕೊಟ್ಟು, 'ನಮ್ಮ ದೇಶ ಇಂಗ್ಲೆಂಡ್‌ನ ಸರ್ಕಾರ ನೆರೆಯ ದೇಶಗಳಿಗೆ ಆಹಾರ ಔಷಧಿ ತಲುಪದಂತೆ ಆರ್ಥಿಕ ದಿಗ್ಬಂಧನ ಹಾಕಿದೆ. ಅಲ್ಲಿನ ಜನ ಹಸಿವಿನಿಂದ ಬಳಲುತ್ತಿದ್ದಾರೆ. ನೋಡಿ, ಜರ್ಮನಿ ಮತ್ತು ಆಸ್ಟ್ರಿಯಾದಲ್ಲಿ ಲಕ್ಷಾಂತರ ಮಕ್ಕಳು ಹಸಿವಿನಿಂದ ಸಾಯುತ್ತಿದ್ದಾರೆ. ಪ್ರತಿ ವಾರ ಜರ್ಮನಿಯೊಂದರಲ್ಲೇ ಸುಮಾರು 800 ಮಕ್ಕಳು ಸಾಯುತ್ತಿದ್ದಾರೆ ಎಂದು ವರದಿಯಾಗಿದೆ. ಹೊಟ್ಟೆಗಿಲ್ಲದ ತಾಯಂದಿರು ತಮ್ಮ

ಮಕ್ಕಳಿಗೆ ಹಾಲೂಡಿಸಲೂ ಆಗದೆ ನರಳುತ್ತಿದ್ದಾರೆ. ನಾವು ಅಂತಹದನ್ನೆಲ್ಲಾ ನೋಡಿಕೊಂಡು ಬಂದಿದ್ದೇವೆ. ಫೋಟೋ ಕೂಡಾ ಇದೆ. ನೋಡಿ. ಇದನ್ನು ತಪ್ಪಿಸಬೇಕು. ನಮ್ಮ ಪ್ರಧಾನ ಮಂತ್ರಿಗಳಾದ ಡೇವಿಡ್ ಲ್ಲಾಯ್ಡ್ ಜಾರ್ಜ್ ಮತ್ತು ಅವರ ಕೌನ್ಸಿಲ್‌ನ ಮಂತ್ರಿಗಳಿಗೆ ಈ ಮಾಹಿತಿ ತುರ್ತಾಗಿ ತಲುಪಬೇಕಿದೆ. ನೀವು ಸಹಾಯ ಮಾಡುತ್ತೀರಾ? ಸರ್ಕಾರದ ಕಿವಿಗೆ ಇದನ್ನು ಹಾಕುತ್ತೀರಾ?'

ಕರಪತ್ರ ಕೈಯಲ್ಲಿ ಹಿಡಿದ ಪೋಲೀಸ್ ಇದನ್ನೆಲ್ಲಾ ತಾಳ್ಮೆಯಿಂದ ಕೇಳಿದ. ಆಮೇಲೆ ಆ ಇಬ್ಬರಲ್ಲಿ ದೊಡ್ಡವಳಿಗೆ ಹೇಳಿದ, 'ಹೀಗೆಲ್ಲಾ ಇಂತಹ ದೇಶದ್ರೋಹಿ ಸಂದೇಶ ಕೊಡುವ ಕರಪತ್ರಗಳನ್ನು ಹಂಚಬಾರದು. ಮುಖ್ಯ ಮುದ್ರಿಸಲೇಬಾರದು. ಯಾರು ನೀವು? ನಿಮ್ಮನ್ನು ಈ ಅಪರಾಧಕ್ಕಾಗಿ ತಕ್ಷಣ ಬಂಧಿಸಬೇಕಾಗುತ್ತದೆ. ಹೊರಡಿ ಇಲ್ಲಿಂದ. ಮಹಿಳೆಯರು ಹೀಗೆ ದೇಶದ ವಿರುದ್ಧ ಮಾತನಾಡುತ್ತಾರೇನು? ನಡೆಯಿರಿ'.

ಆದರೆ ಆ ಮಹಿಳೆಯರು ಇದಕ್ಕೆ ಸೊಪ್ಪು ಹಾಕಲಿಲ್ಲ. ಒಬ್ಬಳು ಪೋಲೀಸನಿಗೆ ಇನ್ನಷ್ಟು ವಿವರಿಸುತ್ತಿದ್ದಂತೆ, ಇನ್ನೊಬ್ಬಳು ಇದನ್ನೆಲ್ಲಾ ನೋಡಿ ಸೇರಿದ ಜನರ ಗುಂಪಿನ ಕಡೆ ಹೋಗುತ್ತಾಳೆ. ಒಂದಷ್ಟು ಜನ ಓಡಿ ಓಡಿ ಬಂದು ಗುಂಪು ಸೇರುತ್ತಾರೆ. ಆ ಮಹಿಳೆ ಸ್ವಲ್ಪ ಗಟ್ಟಿ ದನಿಯಲ್ಲಿಯೇ ಪುಟ್ಟದೊಂದು ಭಾಷಣವನ್ನೇ ಮಾಡಿದಳು. 'ಸೋದರ ಸೋದರಿಯರೇ ಇತ್ತೀಚೆಗಷ್ಟೇ ಯುದ್ಧ ನಿಂತಿತೆಂದು ನಾವೆಲ್ಲಾ ಸಮಾಧಾನದ ನಿಟ್ಟುಸಿರು ಬಿಡುತ್ತಿದ್ದೇವೆ. ಈಗ ಮುಗಿದಿದೆ ಎಂದು ಘೋಷಿಸಿರುವ ಯುದ್ಧ ಒಂದು ಮಹಾಯುದ್ಧ. ಜಾಗತಿಕ ಯುದ್ಧ. ಅನೇಕ ದೇಶಗಳ ಲಕ್ಷಾಂತರ ಸೈನಿಕರು ಪರಸ್ಪರ ಹೊಡೆದಾಡಿಕೊಂಡರು. ನಮ್ಮ ಇಂಗ್ಲೆಂಡ್ ದೇಶದ ಸೈನಿಕರು ನೆರೆಯ ರಾಷ್ಟ್ರಗಳ ಮೇಲೆ ಯುದ್ಧ ಮಾಡಿದರು. ಈ ಯುದ್ಧದಲ್ಲಿ ನಮ್ಮ ದೇಶಕ್ಕೆ ವಿಜಯ ಸಿಕ್ಕಿದೆ ಎಂದು ಹೇಳಲಾಗಿದೆ. ಇರಬಹುದು. ಆದರೆ ಯುದ್ಧ ಇನ್ನೂ ನಿಂತಿಲ್ಲ. ನಮ್ಮ ದೇಶ ಈಗಲೂ ಯುದ್ಧದ ನೆರಳಿನಿಂದ ಹೊರಬಂದಿಲ್ಲ. ಇಲ್ಲಿ ನೋಡಿ, ನಮ್ಮ ದೇಶ ನೆರೆ ದೇಶಗಳ ಮೇಲೆ ಹೂಡಿರುವ ಆರ್ಥಿಕ ದಿಗ್ಬಂಧನದ ಪರಿಣಾಮ. ನಾವುಗಳು ಇಲ್ಲಿ ಸುಖವಾಗಿ ಇದ್ದೇವೆ. ನಮ್ಮ ಮಕ್ಕಳು ಮರಿಗಳಿಗೆ ನಾವು ಹೇಗಾದರೂ ಆಹಾರ ಔಷಧಿ ಒದಗಿಸುತ್ತಿದ್ದೇವೆ. ಒಂದರ್ಥದಲ್ಲಿ ನಾವು ಸುಖವಾಗಿದ್ದೇವೆ. ನಾವೂ ನಮ್ಮ ಮಕ್ಕಳೂ ಆರೋಗ್ಯವಾಗಿದ್ದೇವೆ. ನಮ್ಮ ಮಕ್ಕಳು ಶಾಲೆಯಲ್ಲಿ ಕಲಿಯುತ್ತಿದ್ದಾರೆ. ಪ್ರಾರ್ಥನೆಗೆಂದು ಪ್ರತಿ ಭಾನುವಾರ ಚರ್ಚ್‌ಗೆ ಹೋಗುತ್ತಾರೆ. ಆಡುತ್ತಾರೆ. ಸುಖವಾಗಿ ಮಲಗಿ ಕನಸು ಕಾಣುತ್ತಿದ್ದಾರೆ. ಆದರೆ, ಆದರೆ ಇಗೋ, ಈ ಚಿತ್ರವನ್ನು ನೋಡಿರಿ. ಜರ್ಮನಿ ಮತ್ತು ಆಸ್ಟ್ರಿಯಾದ ಮಕ್ಕಳ ಗತಿ. ಇಲ್ಲಿ ನೋಡಿ ಇದು ಹಸಿವಿನಿಂದ ಬಳಲಿ ಕೈಕಾಲು ಸಣಕಲಾಗಿ ಹೊಟ್ಟೆ ಡುಬ್ಬಣ್ಣ ಆಗಿರುವ ಅಪೌಷ್ಟಿಕತೆಯಿಂದ ಬಳಲುತ್ತಿರುವ ಮಗುವಿನ ಚಿತ್ರ, ಇಲ್ಲಿ ನೋಡಿ ಈ ಚಿತ್ರದಲ್ಲಿರುವ ಮಕ್ಕಳನ್ನು ನೋಡಿ. ಇವರು ಊಟ ಕಂಡು ಎಷ್ಟು ದಿನವಾಗಿರಬಹುದು ಹೇಳಿ. ಬ್ರೆಡ್, ಸೂಪ್, ತರಕಾರಿ, ಒಂದು ಚೂರು ಮಾಂಸ ಈ ಮಕ್ಕಳಿಗೆ ಸಿಗುತ್ತಿಲ್ಲ. ಚಳಿಯಲ್ಲಿ ಈ ಮಕ್ಕಳಿಗೆ ರಕ್ಷಣೆಯಿಲ್ಲ. ಈ ಚಿತ್ರದಲ್ಲಿರುವ ತಾಯಿಯನ್ನು ನೋಡಿ.

ಹಸಿವಿನಿಂದ ಬಳಲುತ್ತಿರುವ ಅವಳು ತನ್ನ ಹಸುಗೂಸಿಗೆ ಹಾಲು ತಾನೆ ಹೇಗೆ ಊಡಿಸಬಲ್ಲಳು. ಅವಳು, ಅವಳ ಮಗು ಇಬ್ಬರೂ ಮರಣ ಹೊಂದುವುದನ್ನು ತಪ್ಪಿಸಲಾಗುವುದೇ? ಈ ಮಕ್ಕಳು ಸಾಯುತ್ತಿದ್ದರೆ ನಾವು ಸುಖವಾಗಿರಲು ಆದೀತೆ? ಏನು ಮಾಡೋಣ? ಹೇಳಿ, ಇದನ್ನು ಯಾರು ತಪ್ಪಿಸಬೇಕು?' ಗುಂಪಿನಲ್ಲಿ ಸೇರಿದ್ದ ಕೆಲವು ಯುವಕ ಯುವತಿಯರು, 'ಇಲ್ಲಾ ಇಲ್ಲಾ. ಇದು ತಪ್ಪಬೇಕು' ಎಂದು ಗಟ್ಟಿಯಾಗೇ ಕೂಗುತ್ತಾರೆ.

ಪೋಲೀಸ್‌ಗೆ ಇದೆಲ್ಲಾ ಅತಿ ಎನಿಸುತ್ತದೆ. 'ಏ ಏ ಮುಚ್ಚಿ ಬಾಯಿ. ನಿಮ್ಮನ್ನು ಈಗಲೇ ಅರೆಸ್ಟ್ ಮಾಡ್ತೀನಿ. ಇದು ಕಾನೂನು ಬಾಹಿರ. ಇಂತಹ ಕರಪತ್ರ ಮುದ್ರಿಸುವ ಮೊದಲು ಸರ್ಕಾರದಿಂದ ಅನುಮತಿ ಪಡೆದಿದ್ದೀರೇನು? ಏನು, ಏನು ನಿಮ್ಮ ಹೆಸರು? ಏನೋ ಹೆಂಗಸರು ಎಂದು ಸುಮ್ಮನಿದ್ದರೆ ತಲೆಯೆಲ್ಲಾ ಹರಟುತ್ತೀರಾ? ಏ ಏ ನೀವು. ಇಲ್ಲೇನು ದೊಂಬರಾಟ ನಡೆದಿಲ್ಲ. ಇಷ್ಟು ಜನ ಸೇರಬೇಕಿಲ್ಲ. ನಡೆಯಿರಿ, ನಡೆಯಿರಿ. ಎಲ್ಲ ಹೋಗಿ. ಇಲ್ಲೇನೂ ವಿಶೇಷ ನಡೆಯುತ್ತಿಲ್ಲ. ನೀವು ಇಲ್ಲೇ ನಿಂತರೆ ನಿಮ್ಮನ್ನೂ ದೇಶದ್ರೋಹದ ಆಪಾದನೆಯ ಮೇಲೆ ಬಂಧಿಸಬೇಕಾಗುತ್ತದೆ. ನಡೆಯಿರಿ' ಎಂದು ದೊಡ್ಡ ದನಿಯಲ್ಲಿ ಕೂಗಿದ ಪೋಲೀಸ್ ಜನರನ್ನು ಚದುರಿಸಲು ಯತ್ನಿಸುತ್ತಾನೆ. ಅದು ಕಷ್ಟ ಎನಿಸಿದಾಗ ವಿಷಲ್ ಊದಿ ತನ್ನ ಸಂಗಡಿಗರನ್ನು ಕರೆಯುತ್ತಾನೆ. ಅವರೆಲ್ಲರೂ ಸೇರಿ ಆ ಇಬ್ಬರೂ ಮಹಿಳೆಯರನ್ನು ಹಿಡಿದುಕೊಂಡು ಹೊರಡುತ್ತಾರೆ. ಅವರಿಬ್ಬರೂ 'ಮಕ್ಕಳನ್ನು ಕೊಲ್ಲುತ್ತಿರುವ ಸರ್ಕಾರಕ್ಕೆ ಧಿಕ್ಕಾರ. ನಮ್ಮ ದೇಶದ ಆರ್ಥಿಕ ದಿಗ್ಬಂಧನದಿಂದಾಗಿ ನೆರೆಯ ದೇಶಗಳ ಪ್ರಜೆಗಳ ಮರಣ ಎಷ್ಟು ಸರಿ? ಎಷ್ಟು ಸರಿ? ವಿರೋಧಿಸಿ ವಿರೋಧಿಸಿ ಯುದ್ಧ ವಿರೋಧಿಸಿ. ನಿಲ್ಲಿಸಿ ನಿಲ್ಲಿಸಿ ಮಕ್ಕಳ ಮರಣ ನಿಲ್ಲಿಸಿ' ಎಂದು ಘೋಷಣೆ ಹಾಕುತ್ತಲೇ ಪೋಲೀಸರೊಂದಿಗೆ ಹೋಗುತ್ತಾರೆ. ಒಂದಷ್ಟು ಕರಪತ್ರಗಳು ನೆಲದ ಮೇಲೆಲ್ಲಾ ಚೆಲ್ಲಾಡುತ್ತವೆ. ಆಗಲೇ ಆ ಚೌಕಕ್ಕೆ ಓಡಿ ಬರುವ ಕೆಲವು ಮಕ್ಕಳು, ಮಹಿಳೆಯರು ನೆಲದಲ್ಲಿ ಬಿದ್ದಿದ್ದ ಕರಪತ್ರಗಳನ್ನು ತೆಗೆದುಕೊಂಡು ನೋಡುತ್ತಾರೆ.

ಆಕಸ್ಮಿಕವಾಗಿ ಆಗಲೇ ಆ ಚೌಕಕ್ಕೆ ಬರುವ ಒಬ್ಬ ಯುವ ಪತ್ರಕರ್ತ ಪೋಲೀಸರು ಇಬ್ಬರು ಮಹಿಳೆಯರನ್ನು ಕರೆದೊಯ್ಯುವುದನ್ನು ನೋಡಿ ತನ್ನ ಪುಟ್ಟ ಪುಸ್ತಕದಲ್ಲಿ ಟಿಪ್ಪಣಿ ಗುರುತು ಹಾಕಿಕೊಳ್ಳುತ್ತಾನೆ. ನೆಲದಲ್ಲಿ ಬಿದ್ದಿದ್ದ ಒಂದು ಕರಪತ್ರ ತೆಗೆದುಕೊಂಡು ನೋಡುತ್ತಾ, 'ಏನು ನಡೀತಿಲ್ಲಿ? ಯಾರವರು, ಗೊತ್ತಾಗ್ತಿಲ್ಲವಲ್ಲ. ಏನೇ ಆಗಲಿ, ತಕ್ಷಣ ಈ ವಿಚಾರವನ್ನು ಪತ್ರಿಕೆಗೆ ಮುಟ್ಟಿಸಿ, ಇವರ ಬಗ್ಗೆ ತಿಳಿದುಕೊಂಡು ನಾಳೆಯೇ ಇದು ನಮ್ಮ ದಿನಪತ್ರಿಕೆಯಲ್ಲಿ ಪ್ರಕಟವಾಗುವಂತೆ ಮಾಡಬೇಕು' ಎಂದು ಅತ್ತ ಇತ್ತ ನೋಡಿ ಅಲ್ಲಿದ್ದ ಪೋಲೀಸ್ ಒಬ್ಬನನ್ನು ಯಾರವರು, ಏನಾಯಿತಿಲ್ಲಿ ಎಂದು ಕೇಳುತ್ತಾನೆ. ಪೋಲೀಸ್ ತನಗೇನೂ ಗೊತ್ತಿಲ್ಲ ಎಂಬಂತೆ ಕೈ ಆಡಿಸುತ್ತಾನೆ. ಅಲ್ಲೇ ನಿಂತಿದ್ದ ಒಬ್ಬ ಗಂಡಸಿನ ಬಳಿ ತೆರಳುವ ಯುವಕ 'ಜಂಟಲ್‌ಮನ್ ಏನಾಯಿತಿಲ್ಲಿ, ಆ ಮಹಿಳೆಯರನ್ನು ಪೋಲೀಸರೇಕೆ ಕರೆದೊಯ್ದರು' ಎಂದು ಕೇಳುತ್ತಾನೆ. ಆತ ಸಾರಿ ಎಂದಷ್ಟೇ ಹೇಳಿ ಮುಂದೆ ಹೋಗುತ್ತಾನೆ. ಯುವಕ ಒಮ್ಮೆ ಸುತ್ತಲೂ ನೋಡಿ, 'ಏನಾದರಾಗಲಿ ಮೊದಲು ಪತ್ರಿಕೆಗೆ ಸುದ್ದಿ ಮುಟ್ಟಿಸಿ, ಪೋಲೀಸ್ ಠಾಣೆಗೆ ಹೋಗಿ ವಿಚಾರ ತಿಳಿದುಕೊಳ್ಳಲೇಬೇಕು' ಎಂದು ಅಂದುಕೊಳ್ಳುತ್ತಾ ಲಗುಬಗೆಯಿಂದ ನಡೆಯುತ್ತಾನೆ.

ನ್ಯಾಯಾಲಯ

ಟ್ರೆಫಾಲ್ಗರ್ ಚೌಕದಲ್ಲಿ ನಡೆದ ಪ್ರಸಂಗ ಗಮನಿಸಿದ್ದ ಪತ್ರಕರ್ತ ಓಡುತ್ತಾ ಬಂದು ಮ್ಯಾನ್ಷನ್ ಹೌಸ್ ಪೊಲೀಸ್ ನ್ಯಾಯಾಲಯ ಪ್ರವೇಶಿಸುತ್ತಾನೆ. ಅಲ್ಲಿ ನಿಂತಿದ್ದ ಅವನ ಸ್ನೇಹಿತನೊಬ್ಬ, 'ಬಾರಯ್ಯಾ. ಯಾಕೆ ಇಷ್ಟೊಂದು ತಡ? ಡೈಲಿ ಹೆರಾಲ್ಡ್[3] ಪತ್ರಕರ್ತ ಮ್ಯಾನ್ಷನ್ ಹೌಸ್ ಪೊಲೀಸ್ ನ್ಯಾಯಾಲಯಕ್ಕೆ ತಡವಾಗಿ ಬಂದ ಅಂತ ನಾಳೆ ನಿಮ್ಮ ಪತ್ರಿಕೆಯಲ್ಲೇ ತಲೆಬರಹ ಬಂದೀತು' ಎನ್ನುತ್ತಾನೆ. ಇಬ್ಬರೂ ನಗುತ್ತಾ ಮುಂದುವರೆಯುತ್ತಾರೆ. 'ಇವತ್ತು 15 ಮೇ (1919), ಆ ದೇಶ ವಿರೋಧಿ ಕರಪತ್ರ ಪ್ರಕರಣದ ವಿಚಾರಣೆ ಶುರುವಾಗುತ್ತೇ ಅಲ್ವ? ಇಂದೇ ತೀರ್ಮಾನಾನೂ

ಬರುತ್ತೇನೋ? ಒಳ್ಳೆಯ ಸುದ್ದಿ' ಎನ್ನುತ್ತಾನೆ ಮೊದಲಿನವ. ಟ್ರಫಾಲ್ಗರ್ ಚೌಕದಲ್ಲಿ ನಡೆದ ಪ್ರಸಂಗದ ಕೊನೆಯ ಅಂಕವನ್ನು ಮಾತ್ರ ನೋಡಿದ್ದ ಆ ಇನ್ನೊಬ್ಬ ಪತ್ರಕರ್ತ, 'ಹೌದು, ನಿರ್ಧಾರವಾಗಬಹುದು. ಆ ಹೆಂಗಸು, ಅದೇ ಘೋಷಣೆ ಕೂಗಿ ಕರಪತ್ರ ಹಂಚಿದಳಲ್ಲ ದೊಡ್ಡವಳು, ಅವಳ ಹೆಸರು ಎಗ್ಲಾಂಟೈನ್ ಜೆಬ್. ಇನ್ನೊಬ್ಬಳು ಬಾರ್ಬರಾ ಆಯರ್ಟನ್ ಗೌಲ್ಡ್. ಎಗ್ಲಾಂಟೈನ್ ಮತ್ತು ಅವಳ ಗುಂಪಿನವರು ಸರ್ಕಾರವನ್ನು ಈ ವಿಚಾರದ ಬಗ್ಗೆ ಸಾಕಷ್ಟು ದಿನಗಳಿಂದ ಪ್ರಶ್ನೆ ಮಾಡುತ್ತಲೇ ಇದ್ದಾರಂತೆ. ಯುದ್ಧಗಳಿಂದ ನೆರೆಯ ದೇಶಗಳಲ್ಲಿ ಮಕ್ಕಳ ಮರಣವಾಗಿರುವುದು, ಜನ ಕಷ್ಟಪಡುತ್ತಿರುವ ವಿಚಾರ ಕುರಿತು ಕೆಲವು ಎಂಪಿಗಳು, ನಮ್ಮ ಸಂಸತ್ ಸದಸ್ಯರು, ಪಾರ್ಲಿಮೆಂಟ್‌ನ ಸಭೆಗಳಲ್ಲಿ ಮಾತನಾಡಿರುವುದು ನಿನಗೂ ಗೊತ್ತಲ್ಲ. ಅದು ಈ ಎಗ್ಲಾಂಟೈನ್ ಮತ್ತು ಅವಳ ಸಂಗಡಿಗರ ಪ್ರಭಾವ, ವಕೀಲಿಯಿಂದಲೇ ಅಂತೆ. ಇವಳ ಕಿರಿಕಿರಿ ತಪ್ಪಿಸಿ ಅಂತ ಸರ್ಕಾರ ಒಳಗೊಳಗೇ ಪೊಲೀಸರಿಗೆ ತುಂಬಾ ದಿನದಿಂದ ಹೇಳುತ್ತಿದೆಯಂತೆ. ಈ ಎಗ್ಲಾಂಟೈನಳನ್ನು ಬಂಧಿಸಿ, ಬಾಯಿ ಮುಚ್ಚಿಸಿದರೆ ಮಿಕ್ಕವರೆಲ್ಲಾ ಸುಮ್ಮನಿರುತ್ತಾರೆ ಅಂತ ಸರ್ಕಾರ ಭಾವಿಸಿದೆ. ಆದರೆ ಇವಳಿಗೆ ಬಹಳ ದೊಡ್ಡ ದೊಡ್ಡ ಪ್ರಭಾವಶಾಲಿ ಸ್ನೇಹಿತರಿದ್ದಾರೆ. ಲಾರ್ಡ್ ಪಾರ್ಮರ್, ಜಾನ್ ಮೇನಾರ್ಡ್ ಕೇಯ್ನ್ಸ್ ಹೀಗೇ ಬಹಳ ದೊಡ್ಡವರು. ಇವರೆಲ್ಲಾ ಎಗ್ಲಾಂಟೈನಳ ಪರವಾಗಿ ಸರ್ಕಾರದ ಮೇಲೆ ಒತ್ತಡ ಹಾಕ್ತಿದ್ದಾರೆ. ಅದಕ್ಕೇ ಸರ್ಕಾರಕ್ಕೆ ಇವಳ ಮೇಲೆ ಏನೂ ಮಾಡಕ್ಕೆ ಆಗ್ತಾಯಿಲ್ಲ. ಈಗ ಎಗ್ಲಾಂಟೈನ್ ಸರ್ಕಾರದ ಬೋನಿಗೆ ತಾನೇ ಬಿದ್ದಿದ್ದಾಳೆ. ಟ್ರಫಾಲ್ಗರ್ ಚೌಕದಲ್ಲಿ ನಿಂತು ಕರಪತ್ರ ಹಂಚಿ ಘೋಷಣೆ ಕೂಗಿದ್ದಾಳೆ. ನ್ಯಾಯಾಲಯದ ಎದುರು ಈಗ ಪ್ರಕರಣ ಬಂದಿದೆ. ಕಾನೂನು

ವಿರೋಧಿ ಚಟುವಟಿಕೆ ಮಾಡಿದರೆ ಶಿಕ್ಷೆ ಖಚಿತ. ಇವಳಿಗೆ ಏನಾದರೂ ಶಿಕ್ಷೆಯಾದರೆ ಮಕ್ಕಳು ಮಕ್ಕಳು ಅಂತ ಮಾತನಾಡುವವರ ದನಿ ಉಡುಗಿ ಹೋಗುತ್ತದೆ. ಇವತ್ತು ಏನಾಗುತ್ತೋ ಏನೋ, ನನಗಂತೂ ಬಹಳ ಗಲಿಬಿಲಿಯಾಗಿದೆ'.

ಸರ್ಕಾರಿ ಫಿರ್ಯಾದುದಾರ ಸರ್ ಆರ್ಚಿಬಾಲ್ಡ್ ಬೋಡ್ಕಿನ್ ಅವರಿದ್ದ ನ್ಯಾಯಾಲಯದ ಸಭಾಂಗಣ. ನ್ಯಾಯಾಲಯದ ಗುಮಾಸ್ತನ ಸೂಚನೆಯಂತೆ ಡವಾಲಿ ಕೂಗು ಹಾಕುತ್ತಾನೆ. 'ಎಗ್ಲಾಂಟೈನ್ ಜೆಬ್, ಎಗ್ಲಾಂಟೈನ್ ಜೆಬ್, ಎಗ್ಲಾಂಟೈನ್ ಜೆಬ್ ಮತ್ತು ಬಾರ್ಬರಾ ಆಯರ್ಟನ್ ಗೌಲ್ಡ್, ಬಾರ್ಬರಾ ಆಯರ್ಟನ್ ಗೌಲ್ಡ್, ಬಾರ್ಬರಾ ಆಯರ್ಟನ್ ಗೌಲ್ಡ್'. ನ್ಯಾಯಾಲಯ ತುಂಬಿರುತ್ತದೆ. ಕೋರ್ಟಿನ ಸಭಾಂಗಣಕ್ಕೆ ಆ ಇಬ್ಬರು ಮಹಿಳೆಯರು ಪ್ರವೇಶಿಸಿ ಆಪಾದಿತರ ಕಟಕಟೆಯಲ್ಲಿ ನಿಲ್ಲುತ್ತಾರೆ. ದೊಡ್ಡವಳು ಗಂಭೀರವಾಗಿ ಬರುತ್ತಾಳೆ. ಇನ್ನೊಬ್ಬಳು ಸ್ವಲ್ಪ ಸಿಟ್ಟಿನ ಮುಖದಲ್ಲಿರುತ್ತಾಳೆ. ಸಭಾಂಗಣದಲ್ಲಿ ಗುಜುಗುಜು. ನ್ಯಾಯಾಧೀಶರು ಆರ್ಡರ್ ಆರ್ಡರ್ ಎನ್ನಲು ಎಲ್ಲರೂ ನಿಶ್ಶಬ್ದರಾಗುತ್ತಾರೆ.

ಸರ್ಕಾರದ ವಕೀಲರು ನಿಂತು ತಮ್ಮ ಮಾತು ಆರಂಭಿಸುತ್ತಾರೆ, 'ಯುವರ್ ಆನರ್, ಈ ಇಬ್ಬರು ಮಹಿಳೆಯರು ಎಗ್ಲಾಂಟೈನ್ ಜೆಬ್ ಮತ್ತು ಬಾರ್ಬರಾ ಆಯರ್ಟನ್ ಗೌಲ್ಡ್ ಸರ್ಕಾರದ ವಿರುದ್ಧ ಪಿತೂರಿ ನಡೆಸಿದ್ದಾರೆ. ಸರ್ಕಾರದ ನಿರ್ಧಾರಗಳಿಂದಾಗಿ ಮಕ್ಕಳ ಸಾವಿಗೆ, ಅದರಲ್ಲೂ ಇಂಗ್ಲೆಂಡಿನ ಶತ್ರು ದೇಶಗಳ ಮಕ್ಕಳ ಮರಣಕ್ಕೆ, ಮಹಿಳೆಯರ ಮೇಲಿನ ಕ್ರೌರ್ಯಕ್ಕೆ ಮತ್ತು ವೃದ್ಧರ ಕೊಲೆಗೆ ನಾವು, ಎಂದರೆ ಸರ್ಕಾರ ಮತ್ತು ಈ ಸರ್ಕಾರದ ಪ್ರಜೆಗಳು ಕಾರಣ ಎಂದು ಹೇಳಿ ಕರಪತ್ರಗಳನ್ನು ಮುದ್ರಿಸಿದ್ದಾರೆ. ಗೌರವಸ್ಥ ಕುಟುಂಬಗಳಿಗೆ ಸೇರಿದ ಈ ಮಹಿಳೆಯರಿಂದ ಇಂತಹ ನಡವಳಿಕೆಯನ್ನು ಎದುರು ನೋಡಲಾಗದು. ಇಂತಹ ಯಾವುದೇ ಕರಪತ್ರಗಳನ್ನು ಮುದ್ರಿಸುವ ಮೊದಲು ಮತ್ತು ವಿತರಿಸುವ ಮೊದಲು ಅವರು ಸರ್ಕಾರಕ್ಕೆ ವಿವರಣೆ ನೀಡಿ ಸರ್ಕಾರದ ಅನುಮತಿ ಪಡೆಯಬೇಕು. ಇಷ್ಟೇ ಅಲ್ಲ, ನಮ್ಮ ದೇಶದ ರಾಜಧಾನಿಯಾದ ಲಂಡನ್ ನಗರದ ವೆಸ್ಟ್ ಮಿನ್ಸ್ಟರ್‌ನ ಹೆಗ್ಗುರುತಾದ ಮತ್ತು ಫ್ರಾನ್ಸ್ ಮತ್ತು ಸ್ಪೇನ್ ವಿರುದ್ಧ 1805ರಲ್ಲಿ ನಮ್ಮ ನೌಕಾಪಡೆ ಟ್ರಫಾಲ್ಗರ್ ಕೊಲ್ಲಿಯಲ್ಲಿ ನಡೆಸಿದ ಯುದ್ಧದ ವಿಕ್ರಮವನ್ನು ಸಾರುವ ಅತ್ಯಂತ ಪ್ರಸಿದ್ಧವೂ ನಮ್ಮೆಲ್ಲರ ಹೆಮ್ಮೆಯೂ ಆದ ಟ್ರಫಾಲ್ಗರ್ ಚೌಕದಲ್ಲಿ ನಿಂತು ಇಂತಹ ಹೀನಾಯವಾದ ಕರಪತ್ರಗಳನ್ನು ಜನರಿಗೆ ಹಂಚಿದ್ದಾರೆ. ಇದನ್ನು ನೋಡಿಯೇ ಒಬ್ಬ ಮಹಿಳೆ ಮೂರ್ಛೆ ಹೋಗಿದ್ದಾಳೆ. ಅನೇಕ ಯುವಕ ಯುವತಿಯರು ಈ ಕರಪತ್ರಗಳನ್ನು ನೋಡಿ, ಓದಿ ನಮ್ಮ ದೇಶ ಹೀಗೆ ಮಾಡಿದೆಯೇ ಎಂದು ಗಟ್ಟಿಯಾಗಿ ಪ್ರಶ್ನಿಸುವಂತೆ ಸುಳ್ಳುಗಳನ್ನು ಹೇಳಿದ್ದಾರೆ. ಇವರು ಅಂತಹ 7000 ಕರಪತ್ರಗಳನ್ನು ಮುದ್ರಿಸಿದ್ದಾರೆ. ಹೀಗಾಗಿ ಡೋರಾ ಕಾಯಿದೆ (ಡಿಫೆನ್ಸ್ ಆಫ್ ರೆಲ್ಮ್ ಆಕ್ಟ್ 1914) ಅಡಿಯಲ್ಲಿ ವಿವರಿಸಿರುವಂತೆ ಈ ಇಬ್ಬರೂ ಮತ್ತು ಕರಪತ್ರಗಳನ್ನು ಮುದ್ರಿಸಿಕೊಟ್ಟಿರುವ ನ್ಯಾಷನಲ್ ಲೇಬರ್ ಪ್ರೆಸ್ ಇವರಿಗೆ ದೇಶ ವಿರೋಧಿ ಚಟುವಟಿಕೆಗಳನ್ನು ನಡೆಸಿರುವುದರಿಂದ ಡೋರಾ ಕಾಯಿದೆಯಲ್ಲಿ ವಿವರಿಸಿರುವಂತೆ ದೇಶದ ಘನತೆಗೆ ಕುಂದು ಉಂಟು ಮಾಡುವ ಪ್ರಯತ್ನ ನಡೆಸಿರುವ ಈ ಎಲ್ಲರಿಗೂ ಗರಿಷ್ಠ ಪ್ರಮಾಣದ ಶಿಕ್ಷೆ ನೀಡಬೇಕೆಂದು ನಾನು ತಮ್ಮಲ್ಲಿ ಪ್ರಾರ್ಥಿಸುತ್ತೇನೆ'.

ನ್ಯಾಯಾಧೀಶರು ಆ ಇಬ್ಬರತ್ತ ನೋಡುತ್ತಾರೆ. ಇಡೀ ನ್ಯಾಯಾಲಯ ನಿಶ್ಶಬ್ದವಾಗಿರುತ್ತದೆ. ನ್ಯಾಯಾಧೀಶರು ಕೇಳುತ್ತಾರೆ, 'ಎಗ್ಲಾಂಟೈನ್ ಜೆಬ್ ಮತ್ತು ಬಾರ್ಬರಾ ಆಯರ್ಟನ್ ಗೌಲ್ಡ್, ಸರ್ಕಾರಿ ವಕೀಲರು ಹೇಳಿರುವಂತೆ ನೀವು ಈ ಅಪರಾಧವನ್ನು ಮಾಡಿರುವಿರೇನು?'

'ಹೌದು ಯುವರ್ ಆನರ್. ನಾವು ಕರಪತ್ರವನ್ನು ಮುದ್ರಿಸಿದ್ದು ನಿಜ. ಅದನ್ನು ಜನರಿಗೆ ಟ್ರಫಾಲ್ಗರ್ ಚೌಕದಲ್ಲಿ ನಿಂತು ಹಂಚಿದ್ದು ನಿಜ' ತಮ್ಮ ಪ್ರಕರಣವನ್ನು ತಾವೇ ವಾದಿಸುವುದಾಗಿ ನಿರ್ಧರಿಸಿದ್ದ ಎಗ್ಲಾಂಟೈನ್ ವಿವರಿಸುತ್ತಾಳೆ. ಇಡೀ ಸಭಾಭವನದಲ್ಲಿದ್ದ ಜನ ಒಮ್ಮೆ 'ಓ' ಎನ್ನುತ್ತಾರೆ. 'ಯುವರ್ ಆನರ್, ಅಂದು ನಾವು ಹಂಚಿದ್ದ ಕರಪತ್ರ ಅಲ್ಲೇ ಕಡತದಲ್ಲಿ ಸಾಕ್ಷಿ ರೂಪದಲ್ಲಿ ಇರಬೇಕು.

ತಾವು ಅದನ್ನು ಒಮ್ಮೆ ಪರಾಂಬರಿಸಬೇಕು. ನಾವು ಹೇಳಿರುವುದರಲ್ಲಿ ಒಂದಕ್ಷರ ಕೂಡಾ ಸುಳ್ಳಿಲ್ಲ. ಯುವರ್ ಆನರ್, ನಾವು ಕಂಡಿರುವುದು, ಕೇಳಿರುವುದು, ದಾಖಲಿಸಿರುವುದನ್ನೇ ಅಲ್ಲಿ ಬರೆದಿದ್ದೇವೆ. ಯುವರ್ ಆನರ್, ನಮ್ಮ ಉದ್ದೇಶ ನಮ್ಮ ದೇಶ ನಡೆಸುತ್ತಿರುವ ಅನರ್ಥಗಳನ್ನು ಜನರಿಗೆ ತಿಳಿಸಬೇಕು. ಯುದ್ಧದಲ್ಲಿ ನಾವು ನೆರೆಯ ಆಸ್ಟ್ರಿಯಾ ಮತ್ತು ಜರ್ಮನಿಯಲ್ಲಿ, ಸುತ್ತಮುತ್ತಲ ಪುಟ್ಟಪುಟ್ಟ ದೇಶಗಳಲ್ಲಿ ಬಹಳ ಕಷ್ಟನಷ್ಟಗಳಿಗೆ ಕಾರಣವಾಗಿದ್ದೇವೆ. ಈಗ ಯುದ್ಧ ನಿಂತಿದೆ. ಶಾಂತಿ ಒಪ್ಪಂದವಾಗಿದೆ ಎಂದು ಹೇಳುತ್ತಿದ್ದರೂ ನಮ್ಮ ದೇಶ ಯುದ್ಧದ ಸಮಯದಲ್ಲಿ ನೆರೆ ರಾಷ್ಟ್ರಗಳ ಮೇಲೆ ವಿಧಿಸಿದ್ದ ಆರ್ಥಿಕ ದಿಗ್ಬಂಧನ ತೆಗೆದಿಲ್ಲ ಯುವರ್ ಆನರ್. ಮುಖ್ಯವಾಗಿ ಆ ದೇಶಗಳಿಗೆ ಅಮೇರಿಕದಿಂದ ಸರಬರಾಜು ಆಗುವ ಆಹಾರ, ಔಷಧಗಳ ಸರಕು ಹೊತ್ತ ಹಡಗುಗಳನ್ನು ನಮ್ಮ ನೌಕಾಪಡೆ ಮತ್ತು ಸೈನಿಕರು ದಾರಿಯಲ್ಲೇ ತಡೆಗಟ್ಟುತ್ತಿದ್ದಾರೆ. ಅವನ್ನು ಕೊಳ್ಳೆ ಹೊಡೆಯುತ್ತಿದ್ದಾರೆ. ಹಡಗುಗಳನ್ನು ಮುಳುಗಿಸುತ್ತಿದ್ದಾರೆ. ಈಗ ಯುದ್ಧ ಮುಗಿದಿದೆ. ಆದರೂ ಔಷಧಿ ಆಹಾರದ ಸರಬರಾಜಿಗೆ ನಮ್ಮ ದೇಶ ತಡೆ ಒಡ್ಡುತ್ತಿದೆ. ಇದರ ಪರಿಣಾಮ ನೆರೆ ದೇಶಗಳ ಮಕ್ಕಳ ಮೇಲೆ ಆಗುತ್ತಿದೆ. ಇದನ್ನೆಲ್ಲಾ ನಾವು ಅಲ್ಲಿ ನೋಡಿದ್ದೇವೆ. ಮಕ್ಕಳು ಮರಿಗಳು ತಾಯಂದಿರು ಆಹಾರ, ಔಷಧಿ ಇಲ್ಲದೆ ಸಾಯುತ್ತಿದ್ದಾರೆ ಯುವರ್ ಆನರ್. ಅವರ ಸಾವಿಗೆ ನಾವು, ಈ ದೇಶದ ಸರ್ಕಾರ ಮತ್ತು ಪ್ರಜೆಗಳು ಕೂಡಾ ಕಾರಣರಾಗಿದ್ದೀವಿ...'

ಡೋರಾ ಕಾಯಿದೆ 1914

ಯುದ್ಧ ಅಥವಾ ತುರ್ತುಪರಿಸ್ಥಿತಿಗಳಿದ್ದಾಗ ತನ್ನ ದೇಶದೊಳಗೇ ಪಿತೂರಿ ನಡೆದೀತು ಎಂದು ಸರ್ಕಾರಗಳು ಆತಂಕಗೊಳ್ಳುತ್ತವೆ. ಅಂತಹದು ಆಗದ ಹಾಗೆ ನಿಯಂತ್ರಿಸಲು ಕಾನೂನುಗಳನ್ನೂ ಮಾಡಿಕೊಳ್ಳುತ್ತವೆ. (ಮೊದಲ) ವಿಶ್ವಯುದ್ಧದಲ್ಲಿ ತಾನು ಭಾಗವಹಿಸುವುದಿಲ್ಲ ಎಂದು ಯುನೈಟೆಡ್ ಕಿಂಗ್‌ಡಂ ಹೇಳಿಕೊಂಡಿದ್ದರೂ ಯುದ್ಧಾರಂಭವಾದ ಕೆಲವೇ ದಿನಗಳಲ್ಲಿ ತಾನೂ ಸೇರಿಕೊಳ್ಳಬೇಕಾಯಿತು. ಇಂಗ್ಲೆಂಡಿನ ಸೈನಿಕರು 1914ರ ಆಗಸ್ಟ್ 4ರಂದು ಯುದ್ಧಭೂಮಿಯಲ್ಲಿ ಜರ್ಮನಿ ವಿರುದ್ಧ ಸಂಘರ್ಷಕ್ಕೆ ನಿಲ್ಲುತ್ತಾರೆ.

ಹೀಗೆ ಯುನೈಟೆಡ್ ಕಿಂಗ್‌ಡಂ ಯುದ್ಧರಂಗಕ್ಕೆ ಪ್ರವೇಶಿಸಿದ ನಾಲ್ಕು ದಿನಗಳ ನಂತರ (8.8.1914) ಸರ್ಕಾರ ಡಿಫೆನ್ಸ್ ಆಫ್ ದಿ ರೆಲ್ಮ್ ಕಾಯಿದೆ (ಡೋರಾ) ಜಾರಿಗೊಳಿಸುತ್ತದೆ (ರೆಲ್ಮ್ ಎಂದರೆ ಅಲ್ಲಿನ ರಾಜಸತ್ತೆ / ಕಿಂಗ್‌ಡಂ ಪ್ರದೇಶ ಎಂದು ಅರ್ಥ). ಯುದ್ಧದ ಸಮಯದಲ್ಲಿ ಈ ಕಾಯಿದೆ ಸರ್ಕಾರಕ್ಕೆ ಅಪರಿಮಿತ ಅಥವಾ ಅತ್ಯಧಿಕವಾದ ಅಧಿಕಾರ ನೀಡಿತ್ತು. ಯುದ್ಧದ ಕಾರಣದಿಂದಾಗಿ ಸೈನ್ಯಕ್ಕೆ ಯಾವುದೇ ಕಟ್ಟಡ ಅಥವಾ ಜಮೀನು ಬೇಕು ಎಂದು ಹೇಳಿದರೆ ಅದನ್ನು ಜನ ಬಿಟ್ಟುಕೊಡಬೇಕಿತ್ತು. ಜೊತೆಗೆ ಸರ್ಕಾರಕ್ಕೆ ಅಥವಾ ಸೈನ್ಯಕ್ಕೆ ಯಾವುದಾದರೂ ಕೃತ್ಯ, ಚರ್ಯೆ ಅಪರಾಧಿಕ ಎನಿಸಿದರೆ ಅದನ್ನು ಅಪರಾಧಗಳ ಪಟ್ಟಿಗೆ ಸೇರಿಸಿ ಕ್ರಮ ಕೈಗೊಳ್ಳಬಹುದಿತ್ತು. ಸರ್ಕಾರವನ್ನು ಖಂಡಿಸಿ ಇಲ್ಲವೇ ಪ್ರಶ್ನಿಸಿ, ಅಥವಾ ಯುದ್ಧಭೂಮಿಯ ವಿಚಾರಗಳ ಕುರಿತು ಪತ್ರಿಕೆಗಳಲ್ಲಿ ಯಾವುದೇ ಸುದ್ದಿ, ಲೇಖನವನ್ನು ಪ್ರಕಟಿಸುವ ಮೊದಲು ಸರ್ಕಾರದ ಪ್ರತಿನಿಧಿಗಳಿಂದ ನಿರಾಕ್ಷೇಪಣೆ ಪತ್ರ ಪಡೆಯಬೇಕಿತ್ತು

(ಇದೇ ಸೆನ್ಸಾರ್!). ಇದೂ ಒಂದು ರೀತಿಯ ಸರ್ವಾಧಿಕಾರ. ಸರ್ಕಾರ ಈ ಮುಂದಿನಂತೆ ಆಜ್ಞೆ ಹೊರಡಿಸಿತ್ತು, 'ಯಾವುದೇ ವ್ಯಕ್ತಿಯು ಯುನೈಟೆಡ್ ಕಿಂಗ್‌ಡಂನ ಗೌರವಾನ್ವಿತ ಅರಸರ ಪಡೆಗಳಿಗೆ ಅಥವಾ ಅವರಡಿಯಲ್ಲಿರುವ ಎಲ್ಲ ನಾಗರೀಕರಿಗೆ ಅಸಮಾಧಾನ ಉಂಟು ಮಾಡುವ ಅಥವಾ ದಿಗಿಲು/ಗಾಬರಿ ಉಂಟು ಮಾಡುವಂತಹ ವಿಚಾರಗಳನ್ನು ಬಾಯಿ ಮಾತಿನಿಂದ ಅಥವಾ ಬರೆದು, ಮುದ್ರಿಸಿ ವರದಿಯಂತೆ ಹರಡಬಾರದು'. ಈ ಆಜ್ಞೆಯ ನೇರ ಪರಿಣಾಮ ಪತ್ರಿಕೆಗಳ ಮೇಲೆ ಆಗಿತ್ತು. ಹೊರದೇಶಗಳು ಮತ್ತು ಯುದ್ಧಭೂಮಿಯಿಂದ ಬರುವ ಪತ್ರಗಳನ್ನೂ ಸೆನ್ಸಾರ್ ಮಾಡಲಾಗುತ್ತಿತ್ತು. ಜೊತೆಗೆ ಈ ಡೋರಾ ಕಾಯಿದೆಯನ್ನು ಯಾರಾದರೂ ಉಲ್ಲಂಘಿಸಿದರೆ ಮರಣದಂಡನೆಯನ್ನು ವಿಧಿಸಲೂ ಕಾಯಿದೆಯಲ್ಲಿ ಅವಕಾಶ ಮಾಡಲಾಗಿತ್ತು.

ಈ ಕಾಯಿದೆಯಂತೆ ಯಾರೂ ಯುದ್ಧವಿರೋಧಿ ಚಟುವಟಿಕೆಗಳನ್ನು ನಡೆಸುವಂತಿರಲಿಲ್ಲ. ಜೊತೆಗೆ ಗಾಳಿಪಟ ಹಾರಿಸುವುದು, ದೀಪೋತ್ಸವ ಅಥವಾ ಬೆಂಕಿ ಉರಿಸಿಕೊಂಡು ಅದರೆದುರು ಕುಣಿಯುವುದು, ಬೈನಾಕ್ಯುಲರ್‌ಗಳನ್ನು ಖರೀದಿಸುವುದು, ಕಾಡುಪ್ರಾಣಿಗಳಿಗೆ ಆಹಾರ ಹಾಕುವುದು, ಇಷ್ಟೇ ಅಲ್ಲ ನೌಕಾಪಡೆ ಮತ್ತು ಮಿಲಿಟರಿ ವಿಚಾರಗಳನ್ನು ಚರ್ಚಿಸುವುದನ್ನು ಕೂಡಾ ನಿಷೇಧಿಸಲಾಗಿತ್ತು. ಇಂತಹ ಕ್ರಮಗಳನ್ನು ಕೈಗೊಳ್ಳಲು ಸರ್ಕಾರ ಕೊಟ್ಟಿದ್ದು ಒಂದೇ ಕಾರಣ – ಯುದ್ಧದ ಸಮಯದಲ್ಲಿ ಆಹಾರ, ಸಂಪನ್ಮೂಲಗಳ ಪೋಲು ಮಾಡಬಾರದು ಹಾಗೂ ಸೈನಿಕರ ಮತ್ತು ದೇಶದೊಳಗಿನ ಜನರ ಮನೋಸ್ಥೈರ್ಯವನ್ನು ಹಾಳು ಮಾಡಬಾರದು.

ಯುದ್ಧವನ್ನು ವಿರೋಧಿಸುತ್ತಿದ್ದ ಜಾನ್ ಮ್ಯಾಕ್ಲೀನ್, ವಿಲ್ಲಿ ಗಲ್ಲಾಚೆರ್, ಜಾನ್ ವಿಲಿಯಂ ಮುಯಿರ್ ಮತ್ತು ಬಟ್ರ್ರಾಂಡ್ ರಸ್ಸೆಲ್ ಸೇರಿದಂತೆ ಆಗಿನ ಅನೇಕ ಚಿಂತಕರು ಮತ್ತು ರಾಜಕಾರಣಿಗಳನ್ನು ಯುನೈಟೆಡ್ ಕಿಂಗ್‌ಡಂ ಡೋರಾ ಕಾಯಿದೆಯನ್ನು ಎದುರಿಟ್ಟುಕೊಂಡು ಬಂದೀಖಾನೆಗೆ ದೂಡಿತ್ತು.

'ನೋಡಿದಿರಾ ಯುವರ್ ಆನರ್, ಇವರ ರಾಷ್ಟ್ರವಿರೋಧಿ ಧೋರಣೆ' ಎನ್ನುತ್ತಾ ಎಗ್ಲಾಂಟೈನಳ ಮಾತನ್ನು ಮಧ್ಯದಲ್ಲೇ ತುಂಡರಿಸುತ್ತಾ ಸರ್ಕಾರಿ ವಕೀಲರು ಹೇಳುತ್ತಾರೆ. 'ಇವರನ್ನು ಹೀಗೆಯೇ ಬಿಟ್ಟರೆ ಇಡೀ ದೇಶದಲ್ಲಿ ಅರಾಜಕತೆ ಮೂಡಿಸುವುದರಲ್ಲಿ ಯಾವುದೇ ಅನುಮಾನವಿಲ್ಲ. ಹೀಗಾಗಿ ಇವರಿಗೆ ಡೋರಾ ಕಾಯಿದೆಯಲ್ಲಿ ನಿಗದಿಪಡಿಸಿರುವಂತೆ ಗರಿಷ್ಠ ಪ್ರಮಾಣದ ಶಿಕ್ಷೆ ವಿಧಿಸಲೇಬೇಕು. ಈ ಬಾರ್ಬರಾ ಆಯರ್ಟನ್ ಗೌಲ್ಡ್ ಆರು ತಿಂಗಳ ಹಿಂದೆಯಷ್ಟೇ ಬೀದಿಯಲ್ಲಿ ದೊಂಬಿಯೆಬ್ಬಿಸಿ ಕಲ್ಲು ಹೊಡೆದು ಪೊಲೀಸರಿಂದ ಬಂಧಿತಳಾಗಿ ಶಿಕ್ಷೆಯನ್ನು ಅನುಭವಿಸಿದ್ದಾಳೆ. ಈಗ ಈ ರೀತಿಯ ರಾಜದ್ರೋಹ'.

ನ್ಯಾಯಾಧೀಶರು ಮತ್ತೆ ಎಗ್ಲಾಂಟೈನಳ ಕಡೆ ತಿರುಗಿ, 'ನೀವು ಮಾಡಿರುವ ತಪ್ಪನ್ನು ಒಪ್ಪಿಕೊಂಡಿದ್ದೀರಿ. ಇದಕ್ಕೊಂದು ಕ್ಷಮಾಪಣೆ ಕೇಳಿಬಿಡಿ. ನೀವು ಕುಲೀನ ಕುಟುಂಬಗಳಿಂದ ಬಂದವರು. ಹೀಗೆಲ್ಲಾ ನಡೆದುಕೊಳ್ಳಬಾರದು. ನಿಮ್ಮನ್ನು ಬಿಟ್ಟುಬಿಡುತ್ತೇನೆ. ಇಲ್ಲವಾದರೆ, ನೀವು

ಮುದ್ರಿಸಿರುವ ಪ್ರತಿ ಕರಪತ್ರಕ್ಕೆ ಡೋರಾ ಕಾಯಿದೆ ಪ್ರಕಾರ ಐದೈದು ಪೌಂಡು ದಂಡ ಮತ್ತು 11 ತಿಂಗಳು ಜೈಲು ಸಜಾ ಕೊಡಬೇಕಾಗುತ್ತದೆ' ಎನ್ನುತ್ತಾರೆ. ಸಭೆಯಲ್ಲಿ ಮತ್ತೆ ಗುಜುಗುಜು.

'ಜನರಿಗೆ ಮಾಹಿತಿ ಕೊಡಲು, ಹಿಂಸೆ ಮತ್ತು ಕಷ್ಟ ಅನುಭವಿಸುತ್ತಿರುವ ಮಕ್ಕಳ ಬಗ್ಗೆ ಜನರಲ್ಲಿ ಸಹಾನುಭೂತಿ ಮೂಡುವಂತೆ ಮಾಡುವ ಕಾರಣದ ಕರಪತ್ರ ಮುದ್ರಿಸಲು ಅನುಮತಿ ಪಡೆಯಬೇಕು ಎಂಬುದು ನಮಗೆ ಗೊತ್ತಿರಲಿಲ್ಲ. ಜೊತೆಗೆ ಈ ಕರಪತ್ರಗಳು ಸರ್ಕಾರದ ವಿರುದ್ಧವಲ್ಲ ಮತ್ತು ಯುದ್ಧ ವಿರೋಧಿಯೂ ಅಲ್ಲ. ಈಗ ಯುದ್ಧ ಮುಗಿದಿರುವುದರಿಂದ ಈ ಕರಪತ್ರಗಳ ಮುದ್ರಣಕ್ಕೆ ಅನುಮತಿ ಬೇಕಿಲ್ಲವೆಂದೇ ನಾವು ಭಾವಿಸುತ್ತೇವೆ' ಎಂದು ಎಗ್ಲಾಂಟೈನ್ ಪರ ಕರಪತ್ರಗಳನ್ನು ಮುದ್ರಿಸಿದ್ದ ನ್ಯಾಷನಲ್ ಲೇಬರ್ ಪ್ರೆಸ್ ಪರವಾಗಿ ವಕೀಲ ವಿಲಿಯಂ ಫ್ರಾನ್ಸಿಸ್ ಮೋಸ್ ಹೇಳುತ್ತಾನೆ. ಮುಂದುವರೆದು, 'ಆದರೆ ಹಾಗೆಂದು ಇದು ತಪ್ಪು ಎಂದು ನಾವು ಭಾವಿಸುವುದಿಲ್ಲ. ಯಾಕೆಂದರೆ ನನ್ನ ಕಕ್ಷೀದಾರರು ಮಕ್ಕಳ ಕಷ್ಟನಷ್ಟಗಳನ್ನೆಲ್ಲಾ ಕಣ್ಣಾರೆ ನೋಡಿದ್ದಾರೆ. ಇದಕ್ಕೆ ಸಂಬಂಧಿಸಿದ ಎಲ್ಲ ದಾಖಲೆಗಳನ್ನು ಅಂದರೆ ಸರ್ಕಾರದ ನಿರ್ಧಾರ, ಆಜ್ಞೆ, ಸುತ್ತೋಲೆ, ನಿರ್ದೇಶನ ಇವೆಲ್ಲವನ್ನು ಅಧ್ಯಯನ ಮಾಡಿದ್ದಾರೆ. ಅವರು ಸ್ಪಷ್ಟವಾಗಿ ಕಂಡುಕೊಂಡಿರುವುದು ನೆರೆ ದೇಶಗಳ ಮಕ್ಕಳ ಪರಿಸ್ಥಿತಿಗೆ ಕಾರಣ ನಮ್ಮ ಸರ್ಕಾರ, ನಮ್ಮ ಪಾರ್ಲಿಮೆಂಟ್ ಮತ್ತು ನಮ್ಮ ಸೈನ್ಯ ಒಟ್ಟಾಗಿ ಮಾಡಿರುವ ತಪ್ಪು. ಮಕ್ಕಳ ಸಾವಿಗೆ ನಮ್ಮ ದೇಶದ ಜನರೆಲ್ಲರೂ, ನಿಮ್ಮನ್ನೂ ಸೇರಿಸಿಕೊಂಡು, ಎಲ್ಲರೂ ಕಾರಣವಾಗಿದ್ದೇವೆ'. ಮತ್ತೊಮ್ಮೆ ಸಭೆಯಲ್ಲಿ 'ಓ' ಎಂಬ ಉದ್ಗಾರ. ಕೆಲವರು ಚಪ್ಪಾಳೆ ಹೊಡೆಯುತ್ತಾರೆ. ನ್ಯಾಯಾಧೀಶರು ಮತ್ತೊಮ್ಮೆ 'ಆರ್ಡರ್ ಆರ್ಡರ್' ಎಂದು ಸುತ್ತಿಗೆಯಿಂದ ಮೇಜಿನ ಮೇಲೆ ಕುಟ್ಟುತ್ತಾರೆ. ಸರ್ಕಾರಿ ವಕೀಲ ಕೋಪದಿಂದ ತಹತಹಿಸುತ್ತಾನೆ.

'ನಾವು ದಂಡ ಕಟ್ಟುವುದಿಲ್ಲ. ನಮ್ಮ ಪ್ರತಿಭಟನೆಯನ್ನು ನೀವು ಪರಿಗಣಿಸಲೇಬೇಕು. ನಾವು ಪ್ರತಿಭಟನೆಯ ರೂಪದಲ್ಲಿ ಜೈಲಿಗೆ ಹೋಗಲು ಸಿದ್ಧ. ನನಗೇನೂ ಇದು ಹೊಸದಲ್ಲ. ವಕೀಲರು ಹೇಳಿದಂತೆ ನಾನು ಈ ಹಿಂದೆ ಮಹಿಳೆಯರಿಗೂ ಮತ ಚಲಾವಣೆ ಹಕ್ಕಿನ ಚಳವಳಿಯ[4] ಅಂಗವಾಗಿ ಹ್ಯಾಲೋವೇ ಜೈಲಿಗೆ ಹೋಗಿದ್ದೇನೆ. ದೊಂಬಿ ಮಾಡೇನಲ್ಲ' ಎಂದು ಬಾರ್ಬರಾ ಜೋರಾಗಿಯೇ ಉದ್ಗರಿಸುತ್ತಾಳೆ. ಸರ್ಕಾರಿ ವಕೀಲರು 'ನೋಡಿ ಯುವರ್ ಆನರ್, ಇವರ ಉದ್ಧಟತನ. ಈ ಮಹಿಳೆಯರು ಗೌರವಾನ್ವಿತ ಕುಟುಂಬದವರು ಎಂದು ತಾವು ಹೇಳಿದ ಮೇಲೂ ಅನಾಗರಿಕರು, ಕೊಲೆಗಾರರು, ಕಳ್ಳರು, ಸುಳ್ಳರು ಇರುವ ಜೈಲಿಗೆ ಹೋಗಲು ಸಿದ್ಧ ಎನ್ನುತ್ತಿದ್ದಾರೆ ಎಂದರೆ, ಇವರು ಎಂತಹ ಕೀಳು ಮಟ್ಟದ ಅಪರಾಧಿಕ ಮನೋಭಾವದ ಮನಸ್ಸುಳ್ಳವರು ಅಂತ ಗೊತ್ತಾಗುತ್ತದಲ್ಲ' ಎನ್ನುತ್ತಾನೆ. ಅವನತ್ತ ಸಹಾನುಭೂತಿಯಿಂದ ನೋಡುವ ಎಗ್ಲಾಂಟೈನ್ ಹೇಳುತ್ತಾಳೆ, 'ಯುವರ್ ಆನರ್, ನಮಗೆ ನಮ್ಮ ಬಾಲ್ಯದಿಂದಲೂ ನಮ್ಮ ಧರ್ಮ, ನಮ್ಮ ಚರ್ಚ್, ಬೈಬಲ್ ಎಲ್ಲದರಲ್ಲೂ ಹೇಳಿರುವುದು ನಿನ್ನ ನೆರೆಯವರನ್ನು ನೀನು ಗೌರವದಿಂದ ಕಾಣು, ಅವರಿಗೆ ಕಷ್ಟವಿದ್ದರೆ ನಿನ್ನಿಂದ ಸಹಾಯ ಮಾಡಲು ಸಾಧ್ಯವಾದರೆ ಮಾಡು, ಇನ್ನೊಬ್ಬರಿಗೆ ತೊಂದರೆ ಕೊಡಬೇಡ, ಅವರ ಬದುಕಿಗೆ ತೊಂದರೆ ಕೊಡಬೇಡ ಎಂದು. ನಾವು ಕೂಡಾ ಅದನ್ನೇ ಹೇಳುತ್ತಿರುವುದು, ಕ್ರಿಶ್ಚಿಯನ್ ಧರ್ಮವನ್ನು ನಂಬುವ, ಒಪ್ಪುವ ನಮ್ಮ ದೇಶ ಮತ್ತು ದೇಶದ ನಿವಾಸಿಗಳು ನೆರೆಯ ದೇಶದ ಮಕ್ಕಳನ್ನು ಸಾಯಲು ಬಿಡುವುದು, ಹಸಿವಿನಿಂದ ನರಳಲು, ರೋಗದಿಂದ ಬಳಲಲು ಬಿಡುವುದು ಎಷ್ಟು ಸರಿ? ನೀವೇ ಹೇಳಿ. ಕಾನೂನು ನಮ್ಮನ್ನು ಅಪರಾಧಿಗಳು ಎಂದು ಪರಿಗಣಿಸಬಹುದು. ಆದರೆ ನಮ್ಮ ನೈತಿಕತೆ ನಾವು ಮಾಡಿರುವುದು

ತಪ್ಪು ಎಂದು ಹೇಳುವುದಿಲ್ಲ. ಇನ್ನು ಮಿಕ್ಕ ವಿಚಾರಗಳು ನಿಮಗೆ ಬಿಟ್ಟಿದ್ದು. ಆದರೆ ನಾವು ದೊಡ್ಡ ಮೊತ್ತದ ದಂಡ ಕಟ್ಟುವಂತಹ ಅಪರಾಧವೇನೂ ಮಾಡಿಲ್ಲ. ನಮ್ಮ ಈ ಮಾನವೀಯ ಪ್ರತಿಕ್ರಿಯೆಯನ್ನು ತಾವು ಅದೇ ದೃಷ್ಟಿಕೋನದಲ್ಲಿ ಪರಿಗಣಿಸಬೇಕು'.

ಸರ್ ಆರ್ಚಿಬಾಲ್ಡ್ ಬೋಡ್ಕಿನ್ ಗಂಟಲು ಸರಿಪಡಿಸಿಕೊಂಡು, 'ನಿಮ್ಮ ಅಹವಾಲು, ವಾದವಿವಾದ ಕೇಳಿದ್ದೇವೆ. ದೇಶ ವಿರೋಧಿ ಚಟುವಟಿಕೆ ಮಾಡಿರುವ ನಿಮಗೆ ಶಿಕ್ಷೆ ವಿಧಿಸಲೇಬೇಕು. ಆದರೆ ನಿಮ್ಮ ಹಿನ್ನೆಲೆ, ನಿಮ್ಮ ಕುಟುಂಬ ಮತ್ತು ನೀವು ಮಹಿಳೆಯರು ಎಂಬ ಕಾರಣಕ್ಕೆ ನಿಮಗೆ ಕೇವಲ ಐದೈದು ಪೌಂಡ್ ದಂಡ ವಿಧಿಸಬಹುದು ಎನ್ನುತ್ತೇನೆ. ನಿಮಗೆ ಈ ಕರಪತ್ರಗಳನ್ನು ಮುದ್ರಿಸಿಕೊಟ್ಟ ನ್ಯಾಷನಲ್ ಲೇಬರ್ ಪ್ರೆಸ್‌ನವರಿಗೆ 80 ಪೌಂಡ್ ದಂಡ ವಿಧಿಸಬಹುದು. ನೀವು ದಂಡ ಕಟ್ಟಿ ಬಿಡುಗಡೆ ಹೊಂದಬಹುದು'. ಅವರು ಮುಂದುವರೆಸುತ್ತಾರೆ... 'ಈ ಮುಂದಿನ ಮಾತು ನಾನು ನ್ಯಾಯಾಲಯದವನಾಗಿ ಹೇಳುತ್ತಿಲ್ಲ. ಎಗ್ಲಾಂಟೈನ್ ಮತ್ತು ಬಾರ್ಬರಾ ಹೇಳುವ ಮಾತುಗಳು, ವಿಚಾರಗಳು ಸತ್ಯವಾದುದು. ನಾನು ನನ್ನ ಮುಂದಿರುವ ಕಾನೂನು ಪುಸ್ತಕವನ್ನು ಮಾತ್ರ ಕಾನೂನುಪಾಲಕನಾಗಿ ಅನುಸರಿಸಬೇಕು. ಆದರೆ ಮಾನವೀಯ ದೃಷ್ಟಿಯಿಂದ ಈ ಪ್ರಕರಣವನ್ನು ಪರಿಗಣಿಸುವ ಆವಶ್ಯಕತೆ ಇದೆ. ನಾನು ಒಬ್ಬ ಮಾನವೀಯ ದೃಷ್ಟಿಯಿರುವ ವ್ಯಕ್ತಿಯಾಗಿ ನನಗೆ ತಿಳಿದಿರುವಂತೆ ಕರ್ತವ್ಯ ನಿರ್ವಹಿಸಲೂ ಬದ್ಧನಾಗಿದ್ದೇನೆ'. ನ್ಯಾಯಾಧೀಶರು ಈ ಪ್ರಸ್ತಾವನೆಯನ್ನು ಅನುಮೋದಿಸುತ್ತಾರೆ.

ನ್ಯಾಯಾಲಯದಲ್ಲಿ ಚಪ್ಪಾಳೆ ಕೇಳಿಬರುತ್ತದೆ. ಎಗ್ಲಾಂಟೈನ್ ಮತ್ತು ಬಾರ್ಬರಾ ಪರಸ್ಪರ ಆಲಂಗಿಸಿಕೊಂಡು, ನಾವು ಗೆದ್ದೆವು ಎಂದು ಹಸನ್ಮುಖರಾಗಿ ಏಳುತ್ತಾರೆ. ಎಗ್ಲಾಂಟೈನ್ ಮತ್ತು ಬಾರ್ಬರಾ ಐದೈದು ಪೌಂಡ್ ದಂಡ ಕಟ್ಟುವುದು ಒಳ್ಳೆಯದೆಂದು ಅವರ ವಕೀಲರು ಸಲಹೆ ಮಾಡುತ್ತಾರೆ. ಎಗ್ಲಾಂಟೈನ್ ತಾನೇ ಮುಂದಾಗಿ ನ್ಯಾಷನಲ್ ಲೇಬರ್ ಪ್ರೆಸ್ ಪರವಾಗಿ ದಂಡದ ಹಣವನ್ನು ಕಟ್ಟುತ್ತಾಳೆ. ಎಗ್ಲಾಂಟೈನ್ ಅಷ್ಟಕ್ಕೇ ಬಿಡುವುದಿಲ್ಲ. ಸರ್ ಆರ್ಚಿಬಾಲ್ಡರ ಬಳಿ ಹೋಗಿ 'ಯುದ್ಧದಲ್ಲಿ ನೊಂದಿರುವ ಮಕ್ಕಳ ಹಿತ ಕಾಪಾಡಲು ನಾವು ಇತ್ತೀಚೆಗೆ ತಾನೆ 'ಸೇವ್ ದ ಚಿಲ್ಡ್ರನ್ ಫಂಡ್' ಎಂಬ ಸಂಸ್ಥೆ ಆರಂಭಿಸಿದ್ದೇವೆ. ನಿಮ್ಮ ಮಾನವೀಯ ಮಾತುಗಳು ಬಹಳ ಪ್ರೋತ್ಸಾಹಕರವಾಗಿದೆ. ನಮ್ಮ ಸಂಸ್ಥೆಗೆ ತಾವು ದಯಮಾಡಲು ದೇಣಿಗೆ ನೀಡಬಹುದಲ್ಲ' ಎಂದು ಪ್ರಸ್ತಾವನೆ ಇಡುತ್ತಾಳೆ. ಸರ್ ಆರ್ಚಿಬಾಲ್ಡ್ ತನ್ನ ಉದ್ದನೆಯ ನಿಲುವಂಗಿಯೊಳಗೆ ಕೈಹಾಕಿ ಪರ್ಸ್ ತೆಗೆದು, ಅದರಿಂದ ಐದು ಪೌಂಡ್ ನೋಟನ್ನು ಎಗ್ಲಾಂಟೈನ್ ಕೈಯಲ್ಲಿ ಇಡುತ್ತಾನೆ. ಎಗ್ಲಾಂಟೈನ್ ಅವರಿಗೆ ವಂದಿಸಿ ಹೇಳುತ್ತಾಳೆ, 'ಸರ್, ನಿಮಗೆ ಇದು ಗೊತ್ತಿಲ್ಲದೇ ಇರಬಹುದು. ಸೇವ್ ದ ಚಿಲ್ಡ್ರನ್ ಸಂಸ್ಥೆಗೆ ಇದು ಮೊದಲ ದೇಣಿಗೆ. ಸದ್ಯ ಇದೇ ಹಣವನ್ನು ಜನರ ಎದುರಿಟ್ಟು ತಾವಿತ್ತ ಬೆಂಬಲವನ್ನು ತೋರಿಸಿ, ಹಸಿವಿನಿಂದ ಬಳಲುತ್ತಿರುವ ಮಕ್ಕಳಿಗೆ ಆಹಾರ ಔಷಧಿ ಕೊಡಿಸಲು ನಾವು ಜನರಿಂದ ದೇಣಿಗೆ ಸಂಗ್ರಹಿಸಲು ಸಾಧ್ಯವಾಗುತ್ತದೆ. ಆಸ್ಟ್ರಿಯಾ ಮತ್ತು ಜರ್ಮನಿಯಲ್ಲಿ ಮಾನವೀಯ ಕೆಲಸಗಳಿಗೆ ನೆರವಾಗುತ್ತದೆ'.

ನ್ಯಾಯಾಲಯದ ಹೊರಗೆ...

'ಪ್ರಕರಣದಲ್ಲಿ ನಾವು ಸೋತಿಲ್ಲ' ನ್ಯಾಯಾಲಯದಿಂದ ಹೊರಬರುತ್ತಿದ್ದಂತೆಯೇ ಎಗ್ಲಾಂಟೈನ್ ಘೋಷಿಸುತ್ತಾಳೆ. ಅಲ್ಲಿ ನೆರೆದಿದ್ದ ಬೆಂಬಲಿಗರು, ಹಿತೈಷಿಗಳು, ವಿರೋಧಿಗಳು, ಸರ್ಕಾರದ ಪ್ರತಿನಿಧಿಗಳು, ಪತ್ರಕರ್ತರೆದುರು ಎಗ್ಲಾಂಟೈನ್ ವಿವರಿಸುತ್ತಾಳೆ, 'ನಮಗೆ ನ್ಯಾಯಾಲಯ ದಂಡ ಹಾಕಿರಬಹುದು. ಕಾನೂನಿನಂತೆ ನಾವು ಮಾಡಿದ್ದು ಅಪರಾಧ ಎನಿಸಬಹುದು. ಆದರೆ ಇದು ನಮಗೆ ಸಿಕ್ಕ ನೈತಿಕ ಗೆಲುವು. ನ್ಯಾಯಾಲಯ 5 ಪೌಂಡ್ ಹಣವನ್ನು ದಂಡ ಎಂದು

ನಮಗೆ ವಿಧಿಸಿತು. ಆದರೆ ಅಷ್ಟೇ ಮೊತ್ತದ ಹಣವನ್ನು ನಮಗೆ ಪ್ರಾಸಿಕ್ಯೂಟರ್ ಸರ್ ಆರ್ಚಿಬಾಲ್ಡ್ ಬೋಡ್ಕಿನ್ ಅವರು ದೇಣಿಗೆಯಾಗಿ ನೀಡಿದ್ದಾರೆ. ಅದು ನಾವು ಮಾಡುತ್ತಿರುವ ಕೆಲಸಕ್ಕೆ ಸಿಕ್ಕ ಮನ್ನಣೆಯಲ್ಲದೆ ಇನ್ನೇನು? ಇದು ಗೆಲುವಲ್ಲದೆ ಇನ್ನೇನು? ಆ ಐದು ಪೌಂಡ್ ಆಸ್ಟ್ರಿಯಾ ಮತ್ತು ಜರ್ಮನಿಯಲ್ಲಿ ಹಸಿವಿನಿಂದ ಸಾಯುತ್ತಿರುವ ಮಕ್ಕಳನ್ನು ಉಳಿಸಲು ಸೇವ್ ದ ಚಿಲ್ಡ್ರನ್ ಫಂಡ್[5] ಸಂಸ್ಥೆಗೆ ಬಂದ ಮೊದಲ ದೇಣಿಗೆ! ಇದರಿಂದ ನಾವು ಯೂರೋಪಿನ ಮಕ್ಕಳ ಹಸಿವು, ಅನಾರೋಗ್ಯ ತಪ್ಪಿಸಿ ಅವರಿಗೆ ರಕ್ಷಣೆ, ಶಿಕ್ಷಣ ಕೊಡಿಸಲು ಮುಂದಾಗುತ್ತೇವೆ' ಎಂದು ಎಗ್ಲಾಂಟೈನ್ ಜೆಬ್ ಘೋಷಿಸುತ್ತಾಳೆ.

'ಸರ್ ಆರ್ಚಿಬಾಲ್ಡ್ ಬೋಡ್ಕಿನ್‌ರವರೇ, ಬಹಳ ಸಂತೋಷ. ನೀವು ನೀಡಿದ ಈ 5 ಪೌಂಡ್ ಎಸ್.ಸಿ.ಎಫ್. ನಡೆಸುವ ಕೆಲಸಗಳಿಗೆ ಮೊದಲ ದೇಣಿಗೆ ಆಗುತ್ತದೆ. ಇಂಗ್ಲೆಂಡ್ ಆರ್ಥಿಕ ದಿಗ್ಬಂಧನ ಹೇರಿ ಆಸ್ಟ್ರಿಯಾ, ಜರ್ಮನಿ, ಹಂಗೇರಿಯಲ್ಲಿ ಮಕ್ಕಳ ಸಾವಿಗೆ ಕಾರಣವಾಗಿರುವ ಎಡೆಗಳಲ್ಲಿ ಈ ಹಣದಿಂದಲೇ ನಾವು ಕೆಲಸ ಆರಂಭಿಸುತ್ತೇವೆ. ಮುಗ್ಧ ಮಕ್ಕಳ ಪ್ರಾಣ ಉಳಿಸುವ ಕೆಲಸಗಳಲ್ಲಿ ತೊಡಗುತ್ತೇವೆ. ನಿಮಗೆ ಒಳ್ಳೆಯದಾಗಲಿ' ಎಂದೇ ಎಗ್ಲಾಂಟೈನ್ ಹೇಳುತ್ತಾಳೆ. ಆ ಸಂಜೆ ಎಗ್ಲಾಂಟೈನ್ ಪತ್ರಿಕೆಗಳಿಗೆ ಒಂದು ಪತ್ರ ಬರೆಯುತ್ತಾಳೆ. ಅದರ ವಿಚಾರ 'ಗೆಲುವು'. ಹಸಿವಿನಿಂದ ಬಳಲುವ ಮಕ್ಕಳಿಗಾಗಿ ಕೆಲಸ ಮಾಡಲು ನ್ಯಾಯಾಲಯ ಕೊಟ್ಟಿರುವ ಮನ್ನಣೆ. ಸರ್ ಆರ್ಚಿಬಾಲ್ಡ್ ಬೋಡ್ಕಿನ್ ಅವರಿತ್ತ ದೇಣಿಗೆ ತಮಗೆ ಸಿಕ್ಕ ನೈತಿಕ ಬೆಂಬಲ. ಮಾರನೇ ದಿನ ಎಲ್ಲ ಪತ್ರಿಕೆಗಳಲ್ಲಿ ಈ ಸುದ್ದಿ ಬರುತ್ತದೆ. ಜನ ಆಶ್ಚರ್ಯ ಚಕಿತರಾಗುತ್ತಾರೆ. ಈ ಹೆಣ್ಣು ಇನ್ನೇನೇನು ಮಾಡುತ್ತಾಳೋ ಎಂದು ಸರ್ಕಾರವೂ ಚಡಪಡಿಸುತ್ತದೆ.

ಮಾರನೇ ದಿನ 16 ಮೇ 1919 ಡೈಲಿ ಹೆರಾಲ್ಡ್ ಪತ್ರಿಕೆ ತನ್ನ ಮುಖಪುಟದಲ್ಲಿ ಎಗ್ಲಾಂಟೈನ್ ಮತ್ತು ಬಾರ್ಬರಾರವರು ಟ್ರಫಾಲ್ಗರ್ ಚೌಕದಲ್ಲಿ ಸಾರ್ವಜನಿಕರಿಗೆ ಹಂಚಿದ್ದ ಕರಪತ್ರಗಳು ಮತ್ತು ಭಿತ್ತಿಪತ್ರಗಳನ್ನು ದೊಡ್ಡದಾಗಿ ಮುದ್ರಿಸುತ್ತದೆ.

ಈ ವಿಚಾರ ಪತ್ರಿಕೆಗಳಲ್ಲಿ ಬಂದರೆ ಮಾತ್ರ ಸಾಲದು. ನಾಲ್ಕೈದು ಜನ ಕಾಫಿ ಶಾಪಿನಲ್ಲಿ ಕುಳಿತು ಮಾತನಾಡಿದರೆ ಸಾಲದು. ಇಷ್ಟು ಮಾತ್ರದಿಂದ ಹಸಿವಿನಿಂದ ಬಳಲುವ, ರೋಗಗ್ರಸ್ತರಾದ ಯೂರೋಪಿನ ಎಲ್ಲ ಮಕ್ಕಳನ್ನು ರಕ್ಷಿಸಲಾಗದು ಎಂದು ಎಗ್ಲಾಂಟೈನ್ ಜೆಬ್ ಮತ್ತು ಅವಳ ಸೋದರಿ ಡೊರೋತಿ ಜೆಬ್ ಯೋಚಿಸುತ್ತಿರುತ್ತಾರೆ. ನ್ಯಾಯಾಲಯದಲ್ಲಿ ಎಗ್ಲಾಂಟೈನ್ ವಿಚಾರಣೆಗೆ ಒಳಗಾಗುವ ಕಾಲಕ್ಕೆ ಸೇವ್ ದ ಚಿಲ್ಡ್ರನ್ ಸಂಸ್ಥೆಯನ್ನು ಸ್ಥಾಪಿಸಿದ್ದ ಜೆಬ್ ಸೋದರಿಯರು, ಯುದ್ಧದ ದಳ್ಳುರಿಗೆ ಬಲಿಯಾಗಿರುವ ಮಕ್ಕಳನ್ನು ರಕ್ಷಿಸಲು ಹೇಗಾದರೂ ಮಾಡಿ ಜನತೆಯ ಬೆಂಬಲ ಪಡೆಯಲು ಚಿಂತಿಸುತ್ತಿರುತ್ತಾರೆ. ನಾವೀಗ ಏನಾದರೂ ಅಭೂತಪೂರ್ವವಾದುದನ್ನು ಮಾಡಿ ಜನರನ್ನು ಈ ವಿಚಾರದತ್ತ ಸೆಳೆಯಬೇಕು. ನ್ಯಾಯಾಲಯದಲ್ಲಿ ಆದ ಘಟನೆಯನ್ನೇ ಆಧರಿಸಿಕೊಂಡು ಶಾಂತಿಯ ಕೆಲಸ ಏಕೆ ಬೇಕು, ಯುದ್ಧದ ದಳ್ಳುರಿಗೆ ಮಕ್ಕಳು ಬಲಿಯಾಗುವುದನ್ನು ಏಕೆ ನಿಲ್ಲಿಸಬೇಕು ಎಂದು ಜನರಿಗೆ ವಿವರಿಸಬೇಕು ಎಂಬುದು ಅವರ ಚಿಂತನೆಯಾಗಿತ್ತು. ಜೆಬ್ ಸೋದರಿಯರು ತಮ್ಮ ಸಹವರ್ತಿಗಳೊಡನೆ ಯೋಚಿಸುತ್ತಾರೆ. ದೊಡ್ಡದು ಮಾಡಬೇಕು–ಈ ವಿಚಾರವನ್ನೇ ದೊಡ್ಡದು ಮಾಡೋಣ. ದೊಡ್ಡ ಸಂಖ್ಯೆಯಲ್ಲಿ ಜನರನ್ನು ಸೇರಿಸೋಣ. ಅವರೆದುರು ಮಾತನಾಡೋಣ. ಸದ್ಯ ನಮ್ಮ ಊರು ಲಂಡನ್ನಿನಲ್ಲಿ ದೊಡ್ಡ ಸಭಾಂಗಣವೆಂದರೆ, ರಾಯಲ್ ಆಲ್ಬರ್ಟ್ ಹಾಲ್[6]. ಅದನ್ನೇ ಕಾಯ್ದಿರಿಸೋಣ. ಜನರನ್ನು ಕರೆದು ವಿಚಾರ ತಿಳಿಸೋಣ. ಅವರೆದುರು ಬೊಗಸೆಯೊಡ್ಡೋಣ.

ಯಾರಿವರು ಎಗ್ಲಾಂಟೈನ್ ಜೆಬ್?

ಇಂಗ್ಲೆಂಡಿನ ಶ್ರೋಪ್‌ಶೈರ್ ಭಾಗದ ಎಲ್ಲಸ್ಮೆರೆನಲ್ಲಿ ವಿಶಾಲವಾದ ತೋಟದ ಮಧ್ಯದ ದೊಡ್ಡ ಬಂಗಲೆ 'ದ ಲಿತ್'. ನಗರದ ಗದ್ದಲದಿಂದ ಹೊರಗೆ ದೂರ ಗ್ರಾಮೀಣ ಪ್ರದೇಶದ ಮನೆಯಲ್ಲಿ ಸದಾ ಮಕ್ಕಳ ಕಲರವ. ದೊಡ್ಡ ಕುಟುಂಬ. ಆ ಕುಟುಂಬವನ್ನು ಪೊರೆಯುತ್ತಿದ್ದ ಗಂಡ–ಹೆಂಡತಿ, ಆರ್ಥರ್ ಟ್ರೆವರ್ ಜೆಬ್ (1839–1895) ಮತ್ತು ಎಗ್ಲಾಂಟೈನ್ ಲೂಯಿ (1845–1925). ಆರ್ಥರ್ ಟ್ರೆವರ್ ಜೆಬ್ ತಂದೆಯಿಂದ ಬಳುವಳಿಯಾಗಿ ಬಂದಿದ್ದ ಮನೆ ಹೊಲ ತೋಟಗಳನ್ನು ಸಮರ್ಥವಾಗಿ ನಿರ್ವಹಿಸುತ್ತ ತನ್ನ ಆಸಕ್ತಿಯ ಬ್ಯಾರಿಸ್ಟರ್ ಕೆಲಸವನ್ನೂ ಹಾಗೂ

ಹೀಗೂ ನಡೆಸಿಕೊಂಡು ಹೋಗುತ್ತಿದ್ದನು. ಹೊಲದ ಕೆಲಸಗಳು, ಕುದುರೆಗಳನ್ನು ನೋಡಿಕೊಳ್ಳಲು ಸಹಾಯಕರು, ಮನೆಗೆ ಬಂದು ಹೋಗುವ ಬಂಧುಬಳಗ. ಮನೆ ಸದಾಕಾಲ ಚಟುವಟಿಕೆಯಿಂದ ಕೂಡಿತ್ತು. ತನ್ನ ತಂದೆ ಮನೆ ಹೊಲ ನೋಡಿಕೊಳ್ಳುತ್ತಿದ್ದ ಸಮಯದಲ್ಲಿ ಕೆಲವು ಕಾಲ ಆರ್ಥರ್ ಶಿಕ್ಷಣ ಇಲಾಖೆಯಲ್ಲಿ ಶಾಲಾ ಇನ್ಸ್‌ಪೆಕ್ಟರ್ ಆಗಿಯೂ ಕೆಲಸ ಮಾಡಿದ್ದ. ಬಹಳ ಚಿಕ್ಕವಯಸ್ಸಿನಲ್ಲೇ ಅಲ್ಲಿನ ಆ ಕಾಲದ ಸಂಪ್ರದಾಯದಂತೆ ಮದುವೆಯೂ ಆಗಿತ್ತು. ಆತನ ಹೆಂಡತಿ ಎಗ್ಲಾಂಟೈನ್ ಲೂಯಿ ಐರ್‌ಲ್ಯಾಂಡಿನ ಕಿಲಿನಿ ಪ್ರದೇಶದವರು. ಆರ್ಥರ್ ಮತ್ತು ಲೂಯಿಗೆ ಆರು ಮಕ್ಕಳು. ಎಗ್ಲಾಂಟೈನ್ ಜೆಬ್ ನಾಲ್ಕನೇ ಮಗುವಾಗಿ (ಮೂರನೇ ಮಗಳು) 25 ಆಗಸ್ಟ್ 1876ರಲ್ಲಿ ಜನಿಸುತ್ತಾಳೆ[7].

ಮಕ್ಕಳೆಲ್ಲರೂ ತಮ್ಮದೇ ಕುಟುಂಬದ ವಿಶಾಲವಾದ ಎಸ್ಟೇಟ್‌ನಲ್ಲೇ ಸುಖ ಸಂತೋಷದಿಂದಲೇ ಬಾಲ್ಯ ಅನುಭವಿಸಿ ಬೆಳೆದರು. ಆರಂಭದಿಂದಲೂ ಮನೆಯ ಸುತ್ತಮುತ್ತ ಆಡುವುದು, ಮರಗಳನ್ನು ಹತ್ತುವುದು, ಈಜುವುದು, ಹೊಲಗದ್ದೆಗಳ ಕೆಲಸದಲ್ಲಿ ತೊಡಗುವುದು ಮತ್ತು ಕುದುರೆ ಸವಾರಿ ಮಾಡುವುದೆಂದರೆ ಮಕ್ಕಳೆಲ್ಲರಿಗೂ ಅಚ್ಚುಮೆಚ್ಚು. ಎಗ್ಲಾಂಟೈನ್ ಮತ್ತು ಅವಳ ಸೋದರ ಸೋದರಿಯರು ಆಗಾಗ್ಗೆ ಕೇಂಬ್ರಿಡ್ಜ್‌ನಲ್ಲಿದ್ದ ಅವರ ಕುಟುಂಬದ ಮನೆ 'ಸ್ಪ್ರಿಂಗ್‌ಫೀಲ್ಡ್'ಗೆ ಬಂದು ಹೋಗುತ್ತಿದ್ದರು. ಇದು ಸಿಡ್ಜ್‌ವಿಕ್ ಮತ್ತು ಕ್ವೀನ್ಸ್ ರಸ್ತೆಗಳು ಕೂಡುವಲ್ಲಿ ಇತ್ತು. ಅಲ್ಲಿಂದ ಕ್ವೀನ್ಸ್ ಗ್ರೀನ್ ಎಂಬ ಪ್ರದೇಶ ಕಾಣುತ್ತಿತ್ತು (ಈ ಹೆಸರುಗಳನ್ನು ಆ ರಸ್ತೆ ಮತ್ತು ಪ್ರದೇಶಕ್ಕೆ ಇಡಲು ಕಾರಣ 1842 ಮತ್ತು 1847ರಲ್ಲಿ ಇಂಗ್ಲೆಂಡಿನ ರಾಣಿ ವಿಕ್ಟೋರಿಯಾ ಕೇಂಬ್ರಿಡ್ಜ್‌ಗೆ ಭೇಟಿ ನೀಡಿದುದರ ನೆನಪಿಗಾಗಿ).

ಎಗ್ಲಾಂಟೈನಳ ತಾಯಿಯನ್ನು ಎಲ್ಲರೂ ಪ್ರೀತಿಯಿಂದ ಕರೆಯುತ್ತಿದ್ದುದು ಟೈ ಎಂದು. ಆಕೆಗೆ ಕುಶಲ ಕಲೆ ಮತ್ತು ಕಲಾಕಾರರ ಬಗ್ಗೆ ಭಾರೀ ಅಭಿರುಚಿ ಇತ್ತು. ಅವರ ಕಲಾಕೃತಿಗಳನ್ನು ಚಂದ ಮಾಡಿಸಿ ಅವುಗಳಿಗೆ ಒಳ್ಳೆಯ ಬೆಲೆ ಸಿಗುವಂತೆ ಮಾಡಿ ಕಲಾಕಾರರಿಗೆ ನೆರವು ನೀಡುತ್ತಿದ್ದಳು. ಅದಕ್ಕಾಗಿ ಹೋಮ್ ಆರ್ಟ್ಸ್ ಅಂಡ್ ಇಂಡಸ್ಟ್ರೀಸ್ ಅಸೋಸಿಯೇಷನ್ ಅನ್ನು ಸ್ಥಾಪಿಸಿದ್ದಳು. ಲಂಡನ್‌ನಲ್ಲಿ ಕರಕುಶಲ ವಸ್ತುಗಳ ಪ್ರದರ್ಶನ ಏರ್ಪಡಿಸಿ ಅಲ್ಲಿಗೆ ಕಲಾವಿದರು, ಶ್ರೀಮಂತರು ಮತ್ತು ರಾಜಮನೆತನದವರು ಬಂದು ಕೊಳ್ಳುವಂತೆ ಮಾಡುತ್ತಿದ್ದಳು.

ಮಕ್ಕಳ ಸೋದರತ್ತೆ ಲೂಯಿಸ್ (1841–1925) ಒಂದು ರೀತಿಯಲ್ಲಿ ಸರ್ವವಿದ್ಯಾ ಪಾರಂಗತೆ. ಅವಳಲ್ಲಿ ಎಲ್ಲದಕ್ಕೂ ಉತ್ತರವಿರುತ್ತಿತ್ತು. ಅವಳ ಪ್ರೀತಿಯ ಹೆಸರು ಬನ್. ಬನ್ ಸ್ವತಃ ನ್ಯೂನ್ಹಾಮ್ ಕಾಲೇಜು, ಕೇಂಬ್ರಿಡ್ಜ್‌ನಲ್ಲಿ ಉನ್ನತ ಶಿಕ್ಷಣ ಪಡೆದಿದ್ದಳು. 19ನೇ ಶತಮಾನದಲ್ಲಿ ಇಂಥ ಸಾಧನೆ ಅಷ್ಟೊಂದು ಸಾಮಾನ್ಯವಾಗಿರಲಿಲ್ಲ. ವಿಕ್ಟೋರಿಯನ್ ಇಂಗ್ಲೆಂಡ್‌ನಲ್ಲಿನ ಆಗಿನ ಸಂಪ್ರದಾಯ, ಜೀವನ ಪದ್ಧತಿಯನ್ನು ವಿರೋಧಿಸಿ ವಿವಾಹವಾಗದೇ ಉಳಿದಿದ್ದ ಬನ್, ಅವಳ ಹಿರಿಯ ಸೋದರ ಆರ್ಥರ್‌ನ ಕುಟುಂಬದೊಡನೆ ಲಿತ್‌ನಲ್ಲೇ ವಾಸಿಸುತ್ತಿದ್ದಳು. ಮನೆಯ ಮಕ್ಕಳ ಯೋಗಕ್ಷೇಮ ನೋಡಿಕೊಳ್ಳುವುದರೊಡನೆ ಅವರಿಗೆಲ್ಲಾ ಅನೌಪಚಾರಿಕ ಶಿಕ್ಷಕಿಯೂ ಅವಳೇ ಆಗಿದ್ದಳು. ಪಾಠ ಹೇಳಿಕೊಡುವಾಗ ಕಟ್ಟುನಿಟ್ಟಾಗಿದ್ದರೂ, ಆಗಾಗ್ಗೆ ಮೊಲ ಹಿಡಿಯಲೋ, ಅಣಬೆ ಹುಡುಕಲೋ ಎಗ್ಲಾಂಟೈನ್‌ಳನ್ನು ಕಾಡಿಗೋ ಬಯಲಿಗೋ ಕರೆದೊಯ್ದುಬಿಡುತ್ತಿದ್ದಳು. ಬನ್ ಬಹಳ ಗಂಭೀರವಾಗಿ ಡಾರ್ವಿನ್ನನ ವಿಕಾಸವಾದವನ್ನು ಓದುತ್ತಿದ್ದಳು ಮತ್ತು ಮಹಿಳಾ ಮತ ಚಲಾವಣೆ ಹಕ್ಕಿಗೆ ಬೆಂಬಲ ಕೊಡುವ ಚಳವಳಿಯಲ್ಲಿದ್ದಳು. ಇಷ್ಟೇ ಅಲ್ಲದೆ ಹೊಲಗದ್ದೆಗಳ

ಕೆಲಸದಲ್ಲಿ ಅಣ್ಣನಿಗೆ ನೆರವಾಗುತ್ತಾ, ಕುದುರೆಗಳ ಮೇಲ್ವಿಚಾರಣೆ ಮಾಡುವುದರೊಡನೆ ಅತ್ತಿಗೆ ಟೈ ಏರ್ಪಡಿಸುತ್ತಿದ್ದ ಕುಶಲ ಕಲೆ ಪ್ರದರ್ಶನಗಳಿಗೂ ಬೆಂಬಲವಾಗುತ್ತಿದ್ದಳು.

ಎಗ್ಲಾಂಟೈನಳ ತಂದೆ ಆರ್ಥರ್ ಜೆಬ್ ಆಗಿನ ಅನೇಕ ಜನರಂತೆ ಸಂಪ್ರದಾಯವಾದಿಯಾಗಿದ್ದರೂ ಒಂದಷ್ಟು ನವೀನ ಚಿಂತನೆಯುಳ್ಳವನಾಗಿದ್ದನು. ಸಾಕಷ್ಟು ಓದಿಕೊಂಡು ಕೆಲ ಕಾಲ ಬ್ಯಾರಿಸ್ಟರ್[8] ಕೆಲಸವನ್ನೂ ಮಾಡಿದ್ದ. ಲಿತ್‌ನಲ್ಲಿ ಜೆಬ್ ಕುಟುಂಬದವರೆಲ್ಲರೂ ಇರುವವರೆಗೂ ಕುಟುಂಬದವರು ಮತ್ತು ಎಲ್ಲ ಕೆಲಸಗಾರರೂ ಜೊತೆಯಾಗಿ ಕ್ರಿಸ್‌ಮಸ್ ಹಬ್ಬದ ಔತಣ ಮಾಡುತ್ತಿದ್ದರು. ಅಲ್ಲಿನ ಸುತ್ತಮುತ್ತಲಿನವರಿಗೆ ಅದೊಂದು ಅಚ್ಚರಿಯೇ ಆಗಿತ್ತು. ಮನೆಯ ಕೆಲಸಗಾರರೊಡನೆ ಮಾನವೀಯವಾಗಿ ನಡೆದುಕೊಳ್ಳುವ ಆರ್ಥರ್ ಸುತ್ತಮುತ್ತಲ ಶ್ರೀಮಂತರಿಗೆ ವಿಚಿತ್ರವಾಗಿ ಕಂಡಿದ್ದರೆ ತಪ್ಪೇನಿಲ್ಲ. ಆರ್ಥರ್ ಒಂದು ರೀತಿಯಲ್ಲಿ ಉದಾರವಾದಿಯಾಗಿದ್ದು ಪ್ರಜಾಪ್ರಭುತ್ವದಲ್ಲಿ ನಂಬಿಕೆಯಿರುವವನೂ, ಉತ್ತಮ ಭಾಷಣಕಾರನೂ ಆಗಿದ್ದನು. ತಾನು ರಾಜಕೀಯವಾಗಿ ಕನ್ಸರ್ವೇಟಿವ್ ತತ್ತ್ವಗಳ ಬಗ್ಗೆ ಮನಸ್ಸುಳ್ಳವನಾಗಿದ್ದರೂ, ತನ್ನ ತಂಗಿ ಬನ್ ಔತಣಕೂಟಗಳಿಗೆ ಕರೆತರುತ್ತಿದ್ದ ಲಿಬರಲ್ ರಾಜಕೀಯ ನಿಲುವಿನ ಜನರೊಡನೆ ಸೌಜನ್ಯವಾಗಿ ಮಾತನಾಡುವ ಮನಸ್ಥಿತಿಯನ್ನು ಹೊಂದಿದ್ದ. ತನ್ನ ಮಕ್ಕಳೆಲ್ಲರೂ ವಿದ್ಯಾವಂತರಾಗಬೇಕೆಂದು ಬಯಸಿದ್ದರೂ, ಹೆಣ್ಣುಮಕ್ಕಳು ಕಾಲೇಜು, ವಿಶ್ವವಿದ್ಯಾಲಯಕ್ಕೆ ಹೋಗಿ ಓದುವ ಬಗ್ಗೆ ಅದೇಕೋ ಅಷ್ಟೊಂದು ಒಲವನ್ನು ಅವನು ಹೊಂದಿರಲಿಲ್ಲ. ಇದಕ್ಕೆ ಬನ್ ಸದಾ ವಿರೋಧಿಸುತ್ತಲೇ ಇದ್ದಳು. ಹುಡುಗರನ್ನು ವಸತಿ ಶಾಲೆಗೆ (ಬೋರ್ಡಿಂಗ್) ಕಳುಹಿಸಿ ಮುಂದಿನ ಓದು ಖಾತರಿ ಮಾಡಿದ್ದೀಯಾ, ಹೆಣ್ಣು ಮಕ್ಕಳಿಗೆ ಕಾಲೇಜು ಶಿಕ್ಷಣ ಕೊಡಿಸದೆ ಹಾಳು ಮಾಡುತ್ತೀಯಾ ಎಂದು ಅಣ್ಣನೊಡನೆ ಜಗಳ ತೆಗೆಯುತ್ತಿದ್ದಳು.

ಎಗ್ಲಾಂಟೈನಳ ಅಣ್ಣ ರಿಚರ್ಡ್ (ಡಿಕ್). ಓದು ಬರಹ, ಪ್ರವಾಸದಲ್ಲಿ ಆತನಿಗೆ ಅತೀವ ಆಸಕ್ತಿ. (ಮುಂದೆ ಉನ್ನತ ಶಿಕ್ಷಣ ಪಡೆದ ಡಿಕ್ ಮಾರ್ನಿಂಗ್ ಪೋಸ್ಟ್ ಪತ್ರಿಕೆಗೆ ಲೇಖನಗಳನ್ನು ಬರೆಯುತ್ತಿದ್ದ. ಅವನ ಪುಸ್ತಕ 'ವೈಟ್ ಕಾಮನ್‌ವೆಲ್ತ್' ಅತ್ಯುತ್ತಮ ರಚನೆಯೆಂದು ಹೆಸರು ಪಡೆದಿತ್ತು ಮತ್ತು ಆಕ್ಸ್‌ಫರ್ಡ್‌ನಲ್ಲಿ ಪಠ್ಯಪುಸ್ತಕವೂ ಆಗಿತ್ತು. ಕೆನಡಾದ ಮಹಿಳೆ ಎಥೆಲ್ ಎಂಬುವರನ್ನು ವಿವಾಹವಾದ ಡಿಕ್ ವಿವಿಧ ಸಾಮಾಜಿಕ ವಿಚಾರಗಳ ಬಗ್ಗೆ ಕೆಲಸ ನಡೆಸಿದ್ದ, ರಾಜಕೀಯದಲ್ಲೂ ಒಂದಷ್ಟು ಮನಸ್ಸಿತ್ತು. ಆದರೆ ಅದರಲ್ಲಿ ಯಶಸ್ಸು ಕಾಣದ ಆತ, ಮುಂದೆ ಹಳ್ಳಿಯ ಮನೆ ಲಿತ್‌ನಲ್ಲೇ ಇರಲು ನಿರ್ಧರಿಸುತ್ತಾನೆ. ಆತನ ಮಕ್ಕಳು ಇಂಗ್ಲೆಂಡ್, ಕೆನಡಾ ಮತ್ತು ಭಾರತದಲ್ಲೂ ಮುಂದೆ ನೆಲೆಸುತ್ತಾರೆ.) ಉಳಿದ ಗಂಡು ಮಕ್ಕಳು ಶಿಕ್ಷಣದಲ್ಲಿ ಮುಂದುವರೆಯುವುದು ಅವರ ಸ್ವಾಭಾವಿಕ ಹಕ್ಕು ಎಂಬಂತೆ ಬದುಕು ನಡೆದಿರುತ್ತದೆ.

ಮನೆಯ ಜನರೆಲ್ಲರಿಗೆ ಸಾಮಾಜಿಕ ಕಾಳಜಿ ಇದ್ದುದು ಮತ್ತು ಕ್ರಿಶ್ಚಿಯನ್ ಧರ್ಮದ ನೀತಿ ನಿಯಮಗಳನ್ನು ಪಾಲಿಸುತ್ತಿದ್ದುದು ಜೆಬ್ ಮತ್ತು ಅವಳ ಸೋದರ ಸೋದರಿಯರ ಮೇಲೆ ಅಗಾಧ ಪ್ರಭಾವ ಬೀರಿತ್ತು. ಆಗರ್ಭ ಶ್ರೀಮಂತರ ಕುಟುಂಬದಲ್ಲೇ ಬೆಳೆದ ಜೆಬ್ ಮತ್ತು ಅವಳ ಸಹೋದರ ಸಹೋದರಿಯರು ಆರಂಭಿಕ ಬಾಲ್ಯದಲ್ಲಿ ಶಾಲೆಗೆ ಹೋಗಿರಲಿಲ್ಲ. ಅವರ ಫ್ರೆಂಚ್-ಆಲ್ಸೇಷಿಯನ್[9] ಮೂಲದ ಗವರ್ನೆಸ್ (ಸಹಾಯಕಿ) ಹೆಡ್ಡಿ ಕಾಸ್ಟೆಲರ್ (ಆಲ್ಸೇಸಾ, ಫ್ರಾನ್ಸ್) ಮಕ್ಕಳಿಗೆ ಜರ್ಮನ್ ಮತ್ತು ಫ್ರೆಂಚ್ ಭಾಷೆ ಕಲಿಸುತ್ತಿರುತ್ತಾಳೆ. ಅಲ್ಲಿನ ಸಾಹಿತ್ಯದ ಪರಿಚಯವನ್ನೂ ಮಕ್ಕಳಿಗೆ ಮಾಡಿಸಿರುತ್ತಾಳೆ. ಬಹಳಷ್ಟು ಓದಿಕೊಂಡಿದ್ದ ಮತ್ತು ತನ್ನ ವಿಚಾರಗಳ ಬಗ್ಗೆ ಅತ್ಯಂತ

ಸ್ಪಷ್ಟ ನಿಲುವುಗಳನ್ನು ಹೊಂದಿದ್ದ ಎತ್ತರದ ನಿಲುವಿನ ಹೆಡ್ಡಿ ಏನೇ ಹೇಳಿದರೂ ಆ ಮಾತು ಮಕ್ಕಳಿಗೆ ಅಂತಿಮ ವಾಕ್ಯ.

ಮಕ್ಕಳೊಡನೆ ಸಾಹಿತ್ಯ, ಚರಿತ್ರೆ ಕುರಿತು ಮಾತನಾಡುವಾಗ ಅವುಗಳ ಒಳ ತಿರುಳನ್ನು ತಿಳಿಸುವಾಗ ಹೆಡ್ಡಿ ತನ್ನ ಬದುಕು ಬವಣೆ ಬಗ್ಗೆಯೂ ಹೇಳುತ್ತಿದ್ದಳು. ತನ್ನ ತಾಯ್ನಾಡಿನ ಮೇಲೆ ಪರ್ಷಿಯನ್ನರ ದಾಳಿ, ಅದರಿಂದ ಜನರಿಗಾಗಿರುವ ತೊಂದರೆಗಳ ಬಗ್ಗೆಯೂ ಹೆಡ್ಡಿ ತಿಳಿಸುತ್ತಿರುತ್ತಾಳೆ. ಇದು ಎಗ್ಲಾಂಟೈನಳ ಮೇಲೆ ತೀವ್ರ ಪರಿಣಾಮ ಬೀರಿ, ಬಡವರು, ಸಂಕಷ್ಟದಲ್ಲಿರುವವರನ್ನು ಕುರಿತು ಅವಳಲ್ಲಿ ಕನಿಕರ, ಅನುಕಂಪ ಸಹಜವಾಗಿ ಮೂಡುವಂತೆ ಆಗುತ್ತದೆ. ಬಹುಸಂಖ್ಯಾತ ಬಲಿಷ್ಠರ ಕಪಿಮುಷ್ಟಿಯಲ್ಲಿ ಬದುಕುವ ಅಲ್ಪಸಂಖ್ಯಾತರ ಕಷ್ಟಗಳೇನು, ಅವರೇಕೆ ಬಿಡುಗಡೆ ಬಯಸುತ್ತಾರೆ ಎಂಬ ದೃಷ್ಟಿಕೋನವೂ ಎಗ್ಲಾಂಟೈನಳಿಗೆ ಆಗಲೇ ಅರ್ಥವಾಗುತ್ತದೆ. ಈ ಎಲ್ಲದರ ನಡುವೆ ಎಗ್ಲಾಂಟೈನ್ ತಾನು ಸೈನಿಕಳಾಗಿ ನಾಡ ರಕ್ಷಣೆ ಮಾಡಬೇಕು, ಇಲ್ಲವೇ ಯುದ್ಧ ವರದಿಗಾರಳಾಗಿ ಬೆಟ್ಟದ ಮೇಲೆ ಕೂತು ಯುದ್ಧವನ್ನು ಕಣ್ಣಾರೆ ಕಂಡು ವರದಿ ಮಾಡಬೇಕು ಎಂದೂ ಹೇಳುತ್ತಿರುತ್ತಾಳೆ.

'ರೆಬೆಲ್ ಡಾಟರ್ ಆಫ್ ಎ ಕಂಟ್ರಿ ಹೌಸ್' ಹೆಸರಿನಲ್ಲಿ ಎಗ್ಲಾಂಟೈನಳನ್ನು ಕುರಿತು ಬರೆದಿರುವ ಕಥನದಲ್ಲಿ ಫ್ರಾನ್ಸೆಸ್ಕಾ ವಿಲ್ಸನ್ (ಜಾರ್ಜ್ ಆಲೆನ್ ಮತ್ತು ಅನ್‌ವಿನ್ 1967) ಹೇಳುತ್ತಾರೆ, 'ಈ ಹುಡುಗಿ ಎಗ್ಲಾಂಟೈನ್ ಇತರೆಲ್ಲಾ ಮಕ್ಕಳಿಗಿಂತಲೂ ಹೆಚ್ಚು ಸೃಜನಶೀಲಳಾಗಿರುತ್ತಾಳೆ. ಇವಳಿಗಿಂತಲೂ ಚಿಕ್ಕವರಾದ ಗಾಮಲ್ ಮತ್ತು ಡೊರೋತಿ ಇಬ್ಬರಂತೂ ಎಗ್ಲಾಂಟೈನಳ ಮಾತೆಂದರೆ ಮೀರುತ್ತಿರಲಿಲ್ಲ. ಅವರಿಬ್ಬರನ್ನು ಕಟ್ಟಿಕೊಂಡು ಸದಾಕಾಲ ಮನೆಯ ಸುತ್ತಮುತ್ತಲಿನ ತೋಟದಲ್ಲಿ ಸೈನಿಕರು, ಯುದ್ಧದ ಆಟಗಳು, ಕವಾಯತು ಓಡಾಟ, ಬ್ಯಾಂಡ್ ನುಡಿಸುವುದು ಮತ್ತು ಯುದ್ಧದ ವ್ಯೂಹಗಳ ರಚಿಸಿದ ಆಟಗಳು. ಅವಳ ಸೈನ್ಯದ ಹೆಸರು 2ನೇ ಲಿತ್

ರೆಜಿಮೆಂಟ್ ಆಫ್ ಲೈಟ್ ಕ್ಯಾವೆಲ್ರಿ. ಒಮ್ಮೊಮ್ಮೆ ಈ ಆಟಗಳಿಗೆ ಅವಳ ಹಿರಿಯ ಸೋದರ ಸೋದರಿಯರೂ ಸೇರಲೇಬೇಕಿತ್ತು. ಅವರ ಅತ್ತೆ ಬನ್ ಮತ್ತು ಎಗ್ಲಾಂಟೈನಳ ಅಕ್ಕಂದಿರು ಎಮಿಲಿ ಮತ್ತು ಲಿಲ್ ಕೂಡಾ ಇವರಾಟದಲ್ಲಿ ಮೇಜರ್ ಅಥವಾ ಜನರಲ್ ಆಗಿ ಸೇರುತ್ತಿದ್ದರು.

ಎಗ್ಲಾಂಟೈನಳ ಹೆಸರು ಅವಳಿಗೆ ಶಾಲಾ ದಿನಗಳಲ್ಲಿ ಬಹಳವಾಗಿ ಕಾಡಿತ್ತು. ಜೀಸಸ್ ಕ್ರೈಸ್ಟನನ್ನು ಶಿಲುಬೆಗೇರಿಸುವ ಮೊದಲು ತೊಡಿಸಿದ್ದ ಮುಳ್ಳಿನ ಕಿರೀಟಗಳಲ್ಲೊಂದು 'ಎಗ್ಲಾಂಟೈನ್' ಹೆಸರಿನ (ಬ್ರಿಯಾರ್ ಗುಲಾಬಿ) ಗಿಡದ ದಂಟು.[10] ಈ ಹೆಸರಿನ ದೆಸೆಯಿಂದಾಗಿ ತರಗತಿಯ ಸಹಪಾಠಿಗಳಿಂದ ಎಗ್ಲಾಂಟೈನ್ ಸಾಕಷ್ಟು ಕೀಟಲೆ, ತಂಟೆಗೀಡಾಗಿದ್ದಳು. ಅದು ಬೇಸರಕ್ಕೂ ಕಾರಣವಾಗಿತ್ತು.

ಆಗಿನ ಕಾಲದ ಶ್ರೀಮಂತ ಕುಟುಂಬಗಳ ಮಕ್ಕಳಂತೆ ಎಗ್ಲಾಂಟೈನಳಿಗೆ ಕುದುರೆ ಸವಾರಿ ಬಹಳ ಇಷ್ಟವಾಗಿತ್ತು. ಊರಿನ ಯುವಕರು ಮತ್ತು ಅಣ್ಣನೊಡನೆ ಕಾಡುಮೇಡು ಸುತ್ತುವುದು ಅವಳಿಗೆ ಬೇಕಿತ್ತು. ಸಾಮಾನ್ಯವಾಗಿ ಹುಡುಗಿಯರು ಮತ್ತು ಮಹಿಳೆಯರು ಕುದುರೆ ಹತ್ತಿ ಹೊರಟವರು ಸ್ವಲ್ಪ ಹೊತ್ತಿಗೇ ಸುಸ್ತು ಎಂದು ಹಿಂದಿರುಗುತ್ತಾರೆ ಎನ್ನುವುದು ಅವಳ ವಾದವಾಗಿತ್ತು. ಅದೇ ರೀತಿ ಈಜುವುದು, ದೋಣಿ ನಡೆಸುವುದು, ಕೋಟೆ ಕೊತ್ತಲ ಬೆಟ್ಟ ಗುಡ್ಡಗಳಲ್ಲಿ ಓಡಾಡುವುದೂ ಅವಳಿಗಿಷ್ಟ. ಇಷ್ಟೇ ಅಲ್ಲದೆ ಒಮ್ಮೊಮ್ಮೆ ಒಂಟೊಂಟಿಯಾಗಿ ಯಾವುದಾವುದೋ ಕಾಡುಗಳಲ್ಲಿ ಕೋಟೆಗಳಲ್ಲಿ ಎಗ್ಲಾಂಟೈನ್ ಕುದುರೆಯ ಮೇಲೇರಿ ಸುತ್ತುತ್ತಿದ್ದಳು. ಅಲ್ಲೆಲ್ಲಾ ಹಳ್ಳಿಗಳಲ್ಲಿ ಬಡಜನರೊಡನೆ, ಕೂಲಿಕಾರ್ಮಿಕರೊಡನೆ ಕುಳಿತು ಹರಟುವುದೂ ಆಗುತ್ತಿತ್ತು. ಆ ಹೊತ್ತಿಗೇ ಎಗ್ಲಾಂಟೈನಳ ಮನಸ್ಸಿನಲ್ಲಿ ಶ್ರೀಮಂತರ ಭಂಡಾಚಾರ ಮತ್ತು ಬಡವರ ಕಷ್ಟಕೋಟಲೆಗಳನ್ನು ಕುರಿತು ಹೋಲಿಸಿ ನೋಡಿ ವಿಚಾರ ಮಾಡುವಷ್ಟು ಪ್ರಬುದ್ಧತೆ ಬಂದಿತ್ತು. ಇವಳ ಈ ನಡವಳಿಕೆ ಅಲ್ಲಿನ ಸುತ್ತಮುತ್ತಲಿನ ಭೂಮಾಲೀಕ ಕುಟುಂಬಗಳಲ್ಲಿ ವಿಚಿತ್ರವೇ ಆಗಿತ್ತು.

ಇಂತಹ ಸುಖೀ ಕುಟುಂಬಕ್ಕೆ ಒಂದು ಆಘಾತ ಕಾದಿತ್ತು.

ತಂದೆ ಆರ್ಥರನ ಮರಣ

ಪ್ರೀತಿ ಪಾತ್ರನಾದ ತಂದೆ ಮಕ್ಕಳ ಕಣ್ಣೆದುರೇ ಇಲ್ಲವಾದರೆ ಏನಾಗುತ್ತದೆ? ಬದುಕಿಗೆ ಬೆಂಬಲವಾಗಿದ್ದ ಮತ್ತು ಮನೆಯ ಎಲ್ಲ ವ್ಯವಹಾರಗಳ ನಿರ್ವಹಣೆ ಮಾಡುತ್ತಿದ್ದ ವ್ಯಕ್ತಿ ಮರಣ ಹೊಂದುತ್ತಿದ್ದಂತೆಯೇ ಆ ಕಾಲದಲ್ಲಿ ಅನೇಕ ಕುಟುಂಬಗಳು ಹಳಿತಪ್ಪಿದಂತೆ ಉರುಳಿ ಬೀಳುವುದೇ ಹೆಚ್ಚಾಗಿತ್ತು. ಆದರೆ ಲಿತ್‌ನಲ್ಲಿದ್ದ ಜೆಬ್ ಕುಟುಂಬದಲ್ಲಿ ಹಾಗಾಗಲಿಲ್ಲ. ಎಗ್ಲಾಂಟೈನಳ ತಂದೆ ಆರ್ಥರ್ ನ್ಯೂಮೋನಿಯಾದಿಂದ ಬಳಲಿ ತನ್ನ 55ನೇ ವಯಸ್ಸಿನಲ್ಲಿ ನಿಧನ ಹೊಂದುತ್ತಾರೆ (1895). ಮೇಲಿಂದ ಮೇಲೆ ಆರು ಹೆರಿಗೆಗಳು, ಹೊಲ ಮನೆಗೆಲಸಗಳ ಉಸ್ತುವಾರಿ ಮತ್ತು ತನ್ನ ಇಷ್ಟದ ಕುಶಲಕರ್ಮಿಗಳ ಕೆಲಸಗಳಿಗೆ ಉತ್ತೇಜನ ಕೊಡುವುದರಲ್ಲೇ ಇದ್ದ ತಾಯಿ ಟೈ (ಲೂಯಿ ಜೆಬ್) ಕೂಡಾ ಅಷ್ಟೇನೂ ಉತ್ತಮ ಆರೋಗ್ಯ ಹೊಂದಿರಲಿಲ್ಲ. ಅವಳಿಗೀಗ ಇದ್ದಕ್ಕಿದ್ದ ಹಾಗೆ

ಒಂಟಿಯಾದೆ ಎನ್ನುವಂತಾಗುತ್ತದೆ. ಆದರೆ ಆರ್ಥರ್‌ನ ತಂಗಿ ಬನ್ (ಲೂಯಿಸ್) ಮನೆವಾರ್ತೆಯ ಜವಾಬ್ದಾರಿ ತೆಗೆದುಕೊಂಡು ಮಕ್ಕಳು ಯಾರೂ ಬಳಲದಂತೆ, ಕುಸಿಯದಂತೆ, ದಿಕ್ಕುತಪ್ಪದಂತೆ ನೋಡಿಕೊಳ್ಳುತ್ತಾಳೆ. ತಾಯಿ ಲೂಯಿ ಜೆಬ್ ಕೂಡಾ ತನ್ನ ಅನಾರೋಗ್ಯವನ್ನು ಸಹಿಸಿಕೊಂಡೇ ವಾಸ್ತವವನ್ನು ಅರ್ಥ ಮಾಡಿಕೊಂಡು ಕುಟುಂಬದ ವ್ಯವಹಾರಗಳನ್ನು ಕೈಗೆ ತೆಗೆದುಕೊಳ್ಳುತ್ತಾಳೆ. ಮನೆಯ ಕೆಲಸಗಾರರನ್ನು ಹೇಗೆ ಆರ್ಥರ್ ಆತ್ಮೀಯವಾಗಿ ನಡೆಸಿಕೊಂಡಿದ್ದನೋ ಅದೇ ರೀತಿ ತಾನೂ ಮುಂದುವರೆಸುತ್ತಾಳೆ. ಲಿತ್‌ನಲ್ಲಿ ಆ ವರ್ಷವೂ ಜೆಬ್ ಕುಟುಂಬದೊಡನೆ ಕ್ರಿಸ್‌ಮಸ್ ಹಬ್ಬದ ಔತಣದಲ್ಲಿ ಕೆಲಸಗಾರರ ಕುಟುಂಬದವರೆಲ್ಲರೂ ಸೇರುತ್ತಾರೆ. ಸುತ್ತಮುತ್ತಲಿನ ಕುಟುಂಬಗಳು, ಎಸ್ಟೇಟುಗಳ ಜನರಂದುಕೊಂಡಂತೆ ಲಿತ್ ಮುರಿದು ಬೀಳುವುದಿಲ್ಲ. ಆಚರಣೆ, ಸಂಪ್ರದಾಯ, ವ್ಯವಹಾರದಲ್ಲಿ ಏನೂ ಬದಲಾವಣೆಗಳಾಗುವುದಿಲ್ಲ.

ಆದರೆ ಆರ್ಥರ್ ಎಷ್ಟೇ ಮುಕ್ತ ಮನಸ್ಸಿನವನಾಗಿದ್ದರೂ, ಯಾರ ನಡುವೆಯೂ ತಾರತಮ್ಯ ಮಾಡದವನಾಗಿದ್ದರೂ, ತನ್ನ ಹೆಣ್ಣು ಮಕ್ಕಳು ದೊಡ್ಡ ಓದಿಗೆ ಹೋಗುವುದು ಬೇಡ ಎನ್ನುವ ಧೋರಣೆ ಹೊಂದಿದ್ದು ಎಲ್ಲರಿಗೂ ತಿಳಿದಿದ್ದ ವಿಚಾರವೇ. ಹೆಣ್ಣು ಮಕ್ಕಳು ಅಲ್ಪ ಸ್ವಲ್ಪ ಕಲಿತು ಸದ್ಗೃಹಿಣಿಯರಾಗಿ ಇರಬೇಕು ಎಂದೇ ಹೇಳುತ್ತಿದ್ದ. ಮುಕ್ತ ಚಿಂತನೆಗೆ ಹೆಸರಾಗಿದ್ದ ಮತ್ತು ತಾನೇ ಕೇಂಬ್ರಿಡ್ಜ್‌ನ ನ್ಯೂನ್ಹಾಮ್ ಕಾಲೇಜಿನಲ್ಲಿ (1890ರಲ್ಲೇ) ಉನ್ನತ ಅಭ್ಯಾಸ ಮಾಡಿದ್ದ ಆರ್ಥರನ ತಂಗಿ ಬನ್ ಇದಕ್ಕೆ ವಿರೋಧಿಯಾಗಿದ್ದುದೂ, ಗಂಡು ಮತ್ತು ಹೆಣ್ಣು ಮಕ್ಕಳ ನಡುವೆ ಯಾವುದೇ ತಾರತಮ್ಯ ಮಾಡದೆ ಶಿಕ್ಷಣಕ್ಕೆ ಅವಕಾಶ ಮಾಡಿಕೊಡಬೇಕು ಎಂದು ಅಣ್ಣ ಆರ್ಥರ್ ಜೊತೆ ವಾದಿಸುತ್ತಿದ್ದುದೂ ಕುಟುಂಬದಲ್ಲಿ ಎಲ್ಲರಿಗೂ ತಿಳಿದಿತ್ತು. ಕುಟುಂಬದ ಎಲ್ಲ ಹೆಣ್ಣುಮಕ್ಕಳಿಗೆ ಉನ್ನತ ವಿದ್ಯಾಭ್ಯಾಸದ ಕನಸು ಇದ್ದದ್ದು ಬನ್‌ಗೆ ಚೆನ್ನಾಗಿ ಗೊತ್ತಿತ್ತು. ವಾಸ್ತವವಾಗಿ ಎಗ್ಲಾಂಟೈನಳೂ ಸೇರಿದಂತೆ ಎಲ್ಲರಲ್ಲೂ ಉನ್ನತ ಶಿಕ್ಷಣದ ಆಸೆ ಹುಟ್ಟಿಸಿದ್ದವಳೇ ಬನ್.

ಅಷ್ಟು ಹೊತ್ತಿಗೆ ಎಗ್ಲಾಂಟೈನಳ ಅಣ್ಣ ರಿಚರ್ಡ್ ಆಕ್ಸ್‌ಫರ್ಡ್‌ನ ನ್ಯೂ ಕಾಲೇಜಿನಲ್ಲಿ ವಿದ್ಯಾಭ್ಯಾಸ ನಡೆಸುತ್ತಿದ್ದ. ತಮ್ಮ ಗಾಮಲ್ ಮುಂದೆ ವೈದ್ಯಕೀಯ ಅಭ್ಯಾಸ ಮಾಡುವ ಆಸೆ ಹೊತ್ತು ಶಿಕ್ಷಣ ಪಡೆದುಕೊಂಡಿದ್ದರೂ ಕಾಲೇಜಿಗೆ ಹೋಗುವ ಮೊದಲೇ ನಿಧನ ಹೊಂದಿದ (1896).

ತಮ್ಮ ಉನ್ನತ ಶಿಕ್ಷಣದ ಬಯಕೆಗೆ ತಂದೆಯ ವಿರೋಧವಿದೆ ಎಂದು ಅರಿತಿದ್ದ ಹೆಣ್ಣುಮಕ್ಕಳು ಆ ಕುರಿತು ದೊಡ್ಡ ರಂಪ ಜಗಳ ವಾಗ್ವಾದ ಮಾಡಿರಲಿಲ್ಲ. ಉಳಿದ ಹುಡುಗಿಯರು ಮನೆವಾರ್ತೆಯಲ್ಲಿ ತೊಡಗಿಕೊಂಡು, ಹೊಲಗದ್ದೆಯಲ್ಲಿ ಕೆಲಸ ಓಡಾಟ, ಹಸುಕರುಗಳು, ಕುರಿಗಳನ್ನು ನೋಡಿಕೊಳ್ಳುವುದು, ಕತೆ ಕಾದಂಬರಿ ಓದಿಕೊಂಡು ಏನೋ ಓದು ಬರಹ ಮಾಡುತ್ತಿದ್ದರೆ, ಓದು ಬರಹದೊಡನೆ ಎಗ್ಲಾಂಟೈನ್ ತನ್ನ ಬೇಸರವನ್ನು ಮರೆಯಲು ದೀರ್ಘ ಕಾಲ ಕುದುರೆ ಸವಾರಿ ಮಾಡುತ್ತಿದ್ದಳು. ಕಾಡು ಬೆಟ್ಟ ಅಲೆಯುತ್ತಿದ್ದಳು. ಹಳ್ಳಿ ಹಳ್ಳಿ ಸುತ್ತಿ ಅಲ್ಲಿನ ಕೆಲಸಗಾರ ಬಡಜನರೊಂದಿಗೆ ಕುಳಿತು ಮಾತನಾಡುವುದು, ಅವರೊಡನೆ ತಿಂದು ಕುಡಿದು ಅವರ ಕಷ್ಟ ಕಾರ್ಪಣ್ಯಗಳು, ಸುಖ ಸಂತೋಷಗಳನ್ನು ಕುರಿತು ಮಾತನಾಡುತ್ತಿದ್ದಳು. ಎಷ್ಟೋ ಬಾರಿ ಅವರೊಡನೆ ನೃತ್ಯಗಳಲ್ಲೂ ಪಾಲ್ಗೊಳ್ಳುತ್ತಿದ್ದಳು. ಅದು ಹೇಗೋ ಏನೋ ಅವಳ ಮಾತುಗಳಲ್ಲಿ ಬರಹಗಳಲ್ಲಿ ಆ ಭಾವನೆ ಗಟ್ಟಿಯಾಗಿ ಒಡಮೂಡಿತ್ತು ಕೂಡಾ.

"ಜನ ಬದುಕಿಗಾಗಿ ಏನು ಮಾಡುತ್ತಾರೆ, ತಮ್ಮ ಸಮಯವನ್ನು ಹೇಗೆ ಕಳೆಯುತ್ತಾರೆ ಅಥವಾ ವಿನಿಯೋಗಿಸುತ್ತಾರೆ ಎನ್ನುವುದರ ಮೇಲೆ ಜನರಿಗೆ ಗೌರವ ಕೊಡುವುದು ಅದೆಷ್ಟು ಸರಿ?

ಸಮಾಜದಲ್ಲಿ ಒಂದೇ ವರ್ಗ–ಅದು ಮಾನವೀಯತೆ" – ಇದು ಎಗ್ಲಾಂಟೈನಳ ಪ್ರಬಲವಾದ ನಿಲುವಾಗಿತ್ತು. ಬಾಲ್ಯ ಕಳೆದು ಹದಿವಯಸ್ಸಿನಲ್ಲಿ ಬೆಳೆಯುತ್ತಿದ್ದ ಬಾಲೆ ಆಡಂಬರಗಳಿಲ್ಲದ ಬದುಕು, ಸರಳವಾದ ಬಟ್ಟೆ ಧರಿಸುವುದನ್ನು ಇಷ್ಟಪಡುತ್ತಿದ್ದಳು. ಇದು ನೆರೆಹೊರೆಯ ಅನೇಕ ಶ್ರೀಮಂತ ಕುಟುಂಬಗಳಿಗೆ ಅಚ್ಚರಿ ತರಿಸುತ್ತಿತ್ತು.

ಒಂದು ದಿನ ಎಗ್ಲಾಂಟೈನ್ ದೂರದ ಕುದುರೆ ಸವಾರಿ ಮುಗಿಸಿ ಮನೆಗೆ ಬಂದಾಗ ಸುಸ್ತಾಗಿದ್ದಳು. ಸ್ನಾನ ಮಾಡಿ ಊಟ ಮುಗಿಸಿ ಮಲಗಿ ವಿಶ್ರಾಂತಿ ತೆಗೆದುಕೊಳ್ಳುವ ಇರಾದೆ ಅವಳದ್ದಾಗಿತ್ತು. ಸ್ನಾನ ಮುಗಿಸಿ ಊಟದ ಮೇಜಿಗೆ ಬಂದಾಗ ಅತ್ತೆ ಬನ್ ಅವಳಿಗಾಗಿ ಕಾಯುತ್ತಿದ್ದರು. ಎಗ್ಲಾಂಟೈನಳ ಅಕ್ಕ ತಂಗಿಯರೆಲ್ಲಾ ಇದ್ದರು. ತಟ್ಟೆಗೆ ತಾನೇ ಊಟ ಬಡಿಸಿದ ಬನ್ ಮಾತಿನ ನಡುವೆ ಕೇಂಬ್ರಿಡ್ಜ್‌ನಲ್ಲಿ ತಾನು ಓದಿದ ಶಾಲೆ, ಕಾಲೇಜು ಅಲ್ಲಿನ ಶೈಕ್ಷಣಿಕ ವಾತಾವರಣ ಕುರಿತು ಹಳೆಯ ನೆನಪುಗಳ ಮಾತು ಶುರು ಮಾಡುತ್ತಾಳೆ. 'ನಿಮಗೆ ಗೊತ್ತೆ ನಿಮ್ಮ ಮಾವ ಡಾರ್ವಿನ್[11] ಜೊತೆಯಲ್ಲಿ ಕೆಲಸ ಮಾಡಿದ್ದ ಅಂತ. ಅವನಿಗಂತೂ ಎಲ್ಲ ಮಕ್ಕಳೂ ಶಾಲೆ ಕಲಿಯಬೇಕು, ಅದರಲ್ಲೂ ಹೆಣ್ಣು ಮಕ್ಕಳು ಕೂಡಾ ಉನ್ನತ ವಿದ್ಯಾಭ್ಯಾಸ ಮಾಡಬೇಕು ಎನ್ನುವುದರ ಬಗ್ಗೆ ಬಹಳ ಆಸಕ್ತಿ ಇತ್ತು. ಅವನು ಶುರು ಮಾಡಿದ ನ್ಯೂನ್ಹಾಮ್ ಕಾಲೇಜಿನಲ್ಲೇ ನಾನೂ ಓದಿದ್ದು'. ಈ ಮಾತುಗಳನ್ನು ಮಕ್ಕಳೆಲ್ಲಾ ಹಲವು ಬಾರಿ ಕೇಳಿದ್ದರು. ಪ್ರತಿಬಾರಿಯೂ ಅದೊಂದು ರೋಚಕ ವಿಚಾರವೇ ಆಗಿತ್ತು. ಮಾತುಕತೆ, ಪ್ರಶ್ನೋತ್ತರ ಆಸಕ್ತಿದಾಯಕವಾಗಿ ನಡೆದಿತ್ತು. ಥಟ್ ಅಂತ ಬನ್ ಒಂದು ಪ್ರಶ್ನೆ ಎಸೆದಳು. 'ಎಮಿಲಿ ಮತ್ತು ಲೂಯಿಸಾ ನಿಮ್ಮದೇನು ಮುಂದಿನ ಓದಿನ ಯೋಜನೆ? ಎಗ್ಲಾಂಟೈನ್, ಹಾ ಡೊರೋತಿ ನೀವು ಮುಂದಿನ ಕಾಲೇಜಿಗೆ ಹೋಗುವುದಾದರೆ ಎಲ್ಲಿಗೆ ಹೋಗುವುದು ಅಂತ ಅಂದುಕೊಳ್ಳುತ್ತೀರಿ?'

ಅದೆಲ್ಲಿಂದಲೋ ಇದ್ದಕ್ಕಿದ್ದಂತೆ ಬಂದ ಪ್ರಶ್ನೆಗೆ ಸೋದರಿಯರೆಲ್ಲರೂ ಚಕಿತರಾದರು. ಇದು ಮುಗಿದು ಹೋದ ಅಧ್ಯಾಯ ಎಂದುಕೊಂಡವರಿಗೆ ಏನು ಹೇಳಬೇಕೆಂದು ತೋಚಲಿಲ್ಲ. ಅಷ್ಟು ಹೊತ್ತಿಗೆ ಚರ್ಚೆಗೆ ಅಮ್ಮ ಟೈ ಕೂಡಾ ಸೇರಿದರು. 'ಹೌದು, ಎಲ್ಲಿ ಓದುತ್ತೀರಿ?' ಕೇಂಬ್ರಿಡ್ಜ್ ಅಥವಾ ಆಕ್ಸಫರ್ಡ್ ಅಥವಾ ಬ್ಲೂಮ್ಸ್‌ಬರಿ ಅಥವಾ ಮತ್ತೊಂದು. ಒಂದಷ್ಟು ಚರ್ಚೆ ನಡೆದು ಬನ್ ನೀಡಿದ ಸಲಹೆಯಂತೆ ಮತ್ತು ಮಕ್ಕಳು ಒಪ್ಪಿದಂತೆ ಎಮಿಲಿ ಡ್ರೆಸ್ಡನ್‌ನಲ್ಲಿ ಕಲೆಯೊಂದಿಗೆ ಜರ್ಮನ್ ಅಧ್ಯಯನವನ್ನೂ, ಲೂಯಿಸಾ ಮತ್ತು ಡೊರೋತಿ ಕೇಂಬ್ರಿಡ್ಜ್‌ನ ನ್ಯೂನ್ಹಾಮ್ ಕಾಲೇಜಿನಲ್ಲಿ, ಎಗ್ಲಾಂಟೈನ್ ಆಕ್ಸ್‌ಫರ್ಡ್‌ನಲ್ಲಿ ಲೇಡಿ ಮಾರ್ಗರೆಟ್ ಹಾಲ್ ಕಾಲೇಜಿನಲ್ಲಿ ಚರಿತ್ರೆ ಓದುವುದು ಎಂದು ನಿರ್ಧಾರವಾಯಿತು. ಲೂಯಿಸಾ ತನ್ನ ಆಸಕ್ತಿಯಿದ್ದ ಕೃಷಿ ಸಂಬಂಧಿತ ಅಧ್ಯಯನದಲ್ಲಿ ತೊಡಗಿದರೆ, ಡೊರೋತಿ ನೈತಿಕ ವಿಜ್ಞಾನ ಮತ್ತು ಅರ್ಥಶಾಸ್ತ್ರವನ್ನು ಅಧ್ಯಯನ ಮಾಡುವುದೆಂದಾಯಿತು.

ಲೇಡಿ ಮಾರ್ಗರೆಟ್ ಹಾಲ್, ಆಕ್ಸ್‌ಫರ್ಡ್

1895ರ ಶೈಕ್ಷಣಿಕ ವರ್ಷದ ಆರಂಭದಿಂದಲೇ ಎಗ್ಲಾಂಟೈನ್ ಲೇಡಿ ಮಾರ್ಗರೆಟ್ ಹಾಲ್[12] ಕಾಲೇಜಿನಲ್ಲಿ ಚರಿತ್ರೆ ವಿಭಾಗದಲ್ಲಿ ಸೇರುತ್ತಾಳೆ. ಮೊದಲೇ ಕವಿ ಮನಸ್ಸಿನ ಸ್ವಚ್ಛಂದತೆಯನ್ನು ಇಷ್ಟಪಡುವ ಎಗ್ಲಾಂಟೈನಳಿಗೆ ಅಲ್ಲಿನ ಶೈಕ್ಷಣಿಕ ವಾತಾವರಣ ಇಷ್ಟವಾಗುತ್ತದೆ. ಆದರೆ ಕಷ್ಟವಾದದ್ದು, ತರತಮಗಳ ವಿರುದ್ಧ ದಿಟ್ಟ ನಿಲುವನ್ನು ಹೊಂದಿದ್ದ ಇವಳಿಗೆ ಶ್ರೀಮಂತ ಕುಟುಂಬಗಳ ವಿದ್ಯಾರ್ಥಿಗಳಿಗೆ ಒಂದು ರೀತಿ, ಬಡವರು ಮತ್ತು ಮಧ್ಯಮ ವರ್ಗದ ವಿದ್ಯಾರ್ಥಿಗಳಿಗೆ ಇನ್ನೊಂದು ರೀತಿಯ ಕೋಣೆಗಳು, ಊಟದ ವ್ಯವಸ್ಥೆ ಇರುವುದು ಕಸಿವಿಸಿ ತಂದಿತ್ತು.

ಇದು ಯಾಕೋ ಸರಿಯಿಲ್ಲ. ತಾನೂ ಕೂಡಾ ಸರಳವಾಗಿರುತ್ತೇನೆ ಎಂದು ಎಗ್ಲಾಂಟೈನ್ ತನ್ನ ಕೋಣೆಯಲ್ಲಿದ್ದ ಎಲ್ಲ ರೀತಿಯ ಐಶಾರಾಮಿ ವಸ್ತುಗಳನ್ನೆಲ್ಲಾ ಹೊರಕ್ಕಿಟ್ಟು ತಾನು ಮತ್ತು ತನ್ನ ಪುಸ್ತಕಗಳು ಇಷ್ಟು ಮಾತ್ರ ಸಾಕು ಎಂದು ನಿಶ್ಚಯಿಸುತ್ತಾಳೆ. ತನ್ನ ಕೋಣೆಯಲ್ಲಿ ಕೇವಲ ಹಾಸಿಗೆ, ಓದಲು ಬರೆಯಲು ಒಂದು ಮೇಜು ಮತ್ತು ಬಟ್ಟೆ ನೇತು ಹಾಕಲೊಂದು ಸ್ಟಾಂಡ್ ಇಷ್ಟೇ ಸಾಕು ಎಂದು ಮಿಕ್ಕೆಲ್ಲವನ್ನೂ ಹಾಸ್ಟೆಲ್ಲಿನ ಸಿಬ್ಬಂದಿ ಸಹಾಯದೊಂದಿಗೆ ಹೊರ ಹಾಕುತ್ತಾಳೆ. ಹಾಸ್ಟೆಲ್ಲಿನಲ್ಲಿದ್ದ ಇತರ ಶ್ರೀಮಂತ ಹಿನ್ನೆಲೆಯ ವಿದ್ಯಾರ್ಥಿನಿಯರಿಗೆ ಇದೆಲ್ಲಾ ಅವಾಸ್ತವವಾಗಿ ಕಾಣುತ್ತದೆ. ಈ ಗಡಿಬಿಡಿಯನ್ನು ಗಮನಿಸಿದ ಕಾಲೇಜಿನ ಉಪ ಪ್ರಾಂಶುಪಾಲರಾಗಿದ್ದ ಶ್ರೀಮತಿ ಪಿಯರ್‌ಸನ್ 'ಇದೆಲ್ಲಾ ಸರಿ, ಆದರೆ ಕೆಲವು ಆವಶ್ಯಕ ವಸ್ತುಗಳು ಬೇಕೇಬೇಕು' ಎಂದು ಎಗ್ಲಾಂಟೈನಳ ಮನವೊಲಿಸಿ ಕೆಲವೊಂದು ವಸ್ತುಗಳನ್ನು ಮತ್ತೆ ಕೊಡಿಸುತ್ತಾರೆ. ಎಗ್ಲಾಂಟೈನಳ ಈ ನಡೆ ಹಲವರಿಗೆ ಕುತೂಹಲಕಾರಿಯಾಗಿತ್ತು ಮತ್ತು ಈ ನಡೆಯಿಂದಾಗಿ ಆರಂಭದ ದಿನಗಳಲ್ಲಿ ಜನರೊಡನೆ ಹೆಚ್ಚು ಬೆರೆಯದೆ ಒಂಟಿಯಾಗಿರುತ್ತಿದ್ದರೂ, ಕಾಲೇಜಿನಲ್ಲಿ ಎಗ್ಲಾಂಟೈನ್ ಸಾಕಷ್ಟು ಪ್ರಸಿದ್ಧಳಾದಳು.

ಆಗಲೇ ಬಡವರು ಮತ್ತು ಶ್ರೀಮಂತರ ನಡುವಿನ ತಾರತಮ್ಯ, ವ್ಯತ್ಯಾಸಗಳನ್ನು ಎಗ್ಲಾಂಟೈನ್ ಗುರುತಿಸುವ ಅರಿವನ್ನು ಪಡೆದಿದ್ದಳು ಮತ್ತು ಈ ರೀತಿಯ ತರತಮ ಕುರಿತು ಸಾಕಷ್ಟು ಬೇಸರವನ್ನೂ ವ್ಯಕ್ತಪಡಿಸುವಂತಹವಳಾಗಿದ್ದಳು. ಎಗ್ಲಾಂಟೈನಳ ಈ ಸ್ವಭಾವದ ಬಗ್ಗೆ ಡೇಮ್ ಕ್ಯಾಥಲೀನ್ ಕೋರ್ಟನಿ ಎಂಬ ಇನ್ನೊಬ್ಬ ವಿದ್ಯಾರ್ಥಿ ಬರೆಯುತ್ತಾ, ಜೆಬ್ ಆಗಿನ ಕಾಲದಲ್ಲೇ ಇನ್ನಿತರ ಎಲ್ಲ ವಿದ್ಯಾರ್ಥಿಗಳಿಗಿಂತ ಭಿನ್ನವಾದ ನಡವಳಿಕೆ ಉಳ್ಳವಳಾಗಿದ್ದಳು ಎನ್ನುತ್ತಾಳೆ.

ವಿಶ್ವವಿದ್ಯಾಲಯದಲ್ಲಿ ಆಗ್ಗೆ ಒಂದು ದಂತಕತೆಯೇ ಎಂದು ಖ್ಯಾತರಾಗಿದ್ದ ಎ.ಎಲ್.ಸ್ಮಿತ್ ಅವರ ರಾಜಕೀಯ ಶಾಸ್ತ್ರದ ಪಾಠಗಳು ಎಗ್ಲಾಂಟೈನ್‌ಗೆ ಬಹಳ ಅಪ್ಯಾಯಮಾನವಾಗಿರುತ್ತವೆ. ಕಾಲೇಜಿನ ಪ್ರಾಂಶುಪಾಲರಾಗಿದ್ದ ಶ್ರೀಮತಿ ವರ್ಡ್ಸ್‌ವರ್ತ್‌ರ[13] (ಕವಿ ವರ್ಡ್ಸ್‌ವರ್ತ್‌ರ ಮರಿಮೊಮ್ಮಗಳು) ಅತ್ಯಂತ ಪ್ರೀತಿಪಾತ್ರ ಶಿಷ್ಯೆಯೆಂಬ ಖ್ಯಾತಿಯನ್ನೂ ಎಗ್ಲಾಂಟೈನ್ ಗಳಿಸುತ್ತಾಳೆ. ದಿನಗಳೆದಂತೆ ಚರ್ಚೆ, ಸಂವಾದಗಳಲ್ಲಿ ಪಾಲ್ಗೊಳ್ಳಲಾರಂಭಿಸುವ ಎಗ್ಲಾಂಟೈನ್ ಮುಂದೆ ಉತ್ತಮ ವಾಗ್ಮಿಯೆಂದೂ, ಚರ್ಚಾಪಟುವೆಂದು ಹೆಸರು ಮಾಡುತ್ತಾಳೆ.

ಎಗ್ಲಾಂಟೈನ್ ಒಮ್ಮೆ ಉದ್ಗರಿಸುತ್ತಾಳೆ, 'ಅಪ್ಪ, ಹೆಣ್ಣು ಮಕ್ಕಳು ಹೆಚ್ಚು ಓದುವುದು ಬೇಡ ಎಂಬುದು ನಿಮ್ಮ ಅಭಿಪ್ರಾಯವಾಗಿತ್ತು. ನೀವದನ್ನು ನಮಗೆ ನೇರವಾಗಿ ಹೇಳಲಿಲ್ಲ. ಆದರೆ ನಮಗೆ ಗೊತ್ತಿತ್ತು. ನಾವು ಯಾರೂ ನಿಮ್ಮೊಡನೆ ಈ ವಿಚಾರಕ್ಕೆ ವಾಗ್ವಾದ ಮಾಡಿರಲಿಲ್ಲ. ನಾವು ಕುಲೀನ ಕುಟುಂಬದ ಹೆಣ್ಣುಗಳಲ್ಲವೆ? ನಮ್ಮ ಆಸೆ ಆಕಾಂಕ್ಷೆಗಳನ್ನು ಹತ್ತಿಟ್ಟುಕೊಳ್ಳುವುದನ್ನು ನಾವು ಬಹಳ ಮೊದಲೇ ಕಲಿತುಕೊಂಡುಬಿಟ್ಟಿದ್ದೆವು. ಆದರೆ ಅತ್ತೆ ಬನ್ ನಮಗೆ ಬೇರೆ ಜಗತ್ತನ್ನು ನೋಡುವುದನ್ನು ಕಲಿಸಿದಳು. ಅಪ್ಪ, ತಡವಾಯಿತು. ಚಿಂತೆಯಿಲ್ಲ. ನಾನು ಆಕ್ಸ್‌ಫರ್ಡ್‌ಗೆ ಬಂದದ್ದು ತಡವಾದರೂ, ಇಲ್ಲಿನ ಕಲಿಕೆ ನನಗೆ, ನಮ್ಮ ಕುಟುಂಬಕ್ಕೆ, ಪ್ರಾಯಶಃ ನಮ್ಮ ಸಮುದಾಯಕ್ಕೆ ಉಪಯೋಗ ಆಗುವಂತೆ ನಡೆದುಕೊಳ್ಳುತ್ತೇನೆ. ನೀವೇನೂ ಬೇಸರ ಪಡಬೇಡಿ. ನಿಮ್ಮ ನಿರ್ಗಮನದ ನಂತರ ನಮಗೆ ಇಂತಹದೊಂದು ಅವಕಾಶ ಸಿಕ್ಕಿದೆ. ನಿಮ್ಮ ಪ್ರತಿಷ್ಠೆಗೆ ನಾನು ಭಂಗ ತರುವುದಿಲ್ಲ. ನನಗಿಲ್ಲಿ ಅದೆಷ್ಟು ಹೊಸ ಚಿಂತನೆಗಳು ತಿಳಿಯುತ್ತಿದೆ ಗೊತ್ತೇನಪ್ಪ. ನಾನು ಲಿತ್‌ನಲ್ಲೇ ಇದ್ದಿದ್ದರೆ ಇಂತಹದೊಂದು ಜಗತ್ತು ಇದೆ ಅಂತ ತಿಳೀತಾನೆ ಇರಲಿಲ್ಲ. ಮಾವ ಸರ್ ರಿಚರ್ಡ್

ಕ್ಲಾವೆರ್‌ಹೌಸ್ ಜೆಬ್ ಕೇಂಬ್ರಿಡ್ಜ್‌ನಲ್ಲಿ ದೊಡ್ಡ ಹೆಸರು. ಆತನ ಬಗ್ಗೆ ಇಲ್ಲೂ ಮಾತನಾಡುತ್ತಾರೆ. ಕಾನನ್ ಗೋರೆ ಧರ್ಮ ಮತ್ತು ಸಮಾಜದ ಬಗ್ಗೆ ಮಾತನಾಡುವುದು, ವಿಲಿಯಂ ಮೋರಿಸ್‌ರ ಸಮಾಜ ಸಮಾನತೆ ಬಗ್ಗೆ ಬರೆದ ಲೇಖನಗಳನ್ನು ಓದುತ್ತಾ ಇದ್ದರೆ ನಾನೂ ಏನಾದರೂ ಮಾಡಿ ಸಮಾಜದ ಸಮಸ್ಯೆಗಳನ್ನು ಪರಿಹರಿಸಲು ಮುಂದಾಗಬೇಕು ಅಂತ ಅನ್ನಿಸುತ್ತೆ ಅಪ್ಪ. ಜೊತೆಗೆ ನಿನಗೆ ಗೊತ್ತಾ ಅಪ್ಪ, ಇಲ್ಲಿ ಅದೆಷ್ಟು ಮಹಿಳೆಯರು ಪ್ರಗತಿಪರ ಚಿಂತನೆಗಳನ್ನು ಹೊಂದಿದ್ದಾರೆ, ಅವರು ಬಡವರ ಉದ್ಧಾರದ ಬಗ್ಗೆ ಅತ್ಯುತ್ತಮ ಆಲೋಚನೆಗಳನ್ನು ಹೊಂದಿದ್ದಾರೆ. ನೀನು ನಮ್ಮ ಹೊಲದ ಕೆಲಸಗಾರರ ಮಕ್ಕಳೊಂದಿಗೆ ನಾವು ಆಡಬೇಕು ಅವರೊಡನೆ ಬೆರೆತು ಊಟ ಮಾಡಬೇಕು, ಕೆಲಸದಲ್ಲೂ ಕೈ ಜೋಡಿಸಬೇಕು ಅಂತ ಹೇಳುತ್ತಿದ್ದಾಗ ಮೊದಮೊದಲು ನನಗೆ ಅರ್ಥ ಆಗುತ್ತಿರಲಿಲ್ಲ. ಅದು ಬಹಳ ಸಹಜವಾಗಿ ನನ್ನಲ್ಲಿ ಬೆರೆತು ಹೋಗಿತ್ತು. ಆದರೆ ಈಗ ಅದರ ಮೌಲ್ಯ ಏನು ಅಂತ ನನಗೆ ಗೊತ್ತಾಗ್ತಾ ಇದೆ. ಅಪ್ಪ! ನೀವು ಇರುವಾಗಲೇ ನಾವು ಕಾಲೇಜಿಗೆ ಬರುವಂತಾಗಿದ್ದರೆ...' ಎಗ್ಲಾಂಟೈನಳ ಆಗಿನ ತಹತಹಿಕೆ ಆ ಕಾಲಕ್ಕೆ ಎಲ್ಲರಿಗೂ ತಿಳಿಯುತ್ತಿತ್ತೋ ಇಲ್ಲವೋ ಅರಿವಾಗುವುದಿಲ್ಲ.

ಶಾಲಾ ಶಿಕ್ಷಕಿ ಜೆಬ್

ಆಕ್ಸ್‌ಫರ್ಡ್‌ನ ಶಿಕ್ಷಣ ಮುಗಿಯುವ ಹೊತ್ತಿಗೆ ಜೆಬ್‌ಗೆ ಅಲ್ಲಿಂದ ಹೊರಹೋದರೆ ಸಾಕು, ಸಮಾಜದಲ್ಲಿ ಏನನ್ನಾದರೂ ಸಾಧಿಸಬೇಕು ಎನ್ನುವ ತುಡಿತ ಕಾಡುತ್ತಿತ್ತು. ತನಗೇನು ಬರುತ್ತದೆ, ತನ್ನಿಂದೇನು ಸಾಧ್ಯ ಎಂಬ ಬಗ್ಗೆ ಒಂದು ತರಹದ ಅನುಮಾನವೂ ಇತ್ತು. ಮೊದಮೊದಲು ಕತೆಗಳನ್ನು ಬರೆಯುವುದು ಎಂದುಕೊಂಡಳು. ಬಾಲ್ಯದಲ್ಲಿ ಕತೆ ಕವನ ಬರೆಯುತ್ತಿದ್ದ ಅನುಭವವಿತ್ತು. ಆಗೆಲ್ಲಾ ಬರೆಯುತ್ತಿದ್ದುದು ರಮ್ಯ ಕಲ್ಪನೆಗಳ ದೇವತೆಗಳು, ಕಿನ್ನರಿಯರು, ಮಾಯಾವಿಗಳು, ದೆವ್ವಗಳು, ಕಳ್ಳರು ಇವೇ ಕತೆಗಳಾಗಿತ್ತು. ಈಗ ಅದನ್ನೆಲ್ಲಾ ಬಿಟ್ಟು ಹೊಸತು, ಸಮಾಜಕ್ಕೆ ಉಪಯೋಗಕಾರಿಯಾದದ್ದು, ಬೈಬಲ್‌ನಲ್ಲಿ ಹೇಳಿರುವ ಕ್ರಿಶ್ಚಿಯನ್ ಮೌಲ್ಯಗಳಿಗೆ ತಕ್ಕುದಾದುದನ್ನು ಬರೆಯಬೇಕೆಂದು ಬಯಸಿದ್ದಳು.

ಆದರೆ ನಿಧಾನವಾಗಿ ಅವಳು ಸಮಾಜದಲ್ಲಿನ ಲೋಭ, ಮದ, ಮತ್ಸರ, ವರ್ಗ ಸಂಘರ್ಷ, ಅನ್ಯಾಯ, ಜನ ಮೌಲ್ಯಗಳನ್ನು ಬಿಟ್ಟು ನಡೆದುಕೊಳ್ಳುವ ರೀತಿ ಇವನ್ನೆಲ್ಲಾ ಹತ್ತಿರದಿಂದ ನೋಡಿ ಬೇಸರಕ್ಕೆ ಬಿದ್ದಿದ್ದಳು. ಒಂದು ಹಂತದಲ್ಲಿ ಸಮಾಜದಿಂದ ವಿಮುಖಳಾಗಿ ಆತ್ಮಹತ್ಯೆಯ ಯೋಚನೆಯನ್ನೂ ಮಾಡಿದ್ದಳು. ಆಗ ಅವಳ ನೆರವಿಗೆ ಬಂದವರು ಆರ್ನಾಲ್ಡ್ ಟಾಯ್ನ್‌ಬೀ[14] ಮತ್ತು ಅವರ ಹೆಂಡತಿ ಶಾರ್ಲಟ್. 'ನನ್ನ ಮನಸ್ಥಿತಿ ಈಗ ಬಹಳ ಕ್ಷೋಭೆಯಲ್ಲಿದೆ. ಈ ಸಮಾಜದಲ್ಲಿ ಇರುವ ತಾರತಮ್ಯ ನನ್ನನ್ನು ಬಾಧಿಸುತ್ತಿದೆ. ಈಗ ನಾನೇನು ಮಾಡಲಿ?' ಎಂಬುದು ಜೆಬ್ಬಳ ಪ್ರಶ್ನೆಯಾಗಿತ್ತು. ಟಾಯ್ನ್‌ಬೀ ಅವರ ಸಲಹೆಯಂತೆ ಜೆಬ್ ಸ್ಟಾಕ್‌ವೆಲ್‌ನಲ್ಲಿನ ಶಿಕ್ಷಕ ತರಬೇತಿ ಶಾಲೆಗೆ ಸೇರುತ್ತಾಳೆ (1898). ಪ್ರಾಯಶಃ ಎಗ್ಲಾಂಟೈನಳ ತಂದೆ ಕೆಲಕಾಲ ಶಾಲಾ ಇನ್ಸ್‌ಪೆಕ್ಟರ್ ಆಗಿ ಕೆಲಸ ಮಾಡಿದ್ದ ಪ್ರಭಾವವೂ ತಾನು ಶಿಕ್ಷಕಿ ಆಗಬಹುದೇನೋ ಎನ್ನುವ ಆಸೆಯನ್ನು ಅವಳಲ್ಲಿ ಹುಟ್ಟಿಸಿತ್ತು. ಅದರ ಮೂಲಕ ಆಕ್ಸ್‌ಫರ್ಡ್‌ನ ಪೂರ್ ಲಾ ಸ್ಕೂಲಿಗೆ ಭೇಟಿ ನೀಡುವ ಪರಿಪಾಠ ಬೆಳೆಸಿಕೊಂಡಳು. ಆಗರ್ಭ ಶ್ರೀಮಂತರ ಕುಟುಂಬದ ಹೆಣ್ಣೊಬ್ಬಳು ಶಾಲಾ ಶಿಕ್ಷಕಿಯಾಗಲು ಬಯಸುವುದು ಎಂದರೆ ಏನು, ಬಡವರ ಶಾಲೆಗೆ ಭೇಟಿ ಕೊಡುವುದು ಎಂದರೇನು ಎಂದು ಆಗಿನ ಜನ ಮಾತಾಡಿಕೊಂಡರು. ಕೆಲವರು ಮತ್ತೆ ಮತ್ತೆ ಜೆಬ್‌ಗೆ ಉಚಿತ ಸಲಹೆಗಳನ್ನು ಕೊಡಲು, ಅವಳನ್ನು ವಿಮುಖಳನ್ನಾಗಿಸಲು ಯತ್ನಿಸಿದ್ದರು.

ಶಿಕ್ಷಕಿಯಾಗಲು ತರಬೇತಿ ಪಡೆದ ನಂತರ ಜೆಬ್ ವಿಲ್ಟ್‌ಷೈರ್‌ನ ಮಾರ್ಲ್‌ಬೊರೋವಿನ ಸೇಂಟ್ ಪೀಟರ್ಸ್ ಜೂನಿಯರ್ ಶಾಲೆಯಲ್ಲಿ ಪ್ರಾಥಮಿಕ ಶಾಲಾಶಿಕ್ಷಕಿಯಾಗಿ ಕೆಲಸಕ್ಕೆ ಸೇರುತ್ತಾಳೆ (1899). ಶ್ರೀಮಂತ ಕುಟುಂಬದ ಮಹಿಳೆಯೊಬ್ಬಳು ಬಡ ಮಕ್ಕಳ ಶಾಲೆಯಲ್ಲಿ ದುಡಿಯುವುದು ಆ ದಿನಗಳಲ್ಲಿ ಆಶ್ಚರ್ಯಕರ ಸಂಗತಿಯೇ ಆಗಿತ್ತು. ಜೆಬ್ ಕುಟಂಬದ ಜೊತೆ ಸಂಪರ್ಕದಲ್ಲಿದ್ದ ಶ್ರೀಮಂತರು ಈ ಕುರಿತು ತಮ್ಮ ಅಸಮಾಧಾನವನ್ನು ವ್ಯಕ್ತಪಡಿಸುತ್ತಾರೆ. ಜೊತೆಗೆ ಅಷ್ಟೊಂದು ಓದಿಕೊಂಡಿರುವವರು ಈ ಬಡವರ ಕೊಂಪೆಯಲ್ಲಿರುವ ಶಾಲೆಗೆ ಏಕೆ ಬರಬೇಕು ಎಂದು ಅನುಮಾನವನ್ನೂ ಕೆಲವರು ವ್ಯಕ್ತಪಡಿಸುತ್ತಾರೆ. ಆಗ ಅವಳ ಬೆನ್ನಿಗೆ ನಿಂತವರು ಅತ್ತೆ ಬನ್, ತಂಗಿ ಡೊರೋತಿ ಮತ್ತು ತಾಯಿ ಲೂಯಿ. ಈ ಶಾಲೆ ಫ್ರೆಡ್ರಿಕ್ ಫ್ರೋಬೆಲ್‌ನ[15] (1782–1852) ಆಟೋಟಗಳಿಂದ ಚಟುವಟಿಕೆಗಳು, ಸಂಭಾಷಣೆಗಳ ಮೂಲಕ ಮಕ್ಕಳಿಗೆ ಕಲಿಸುವ ಅತ್ಯಂತ ನವೀನ ವಿಧಾನವನ್ನು ಹೊಂದಿತ್ತು. ಆ ವಿಧಾನ ಬಹಳ ಭಿನ್ನವಾಗಿತ್ತು. ಮಕ್ಕಳ ಸ್ನೇಹಿ ವಿಧಾನದಲ್ಲಿ ಈ ಶಾಲೆಯಿದೆ ಎಂದು ಎಗ್ಲಾಂಟೈನ್ ಸಂತೋಷ ಪಡುತ್ತಾಳೆ. ವಿದ್ಯಾರ್ಥಿಗಳನ್ನು ಪುಸ್ತಕಗಳಿಂದ ಹೊರತಾಗಿ ಆಟ, ಚಟುವಟಿಕೆಗಳು, ಗಮನಿಸುವಿಕೆ ಮತ್ತು ಪ್ರಯೋಗಗಳಲ್ಲಿ ತೊಡಗಿಸಲು ಎಗ್ಲಾಂಟೈನ್ ಪ್ರಯತ್ನಿಸುತ್ತಾಳೆ. ವಿದ್ಯಾರ್ಥಿಗಳು ಅವಳನ್ನು ಇಷ್ಟಪಡುತ್ತಾರೆ. ಆದರೆ ಒಂದೇ ವರ್ಷದಲ್ಲಿ ಈ ಕೆಲಸ ತನ್ನಿಂದ ಆಗದು ಎಂದು ಅವಳಿಗನ್ನಿಸುತ್ತದೆ. ತನಗೆ ಮಕ್ಕಳೊಡನೆ ಆಡಲು, ಪಾಠ ಮಾಡುವ ವ್ಯವಧಾನ ಇಲ್ಲ, ಈ ಮಕ್ಕಳನ್ನು ನನ್ನಿಂದ ಸಂಭಾಳಿಸಲು ಸಾಧ್ಯವೇ ಇಲ್ಲ. ಅದೇಕೋ ಏನೋ ಮಕ್ಕಳಿಗೆ ಕಲಿಸುವುದರಲ್ಲಿ ತಾನು ಸೋತೆ, ಮಕ್ಕಳನ್ನು ಕಂಡರೆ ನನಗಾಗದು ಎಂದೇ ಎಗ್ಲಾಂಟೈನ್ ಭಾವಿಸಿದ್ದಳು.

ಆದರೆ ಈ ಅವಧಿಯಲ್ಲಿ ಶಾಲೆಗೆ ಬರುತ್ತಿದ್ದ ಮಕ್ಕಳ ಹಿನ್ನೆಲೆ, ಅವರ ಬಡತನ, ಅವರ ಕಷ್ಟ, ತೊಂದರೆ, ಹಿಂಸೆ ತಿಳಿದ ಎಗ್ಲಾಂಟೈನ್ ಹೊಸ ಲೋಕವೊಂದನ್ನು ಕಾಣುತ್ತಾಳೆ. ಶಿಕ್ಷಕಿಯಾಗಿ ಕೆಲಸದ ಭಾಗವಾಗಿ ತನ್ನ ವಿದ್ಯಾರ್ಥಿಗಳ ಮನೆಗಳಿಗೆ ಹೋಗುತ್ತಿದ್ದ ಜೆಬ್‌ಳಿಗೆ ಅವರ ಕುಟುಂಬ, ಅವರ ಬಡತನ, ರೋಗರುಜಿನಗಳು, ಆಹಾರದ ಕೊರತೆ, ಮನೆಯೆಂಬ ಗೂಡುಗಳು, ಶಿಕ್ಷಣವಿಲ್ಲದ

ಹೆಣ್ಣುಮಕ್ಕಳು, ಅವರಿಗೆ ಚಿಕ್ಕವಯಸ್ಸಿನಲ್ಲೇ ಮದುವೆ, ಮಕ್ಕಳು, ಹೆರಿಗೆಯಲ್ಲಿ ತಾಯಂದಿರ ಸಾವು, ನವಜಾತ ಶಿಶುಗಳ ಸಾವು, ಗಂಡಸರ ಕುಡುಕತನ, ಕುಟುಂಬಗಳಲ್ಲಿ ಸಾಮರಸ್ಯವಿಲ್ಲದೆ ಜಗಳ ಈ ಎಲ್ಲವೂ ಭಯ ಹುಟ್ಟಿಸುತ್ತದೆ. ಇದನ್ನೆಲ್ಲಾ ಬಗೆಹರಿಸುವುದು ಹೇಗೆ, ಜನರೆಲ್ಲರೂ ಸಮಾನರಾಗಿ ಬದುಕುವುದು ಸಾಧ್ಯವೇ ಎಂದು ಚಿಂತಿಸಲಾರಂಭಿಸುತ್ತಾಳೆ.

ಎಗ್ಲಾಂಟೈನ್‌ಗೆ ಭಾರೀ ಆಘಾತವಾದುದು, ಮಕ್ಕಳೊಡನೆ ಎಷ್ಟೇ ಸಾಮರಸ್ಯ ಕಾಪಾಡಲು ಯತ್ನಿಸಿದರೂ ಶಾಲೆಯ ಮಕ್ಕಳು ತಮ್ಮ ಸಮುದಾಯಗಳಲ್ಲಿ ನಡೆಯುವ ಹೊಡೆದಾಟ, ಬಡಿದಾಟ, ಹಿಂಸೆ, ಕೊಲೆ ಇವುಗಳನ್ನೆಲ್ಲಾ ತೀರಾ ಸಹಜವೆಂಬಂತೆ ತೆಗೆದುಕೊಳ್ಳುತ್ತಿದ್ದುದು. ಅವರಿಗೆ ಇದೆಲ್ಲಾ ಅದು ಹೇಗೆ ಸಾಧ್ಯವಾಗುತ್ತದೆ ಎಂಬ ಚಿಂತೆಗೆ ಬೀಳುತ್ತಾಳೆ ಎಗ್ಲಾಂಟೈನ್.

ಆ ಕಾಲಕ್ಕೆ ದಕ್ಷಿಣ ಆಫ್ರಿಕಾದಲ್ಲಿ ತಮ್ಮ ವಸಾಹತುಗಳನ್ನು ಸ್ಥಾಪಿಸಿಕೊಂಡಿದ್ದ ಯೂರೋಪಿನ ಹಲವು ದೇಶಗಳು ಪರಸ್ಪರ ಪ್ರಾಬಲ್ಯಕ್ಕಾಗಿ ಚಿಕ್ಕಪುಟ್ಟ ಸಂಘರ್ಷಗಳಲ್ಲಿ ತೊಡಗಿದ್ದವು. ಅಲ್ಲಿನ ಸುತ್ತಮುತ್ತಲಲ್ಲಿ ಚಿನ್ನದ ಖನಿಜವಿರುವ ಪ್ರದೇಶಗಳ ಮೇಲಿನ ಪ್ರಾಬಲ್ಯವನ್ನು ಹೊಂದಲು ಇಂಗ್ಲೆಂಡಿನ ಸರ್ಕಾರ ಚಿನ್ನದ ಗಣಿಗಳನ್ನು ತೆಗೆಸಲು ಸಾಕಷ್ಟು ಹೂಡಿಕೆಗಳನ್ನು ಮಾಡಿತ್ತು. ಆಫ್ರಿಕಾದ ಸ್ಥಳೀಯರು ಯೂರೋಪಿನವರನ್ನು ವಿರೋಧಿಸುವುದು ವಾಸ್ತವವೇ ಆಗಿತ್ತು. ಎರಡನೇ ಬೋಯರ್ ಯುದ್ಧ ಎಂದೇ ಹೆಸರುವಾಸಿಯಾದ ಸಂಘರ್ಷ ಆರಂಭವಾಗಿತ್ತು (1899)[16]. ಯುದ್ಧದಲ್ಲಿ ತೊಡಗಿದ್ದ ಸೈನಿಕರಿಗಾಗಿ ಎಗ್ಲಾಂಟೈನ್ ಶಿಕ್ಷಕಿಯಾಗಿದ್ದ ಶಾಲೆಯ ಮಕ್ಕಳೆಲ್ಲಾ ಬೆಚ್ಚನೆಯ ಉಡುಪುಗಳನ್ನು ಹೆಣೆಯಲು ತೊಡಗುತ್ತಾರೆ. ಇದು ಅಸಹಜ ಎಂದೇ ಜೆಬ್ ಭಾವಿಸಿರುತ್ತಾಳೆ. ಮಕ್ಕಳಿಂದ ಇಂತಹದನ್ನು ಮಾಡಿಸಬಾರದು ಎಂದು ಚಿಕ್ಕದಾಗಿ ಪ್ರತಿಭಟಿಸುತ್ತಾಳೆ. ಮುಂದೊಂದು ದಿನ ತಾನೂ ಯುದ್ಧಭೂಮಿಗೆ ಹೋಗಬೇಕಾಗುತ್ತದೆ, ಯುದ್ಧದ ಪರಿಣಾಮಗಳನ್ನು ಅಧ್ಯಯನ ಮಾಡಬೇಕಾಗುತ್ತದೆ ಮತ್ತು ಯುದ್ಧದಿಂದಾಗಿ ತೊಂದರೆಗೀಡಾಗುವ ಮಕ್ಕಳನ್ನು ಕುರಿತು ಚಿಂತನೆ ಮಾಡಲು ಜಗತ್ತಿನ ಮನ ಒಲಿಸುತ್ತೇನೆ ಎನ್ನುವ ಕಲ್ಪನೆ ಜೆಬ್‌ಗೆ ಆ ಕಾಲಕ್ಕೆ ಬಂದಿರಲಿಲ್ಲ.

ಈ ಅವಧಿಯಲ್ಲಿ ಎಗ್ಲಾಂಟೈನ್ ಬೆಥ್ನಲ್ ಗ್ರೀನ್ ಸೆಟಲ್‌ಮೆಂಟಿಗೂ ಆಗಾಗ್ಗೆ ಭೇಟಿ ಕೊಡುತ್ತಿರುತ್ತಾಳೆ. ಅಲ್ಲಿನ ಕಾರ್ಖಾನೆಗಳಲ್ಲಿ ದುಡಿಯುವ ಮಹಿಳೆಯರೊಡನೆ, ಹೆಣ್ಣುಮಕ್ಕಳೊಡನೆ ಸ್ಥಳೀಯ ಸೋಷಿಯಲ್ ಕ್ಲಬ್‌ಗಳಲ್ಲಿ ನೃತ್ಯ ಮಾಡುವಷ್ಟು ಅವರೊಡನೆ ಸಲಿಗೆ ಬೆಳೆಸಿಕೊಳ್ಳುತ್ತಾಳೆ. ಆ ಬಡಜನರು, ಕೂಲಿಕಾರರು ಯಾವುದೇ ಪ್ರತಿಷ್ಠೆಗಳಿಲ್ಲದೆ ಜನರೊಡನೆ ಬೆರೆಯುವುದು ಮಾತನಾಡುವುದು ಅವಳಿಗೆ ಆಶ್ಚರ್ಯ ತರುತ್ತದೆ. ಉನ್ನತ ವರ್ಗದ ಶ್ರೀಮಂತ ಜನ ಅವರ ಧರ್ಮ, ಅಂತಸ್ತು, ಪಂಗಡಗಳು ಅವುಗಳಲ್ಲಿರುವ ಕೃತಕತೆ ಈ ಎಲ್ಲವೂ ಜೆಬ್‌ಳಿಗೆ ವಾಕರಿಕೆ ತರುವಂತಹದ್ದಾಗಿರುತ್ತದೆ.

ಒಂದು ಕಡೆ ಇಲ್ಲಿನ ಬಡಜನರ ಪರಿಸ್ಥಿತಿ ಕಂಡು ಮಮ್ಮಲ ಮರುಗುವ ಜೆಬ್ ಇವರಿಗಾಗಿ, ಇವರ ಬದುಕಿನಲ್ಲಿ ಒಳಿತನ್ನು ತರಲು ತನ್ನಿಂದ ಏನೂ ಮಾಡಲು ಆಗುತ್ತಿಲ್ಲವಲ್ಲ ಎಂಬ ಮನಸ್ಥಿತಿಗೆ ಬೀಳುತ್ತಾಳೆ. ಜೊತೆಗೆ ಅವಳ ಸ್ನೇಹಿತ ಕರ್ನಲ್ ಫಿಲ್ಕಿಂಗ್ಟನ್ ನ್ಯುಮೋನಿಯಾದಿಂದ ಸಾವಿಗೀಡಾಗಿದ್ದು ಜೆಬ್‌ಳನ್ನು ಒಂಟಿಯಾಗಿಸುತ್ತದೆ. ಇಲ್ಲೇ ಇದ್ದು ಏನಾದರೂ ಮಾಡಬೇಕು ಅಥವಾ ಇಲ್ಲಿಂದ ಆದಷ್ಟೂ ದೂರ ಹೋಗಬೇಕು ಎನ್ನುವ ದ್ವಂದ್ವದಲ್ಲಿ ಜೆಬ್ ಒದ್ದಾಡುತ್ತಿರುತ್ತಾಳೆ. ಆ ಹೊತ್ತಿಗೆ, ಅನಾರೋಗ್ಯದಿಂದ ಬಳಲುತ್ತಿದ್ದ ತಾಯಿ ಲೂಯಿಯಿಂದ ಬಂದ ಪತ್ರ ಜೆಬ್‌ಳನ್ನು

ಮತ್ತೊಂದು ದ್ವಂದ್ವದಲ್ಲಿ ದೂಡುತ್ತದೆ. 'ನಾನೀಗ ಕೇಂಬ್ರಿಡ್ಜ್‌ನಲ್ಲಿರುವ ನಿನ್ನ ಮಾವನ ಮನೆಯಲ್ಲಿ ಇದ್ದೇನೆ. ಆದರೂ ಒಂಟಿಯೆನಿಸುತ್ತದೆ. ನನ್ನ ಜೊತೆಗಾತಿ ಎಂದರೆ ನೀನೊಬ್ಬಳೇ. ನೀನು ಬರಲೇಬೇಕು. ನನ್ನ ಜೊತೆಯಿರು'. 'ಅಮ್ಮ, ನಾನು ಅಲ್ಲಿ ಬಂದೇನು ಮಾಡಬೇಕು? ನಿನಗೆ ಗಂಜಿ ಮಾಡಿಕೊಡಬೇಕಾ? ಔಷಧಿ ತರಲಿಕ್ಕೆ ಆಸ್ಪತ್ರೆಯಿಂದ ಆಸ್ಪತ್ರೆಗೆ ಸುತ್ತಬೇಕು. ನಿನ್ನ ಜೊತೆ ಕೂರಬೇಕು. ಅದು ನನ್ನಿಂದ ಸಾಧ್ಯವಿಲ್ಲ. ಇಲ್ಲಿ ನನಗೆ ತುಂಬಾ ಕೆಲಸವಿದೆ' ಎಂದು ಖಾರವಾಗಿ ಪತ್ರವನ್ನೂ ಬರೆದುಬಿಡುತ್ತಾಳೆ. ಆದರೂ, ತಾಯಿಯ ಆರ್ದ್ರ ಪ್ರೀತಿಯ ಮುಂದೆ ಇಲ್ಲ ಎನ್ನಲಾಗದೆ ಜೆಬ್ ಹೊರಡುವ ಮನಸ್ಸು ಮಾಡುತ್ತಾಳೆ.

ತಾಯಿಯ ಕರೆಗೆ ಓಗೊಟ್ಟು ಕೇಂಬ್ರಿಡ್ಜ್‌ನತ್ತ...

ಶಿಕ್ಷಕಿಯಾಗಿ ತನ್ನಿಂದೇನೂ ಹೆಚ್ಚಿನದೇನೂ ಸಾಧಿಸಲಾಗಲಿಲ್ಲ. ಶಾಲೆಗೆ ಬರುವ ಈ ಮಕ್ಕಳು ಅದೆಷ್ಟು ತಂಟೆಕೋರರು. ಈ ಶಾಲೆ, ಶಿಕ್ಷಣ, ಮಕ್ಕಳು ಎಲ್ಲದರ ಸಹವಾಸವೇ ಬೇಡ ಎಂದುಕೊಂಡು ಜೆಬ್ ಹೆಚ್ಚು ಹೆಚ್ಚು ಸಮಯ ಚರ್ಚಿನ ಪ್ರಾರ್ಥನೆಗಳಲ್ಲಿ ತೊಡಗಿಕೊಳ್ಳುತ್ತಾಳೆ. ಮುಂದೆ ಕೆಲ ದಿನಗಳ ನಂತರ ಜೆಬ್ಬಳ ಆಕ್ಸ್‌ಫರ್ಡ್‌ನ ಸಹವಾಸ 1889ಕ್ಕೆ ಮುಗಿಯುತ್ತದೆ. ಮಾವ ಸರ್ ರಿಚರ್ಡ್ ಕ್ಲಾವೆರ್‌ಹೌಸನ ಮನೆಯಲ್ಲಿ ಚಿಕಿತ್ಸೆಗಾಗಿ ಕೇಂಬ್ರಿಡ್ಜ್‌ನಲ್ಲಿದ್ದ ತಾಯಿಯನ್ನು ನೋಡಿಕೊಳ್ಳಲು ಜೆಬ್ ಹೋಗುತ್ತಾಳೆ.

ಎಗ್ಲಾಂಟೈನ್‌ಗೆ ಕೇಂಬ್ರಿಡ್ಜ್‌ನಲ್ಲಿ ತಾಯಿಯನ್ನು ನೋಡಿಕೊಳ್ಳುವ ಜೊತೆಯಲ್ಲೇ ಕುಟುಂಬ ದವರಿಗೆಲ್ಲಾ ಆಶ್ಚರ್ಯವಾಗುವಂತೆ ಅಲ್ಲಿನ ಸುತ್ತಮುತ್ತಲಿನ ಮೇಲ್ವರ್ಗದ ಜನರೊಂದಿಗೆ ಸಹವಾಸ ಬೆಳೆಯುತ್ತದೆ. ಹಿಂದಿನ ಅವಳ ಚಿಂತನೆ, ಕಲ್ಪನೆಗಳೆಲ್ಲವೂ ಮರೆತೇ ಹೋಗುತ್ತವೆ! ದಿನ ದಿನ ಔತಣ ಕೂಟಗಳು, ನೃತ್ಯಕೂಟಗಳು, ವಿಹಾರಗಳಲ್ಲಿ ಮುಳುಗಿ ಹೋಗುತ್ತಾಳೆ. ಇದನ್ನೇ ಅವಳ ತಂಗಿ ಡೊರೋತಿ ಹೇಳುವುದು, ಅಕ್ಕನ ಐಶಾರಾಮಿ ದಿನಗಳು ಎಂದು!

ಈ ಮಧ್ಯೆ ಕೇಂಬ್ರಿಡ್ಜ್‌ನಲ್ಲಿದ್ದಾಗ ಜೆಬ್‌ಗೆ ಅರ್ಥಶಾಸ್ತ್ರಜ್ಞೆ ಮೇರಿ ಪಾಲಿ ಮಾರ್ಶಲ್ (1850–1944) ಎಂಬ ಮಹಿಳೆಯ ಪರಿಚಯವಾಗುತ್ತದೆ. ಈಕೆ ಬ್ರಿಸ್ಟಲ್‌ನ ಯುನಿವರ್ಸಿಟಿ ಕಾಲೇಜಿನ ಮೊದಲ ಪ್ರಾಂಶುಪಾಲ ಆಲ್‌ಫ್ರೆಡ್ ಮಾರ್ಶಲ್‌ನ ಹೆಂಡತಿ. ಕೇಂಬ್ರಿಡ್ಜ್‌ನಲ್ಲಿ ಅಧ್ಯಯನ ಮಾಡಿದ್ದ ಮೊದಲ ಮಹಿಳೆಯರಲ್ಲಿ ಮೇರಿ ಒಬ್ಬರು ಮತ್ತು ನ್ಯೂನ್ಹಾಮ್ ಕಾಲೇಜಿನ ಸ್ಥಾಪಕರಲ್ಲಿ ಒಬ್ಬರಾಗಿ ಅಲ್ಲಿ ಅರ್ಥಶಾಸ್ತ್ರ ಬೋಧಿಸುತ್ತಿದ್ದವರು. ಈಕೆಗೆ ಎಗ್ಲಾಂಟೈನಳಲ್ಲಿ ಏನೋ ವಿಶೇಷ ಕಾಣಿಸುತ್ತದೆ. ಅವಳೊಡನೆ ಮಾತನಾಡಿದಾಗ, ಅಲ್ಲಿನ ಶ್ರೀಮಂತ ಜನರ ನಡುವೆ ಇದ್ದರೂ ಅವಳಿಗೆ ಏನೋ ತಹತಹಿಕೆ ಇರುವುದು ಮೇರಿಯವರಿಗೆ ಅರ್ಥವಾಗುತ್ತದೆ. ಎಗ್ಲಾಂಟೈನಳಿಗೆ ಮೇರಿ ಮಾರ್ಶಲ್ ಒಂದು ಸಲಹೆ ಕೊಡುತ್ತಾರೆ.

'ಈ ಕೇಂಬ್ರಿಡ್ಜ್ ಊರಿನಲ್ಲಿ ಯಾರಿಗೂ ತಿಳಿಯದ ಇನ್ನೊಂದು ಭಾಗವಿದೆ. ಯಾರೂ ಅದನ್ನು ನೋಡಲೂ ಬಯಸುವುದಿಲ್ಲ. ಮಾತನಾಡಲೂ ಇಷ್ಟಪಡುವುದಿಲ್ಲ. ಆದರೆ ಎಲ್ಲರಿಗೂ ಅದರ ಸೇವೆ ಮಾತ್ರ ಬೇಕು. ಅಲ್ಲಿಂದ ಕೆಲಸಗಾರರು ಬರಬೇಕು, ಅಡುಗೆ ಮಾಡಬೇಕು, ಕಸ ಗುಡಿಸಬೇಕು, ನೀರು ತರಬೇಕು, ನಮ್ಮ ಕಟ್ಟಡ ಕಟ್ಟಬೇಕು, ನಮ್ಮ ಕುದುರೆಗಳನ್ನು ನೋಡಿಕೊಂಡು ಗಾಡಿ ಹೊಡೆಯಬೇಕು, ನಮ್ಮ ಮಕ್ಕಳನ್ನು ನೋಡಿಕೊಳ್ಳಲು ನ್ಯಾನಿಗಳು ಇರಬೇಕು. ಆದರೆ ವಿಶ್ವವಿದ್ಯಾಲಯಕ್ಕಾಗಲೀ ಇಲ್ಲಿನ ಸ್ಥಳೀಯ ಆಡಳಿತಕ್ಕಾಗಲೀ ಆ ಕೆಲಸಗಾರರ ಬಡಾವಣೆಗಳ ಗೊಡವೆಯೇ ಬೇಡ. ಅಲ್ಲಿರುವುದು ಬಡತನ, ಕಷ್ಟಕಾರ್ಪಣ್ಯ. ನೀನು ಅಲ್ಲಿನ ಚಾರಿಟಿ ಆರ್ಗನೈಸೇಷನ್ ಸೊಸೈಟಿಯಲ್ಲಿ ಕೆಲಸ ಮಾಡು. ಅಲ್ಲಿನ ನಿಜಜೀವನದ ಪರಿಚಯವಾಗುತ್ತದೆ. ನಿನಗೆ ಬರೆಯುವ ಹಂಬಲವಿದೆ, ಸಾಮರ್ಥ್ಯವಿದೆ. ಅದರ ಉಪಯೋಗ ಮಾಡು. ಜನರಿಗೆ ಒಳಿತಾಗಲಿ[17]'.

ಮೇರಿಯವರ ಸಲಹೆಯಂತೆ, ಅತ್ಯಂತ ವಿವಾದಾಸ್ಪದ ವ್ಯಕ್ತಿಯಾಗಿದ್ದ ಸಾಮಾಜಿಕ ಚಿಂತಕಿ, ಸಮಾಜ ಸುಧಾರಕಿ ಮತ್ತು ಆರ್ಥಿಕ ತಜ್ಞೆ ಫ್ಲಾರೆನ್ಸ್ ಅಡಾ ಕೇಯ್ನ್ಸ್ (1861–1958) ಅವರೊಡನೆ ಕೇಂಬ್ರಿಡ್ಜ್‌ನಲ್ಲಿ ಚಾರಿಟಿ ಆರ್ಗನೈಸೇಷನ್ ಸೊಸೈಟಿಯೊಡನೆ ಎಗ್ಲಾಂಟೈನ್ ಜೆಬ್ ಸೇರಿಕೊಳ್ಳುತ್ತಾಳೆ (1903). ಕೇಯ್ನ್ಸ್‌ರವರೇ ಆ ಸಂಸ್ಥೆಯ ಕಾರ್ಯದರ್ಶಿ. ಅವರು ಆಗಿನ ಕಾಲದಲ್ಲೇ ನ್ಯೂನ್ಹಾಮ್ ಕಾಲೇಜಿನಲ್ಲಿ ಅಧ್ಯಯನ ಮಾಡಿ ಪದವೀಧರರಾಗಿದ್ದ ಮಹಿಳೆಯರಲ್ಲಿ ಮೊದಲಿಗರು. ಬರಹಗಾರರು ಮತ್ತು ರಾಜಕೀಯದಲ್ಲೂ ತೊಡಗಿದ್ದ ಕೇಯ್ನ್ಸ್ ಕ್ಷಯ ಪೀಡಿತರಿಗಾಗಿ ಒಂದು ಕೇಂದ್ರವನ್ನು ತೆರೆದಿದ್ದರು.

ಎಗ್ಲಾಂಟೈನ್ ತಾನು ಕೇಯ್ನ್ಸ್ ಅವರೊಡನೆ ಗುರುತಿಸಿಕೊಳ್ಳುವ ಹೊತ್ತಿಗೆ ಡೊರೋತಿ, ಚಾರ್ಲ್ಸ್ ಬಕ್ಸ್‌ಟನ್ ಅವರನ್ನು ವಿವಾಹವಾಗುತ್ತಾಳೆ (1904). ಮನೆಯಲ್ಲಿ ಸಂಭ್ರಮ. ಬಂಧುಬಳಗದವರ ನಡುವೆ ಓಡಾಡಿ ತಂಗಿಯ ವಿವಾಹದ ಕೆಲಸಗಳನ್ನೂ ಎಗ್ಲಾಂಟೈನ್ ನಿರ್ವಹಿಸುತ್ತಾಳೆ.

ನಿಜವಾದ ಮತ್ತು ಪರಿಣಾಮಕಾರಿಯಾದ ಚಾರಿಟಿ ವರ್ಕ್ (ದಾನ/ಧರ್ಮ ಮಾಡುವ ಸಮಾಜಸೇವೆ) ಎಂದರೇನು ಮತ್ತು ಅದರ ಆವಶ್ಯಕತೆಯೇನು ಎನ್ನುವ ಅನುಭವ ಎಗ್ಲಾಂಟೈನ್‌ಗೆ ಚಾರಿಟಿ ಆರ್ಗನೈಸೇಷನ್ ಸೊಸೈಟಿಯಲ್ಲಿ ಆಗುತ್ತದೆ. ಜೊತೆಯಲ್ಲಿ ನಗರಗಳಲ್ಲಿರುವ ಬಡವರು ಮತ್ತು ಅವರ ಬಡತನ ಕುರಿತು ಅಧ್ಯಯನ ಮಾಡಲು ಜೆಬ್‌ಗೆ ಅವಕಾಶ ಸಿಗುತ್ತದೆ. ದಾನ ಧರ್ಮ ಮಾಡುವುದರಲ್ಲೂ ವ್ಯವಸ್ಥಿತವಾಗಿ ವೈಜ್ಞಾನಿಕವಾಗಿ ಯಾರಿಗೆ ಏನನ್ನು ಎಷ್ಟು ಕೊಡಬೇಕು ಎಂಬ ವಿವೇಚನೆ ಇರಬೇಕು, ಅವುಗಳನ್ನು ನಡೆಸಲು ಸೂಕ್ತ ಸಂಶೋಧನೆಗಳನ್ನು ನಡೆಸಬೇಕು ಎಂಬ ನವೀನ ಚಿಂತನೆಯ ಬಗ್ಗೆ ಈ ಸಂಸ್ಥೆ ಕೆಲಸ ಮಾಡುತ್ತಿರುತ್ತದೆ. ಇದಕ್ಕಾಗಿ ಬಡವರಿರುವ ಬಡಾವಣೆಗಳ ಪರಿಸ್ಥಿತಿ ಕುರಿತು ವಿಸ್ತೃತವಾದ ಅಧ್ಯಯನವನ್ನು ಜೆಬ್ ಆ ಸಂಸ್ಥೆಗಾಗಿ ಕೈಗೊಳ್ಳುತ್ತಾಳೆ. ಇಂತಹದೊಂದು ಸರ್ವೇಕ್ಷಣೆ ಹಿಂದೆಂದೂ ಅಲ್ಲಿ ನಡೆದಿರಲಿಲ್ಲ.

ಕೇಯ್ನ್ಸ್ ಅವರ ನಿರ್ದೇಶನದಲ್ಲಿ ಎಗ್ಲಾಂಟೈನ್ ಕೈಗೊಂಡ ಸಂಶೋಧನಾ ಅಧ್ಯಯನ 'ಕೇಂಬ್ರಿಡ್ಜ್: ಸಾಮಾಜಿಕ ಪರಿಸ್ಥಿತಿ ಕುರಿತು ಪ್ರಶ್ನೆಗಳು[18]' ಮ್ಯಾಕ್‌ಮಿಲನ್ ಅವರಿಂದ ಪ್ರಕಟಣೆಯಾಗುತ್ತದೆ (1906). ಕೇಂಬ್ರಿಡ್ಜ್ ಜನರಿಗೆ ಕಾಣುವುದು ಒಂದು ವಿಶ್ವವಿದ್ಯಾಲಯದಂತೆ. ಆದರೆ ಅದರ ನೆರೆಯಲ್ಲಿನ ಊರಿನ ಬಡಾವಣೆಗಳಲ್ಲಿರುವ ವಲಸೆ ಬಂದವರು, ವಸತಿ ಹೀನರು, ಬಡ ಜನರು, ನಿರ್ಗತಿಕರ ಕಷ್ಟ ಬಹಳಷ್ಟು ಜನರಿಗೆ ತಿಳಿದಿರಲಿಲ್ಲ. ಜನರ ಮಾನಸಿಕ, ದೈಹಿಕ ಮತ್ತು ನೈತಿಕ ಆರೋಗ್ಯ ಕುರಿತು ಜೆಬ್ ತನ್ನ ಅಧ್ಯಯನದಲ್ಲಿ ಸವಿವರವಾಗಿ ಹೇಳುತ್ತಾಳೆ. ಜೊತೆಗೆ ಎಲ್ಲ ಹದಿವಯಸ್ಕರು ತಮ್ಮ ಸಮುದಾಯಗಳ ಬಗ್ಗೆ ತಿಳಿಯಲು ಮತ್ತು ತೊಂದರೆಯಲ್ಲಿರುವವರನ್ನು ಕುರಿತು ಸಹಾನುಭೂತಿ ಬೆಳೆಸಿಕೊಳ್ಳಲು ಸ್ವಯಂಸೇವಕರಾಗಿ ಕೆಲಸ ಮಾಡಲು ಜನರಿಗೆ ಸೂಚಿಸುತ್ತಾಳೆ.

ಆ ದಿನಗಳಲ್ಲಿ ಜನರ ಬದುಕನ್ನು ಕುರಿತು ನಡೆದ ಸವಿವರವಾದ, ಸಾಮಾಜಿಕ ವಿಜ್ಞಾನದ ತಳಹದಿಯಲ್ಲಿ ನಡೆದ ವಿಮರ್ಶಾತ್ಮಕ ಅಧ್ಯಯನಗಳಲ್ಲಿ ಇದು ಮೊದಲನೆಯದು ಎನ್ನಬಹುದು. ಜನರ ಬಡತನ, ನಿರುದ್ಯೋಗ, ಅವಕಾಶಗಳ ವಂಚನೆ, ಸೌಲಭ್ಯಗಳಿಲ್ಲದೆ ಜನ ಹೇಗೆ ಬದುಕುತ್ತಿದ್ದಾರೆ, ಅದರಿಂದ ಸಮಾಜದ ಮೇಲಾಗುತ್ತಿರುವ ಪರಿಣಾಮಗಳ ಬಗ್ಗೆ ಜೆಬ್ ಬರೆಯುತ್ತಾಳೆ. ಈ ಅಧ್ಯಯನ ಎಗ್ಲಾಂಟೈನಳನ್ನು, ಅವಳ ರಾಜಕೀಯ ನಿಲುವುಗಳನ್ನು ಬದಲಿಸಲೂ ನೆರವಾಗುತ್ತದೆ. ತನ್ನ ಕುಟುಂಬದ ಬಳುವಳಿಯಾಗಿದ್ದ ಸಂಪ್ರದಾಯವಾದೀ ಮನೋಭಾವದಿಂದ ಹೊರಬಂದ ಎಗ್ಲಾಂಟೈನ್ ಜೆಬ್ ಪ್ರಗತಿಪರ ಉದಾರವಾದಿಯಾಗಿ ಹೊರಹೊಮ್ಮತೊಡಗುತ್ತಾಳೆ. ಎಗ್ಲಾಂಟೈನ್ ಜೆಬ್ ಕೈಗೊಂಡ ಈ ಸರ್ವೇಕ್ಷಣೆ ಮುಖ್ಯವಾಗಿ ಸಮುದಾಯಗಳ ನಡುವಿನ ಆರ್ಥಿಕ ಅಸಮಾನತೆ ಮತ್ತು ಬಡತನದಿಂದ ಆಗುವ ಸಾಮಾಜಿಕ ಪರಿಣಾಮಗಳ ಕುರಿತು ಕೇಂದ್ರೀಕೃತವಾಗಿರುತ್ತದೆ. ಇದರೊಂದಿಗೆ ಆ ಪ್ರದೇಶದಲ್ಲಿ ತೊಡಗಿಕೊಂಡಿದ್ದ ವಿವಿಧ ಸೇವಾ ಸಂಸ್ಥೆಗಳ ಪಟ್ಟಿಯನ್ನೂ ಅದು ಹೊಂದಿರುತ್ತದೆ. ಹೀಗಾಗಿ, ಜೆಬ್ ಕುಟುಂಬಗಳಿಗೆ ಭೇಟಿ ಕೊಡುವುದಷ್ಟೇ ಅಲ್ಲ, ಅಲ್ಲಿ ಕಾರ್ಯನಿರತವಾಗಿದ್ದ ಸರ್ಕಾರಿ ಮತ್ತು ಸರ್ಕಾರೇತರ ವ್ಯವಸ್ಥೆಗಳನ್ನು ಭೇಟಿ ಮಾಡಿ ಅವರ ಕೆಲಸ ಕಾರ್ಯಗಳನ್ನು ಅರ್ಥಮಾಡಿಕೊಳ್ಳುವುದನ್ನೂ ನಡೆಸಿದ್ದಳು.

ಕೇಂಬ್ರಿಡ್ಜ್ ಸುತ್ತಮುತ್ತಲಿನ ಜನರ ಬಡತನ, ಚಿಕ್ಕಮಟ್ಟ ಮನೆಗಳು, ಶೌಚ ವ್ಯವಸ್ಥೆಯಿಲ್ಲದಿರುವುದು, ಗಲೀಜು, ಕೊಳಚೆ ಕಾಮ್ ನದಿಗೆ ಸೇರುವುದನ್ನು ಎಗ್ಲಾಂಟೈನ್ ಗಮನಿಸುತ್ತಾಳೆ (1849ರಲ್ಲೂ ಪರಿಸ್ಥಿತಿ ಹೀಗೇ ಇತ್ತು ಎಂದು ದಾಖಲಿಸಲಾಗಿರುವುದನ್ನೂ ಓದಿರುತ್ತಾಳೆ). 1905ರಲ್ಲಿ ಜೆಬ್

ತನ್ನ ಅಧ್ಯಯನ ಮಾಡುತ್ತಿದ್ದ ಕಾಲದಲ್ಲಿ ಮನೆಮನೆಗೆ ತೆರಳಿ ಜನರೊಡನೆ ಮಾತನಾಡಿ ಅವರ ಪರಿಸ್ಥಿತಿಯನ್ನು ನೋಡುವಾಗ ನೀರು ತರಲು ಜನ, ಅದರಲ್ಲೂ ಮಹಿಳೆಯರು ಮತ್ತು ಹೆಣ್ಣುಮಕ್ಕಳು ಬಾವಿಗಳಿಗೆ ಅಲೆಯುವುದು, ಪಂಪುಗಳನ್ನು ಒತ್ತುವುದನ್ನು ತಿಳಿದಳು. ಆದರೂ ಜನರಿಗೆ ಬಳಕೆಗೆ, ಕುಡಿಯಲು ಸಿಗುತ್ತಿದ್ದುದು ಅಶುದ್ಧ ನೀರು. ಮುಖ್ಯ ಬಡಾವಣೆಗಳು, ಶ್ರೀಮಂತರು, ನೌಕರಿಗಳಲ್ಲಿದ್ದ ಜನರಿರುವ ಊರಿಗೆ ಸರಬರಾಜಾಗುತ್ತಿದ್ದ ಮುಖ್ಯ ಕೊಳವೆಯ ನೀರು ಈ ಜನರಿಗಿಲ್ಲ. ಆರೋಗ್ಯ ಮತ್ತು ನೈರ್ಮಲ್ಯ, ಸ್ವಚ್ಛತೆ ಕುರಿತು ಇಲ್ಲಿನ ಜನರಿಗಾರಿಗೂ ಅಷ್ಟಾಗಿ ತಿಳಿದಿರಲಿಲ್ಲ. ಕೇಂಬ್ರಿಡ್ಜ್‌ನ ಶ್ರೀಮಂತರ ಮನೆಗಳಲ್ಲಿ, ವಿಶ್ವವಿದ್ಯಾಲಯದಲ್ಲಿ ಈ ಜನ ಕಸಗುಡಿಸುವುದು, ಶೌಚಾಲಯಗಳ ಶುದ್ಧ ಮಾಡುವುದು, ಅಡುಗೆ ಕೆಲಸ ಎಲ್ಲ ಮಾಡುತ್ತಿದ್ದರೂ, ತಮ್ಮ ಮನೆಗಳಲ್ಲಿ ಅವುಗಳನ್ನು ನಿರ್ವಹಿಸಲು ಆಗುತ್ತಿರಲಿಲ್ಲ ಎನ್ನುವ ಪರಿಸ್ಥಿತಿ. ಅಸಮರ್ಪಕ ಶೌಚ ವ್ಯವಸ್ಥೆಯಿಂದಾಗಿ ಹರಡುತ್ತಿದ್ದ ರೋಗಗಳು, ಜನರ ಸಾವು, ಅದರಲ್ಲೂ ಹಸುಳೆಗಳು ಮತ್ತು ಮಕ್ಕಳ ಸಾವು, ತಾಯಂದಿರ ಸಾವು ಜೆಬ್‌ಳ ಅಧ್ಯಯನದಿಂದ ಸಾರ್ವಜನಿಕ ಚರ್ಚೆಗೆ ಬಂದಿತು. ಆ ಪ್ರದೇಶದಲ್ಲಿ ಟೈಫಾಯ್ಡ್, ಸ್ಕಾರ್ಲೆಟ್ ಜ್ವರ[19], ದಡಾರ/ಸ್ಮಾಲ್ ಪಾಕ್ಸ್, ಕಾಲರಾದಂತಹ ರೋಗಗಳು, ಸೋಂಕುಗಳು ಬಹಳ ಸಾಮಾನ್ಯವಾಗಿತ್ತು. ಶುಚಿತ್ವ, ರೋಗತಡೆ ಕುರಿತು ಯಾರಿಗೂ ಅರಿವಿರಲಿಲ್ಲ. ಶಿಕ್ಷಣವಂತೂ ಕೇಳುವಂತೆಯೇ ಇರಲಿಲ್ಲ. ಬಡಜನ ಅನಾರೋಗ್ಯದಿಂದ ಬಳಲುತ್ತಿರುವುದನ್ನು ಕುರಿತು ಊರ ಜನ ಮೊದಲ ಬಾರಿಗೆ ಮಾತನಾಡಲಾರಂಭಿಸಿದರು. ಅದರಲ್ಲೂ ಬಡಪ್ರದೇಶಗಳ ಜನ ತಮ್ಮ ಪರಿಸ್ಥಿತಿ ಕುರಿತು ಅರಿತುಕೊಳ್ಳಲು ಆರಂಭಿಸಿದರು.

ಈ ಅಧ್ಯಯನ ಮತ್ತು ಅದರಿಂದ ಹೊರಹೊಮ್ಮಿದ ಅನುಭವ, ಗಮನಿಸುವಿಕೆ, ಅಂಕಿಸಂಖ್ಯೆಗಳನ್ನು ಒಳಗೊಂಡ ವಿಶ್ಲೇಷಣೆ ಪುಸ್ತಕ ರಚನೆ ಜೆಬ್ಬಳಿಗೆ ಜನರ ಕಷ್ಟ, ನಷ್ಟ, ತೊಂದರೆಗಳ ಬಗ್ಗೆ ಇನ್ನಷ್ಟು ಅರಿವು ಮೂಡಿಸಿತು. ಕಣ್ತೆರೆಸಿತು. ದೈಹಿಕ ಆರೋಗ್ಯ, ಶಿಕ್ಷಣ, ಮಾನಸಿಕ ನೆಮ್ಮದಿಯ ಪ್ರಾಮುಖ್ಯತೆ ಅರಿವಾಯಿತು. ಬಡತನ ನಿರ್ಮೂಲನೆ, ರೋಗಿಗಳಿಗೆ ಬೇಕಾದ ಚಿಕಿತ್ಸೆ ಈ ಎಲ್ಲವನ್ನೂ ಸರ್ಕಾರ, ಸಮಾಜ ಕೈಗೊಳ್ಳಲೇಬೇಕಾದ ಕ್ರಮಗಳು ಎಂದು ಎಗ್ಲಾಂಟೈನ್ ತನ್ನ ಅಧ್ಯಯನದಲ್ಲಿ ಮಂಡಿಸಿದಳು. ಇವಿಷ್ಟೇ ಅಲ್ಲದೆ, ಹದಿಹರೆಯದವರು, ಯುವಕರನ್ನು ಸ್ವಯಂಸೇವಕರನ್ನಾಗಿ ತಯಾರಿಸಲು ತರಬೇತಿ ಕೊಡಬೇಕೆಂದು ಸಲಹೆ ನೀಡಿದ ಎಗ್ಲಾಂಟೈನ್, ಅನುಭವಗಳಿಂದ ಕಲಿಯುವುದೇ ಮುಖ್ಯ ಎಂದು ವಾದಿಸಿದಳು.

'ಬಡವರ ಉದ್ಧಾರವೆಂದರೆ ಅವರಿಗೆ ಅತ್ಯಾವಶ್ಯಕವಾಗಿರುವ ಶಿಕ್ಷಣ ಮತ್ತು ಸುಸ್ಥಿರವಾದ ಮುಂದುವರೆದ ಅಭಿವೃದ್ಧಿ ಕಾರ್ಯಕ್ರಮಗಳು. ಶಿಕ್ಷಣದ ಮೂಲಕವೇ ಹೊಸ ಬದುಕಿನ ಆವಿಷ್ಕಾರ ಸಾಧ್ಯ' ಎಂದು ಎಗ್ಲಾಂಟೈನ್ ಜೆಬ್ ಘೋಷಿಸುತ್ತಾಳೆ.

'ಈ ಪುಸ್ತಕ, ಈ ಅಧ್ಯಯನ ನನ್ನ ಕಣ್ಣು ತೆರೆಸಿದ ಒಂದು ದೊಡ್ಡ ಪ್ರಕ್ರಿಯೆ. ಈ ಸಂಶೋಧನೆ ನನ್ನ ಸಾಧನೆ ಅಲ್ಲ. ಇದು ಪ್ರಾಯಶಃ ಹೊಸ ರೀತಿಯ ಚಿಂತನೆಗೆ ಎಡೆ ಮಾಡಿಕೊಡುವ ಸಾಧನವಾಗಲಿದೆ ಎಂದೇ ನಾನು ಭಾವಿಸುತ್ತೇನೆ. ಕೇಂಬ್ರಿಡ್ಜ್ ಕುರಿತು ನಮ್ಮ ದೇಶದಲ್ಲೆಲ್ಲಾ ಬಹಳ ಒಳ್ಳೆಯ ಗೌರವದ ಭಾವನೆ ಇದೆ. ಇಲ್ಲಿ ಭಾರೀ ಭಾರೀ ವಿದ್ವಾಂಸರಿದ್ದಾರೆ. ಆದರೆ, ಅವರಿಗೆ ವಿಶ್ವವಿದ್ಯಾಲಯದ ಪಕ್ಕದಲ್ಲಿರುವ ಬಡವರ ನೋವು ಕೇಳಿಸದು, ಕಾಣಿಸದು. ಈ ವಿಶ್ವವಿದ್ಯಾಲಯದಲ್ಲಿ ಮಹಿಳೆಯೊಬ್ಬಳೇ ರಸ್ತೆಗೆ ಬಂದರೆ, ವಿಶ್ವವಿದ್ಯಾಲಯದ ಅಧಿಕಾರಿಗಳು ಅವಳನ್ನು ಅದೇ ಕಾರಣಕ್ಕೆ ಜೈಲಿಗಟ್ಟುತ್ತಿದ್ದರಂತೆ. ಆದರೆ ಪಕ್ಕದ ಕೊಳೆಗೇರಿಯಲ್ಲಿ ಎಷ್ಟೋ

ಕುಟುಂಬಗಳು ಮಹಿಳೆಯರಿಂದಲೇ ನಿರ್ವಹಿಸಲ್ಪಡುತ್ತಿವೆ. ಅವರ ಗಂಡಂದಿರು ಕುಡಿದು ಕುಡಿದು ಸತ್ತೇ ಹೋಗಿದ್ದಾರೆ. ಈ ವಿಶ್ವವಿದ್ಯಾಲಯ ಜ್ಞಾನದ ಶಿಖರ. ಆದರೆ ಪಕ್ಕದಲ್ಲಿರುವ ಬಡ ಜನರಿಗೆ ಜ್ಞಾನದ ಬೆಳಕಿನ ಒಂದು ಸಣ್ಣ ಕಿಡಿಯೂ ಇನ್ನೂ ತಲುಪಿಲ್ಲ. ನನಗೆ ಈ ಜಗತ್ತಿನ ಅನಾವರಣ ಮಾಡಿಸಿದ ಕೇಯ್ನ್ಸ್ ಅವರಿಗೂ, ನನ್ನ ಬರಹಗಳನ್ನು ವಿಮರ್ಶಿಸಿದ ಆಲ್‌ಫ್ರೆಡ್ ಮಾರ್ಶಲ್ ಅವರಿಗೂ ನಾನು ಆಭಾರಿ'.

ಈ ಎಲ್ಲದರೊಡನೆ ಒಂದು ಸಹಾಯ ದತ್ತಿ ಸಂಸ್ಥೆಯನ್ನು ಹೇಗೆ ನಡೆಸಬೇಕು, ಎಂತಹ ಎಚ್ಚರಿಕೆ ವಹಿಸಬೇಕು, ಹಣದ ನಿರ್ವಹಣೆ ಹೇಗೆ, ಜನರೊಡನೆ ಹೇಗೆ ನಡೆದುಕೊಳ್ಳಬೇಕು, ಯಾರಿಗಾಗಿ, ಯಾವುದಕ್ಕಾಗಿ ಕೆಲಸ ಮಾಡುತ್ತಿದ್ದೇವೋ ಅದನ್ನು ಕುರಿತು ಎಷ್ಟು ಅರ್ಥ ಮಾಡಿಕೊಂಡಿರಬೇಕು, ಸಂಸ್ಥೆಗಳಲ್ಲಿ ಪಾರದರ್ಶಕತೆ ಹೇಗಿರಬೇಕು ಎಂಬಿವೇ ವಿಚಾರಗಳನ್ನು ಕುರಿತು ಜೆಬ್ ಅರಿತುಕೊಳ್ಳುತ್ತಾಳೆ.

ಕೇಂಬ್ರಿಡ್ಜ್ ಬರೋ ಕೌನ್ಸಿಲ್‌ನ ಶಿಕ್ಷಣ ಸಮಿತಿ

ಏನಾದರೂ ಮಾಡಬೇಕು, ಬದಲಾವಣೆ ತರಬೇಕು ಎನ್ನುವ ತಹತಹಿಕೆ ಆರಂಭವಾದ ಮೇಲೆ ಎಗ್ಲಾಂಟೈನಳಿಗೆ ಸುಮ್ಮನಿರಲಾಗಲಿಲ್ಲ. ಕೇಂಬ್ರಿಡ್ಜ್ ಬರೋ ಕೌನ್ಸಿಲ್‌ನ ಶಿಕ್ಷಣ ಸಮಿತಿಗೆ ಸದಸ್ಯೆಯಾಗಿ ಸರ್ವಸಮ್ಮತಿಯೊಂದಿಗೆ ಚುನಾಯಿತಳಾಗುತ್ತಾಳೆ (1907). ಪ್ರಾಯಶಃ ತನ್ನ ಕುಟುಂಬದ ಹಿನ್ನೆಲೆಯಿಂದ ತನ್ನನ್ನು ಆಯ್ಕೆ ಮಾಡಲಾಯಿತು ಎಂಬ ಅನುಮಾನ ಅವಳಿಗೆ ಇರುತ್ತದೆ. ಆದರೂ ಈ ಜವಾಬ್ದಾರಿಯಿಂದ ಏನಾದರೂ ಮಾಡಲಾಗುವುದೇ ಎಂದು ಪ್ರಯತ್ನಿಸುತ್ತಾಳೆ.

ಅವಳು ಸದಸ್ಯಳಾದ ಮೇಲೆ ನಡೆದ ಒಟ್ಟು 31 ಸಭೆಗಳಲ್ಲಿ ಎಗ್ಲಾಂಟೈನ್ ಕೇವಲ 13 ಸಭೆಗಳಲ್ಲಿ ಮಾತ್ರ ಭಾಗವಹಿಸಲು ಸಾಧ್ಯವಾಗುತ್ತದೆ. ವೈಯಕ್ತಿಕ ಜವಾಬ್ದಾರಿಗಳು, ಮನೆಯ ಕೆಲಸಗಳು,

ತಾಯಿಯೊಡನೆ ಆರೋಗ್ಯ ಕೇಂದ್ರಗಳಿಗೆ ಓಡಾಡಲೇಬೇಕಾದ ಒತ್ತಡ, ಪ್ರವಾಸಗಳಿಂದಾಗಿ ಜೆಬ್ ಈ ಸಮಿತಿಗೆ ರಾಜೀನಾಮೆ ನೀಡುತ್ತಾಳೆ. ಇದನ್ನು ನೋಡಿದವರು ಸುಮ್ಮನೇ ಏನೂ ಇರಲಿಲ್ಲ, 'ಇಲ್ಲೇ ಈಕೆ ಏನೂ ಮಾಡಲಿಲ್ಲ. ಸುಮ್ಮನೆ ಬರೆದುಬಿಟ್ಟರಾಯಿತೆ? ಏನೋ ದೊಡ್ಡ ಮನೆಯವಳು, ಬಡವರ ಕಷ್ಟ ನೋಡಿ ಯೋಚನೆ ಮಾಡುತ್ತಾಳೆ ಅಂತ ಶಿಕ್ಷಣ ಸಮಿತಿಗೆ ಚುನಾಯಿಸಿದರೆ... ಬಂದದ್ದು ಮೂರು ಮತ್ತೊಂದು ಸಭೆಗೆ. ಇವೆಲ್ಲಾ ದೊಡ್ಡ ಕುದುರೆಗಳ ನಾಟಕ. ನಾವು ಬೆಪ್ಪರು'. ಆದರೂ ಎಗ್ಲಾಂಟೈನಳ ಬಗ್ಗೆ ತಿಳಿದಿದ್ದವರು, ಅವಳ ತಾಯಿಯೊಡನೆಯ ಜವಾಬ್ದಾರಿ ಕುರಿತು ಹೇಳಿ ಸುಮ್ಮನಾಗಿಸುತ್ತಾರೆ.

ಈ ಹೊತ್ತಿಗೆ 'ಕೇಂಬ್ರಿಡ್ಜ್ ಇಂಡಿಪೆಂಡೆಂಟ್ ಪ್ರೆಸ್' ತನ್ನ ಹಲವಾರು ಸಂಚಿಕೆಗಳಲ್ಲಿ ಎಗ್ಲಾಂಟೈನ್‌ಳ ಪ್ರಚಾರಗಳು, ಚಿಂತನೆ, ಜನಪರವಾದ ವಿಚಾರಗಳು ಹೇಗೆ ರಾಜಕೀಯವಾಗಿಯೂ ಚಿಂತನಾಯೋಗ್ಯ ಎಂಬ ಮಾತುಗಳನ್ನು ಪ್ರಕಟಿಸಿರುತ್ತದೆ.

ಇದೇ ಅವಧಿಯಲ್ಲಿ ಕೇಂಬ್ರಿಡ್ಜನಲ್ಲಿ ಹೊಸದಾಗಿ ರಚಿತವಾದ ದೈಹಿಕ ಶಿಕ್ಷಣ ಮತ್ತು ಅಭಿವೃದ್ಧಿ ಲೀಗ್‌ಗೆ ಕೂಡಾ ಎಗ್ಲಾಂಟೈನಳನ್ನು ಸದಸ್ಯಳಾಗಿ ನೇಮಕ ಮಾಡಲಾಗುತ್ತದೆ. ಮತ್ತೆ ಅದೇ ಕತೆ. ತನ್ನ ಕೆಲಸಗಳ ಒತ್ತಡದಿಂದಾಗಿ ಸಭೆಗಳಿಗೆ ಹಾಜರಾಗಲು ಸಾಧ್ಯವಾಗದ ಜೆಬ್ ಅದಕ್ಕೂ ರಾಜೀನಾಮೆ ಕೊಡುತ್ತಾಳೆ.

ಫ್ಲಾರೆನ್ಸ್ ಅಡಾ ಕೇಯ್ನ್ಸ್ ಅವರ ಮಾರ್ಗದರ್ಶನದಲ್ಲಿ ಜೆಬ್ ಮತ್ತು ಕೇಯ್ನ್ಸ್ ಅವರ ಮಗಳು ಮಾರ್ಗರೆಟ್ ಕೇಯ್ನ್ಸ್ ಗಂಡು ಹುಡುಗರ ಉದ್ಯೋಗ ಮಾರ್ಗದರ್ಶಿ (ರಿಜಿಸ್ಟ್ರಿ) ಆರಂಭಿಸುತ್ತಾರೆ. ಆ ಹೊತ್ತಿಗೆ ಮಾರ್ಗರೆಟ್ ಆರ್ಥಿಕ ತಜ್ಞೆಯೆಂದು ಸಾಕಷ್ಟು ಹೆಸರುವಾಸಿಯಾಗಿರುತ್ತಾರೆ. ಇವರ ರಿಜಿಸ್ಟ್ರಿ ಮುಂದೆ ಜುವೆನೈಲ್ ಲೇಬರ್ ಎಕ್ಸಚೇಂಜ್ ಎಂದು ಹೆಸರಾಗುತ್ತದೆ. ನಂತರದ ಕೆಲ ದಿನಗಳಲ್ಲೇ ಹುಡುಗಿಯರಿಗೂ ಅದೇ ರೀತಿಯ ಮಾರ್ಗದರ್ಶಿಯನ್ನು ಇವರೆಲ್ಲಾ ಸೇರಿ ಆರಂಭಿಸುತ್ತಾರೆ (82, ರೀಜೆಂಟ್ ಸ್ಟ್ರೀಟ್, ಕೇಂಬ್ರಿಡ್ಜ್‌ನಲ್ಲಿ ಈ ಕುರಿತು ನೀಲಿ ಫಲಕವೊಂದು ಈಗಲೂ ಇದೆ).

ಈ ಸಮಯದಲ್ಲಿ ಮತ್ತೆ ಎಗ್ಲಾಂಟೈನ್ ಕೆಲ ಕಾಲ ಮತ್ತೆ ಖಿನ್ನತೆಗೆ ಒಳಗಾಗುತ್ತಾಳೆ. ತಾಯಿಯೊಡನೆ ಓಡಾಟ, ಸಭೆಗಳಿಗೆ ಹಾಜರಾಗದ ಪರಿಸ್ಥಿತಿ, ಬಡಜನರ ಬಡಾವಣೆಗಳಲ್ಲಿ ಸ್ಥಳೀಯ ಸರ್ಕಾರ ಏನೂ ಬದಲಾವಣೆ, ಕಾರ್ಯಕ್ರಮ, ಯೋಜನೆಗಳನ್ನು ಮಾಡದಿರುವುದು ಅವಳ ಮೇಲೆ ಒತ್ತಡವಾಗಿರುತ್ತದೆ. ಸ್ವತಂತ್ರವಾಗಿ ಚಿಂತಿಸಲು ತನ್ನಿಂದ ಯಾಕೆ ಆಗುತ್ತಿಲ್ಲ, ತಾನು ಆಲೋಚಿಸಿದ ಕೆಲಸಗಳು ಯಾಕೆ ಅಂದುಕೊಂಡಿದ್ದ ಪರಿಣಾಮಗಳನ್ನು ಬೀರುತ್ತಿಲ್ಲ ಎಂಬ ಬೇಸರದ ದಿನಗಳಲ್ಲಿ ಜೆಬ್ ಮರುಗುತ್ತಾಳೆ, ಅಸ್ವಸ್ಥಳಾಗುತ್ತಾಳೆ. ಚಿಂತನೆಗಳಲ್ಲಿ ತೊಡಗಿಕೊಳ್ಳಬೇಕು ಎನ್ನುವ ಮನೋಭಾವದಲ್ಲಿದ್ದ ಜೆಬ್ ದುಡಿಯುವ ವರ್ಗ ಮತ್ತು ಮಹಿಳಾ ಹಕ್ಕುಗಳನ್ನು ಕುರಿತು ಗಮನ ಹರಿಸಿ ಅದರಲ್ಲಿ ಮಗ್ನಳಾಗುತ್ತಾಳೆ. ಈ ಅವಧಿಯಲ್ಲಿ ಇಂಗ್ಲೆಂಡಿನಲ್ಲಿ ಮಹಿಳೆಯರಿಂದಲೇ ಆರಂಭವಾಗಿ ದೊಡ್ಡ ಮಟ್ಟದಲ್ಲಿ ಚಳವಳಿಯಾಗಿದ್ದ 'ಮಹಿಳಾ ಮತಚಲಾವಣೆ ಹಕ್ಕು' [Suffragette] ಹೋರಾಟದಲ್ಲೂ ಎಗ್ಲಾಂಟೈನ್ ತೊಡಗಿಕೊಂಡಿರುತ್ತಾಳೆ. ಎಲ್ಲ ಹಂತದ ಕೌನ್ಸಿಲ್ ಚುನಾವಣೆಗಳಲ್ಲಿ ಎಲ್ಲ ಪಕ್ಷಗಳು ಮಹಿಳೆಯರಿಗೆ ಸ್ಪರ್ಧಿಸಲು ಅವಕಾಶ ಮಾಡಿಕೊಡಲೇಬೇಕು ಎನ್ನುವ ಆಗ್ರಹಕ್ಕೆ ಹಲವಾರು ಮಹಿಳೆಯರು ಸಹಿ ಮಾಡಿದ ಚಳವಳಿಯಲ್ಲಿ ಜೆಬ್ ಮುಂಚೂಣಿಗೆ ಬರುತ್ತಾಳೆ.

ಕೇಂಬ್ರಿಡ್ಜ್: ಸಾಮಾಜಿಕ ಪರಿಸ್ಥಿತಿ ಕುರಿತು ಪ್ರಶ್ನೆಗಳು

ಕೇಂಬ್ರಿಡ್ಜ್ ಕುರಿತು ಎಗ್ಲಾಂಟೈನ್ ಸಿದ್ಧಪಡಿಸಿ 1906ರಲ್ಲಿ ಪ್ರಕಟವಾಗಿದ್ದ ವರದಿ ಸರ್ಕಾರ ಮತ್ತು ವಿಶ್ವವಿದ್ಯಾಲಯದಲ್ಲಿ ಕೋಲಾಹಲವನ್ನೇ ಉಂಟು ಮಾಡುತ್ತದೆ. ಬಡಜನರು, ಅನಕ್ಷರಸ್ಥರು ಅನಾರೋಗ್ಯ, ಅಪೌಷ್ಟಿಕತೆಯಲ್ಲಿ ಬಳಲುತ್ತಿರುವುದು ನಿಜವೇ, ಕೇಂಬ್ರಿಡ್ಜ್‌ನಲ್ಲಿ ಇಂತಹ ಪರಿಸ್ಥಿತಿ

ಇರಲು ಅದು ಹೇಗೆ ಸಾಧ್ಯ ಎಂದು ಎಷ್ಟೋ ಜನ ಪ್ರಶ್ನಿಸುತ್ತಾರೆ. ಎಗ್ಲಾಂಟೈನ್ ಇಲ್ಲಸಲ್ಲದನ್ನೆಲ್ಲಾ ಬರೆದು ನಮ್ಮಲ್ಲಿ ಕ್ಷೋಭೆ ಉಂಟು ಮಾಡುವ ಯತ್ನ ಮಾಡುತ್ತಿದ್ದಾಳೆ ಎನ್ನುವ ಆರೋಪ ಕೂಡಾ ಕೇಳಿಬರುತ್ತದೆ. ಇಂತಹದನ್ನೆಲ್ಲಾ ಸಂಶೋಧನೆ ಎನ್ನುತ್ತಾರಾ ಎಂದೂ ಪ್ರಶ್ನೆ ಏಳುತ್ತದೆ. ಎಗ್ಲಾಂಟೈನ್ ಮತ್ತು ಕೇಯ್ಸ್ ಸುಳ್ಳುಗಳನ್ನು ಹರಡುವ ಯತ್ನ ಮಾಡುತ್ತಿದ್ದಾರೆ, ಅವರನ್ನು ವಿಶ್ವವಿದ್ಯಾಲಯದಿಂದ ಹೊರ ದೂಡಬೇಕು ಎನ್ನುವ ಮಟ್ಟಕ್ಕೂ ಮಾತುಕತೆಗಳು ನಡೆಯುತ್ತವೆ. ಆದರೆ ಎಗ್ಲಾಂಟೈನ್ ಸದ್ದುಗದ್ದಲವಿಲ್ಲದೆ ಹಿಂದೆ ಬಿಡುಗಡೆಯಾಗಿದ್ದ ವರದಿಯ ಪರಿಷ್ಕೃತ ವರದಿಯನ್ನು 1908ರಲ್ಲಿ ಪ್ರಕಟಿಸುತ್ತಾಳೆ. 1906ರಿಂದ 1908ರೊಳಗೆ ಏನಾದರೂ ಬದಲಾವಣೆಗಳು ಆಗಿವೆಯೆ? ಸರ್ಕಾರ, ಸ್ಥಳೀಯ ಆಡಳಿತ, ವಿಶ್ವವಿದ್ಯಾಲಯ ಏನಾದರೂ ಕ್ರಮ ಕೈಗೊಂಡಿದೆಯೆ ಎಂದು ಪರಿಶೀಲಿಸುವ ಯತ್ನ ಮಾಡುತ್ತಾಳೆ. ಎರಡು ವರ್ಷಗಳು ಬಹಳ ದೀರ್ಘ ಕಾಲವಲ್ಲದಿದ್ದರೂ ಅತ್ಯಂತ ಕ್ಲುಪ್ತ ಕಾಲವಂತೂ ಅಲ್ಲ ಎಂಬುದು ಅವಳ ವಾದವಾಗಿರುತ್ತದೆ. 'ಜನರ ನಿರುದ್ಯೋಗಕ್ಕೆ ಏನನ್ನಾದರೂ ಮಾಡದಿದ್ದರೆ ಎಲ್ಲವೂ ದುರಂತವಾಗುತ್ತದೆ. ಉದ್ಯೋಗರಹಿತರು ಸಂಪಾದನೆಯಿಲ್ಲದೆ ಕುಟುಂಬಗಳನ್ನು ಹೇಗೆ ನೋಡಿಕೊಂಡಾರು ಎಂಬುದನ್ನು ಕುರಿತು ಸರ್ಕಾರ ಗಮನಿಸಬೇಕು' ಎಂದು ಎಚ್ಚರಿಸುತ್ತಾಳೆ. 'ಸಾರ್ವಜನಿಕ ಆರೋಗ್ಯ ಕುರಿತು ಸ್ಥಳೀಯ ಸರ್ಕಾರ ಒಂದಷ್ಟು ಕ್ರಮಗಳನ್ನು ಕೈಗೊಂಡಿದೆ. ನೀರು ಒದಗಿಸಲು, ಔಷಧಾಲಯಗಳನ್ನು ಏರ್ಪಡಿಸಲು ಒಂದಷ್ಟು ಪ್ರಯತ್ನಗಳು ನಡೆದಿರುವುದು ಸ್ತುತ್ಯರ್ಹ. ಕುಟುಂಬಗಳು ಮತ್ತು ಸರ್ಕಾರ ಮಕ್ಕಳ ಆರೋಗ್ಯದತ್ತ ಗಮನ ಹರಿಸುವುದು ಅತ್ಯಾವಶ್ಯಕ ಮತ್ತು ತುರ್ತು' ಎಂದೂ ಹೇಳುತ್ತಾಳೆ.

'ಕೇಂಬ್ರಿಡ್ಜ್‌ನ ಕೊಳೆಗೇರಿಗಳಲ್ಲಿ ಎಂಟು ಮಕ್ಕಳು ಹುಟ್ಟಿದರೆ ಒಂದು ಮಗು ವರ್ಷ ತುಂಬುವುದರೊಳಗೆ ಸಾವನ್ನಪ್ಪುತ್ತದೆ. ಇದು ಅತ್ಯಂತ ಅಪಾಯಕಾರಿ ಪರಿಸ್ಥಿತಿ. ಇದು ಜನರು ಅದೆಂತಹ ಕೆಟ್ಟ ಸ್ಥಿತಿಯಲ್ಲಿ ಬದುಕುತ್ತಿದ್ದಾರೆ ಎನ್ನುವುದರ ದ್ಯೋತಕ. ನೀವು ಜನರಿಗೆ ಕನಿಷ್ಠ ಕೂಲಿ, ಮಜೂರಿ, ಸಂಬಳ ಕೊಡುವುದಿಲ್ಲ. ಅವರ ಮಕ್ಕಳು ಹೊಟ್ಟೆ ತುಂಬಾ ತಿನ್ನಲು ಇನ್ನು ಹೇಗೆ ಸಾಧ್ಯ? ಆರೋಗ್ಯ ಸೇವೆ ಪಡೆಯಲು ಹೇಗೆ ಸಾಧ್ಯ? ಜನರಿಗೆಲ್ಲಾ ಕೈತುಂಬಾ ಕೆಲಸ, ಅದಕ್ಕೆ ತಕ್ಕ ಸಂಬಳ, ಮನೆಮಂದಿಗೆಲ್ಲಾ ಹೊಟ್ಟೆ ತುಂಬಾ ಊಟ, ನೆಮ್ಮದಿ, ಕಣ್ತುಂಬಾ ನಿದ್ದೆ, ಆರೋಗ್ಯ ಇವು ಸಿಕ್ಕಿದರೆ, ಈ ದೇಶ ಕಲ್ಯಾಣ ರಾಜ್ಯವಾಗದೇ ಇರದು. ರಾಜಕೀಯ ಪಕ್ಷಗಳು ಕನ್ಸರ್ವೇಟಿವ್[20] ಆಗಲಿ, ಲಿಬರಲ್[21] ಆಗಲಿ ಇದಕ್ಕೆ ಗಮನ ಕೊಡಲೇಬೇಕು. ಜನ ಘೆಟ್ಟೋಗಳಲ್ಲಿ ಕೊಳೆಯುವುದನ್ನು ನೋಡಿಕೊಂಡು ಅದು ಹೇಗೆ ಸುಮ್ಮನಿರುತ್ತೀರಿ? ಅವರಿಗೆ ಭೂಮಿ ಹಂಚಿಕೆ ಮಾಡಿ. ಕೃಷಿಯಲ್ಲಿ ಮುಂದೆ ಬರುತ್ತಾರೆ. ಸರ್ಕಾರ ತನ್ನ ತೆರಿಗೆ ವಿಧಾನಗಳನ್ನು ಮರುಚಿಂತನೆ ಮಾಡಬೇಕು. ನಮ್ಮ ಸುತ್ತಮುತ್ತಲ ದೇಶಗಳಲ್ಲಿ ಯುದ್ಧದ ಕರಿನೆರಳು ಆವರಿಸಿದೆ. ಆಹಾರಕ್ಕೆ ಎಲ್ಲೆಲ್ಲೂ ಹಾಹಾಕಾರ ಆರಂಭವಾಗಿದೆ. ಸರ್ಕಾರ ಆಹಾರ ಪದಾರ್ಥಗಳ ಮೇಲೆ ಆಮದು ಸುಂಕ, ತೆರಿಗೆಯನ್ನು ತೆರವು ಮಾಡುವುದಕ್ಕೆ ನಾನು ಒತ್ತಾಯಿಸುತ್ತೇನೆ.' ಎಂದು ಎಗ್ಲಾಂಟೈನ್ ಪತ್ರಿಕೆಗಳಿಗೆ ಬರೆಯುತ್ತಾಳೆ, ಸಾರ್ವಜನಿಕ ಸಭೆಗಳಲ್ಲಿ, ವಿಶ್ವವಿದ್ಯಾಲಯದ ಗೋಷ್ಠಿಗಳಲ್ಲಿ ಮಾತನಾಡಲಾರಂಭಿಸುತ್ತಾಳೆ. ಅವಳ ರಾಜಕೀಯ ನಿಲುವು ಸ್ಪಷ್ಟವಾಗುತ್ತಾ ಹೋಗುತ್ತದೆ. ಅವಳ ಈ ಮಾತುಗಳು ಪತ್ರಿಕೆಗಳಲ್ಲಿ ಪ್ರಕಟವಾಗುತ್ತವೆ. ಅವಳ ಈ ಎಲ್ಲ ನಡೆಗಳನ್ನು ನೋಡಿದರೆ, ಒಂದು ರೀತಿ ಆಗಿನ ಕಾಲದ ಜನರ ಚಿಂತನೆಗಳಿಗಿಂತಲೂ ಎಗ್ಲಾಂಟೈನ್ ಜೆಬ್ ಬಹಳ ಮುಂದೆ ಹೋಗಿದ್ದಳು, ಸಾಮಾಜಿಕ ಬದಲಾವಣೆಗಳತ್ತ ದೃಷ್ಟಿ ಹಾಯಿಸಿದ್ದಳು ಎಂಬುದು ಸ್ಪಷ್ಟವಾಗುತ್ತದೆ.

ತನ್ನ ಈ ಚಿಂತನೆಗಳು, ಕೆಲಸಗಳ ಮಧ್ಯೆ ತಾಯಿಯ ಆರೋಗ್ಯದತ್ತಲೂ ಜೆಬ್ ಗಮನ ಹರಿಸಬೇಕಿತ್ತು. ಅನಿವಾರ್ಯವಾಗಿ ತಾಯಿಯನ್ನು ಇಂಗ್ಲೆಂಡಿನಿಂದ ಆಚೆಗೆ ಕರೆದೊಯ್ದು ವಿವಿಧ ಆರೋಗ್ಯ ಧಾಮಗಳಿಗೆ ಭೇಟಿ ಕೊಡಬೇಕಾಗುತ್ತದೆ (1910). ಈ ಸಮಯದಲ್ಲೇ ಎಗ್ಲಾಂಟೈನಳನ್ನು ಮೊದಲಿಂದಲೂ ಬಾಧಿಸುತ್ತಿದ್ದರೂ ತೀವ್ರವಾಗಿ ನಿರ್ಲಕ್ಷ್ಯ ಮಾಡಿದ್ದ ಪರಿಣಾಮವಾಗಿ ಥೈರಾಯ್ಡ್ ಸಮಸ್ಯೆ ಉಲ್ಬಣಿಸುತ್ತದೆ. ನಿಧಾನವಾಗಿ ಅದು ಗಾಯ್ಟರ್[22] ಆಗಿ ಮಾರ್ಪಾಡಾಗುತ್ತದೆ. ಅಮ್ಮನಿಗೂ ಔಷಧೋಪಚಾರ, ತನಗೂ ವೈದ್ಯರ ನೆರವು ಬೇಕಿರುವುದು ಎಗ್ಲಾಂಟೈನ್‌ಗೆ ಬೇಸರ ತರಿಸುತ್ತದೆ. 'ನನ್ನ ಈ ದೈಹಿಕ ಮತ್ತು ಮಾನಸಿಕ ಸುಸ್ತು ಒಂದು ರೀತಿ ಅಭ್ಯಾಸವಾಗಿಬಿಟ್ಟಿದೆ. ನಾನಿದಕ್ಕೆ ಚಿಕಿತ್ಸೆ ಪಡೆಯಲೇಬೇಕು. ಇಲ್ಲವಾದರೆ ಇದರಲ್ಲೇ ಹುದುಗಿ ಹೋಗುತ್ತೇನೆ. ಗಟ್ಟಿಯಾಗಲು ಏನಾದರೂ ಪ್ರಯೋಗ ಮಾಡಲೇಬೇಕು' ಎಂದು ಎಗ್ಲಾಂಟೈನ್ ತನ್ನ ದಿನಚರಿಯಲ್ಲಿ ಬರೆಯುತ್ತಾಳೆ. ತೊಂದರೆಗಳು, ಚಿಂತೆಗಳು, ತಾಯಿಯೊಂದಿಗಿದ್ದರೂ ಒಬ್ಬಂಟಿತನದ ಅಸಂತೋಷದಿಂದ ಹೊರಬರಲು ಬರವಣಿಗೆಯ ಮೊರೆ ಹೋಗುತ್ತಾಳೆ. ಈ ಎಲ್ಲದರ ನಡುವೆ ಅವಳೊಂದು ಕಾದಂಬರಿ ಬರೆಯುತ್ತಾಳೆ, 'ದ ರಿಂಗ್ ಫೆನ್ಸ್'. ಅದರಲ್ಲಿ ಇಂಗ್ಲೆಂಡಿನ ಹಳ್ಳಿಗಾಡಿನ ಬದುಕು, ಅಲ್ಲಿನ ಒಡನಾಟ, ಕಷ್ಟನಷ್ಟಗಳು, ಸುಖಸಂತೋಷಗಳ ಬಗ್ಗೆ ಬರೆಯುತ್ತಾಳೆ. ಅದು ಒಂದು ತರಹ ಅವಳದೇ ಜೀವನದ ದಾಖಲೆ. ಆತ್ಮಚರಿತ್ರೆಯಂತೆ. ಜೊತೆಗೆ ಕೂಲಿಕಾರರ ಮೇಲೆ ಒಡೆಯರ ದಬ್ಬಾಳಿಕೆ, ಅವರ ಜಂಜಾಟ, ಬಡತನ, ಹಿಂಸೆ ಕುರಿತು ಬರೆದಿರುವುದನ್ನು ನೋಡಿದಾಗ ಅವಳ ಮನಸ್ಥಿತಿ ಮತ್ತು ಅಧ್ಯಯನ ಕುರಿತಾಗಿ ತಿಳಿಯುತ್ತದೆ.

ಮಧ್ಯ ಯೂರೋಪ್ ಪ್ರವಾಸ

ಇಂಗ್ಲೆಂಡಿನಲ್ಲಿ ಅಧಿಕಾರದಲ್ಲಿದ್ದ ಲಿಬರಲ್ ಪಕ್ಷದವರು 1910ರ ಡಿಸೆಂಬರ್‌ನಲ್ಲಿ 'ಕಲ್ಯಾಣ ರಾಜ್ಯದ ಕಲ್ಪನೆಗಳಾದ ನಿವೃತ್ತಿ ವೇತನ ಮತ್ತು ರಾಷ್ಟ್ರೀಯ ವಿಮೆ' ಕಾರ್ಯಕ್ರಮಗಳನ್ನು ಜಾರಿಗೆ ತರಲು ಮಸೂದೆಯನ್ನು ಪಾರ್ಲಿಮೆಂಟಿನಲ್ಲಿ ಮಂಡಿಸುತ್ತಾರೆ. ಆದರೆ ಅವರ ನಿರೀಕ್ಷೆಗೂ ಮೀರಿ ಹೌಸ್

ಆಫ್ ಲಾರ್ಡ್ಸ್[23]ನಲ್ಲಿ ಈ ಮಸೂದೆಗೆ ವಿರೋಧ ವ್ಯಕ್ತವಾಗುತ್ತದೆ. ಸರ್ಕಾರಕ್ಕೆ ಬೆಂಬಲವಿಲ್ಲದ ಕಾರಣ ವಿಧಿಯಿಲ್ಲದೆ ಮತ್ತೆ ಚುನಾವಣೆ ಘೋಷಣೆಯಾಗುತ್ತದೆ.

ಆ ಸಮಯದಲ್ಲಿ ಎಗ್ಲಾಂಟೈನ್ ತಾಯಿಯ ಚಿಕಿತ್ಸೆಗಾಗಿ ಮಧ್ಯ ಯೂರೋಪಿನ ಆಸ್ಟ್ರಿಯಾದಲ್ಲಿ ಆಸ್ಪತ್ರೆಗಳಿಗೆ ಭೇಟಿ ಕೊಡುವ ವೈದ್ಯಕೀಯ ಪ್ರವಾಸದಲ್ಲಿರುತ್ತಾಳೆ. ತಾಯಿ ಟೈಗೆ ಮತ್ತೆ ಮತ್ತೆ ಆರೋಗ್ಯ ಹದಗೆಡುತ್ತಿರುತ್ತದೆ. ಬಲವಂತವಾಗಿ ಇಬ್ಬರೂ ಇಂಗ್ಲೆಂಡಿನಿಂದ ಆಚೆ ಕೆಲಕಾಲ ವಾಸಿಸಲು ನಿರ್ಧರಿಸುತ್ತಾರೆ. ಹೀಗಾಗಿ ಅಮ್ಮನೊಡನೆ ಎಗ್ಲಾಂಟೈನ್ ಎರಡು ವರ್ಷಗಳ ಕಾಲ ಯೂರೋಪಿನ ವಿವಿಧೆಡೆ ತಿರುಗಿ, ವಿವಿಧ ಆರೋಗ್ಯ ಧಾಮಗಳಿಗೆ ಭೇಟಿ ಕೊಡುತ್ತಿರುತ್ತಾಳೆ. ಈ ಸಮಯದಲ್ಲಿ ಎಗ್ಲಾಂಟೈನ್ ತಾವು ಹೋದ ದೇಶಗಳಲ್ಲೆಲ್ಲಾ ರಾಜಕೀಯವಾಗಿ ಏನೋ ಬದಲಾವಣೆಗಳಾಗುತ್ತಿರುವುದನ್ನು ಸೂಕ್ಷ್ಮವಾಗಿ ಗಮನಿಸುತ್ತಿರುತ್ತಾಳೆ. ಯೂರೋಪಿನ ಹಲವಾರು ದೇಶಗಳು ಪರಸ್ಪರ ಸದಾ ಹೊಡೆದಾಟ ಯುದ್ಧದಲ್ಲಿ ತೊಡಗಿರುವುದು, ಜನ ಅವ್ಯಕ್ತವಾದ ಭಯದಲ್ಲಿರುವುದು, ಬಡಜನ ಊಟ, ಔಷಧಗಳಿಗೆ ಕಷ್ಟಪಡುವುದು, ಸರ್ಕಾರಗಳು ಅತೀವವಾದ ಬಿಗಿತನವನ್ನು ತೋರುವುದು ಅವಳಿಗೆ ಕಂಡುಬರುತ್ತದೆ.

ಆದರೆ ಎಗ್ಲಾಂಟೈನಳ ಮನಸ್ಸೆಲ್ಲಾ ಕೇಂಬ್ರಿಡ್ಜ್‌ನಲ್ಲೇ ಇರುತ್ತದೆ. ತಾಯಿಯ ವಿರೋಧದ ನಡುವೆಯೂ ತಡೆಯಲಾರದೆ ಅವಳು ನೂರಾರು ಕಿಲೋಮೀಟರ್ ಪ್ರಯಾಣ ಮಾಡಿ ಬಂದು, ಲಿಬರಲ್ ಪಕ್ಷದ ಪರವಾಗಿ ಪ್ರಚಾರ ಮಾಡುತ್ತಾಳೆ. ಆ ಹೊತ್ತಿಗೆ ಅನೇಕ ಪ್ರಗತಿಪರರು ಮತ್ತು ಜನಸಮುದಾಯದಲ್ಲೂ ಲಿಬರಲ್ ಪಕ್ಷದ ಪರವಾದ ಅಲೆ ಎದ್ದಿರುತ್ತದೆ. ಈ ಎಲ್ಲದರ ಪರಿಣಾಮ, ಲಿಬರಲ್ ಪಕ್ಷ ಗೆಲ್ಲುತ್ತದೆ. ಜೆಬ್ ನೀಡಿದ ಬೆಂಬಲ ಮತ್ತು ಪ್ರಚಾರ ಕುರಿತು ಕೇಂಬ್ರಿಡ್ಜ್ ಇಂಡಿಪೆಂಡೆಂಟ್ ಪ್ರೆಸ್ ಪತ್ರಿಕೆಗಳಲ್ಲಿ ಲಿಬರಲ್ ಪಕ್ಷ ಮುಕ್ತಕಂಠದಿಂದ ಹೊಗಳುತ್ತದೆ, ಅವಳ ಉಪಕಾರವನ್ನು ಸ್ಮರಿಸುತ್ತದೆ. ಒಟ್ಟಿನಲ್ಲಿ ನಮಗೆ ತಿಳಿಯುವುದು ಜೆಬ್ ರಾಜಕೀಯವಾಗಿಯೂ ಚಿಂತಿಸುತ್ತಿದ್ದಳು ಮತ್ತು ಕ್ರಿಯಾಶೀಲಳಾಗಿದ್ದಳು ಎಂಬುದು.

ಇಂಗ್ಲೆಂಡಿನ ಸಂಸತ್‌ಗೆ ಲಿಬರಲ್ ಪಕ್ಷದ ಪರವಾಗಿ ಎಗ್ಲಾಂಟೈನಳ ಸೋದರಿ ಡೊರೋತಿಯ ಗಂಡ ಚಾರ್ಲ್ಸ್ ಬಕ್ಸ್‌ಟನ್ ಚುನಾಯಿತನಾಗುತ್ತಾನೆ. ಈತನೇ ಎಗ್ಲಾಂಟೈನಳ ರಾಜಕೀಯ ಚಿಂತನೆಗಳು ಲಿಬರಲ್ ತತ್ತ್ವಗಳತ್ತ ಬದಲಾಗಲು ಕಾರಣಕರ್ತನೂ ಆಗಿರುತ್ತಾನೆ.

ಯುದ್ಧ!

ಯೂರೋಪ್[24] ಸದಾಕಾಲಕ್ಕೂ ಒಂದಲ್ಲಾ ಒಂದು ಯುದ್ಧದಲ್ಲಿ ಜರ್ಜರಿತವಾಗಿಯೇ ಇತ್ತು. ಚಿಕ್ಕಪುಟ್ಟ ರಾಜರು, ಸರ್ಕಾರಗಳು ಒಬ್ಬರನ್ನೊಬ್ಬರು ಮಣಿಸಲು, ಅವರಿವರ ಪ್ರಾಂತಗಳನ್ನು ಹತೋಟಿಗೆ ತೆಗೆದುಕೊಳ್ಳಲು ಯತ್ನಿಸುತ್ತಲೇ ಇದ್ದುದು ಇದಕ್ಕೆ ಕಾರಣ. ಅಂತಹದೊಂದು ದೀರ್ಘಕಾಲದ ಯುದ್ಧದಲ್ಲಿ ಟರ್ಕಿ ವಿರುದ್ಧ ಕೆಲವು ದೇಶಗಳು ಸೇರಿ ಮಾಡಿಕೊಂಡಿದ್ದ ಮಿತ್ರ ಪಡೆಗಳು ಗೆದ್ದಿದ್ದವು (1913). ಹಾಗೆ ಗೆಲುವು ಸಾಧಿಸಿದಾಗ ಮೊದಲೇ ಮಾಡಿಕೊಂಡಿದ್ದ

ಒಪ್ಪಂದದಂತೆ ಟರ್ಕಿಯ ಕೆಲವು ಭಾಗವನ್ನು (ಮ್ಯಾಸೆಡೋನಿಯಾ)[25] ಬಲ್ಗೇರಿಯಾಕ್ಕೆ ಕೊಡುವುದಾಗಿತ್ತು. ಆದರೆ ಹಾಗೆ ಭೂಭಾಗವನ್ನು ನೀಡಲು ಉಳಿದವರು ನಿರಾಕರಿಸಿದರು. ಇದನ್ನೇ ನೆಪವಾಗಿಟ್ಟುಕೊಂಡು ಬಲ್ಗೇರಿಯಾ ತನ್ನ ಹಿಂದಿನ ಸಹವರ್ತಿ ಬಾಲ್ಕನ್ನಿನ ಮಿತ್ರರ ಮೇಲೇ ಯುದ್ಧ ಸಾರಿತು. ಆದರೆ ಬಲ್ಗೇರಿಯಾಕ್ಕೆ ಯಾವುದೇ ರೀತಿಯ ಜಯ ಸಿಗಲಿಲ್ಲ. ಬದಲಿಗೆ ಅಪಾರ ಸಂಖ್ಯೆಯ ಸಾವು ನೋವುಗಳಿಗೆ ಅದು ದಾರಿಯಾಯಿತು. ಒಂದು ಲೆಕ್ಕದಂತೆ 1,22,000 ಜನ (ಸೈನಿಕರನ್ನೂ ಒಳಗೊಂಡಂತೆ) ಯುದ್ಧದಲ್ಲಿ ಸಾವನ್ನಪ್ಪಿದರು. ಸುಮಾರು 20,000 ಜನ ಗಾಯ ಆಘಾತಗಳಿಗೆ ಬಲಿಯಾದರು. ಜೊತೆಗೆ ಹಸಿವು, ಬಳಲಿಕೆಯಿಂದಾಗಿ ಸುಮಾರು 82,000 ಜನ ಸಾವನ್ನಪ್ಪಿದರು ಎಂದು ದಾಖಲಾಗಿದೆ.

ಯುದ್ಧಗಳಿಂದಾಗಿ ತೊಂದರೆಗೀಡಾದ ಜನರ ನೆರವಿಗಾಗಿ 'ಮ್ಯಾಸೆಡೋನಿಯಾ[26] ಪರಿಹಾರ ನಿಧಿ'ಯನ್ನು ಇಂಗ್ಲೆಂಡಿನ ಕೆಲ ಚಿಂತಕರು ಸೇರಿ ಆರಂಭಿಸಿದರು. ಮ್ಯಾಸೆಡೋನಿಯಾದ ನಿಜವಾದ ಪರಿಸ್ಥಿತಿ ಅರಿತುಕೊಳ್ಳಲು ಯಾರಾದರೂ ಲಂಡನ್ನಿನಿಂದ ಸ್ಕೋಫಿಯಾ ಪ್ರದೇಶಕ್ಕೆ 2500 ಕಿ.ಮೀ ಪ್ರಯಾಣ ಮಾಡಿ ಹೋಗಿ ಬರಬೇಕಿತ್ತು. ಗುಂಪಿನ ಸೂಚನೆಯಂತೆ ಈಗಾಗಲೇ ಯೂರೋಪಿನ ದೂರದೂರದ ಪ್ರದೇಶಗಳಲ್ಲಿ ಪ್ರವಾಸ ಮಾಡಿದ್ದ ಎಗ್ಲಾಂಟೈನ್ ಹೊರಟಳು. ಬಹಳ ಮುಖ್ಯವಾಗಿ ಬಾಲ್ಕನ್‌ಗೆ ಹೋಗಲು ಅವಳ ಸಹೋದರಿಯ ಗಂಡ ಚಾರ್ಲ್ಸ್ ಬಕ್ಸ್‌ಟನ್‌ನ ಪ್ರೇರೇಪಣೆಯೇ ಮುಖ್ಯವಾಗಿತ್ತು. ಯುದ್ಧಭೂಮಿಯಲ್ಲಿ ಓಡಾಡಿ, ಮ್ಯಾಸೆಡೊನಿಯಾಕ್ಕೆ ಹೋಗುವುದು, ಅಲ್ಲಿನ ಪರಿಸ್ಥಿತಿಯನ್ನು ಇಂಗ್ಲೆಂಡಿನ ನಾಗರಿಕರಿಗೆ ತಿಳಿಸಿ ಚಂದಾ ಮೂಲಕ ಸಂಗ್ರಹಿಸಿದ ಹಣವನ್ನು ಯುದ್ಧದಿಂದ ತೊಂದರೆಗೊಳಗಾಗಿದ್ದರಿಗೆ ಕೊಟ್ಟು, ಪುನರ್ವಸತಿಗೆ ನೆರವಾಗುವುದಷ್ಟೇ ಆ ಪ್ರವಾಸದ ಉದ್ದೇಶ ಆಗಿತ್ತು. ಅದು ಪ್ರವಾಸವಾಗಿರಲಿಲ್ಲ. ಪ್ರಯಾಸದ ದೊಡ್ಡ ಸಾಹಸವೇ ಆಗಿತ್ತು. ಯುದ್ಧಗಳಿಂದಾಗಿ ಜರ್ಜರಿತವಾದ ಪ್ರದೇಶಗಳಲ್ಲಿ ಅಲ್ಲಿಯ ಜನರಿಗೇ ಕುಡಿಯಲು ನೀರು, ತಿನ್ನಲು ಆಹಾರದ ಕೊರತೆ ತೀವ್ರವಾಗಿತ್ತು. ಇನ್ನು ಪ್ರವಾಸ ಮಾಡುವವರಿಗೆ ಎಲ್ಲಿಂದ ಸಿಗಬೇಕು?

ಯುದ್ಧದಲ್ಲಿ ಗೆದ್ದವರೆನಿಸಿಕೊಂಡವರು ಸರ್ಬ್‌ರು[27] ಮತ್ತು ಅವರ ಸಹವರ್ತಿಗಳು. ಟರ್ಕರ ಜೊತೆಗೂಡಿ ಯುದ್ಧದಲ್ಲಿ ಸೋತು ಬಸವಳಿದಿದ್ದವರು ಅತಿ ಹೆಚ್ಚಾಗಿ ಮುಸ್ಲಿಂ ಸಮುದಾಯದ ಜನ. ಅಲ್ಲಿಯೇ ಹೆಚ್ಚು ಸಾವು ನೋವು ಮತ್ತು ಮಕ್ಕಳು ಮಹಿಳೆಯರಿಗೆ ತೊಂದರೆಯಾಗಿತ್ತು. ಅಂಥವರಿಗೆ ನೆರವು ತಲುಪಿಸುವುದೇ ಮುಖ್ಯವಾಗಿತ್ತು. ಬಾಲ್ಕನ್ನಿನ ವಿಷಮ ಪರಿಸ್ಥಿತಿಗೆ ಮುಸ್ಲಿಂ ಮತ್ತು ಕ್ರಿಶ್ಚಿಯನ್ ಸಮುದಾಯಗಳಲ್ಲಿದ್ದ ಧಾರ್ಮಿಕ ಸಂಪ್ರದಾಯಗಳಲ್ಲಿನ ಭಿನ್ನಾಭಿಪ್ರಾಯ ಮತ್ತು ದ್ವೇಷವೇ ಕಾರಣವಾಗಿತ್ತು. ಈ ವಿಚಾರ ಎಗ್ಲಾಂಟೈನಳ ಮೇಲೆ ಭಾರೀ ಪ್ರಭಾವ ಬೀರಿತು. ಧಾರ್ಮಿಕ ಸಂಪ್ರದಾಯದಂತಹ ವಿಚಾರಗಳಿಗೆಲ್ಲಾ ಈಗಲೂ ಯುದ್ಧಗಳು ನಡೆಯುತ್ತವೆಯೇ? ಇದು ಅನರ್ಥಕಾರಿಯಲ್ಲವೇ ಎಂದು ಎಗ್ಲಾಂಟೈನ್ ಭಾವಿಸುತ್ತಾಳೆ. ಆದರೆ ಇಂತಹ ಚಿಂತನೆಗಳಿಗೆ ಎಲ್ಲಿ ಅವಕಾಶವಿತ್ತು? ಯುದ್ಧದ ಪ್ರಭಾವ ಇಡೀ ಯೂರೋಪಿಗೆ ಒಂದಲ್ಲಾ ಒಂದು ಕಾರಣಕ್ಕೆ ವ್ಯಾಪಿಸಿಕೊಂಡಿತ್ತು. ಯೂರೋಪಿನ ದೇಶಗಳೆಲ್ಲಾ ಒಂದೊಂದಾಗಿ ಯುದ್ಧದ ಜಾಲದಲ್ಲಿ ಸಿಲುಕಿ ಬಿದ್ದಿದ್ದಾಗ, ವಿವಿಧ ದೇಶಗಳ ಸರ್ಕಾರಗಳೆಲ್ಲಾ ಶಸ್ತ್ರ ಸಂಗ್ರಹದಲ್ಲಿ, ಆಹಾರ ಮತ್ತು ಔಷಧಿಗಳನ್ನು ಯುದ್ಧಭೂಮಿಗೆ ರವಾನಿಸುವುದರಲ್ಲಿ, ಸೈನಿಕರನ್ನು ಕೂಡಿಸುವುದರಲ್ಲಿ ಮತ್ತು ಅವರಿಗೆ ತರಬೇತಿ ನೀಡುವುದರಲ್ಲಿ ಮಗ್ನವಾಗಿದ್ದವು. ಅಂತಹ ಸಂದರ್ಭದಲ್ಲಿ ನೆದರ್‌ಲ್ಯಾಂಡಿನ ಹೇಗ್‌ನಲ್ಲಿ ನಡೆದ 20ನೇ ಶಾಂತಿ ಸಭೆಯಲ್ಲಿ ಎಗ್ಲಾಂಟೈನ್ ಭಾಗವಹಿಸುತ್ತಾಳೆ (18 ಏಪ್ರಿಲ್ 1913). 'ಯುದ್ಧ ನಿಲ್ಲಿಸಿ'

ಎನ್ನುವ ದನಿಗೆ ತನ್ನ ಅಭಿಪ್ರಾಯಗಳನ್ನು ಕೂಡಿಸುತ್ತಾಳೆ. ದುರಾದೃಷ್ಟವಶಾತ್ ಎಗ್ಲಾಂಟೈನ್ ಹಠಾತ್ ಆಗಿ ಅನಾರೋಗ್ಯಕ್ಕೆ ಈಡಾಗುತ್ತಾಳೆ. ಅವಳಿಗೆ ಥೈರಾಯ್ಡ್ ಸಮಸ್ಯೆ ಉಲ್ಬಣವಾಗಿರುವುದು ಪತ್ತೆಯಾಗುತ್ತದೆ. ಇದರ ಪರಿಣಾಮ ಎಗ್ಲಾಂಟೈನ್ ಮತ್ತೆ ಮತ್ತೆ ಅನಾರೋಗ್ಯಕ್ಕೆ ಈಡಾಗುತ್ತಾಳೆ. ಸಭೆಗಳಲ್ಲಿ ಭಾಗವಹಿಸಲು ಆಗದಿದ್ದರೂ ತನ್ನ ಟಿಪ್ಪಣಿಗಳನ್ನು ಕಳುಹಿಸುತ್ತಿರುತ್ತಾಳೆ. ಯುದ್ಧ ನಿಲ್ಲಿಸಲು ಮತ್ತು ಅದರ ಪರಿಣಾಮ ಜನಸಮುದಾಯ ಮತ್ತು ಮಕ್ಕಳ ಮೇಲೆ ಆಗದಂತೆ ತಡೆಯಲು ತನ್ನಿಂದ ಏನೂ ಮಾಡಲು ಆಗುತ್ತಿಲ್ಲ ಎಂದು ಖಿನ್ನಳಾಗುತ್ತಾಳೆ. ಆದರೂ ಅವನ್ನೆಲ್ಲಾ ಮೆಟ್ಟಿ ಮತ್ತೆ ಮ್ಯಾಸೆಡೋನಿಯಾದ ಯುದ್ಧ ಭೂಮಿಗಳತ್ತ ನಡೆಯುತ್ತಾಳೆ.

"ದುರಾದೃಷ್ಟವಶಾತ್, ರಾಜಕೀಯದಲ್ಲಿ ಧರ್ಮ ಬೆರೆತಿರುವುದರಿಂದಲೇ ಯುದ್ಧಗಳಿಗೆ, ಮನಸ್ತಾಪಗಳಿಗೆ ಕಾರಣವಾಗಿದೆ. ರಾಷ್ಟ್ರೀಯತೆಯೆನ್ನುವುದು ಎಲ್ಲೋ ಕಲಸುಮೆಲಸಾಗಿದೆ. ವ್ಯಕ್ತಿಗಳು ತಮ್ಮ ಧರ್ಮಕ್ಕೆ ನಿರ್ದಿಷ್ಟ ರಾಜಕೀಯ ಪಕ್ಷವನ್ನು ಜೋಡಿಸಿಬಿಡುತ್ತಾರೆ... ನೀವು ರೋಮನ್ ಕ್ಯಾಥೋಲಿಕ್ ಆಗಿದ್ದರೆ ನೀವು ಹುಟ್ಟಿನಿಂದ ಸರ್ಬಿಯನ್ ಅಲ್ಲ, ನಿಮ್ಮಲ್ಲಿ ಸರ್ಬಿಯನ್ ರಕ್ತವಿಲ್ಲ ಎಂಬಂತೆ... ಅಂದರೆ ಸರ್ಬಿಯಾದ ಮೇಲೆ ಯಾರೇ ಏನೇ ದಾಳಿ ಮಾಡಿದರೂ, ನೆರೆಯ ಶಕ್ತಿಶಾಲಿ ಆಸ್ಟ್ರಿಯಾದವರು ಬಂದು ಸರ್ವನಾಶ ಮಾಡಿದರೂ ನೀವು ಕ್ಯಾಥೋಲಿಕ್ ಆಗಿರುವುದರಿಂದ ನಿಮ್ಮದೇ ನೆರೆಮನೆಯವನ ಮೇಲೆ ಹಲ್ಲೆಯಾದರೂ ಸುಮ್ಮನಿರುತ್ತೀರಿ... ಇದೆಂತಹ ಮನೋಭಾವ?" ಎಗ್ಲಾಂಟೈನ್ ತನ್ನ ಬೇಸರ ದುಃಖವನ್ನು ಹೊರಹಾಕುತ್ತಾಳೆ. (ವಿಲ್ಸನ್ ಅವರ ಬಯೋಗ್ರಫಿಯಿಂದ)

ಯುದ್ಧಗಳಿಂದಾಗಿ ಜನ ನಿರಾಶ್ರಿತರಾಗಿದ್ದರು. ಆಹಾರ, ಔಷಧವಿಲ್ಲ. ಕುಟುಂಬಗಳಿಗೆ ಆರ್ಥಿಕ ಆಸರೆ, ರಕ್ಷಣೆ ಒದಗಿಸುವ ಜವಾಬ್ದಾರಿಯನ್ನು ಮಹಿಳೆಯರು ಹೊತ್ತಿದ್ದರು. ಎಲ್ಲೆಲ್ಲೂ ಏಕ ಪೋಷಕರು. ಎಲ್ಲ ಮನೆಗಳ ಪುರುಷರು ಯುದ್ಧಗಳಲ್ಲಿ ತೊಡಗಿಕೊಂಡಿದ್ದರು, ಇಲ್ಲವೇ ಯುದ್ಧದಲ್ಲಿ ಮರಣಿಸಿದ್ದರು. ಎಲ್ಲೆಲ್ಲೂ ನಿರಾಶ್ರಿತರು, ದೇಶಭ್ರಷ್ಟರು. ಎಲ್ಲಿಗೆ ಹೋಗಬೇಕೆಂಬ ಗೊತ್ತುಗುರಿಯನ್ನೇ ಕಳೆದುಕೊಂಡವರಿಂದ ತುಂಬಿದ್ದ ಶಿಬಿರಗಳು. ಮಲಗಲಿಕ್ಕೂ ಸ್ಥಳವಿಲ್ಲ. ಯಾರಾದರೂ ಮಲಗಬೇಕೆಂದರೆ, ಅವರ ಚಿಕ್ಕಪುಟ್ಟ ಟೆಂಟ್‌ಗಳಿಂದ ಉಳಿದವರು ಹೊರ ಹೋಗಬೇಕಷ್ಟೆ. ಒಂದು ತುಂಡು ಬ್ರೆಡ್, ಗಂಜಿ ಅಥವಾ ಸೂಪ್‌ಗಾಗಿ ದೊಡ್ಡವರು ಮತ್ತು ಮಕ್ಕಳು ತಟ್ಟೆ ಹಿಡಿದು ಪರಿಹಾರ ಕೇಂದ್ರಗಳ ಬಾಗಿಲಿನೆದುರು ಸಾಲಿನಲ್ಲಿ ನಿಲ್ಲಬೇಕಿತ್ತು. ಎದೆಯಲ್ಲಿ ಹಾಲಿಲ್ಲದ ತಾಯಂದಿರ ಮೊಲೆ ಚೀಪುವ, ಅಪೌಷ್ಟಿಕತೆಯಿಂದ ನರಳುವ ಮಕ್ಕಳು. ಪ್ರತಿ ಕುಟುಂಬದಲ್ಲಿ ಪ್ರತಿದಿನ ಮಕ್ಕಳ ಸಾವು. ಹಸಿವಿಗೆ ಇಲ್ಲವೇ ರೋಗಕ್ಕೆ ಬಲಿಯಾಗುವುದು, ಅಪೌಷ್ಟಿಕತೆಯಿಂದ ಕೈಕಾಲು ಸಣ್ಣವಾದ, ಹೊಟ್ಟೆ ಡುಬ್ಬಣ್ಣವಾದ ರೋಗಗ್ರಸ್ತ ಮಕ್ಕಳು. ಇಂತಹ ಭಯಾನಕ ಅನುಭವಗಳನ್ನು ಪರಿಸ್ಥಿತಿಗಳನ್ನು ಕಣ್ಣಾರೆ ನೋಡಿದ ಜೆಬ್‌ಗೆ ಬದುಕಿನ ಕಷ್ಟನಷ್ಟಗಳ ಅನಾವರಣವಾಗುತ್ತಿತ್ತು. ಆ ಪರಿಸ್ಥಿತಿಯನ್ನು ಫೋಟೋ ತೆಗೆಯುವುದು ಕೂಡಾ

ಹಿಂಸೆಯಾಗುತ್ತಿತ್ತು. ಇವುಗಳಿಗೆ ಪರಿಹಾರವೇನೆಂದು ಜೆಬ್ ಮೇಲಿಂದ ಮೇಲೆ ಚಿಂತಿಸುತ್ತಿದ್ದಳು. (ಜೆಬ್ ಪ್ರಾಯಶಃ ಮುಂದೆ ಸೇವ್ ದ ಚಿಲ್ಡ್ರನ್ ಆರಂಭಿಸಲು ಇದು ಕಾರಣವಾಯಿತೆನ್ನಬಹುದು.)

ಈ ಎಲ್ಲ ಗಮನಿಸುವಿಕೆ ಕುರಿತು ಟಿಪ್ಪಣಿ ಮಾಡಿಕೊಳ್ಳುವ ಜೆಬ್ ಬರೆಯುತ್ತಾಳೆ: 'ಯುದ್ಧಗಳೆಂದರೆ ಸೈನಿಕರನ್ನು ವೀರರೆಂದು ಮೆರೆಸುವುದಷ್ಟೇ ಆಗಿದೆ. ಯುದ್ಧದಲ್ಲಿ ಮಡಿದವರ ಹೆಸರಿನಲ್ಲಿ ಸ್ಮಾರಕಗಳು. ಗಾಯಗೊಂಡವರಿಗೆ ಅಂಗವಿಕಲರಾದವರಿಗೆ ಪದಕಗಳು. ಅವರ ಹೆಸರಿನಲ್ಲಿ ಗಂಡಸ್ತನವನ್ನು ಹೊಗಳುವ ಹಾಡು, ಪಾರಿತೋಷಕಗಳು. ಆದರೆ ಯುದ್ಧಗಳಿಂದಾಗಿ ಜರ್ಜರಿತವಾದ, ಅನಾಥರಾದ, ನೆಲೆ ಕಳೆದುಕೊಂಡ ದಿಕ್ಕೆಟ್ಟ ಕುಟುಂಬಗಳು, ಮಹಿಳೆಯರು, ಮಕ್ಕಳನ್ನು ಯಾರು ಕೇಳುತ್ತಾರೆ. ಮ್ಯಾಸೆಡೋನಿಯಾದಲ್ಲಿ ಯುದ್ಧ ಮಹಿಳೆಯರ ಕೆಲಸವಾಗಿದೆ! ಯುದ್ಧದಲ್ಲಿ ಗೆದ್ದವರಾಗಲೀ ಸೋತವರಾಗಲಿ ಈ ಮಹಿಳೆಯರ, ಮಕ್ಕಳ ಬದುಕು ಕಟ್ಟಿಕೊಡಲು ಯಾರು ಕೆಲಸ ಮಾಡುತ್ತಿದ್ದಾರೆ? ಯಾವ ಕೆಲಸ ಮಾಡಬೇಕಿದೆ ಮತ್ತು ಯುದ್ಧದಿಂದಾಗಿ ಜನ ಎಂತಹ ಬೆಲೆ ತೆತ್ತುತ್ತಿದ್ದಾರೆ ಎಂದು ತಿಳಿಯಬೇಕಾದರೆ, ಇಲ್ಲಿಗೆ ಬಂದು ಸರ್ಕಾರದ ಪ್ರತಿನಿಧಿಗಳು ಕಣ್ಣಾರೆ ನೋಡಬೇಕು'.

ಈ ಸಮಯದಲ್ಲಿ ಜೆಬ್ ಇನ್‌ಫ್ಲುಯೆಂಝಾಗೆ ಗುರಿಯಾಗಿ ಬಳಲಿದಳು. ವಿಯೆನ್ನಾದಲ್ಲಿ ಉಳಿದು ಚಿಕಿತ್ಸೆ ಪಡೆದಳು. ಆಗೆಲ್ಲಾ ಅವಳು ಬಡಬಡಿಸುತ್ತಿದ್ದುದು, 'ನಾನು ತಕ್ಷಣ ಇಂಗ್ಲೆಂಡಿಗೆ ಹೋಗಬೇಕು. ಇಲ್ಲಿ ಜನ ಹಸಿವಿನಿಂದ ಬಳಲಿ, ರೋಗಗಳಿಗೆ ಔಷಧಗಳಿಲ್ಲದೆ ಸಾಯುತ್ತಿದ್ದಾರೆ. ಮಕ್ಕಳು ಮಹಿಳೆಯರು ಸಾಯುತ್ತಿದ್ದಾರೆ. ನಾನು ಈ ಸಾವು ನೋಡಲಾರೆ. ಇದನ್ನು ತಡೆಗಟ್ಟಲೇಬೇಕು'. ಈ ಯುದ್ಧಗಳ ಸರಣಿ ಈಗಷ್ಟೇ ಆರಂಭವಾಗಿದೆ ಎಂದು ಅವಳಿಗನ್ನಿಸುತ್ತಿತ್ತು. ಇನ್ನೂ ಅನರ್ಥಕಾರಿ ಆಘಾತ ಈ ಭಾಗದಲ್ಲಿ ಆಗಲಿದೆ ಎಂಬುದು ಅವಳಿಗೆ ಗೋಚರವಾಗುತ್ತಿತ್ತು.

ಗುಣಮುಖಳಾದಂತೆ ಮತ್ತೆ ನಿರಾಶ್ರಿತರ ಶಿಬಿರದಲ್ಲಿ ಕೆಲಸ ಮಾಡಿ, ಈ ಜನರ ಹಸಿವು ನೀಗಿಸಲೆಂದೇ ದೇಣಿಗೆಗಳನ್ನು ಸಂಗ್ರಹಿಸಲು ಕ್ರಮ ಆರಂಭವಾಗುವ ಮೊದಲು ಮತ್ತೆ ಇಂಗ್ಲೆಂಡ್‌ಗೆ ಜೆಬ್ ಹಿಂದಿರುಗಿದಳು. ಒಬ್ಬ ವ್ಯಕ್ತಿ ಜೀವಂತವಾಗಿ ಇರಲು ಅವರಿಗೆ ದಿನಕ್ಕೆ ಕೇವಲ ಎರಡು ಪೆನ್ನಿಯಷ್ಟು[28] ಹಣ ಅಥವಾ ಅಷ್ಟು ಪ್ರಮಾಣದ ಆಹಾರ, ನೀರು, ಬಟ್ಟೆ, ಔಷಧಿಯಷ್ಟಿದ್ದರೆ ಸಾಕು ಎಂಬುದು ಅವಳ ಅಂದಾಜಾಗಿತ್ತು. ಈ ಪರಿಸ್ಥಿತಿ ಬಗ್ಗೆ ಕೇಳಿದ ಸಹೃದಯಿಗಳು ಖಂಡಿತಾ ಸ್ವಲ್ಪ ಸ್ವಲ್ಪವಾದರೂ ಹಣ ದಾನ ಮಾಡುತ್ತಾರೆಂಬ ನಂಬಿಕೆ ಅವಳಿಗಿತ್ತು.

ಆಗಷ್ಟೇ ತನ್ನ ಕರಿನೆರಳನ್ನು ಹರಡುತ್ತಾ ಬರುತ್ತಿದ್ದ ಮಹಾಯುದ್ಧದ ಮುನ್ಸೂಚನೆಯನ್ನು ಕಂಡವರಲ್ಲಿ ಎಗ್ಲಾಂಟೈನ್ ಕೂಡಾ ಒಬ್ಬಳಾಗಿದ್ದಳು. ಇಲ್ಲೇನೋ ಆಗಲೋ ಈಗಲೋ ಸ್ಫೋಟಗೊಳ್ಳುತ್ತದೆ ಎಂದು ಅವಳಿಗರಿವಾಗಿತ್ತು. ಅಕ್ಕಪಕ್ಕದ ದೇಶಗಳು ಬೇರೆ ಬೇರೆ ಕಾರಣಕ್ಕೆ ಪರಸ್ಪರ ಕತ್ತಿ ಮಸೆಯುವುದು, ಇಲ್ಲವೇ ಕೆಲವು ದೇಶಗಳು ಗುಂಪು ಕಟ್ಟಿಕೊಂಡು ಮತ್ತಾವುದೋ ದೇಶದ ಮೇಲೆ ಬೀಳುವುದಕ್ಕೆ ತಯಾರಾಗುವುದು. ದೇಶಗಳು ತಮ್ಮ ಸೈನ್ಯವನ್ನು ಹೆಚ್ಚಿಸಿಕೊಳ್ಳುವುದು, ಶಸ್ತ್ರಾಸ್ತ್ರಗಳನ್ನು ಸಂಗ್ರಹಿಸುವುದು ಗುಟ್ಟಾಗಿ ಉಳಿದಿರಲಿಲ್ಲ. ಯೂರೋಪಿನಲ್ಲಿ ಯುದ್ಧ ಸ್ಫೋಟಗೊಳ್ಳುವ ಕ್ಷಣಗಣನೆಯಾಗುತ್ತಿರುವುದು ಕೆಲವು ಸೂಕ್ಷ್ಮಮತಿಗಳ ಅರಿವಿಗೆ ಬಂದಿತ್ತು. ಈ ಯುದ್ಧ ನಿಲ್ಲಬೇಕು, ಅನರ್ಥ ತಡೆಯಬೇಕು ಎಂಬುದು ಎಗ್ಲಾಂಟೈನಳ ಕಳಕಳಿಯಾಗಿತ್ತು.

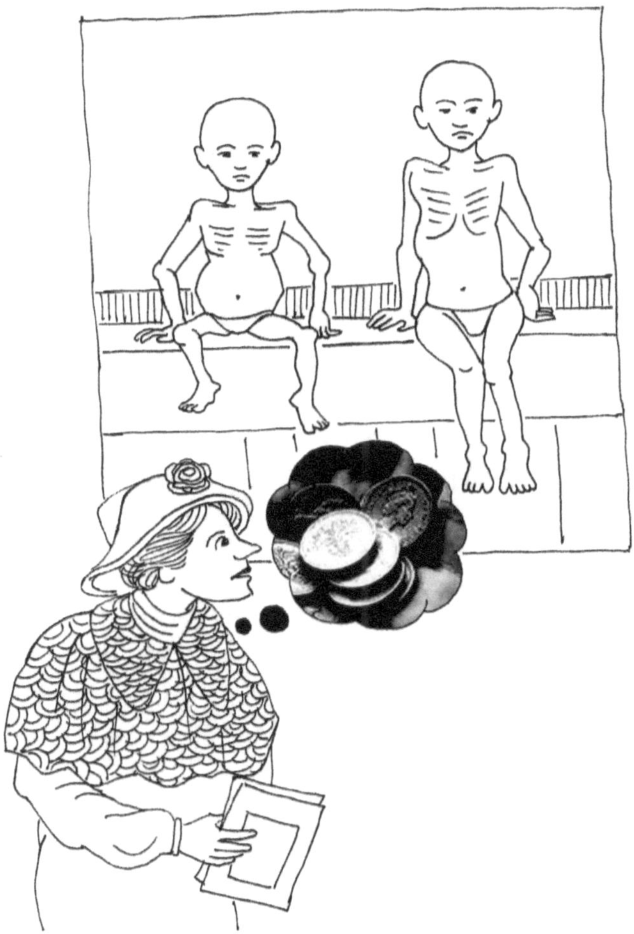

ಪರಿಹಾರ ಸಂಗ್ರಹ

ತಾಯ್ನಾಡಿಗೆ ಬಂದೊಡನೆ ಜೆಬ್ ಸ್ಕಾಟ್ಲ್ಯಾಂಡ್ ಮತ್ತು ಇಂಗ್ಲೆಂಡಿನಲ್ಲಿ ಓಡಾಡುತ್ತಾಳೆ. ಸಾಧ್ಯವಾದೆಡೆಯಲ್ಲೆಲ್ಲಾ ಜನರನ್ನು ಸಂಘಟಿಸಿ ಮಾತನಾಡಿ, ಭಾಷಣಗಳನ್ನು ಮಾಡುತ್ತಾಳೆ. ಯುದ್ಧದ ಘೋರ ಪರಿಣಾಮಗಳು, ಅದರಿಂದಾಗಿ ತಮ್ಮ ನೆರೆಯ ದೇಶಗಳಲ್ಲಿನ ಜನರ ಹಸಿವು, ಸಾವು, ರೋಗರುಜಿನಗಳನ್ನು ಕುರಿತು ಅರಿವು ಮೂಡಿಸುವ ಯತ್ನ ಮಾಡುತ್ತಾಳೆ. ಒಲ್ಲದ

ಮನಸ್ಸಿನಿಂದ ಅಲ್ಲಿನ ಛಾಯಾಚಿತ್ರಗಳನ್ನು ಜನರಿಗೆ ತೋರಿಸುತ್ತಾಳೆ. ಮಕ್ಕಳಿಗೆ, ಮಹಿಳೆಯರಿಗೆ, ವೃದ್ಧರಿಗೆ, ನಿರಾಶ್ರಿತರಿಗಾಗಿ ಒಂದಷ್ಟು ದಾನ ಮಾಡಿ ಎಂದು ಹೋದ ಬಂದ ಕಡೆಯಲ್ಲೆಲ್ಲಾ ಬೇಡುತ್ತಾಳೆ.

ಸಹೋದರಿ ಡೊರೋತಿ ಮತ್ತು ಅವಳ ಗಂಡನ ನೆರವಿನಿಂದ ರಾಜಕೀಯ ಪಕ್ಷಗಳೊಡನೆಯೂ ಎಗ್ಲಾಂಟೈನ್ ಮಾತನಾಡುತ್ತಾಳೆ. ಕಂಡಕಂಡವರಿಗೆಲ್ಲಾ ಯುದ್ಧದ ಭೀಕರತೆಯ ಬಗ್ಗೆ ಮಾಹಿತಿ ಕೊಡಲು ಯತ್ನಿಸುತ್ತಾಳೆ. ಒಂದು ಕಡೆ ಪರಿಹಾರ ಕೊಡಿ ಎಂದು ಕೇಳುತ್ತಲೇ, ನಿಮ್ಮಿಂದಾದಲ್ಲಿ ಯುದ್ಧ ತಡೆಯಲು ಯತ್ನಿಸಿ ಎಂದು ಬೇಡುತ್ತಲೇ ಇರುತ್ತಾಳೆ.

ಜನ ಒಂದಷ್ಟು ಹಣ ಧರ್ಮಕ್ಕೆ ಕೊಟ್ಟರು. ಆದರೆ ಅಷ್ಟು ಹಣ ಮ್ಯಾಸೆಡೋನಿಯಾದಲ್ಲಿರುವ ಅಗಾಧ ನಿರಾಶ್ರಿತರ ಆಶ್ರಯಕ್ಕೆ, ನೆರವಿಗೆ ಏನೂ ಸಾಕಾಗುವಂತಿರಲಿಲ್ಲ. ಆದರೆ ಎಗ್ಲಾಂಟೈನಳ ಓಡಾಟ, ಮಾತು, ಪ್ರಚಾರದಿಂದ ಒಂದು ಪರಿಣಾಮ ಖಂಡಿತಾ ಆಯಿತು. ಯುದ್ಧದಿಂದಾಗಿ ನಿರಾಶ್ರಿತರಾದವರನ್ನು ಕುರಿತು ಅವರ ಸಮಸ್ಯೆಗಳನ್ನು ಕುರಿತು ಇಡೀ ದೇಶದಲ್ಲಿ ಮಾತನಾಡುವವರು ಮತ್ತು ಆ ಬಗ್ಗೆ ಸೂಕ್ಷ್ಮಗೊಂಡವರ ಸಂಖ್ಯೆಯಲ್ಲಿ ಹೆಚ್ಚಳವಾಯಿತು. ಒಂದಷ್ಟು ಜನ ಪತ್ರಿಕೆಗಳಲ್ಲಿ ಈ ಕುರಿತು ಬರೆಯುತ್ತಾರೆ. ಚರ್ಚೆ ಮಾಡುತ್ತಾರೆ.

ಈ ಎಲ್ಲ ಓಡಾಟಗಳನ್ನು ಎಷ್ಟೇ ಪರಿಣಾಮಕಾರಿಯಾಗಿ ಮಾಡಿದರೂ ಸಂಗ್ರಹವಾದ ಹಣ ಬಹಳ ಕಡಿಮೆ. ತನ್ನ ಪ್ರಯತ್ನ ವ್ಯರ್ಥವಾಯಿತೆ ಎಂದು ಎಗ್ಲಾಂಟೈನ್ ಬೇಸರಗೊಳ್ಳುತ್ತಾಳೆ. ಜೊತೆಗೆ ಅನಾರೋಗ್ಯದಿಂದಲೂ ಬಳಲುತ್ತಿರುತ್ತಾಳೆ. ಎಗ್ಲಾಂಟೈನ್ ಸೋತೆನೋ ಎಂಬಂತೆ ಯಾರೊಡನೆಯೂ ಹೇಳಿಕೊಳ್ಳಲಾಗದ ಚಡಪಡಿಕೆಯಿಂದಾಗಿ ಒಂಟಿಯಾಗುತ್ತಾಳೆ. ಖಿನ್ನತೆಗೂ ಒಳಗಾಗುತ್ತಾಳೆ. ಆ ಸಮಯದಲ್ಲಿ ಕೇಂಬ್ರಿಡ್ಜ್‌ನಲ್ಲಿ ಅಧ್ಯಯನ ಮಾಡಿ ಕೃಷಿ ಪದವಿ ಪಡೆದಿದ್ದ ಅವಳ ಚಿಕ್ಕ ಅಕ್ಕ ಲೂಯಿಸ್ ವಿಲ್ಕಿನ್ಸ್ (ಲಿಲ್)[29] ಅಗ್ರಿಕಲ್ಚರಲ್ ಆರ್ಗನೈಸೇಷನ್ ಸೊಸೈಟಿ (ಎ.ಓ.ಎಸ್)ಗಾಗಿ ನಡೆಸುತ್ತಿದ್ದ ಪತ್ರಿಕೆ 'ದ ಪ್ಲೋ' (ನೇಗಿಲು–ಕೃಷಿ ಸಂಬಂಧಿತ ವಿಚಾರಗಳು) ಅನ್ನು ಸಂಪಾದಿಸುವ ಕೆಲಸದಲ್ಲಿ ತೊಡಗಿಕೊಂಡು ಕೆಲ ಕಾಲ ಮಾನಸಿಕ ಸಂಯಮ ಕಂಡುಕೊಳ್ಳಲು ಯತ್ನಿಸುತ್ತಾಳೆ.

ಪ್ರಥಮ ಜಾಗತಿಕ ಮಹಾ ಯುದ್ಧ

ತೀವ್ರವಾದ ಪ್ರಕ್ಷುಬ್ಧ ಪರಿಸ್ಥಿತಿಯಲ್ಲಿ ಇಡೀ ಯೂರೋಪನ್ನು ಕದಡುವಂತಾಗಿದ್ದು ಸರ್ಬಿಯಾದಲ್ಲಿ ಆದ ಘಟನೆ (28 ಜೂನ್ 1914). ಆಸ್ಟ್ರಿಯಾದ ಆರ್ಚ್‌ಡ್ಯೂಕ್ ಫ್ರಾನ್ಝ್ ಫರ್ಡಿನಾಂಡ್[30] ಸರಾಜೆವೋಗೆ ಭೇಟಿ ನೀಡಿದಾಗ ಆತನ ಹತ್ಯೆಯಾಗುತ್ತದೆ. ಇದೇ ನೆಪವಾಗಿ ಯುದ್ಧ ಭುಗಿಲೇಳುತ್ತದೆ. ಸರ್ಬಿಯಾ ಆ ಕಾಲದಲ್ಲಿ ರಷ್ಯಾ, ಬ್ರಿಟನ್, ಫ್ರಾನ್ಸ್ ಮತ್ತು ರೊಮೇನಿಯಾದ ಸಹವರ್ತಿಯಾಗಿತ್ತು. ಅದಕ್ಕೆ ಅಷ್ಟು ಶಕ್ತಿವಂತ ಮಿತ್ರಪಡೆಗಳ ನೆರವಿದೆ ಎಂದು ತಿಳಿದಿದ್ದರೂ ಜರ್ಮನಿ, ಬಲ್ಗೇರಿಯಾ ಮತ್ತು ಆಸ್ಟ್ರಿಯಾ ಜಂಟಿಯಾಗಿ ಸರ್ಬಿಯಾ ಮೇಲೆ ದಾಳಿ ಮಾಡಿದವು. ಇದೇ ನೆಪವಾಗಿ ಕೆಲವೇ ದೇಶಗಳ ನಡುವಿನ ಕ್ಷೋಭೆ ಒಂದನೇ ಜಾಗತಿಕ ಮಹಾಯುದ್ಧವಾಗಿ

ಕೆದರಿಕೊಂಡಿತು. ಯುದ್ಧದ ವಾರ್ತೆ ಎಲ್ಲೆಡೆ ಪಸರಿಸುತ್ತಿದ್ದಂತೆ ಈ ಪರಿಸ್ಥಿತಿಯನ್ನು ಗಮನಿಸುತ್ತಿದ್ದ ಎಗ್ಲಾಂಟೈನ್ ಶಾಂತಿಯ ಮಾತುಗಳನ್ನಾಡುತ್ತಾಳೆ. ಬರೆಯುತ್ತಾಳೆ. ಇಂಗ್ಲೆಂಡ್ ಈ ಯುದ್ಧದಲ್ಲಿ ಬೀಳಬಾರದು ಎಂದು ಬಹಿರಂಗವಾಗಿ ಹೇಳುತ್ತಾಳೆ. ಆದರೆ ಪರಿಸ್ಥಿತಿ ಕೈಮೀರುತ್ತದೆ. ಕೆಲಕಾಲ ಎಗ್ಲಾಂಟೈನ್ ಸ್ಕಾಟ್ಲ್ಯಾಂಡಿನ ಗ್ರಾಮೀಣ ಪ್ರದೇಶಗಳಲ್ಲಿ ವಾಸಿಸಲು ಹೊರಟು ಹೋಗುತ್ತಾಳೆ. ತೀರಾ ಪ್ರಕ್ಷುಬ್ಧಳಾಗಿರುತ್ತಾಳೆ. ಈ ಯುದ್ಧ ಯಾರ ಪ್ರೀತಿಗೆ ಎಂದು ಹಳಹಳಿಸುತ್ತಾಳೆ.

ಯೂರೋಪಿನ ಬಹುತೇಕ ರಾಷ್ಟ್ರಗಳಂತೆ ಯುನೈಟೆಡ್ ಕಿಂಗ್‌ಡಮ್ ಮತ್ತು ಜರ್ಮನಿ ದೇಶಗಳು ಯುದ್ಧದ ಸಮಯದಲ್ಲಿ ತಮ್ಮ ಆಹಾರ ಮತ್ತು ಶಸ್ತ್ರಾಸ್ತ್ರಗಳಿಗೆ ಅಮೇರಿಕವನ್ನೇ ಅವಲಂಬಿಸಿತ್ತು. ಅಮೇರಿಕದಿಂದ ಹಡಗುಗಳಲ್ಲಿ ಅಟ್ಲಾಂಟಿಕ್ ಸಾಗರವನ್ನು ದಾಟಿ ಬರುತ್ತಿದ್ದ ಸರಕೇ ಎಲ್ಲರಿಗೂ ಆಧಾರವಾಗಿತ್ತು. ಯುದ್ಧದ ತಂತ್ರವಾಗಿ ಜರ್ಮನಿ ಮತ್ತು ಯುನೈಟೆಡ್ ಕಿಂಗ್‌ಡಮ್ ಅಮೇರಿಕೆಯಿಂದ ಬರುತ್ತಿದ್ದ ಸರಕನ್ನು ಪರಸ್ಪರರ ವಿರುದ್ಧ ತಡೆಹಿಡಿಯುವ, ದಿಗ್ಬಂಧನ ಹೇರುವ ಯತ್ನ ಮಾಡುತ್ತಿದ್ದವು. ಬ್ರಿಟೀಷರ ರಾಯಲ್ ನೇವಿಯಲ್ಲಿ ಹೆಚ್ಚಿನ ಸಂಖ್ಯೆಯ ಹಡಗುಗಳು ಮತ್ತು ಸೈನ್ಯ ಇತ್ತು. ಅದನ್ನು ಬಳಸಿ, ಜರ್ಮನಿ, ಆಸ್ಟ್ರಿಯಾ-ಹಂಗೇರಿಗೆ ತಲುಪುವ ಸಾಮಗ್ರಿಗಳನ್ನು ಯಶಸ್ವಿಯಾಗಿ ತಡೆಯಲಾಗುತ್ತಿತ್ತು. ಆದರೆ ಜರ್ಮನಿ ತನ್ನ ಹೊಸ ಆವಿಷ್ಕಾರವಾದ ಜಲಾಂತರ್ಗಾಮಿಗಳನ್ನು ದಾಳಿಗಳಿಗೆ ಬಳಸುತ್ತಿತ್ತು. ಬ್ರಿಟೀಷರ ರಾಯಲ್ ನೇವಿಯ ಸರಕು ಸಾಗಿಸುವ ಹಡಗುಗಳನ್ನು ಸ್ಫೋಟಿಸುವುದೆಂದರೆ ಅದರಲ್ಲಿದ್ದ ಆಹಾರ, ಔಷಧಿ, ಶಸ್ತ್ರಾಸ್ತ್ರಗಳು ಮತ್ತು ಕಾವಲು ಪಡೆಯನ್ನು ಮುಳುಗಿಸಿ ಹಾಳುಗೆಡವುವುದೇ ಆಗಿತ್ತು. ಇದಲ್ಲದೆ, ಜರ್ಮನರು ತಮ್ಮ ಸರಕಿರುವ ಹಡಗುಗಳನ್ನು ರಕ್ಷಿಸಿಕೊಳ್ಳಲು ಬ್ರಿಟೀಷರ ಸೈನಿಕರಿರುವ ಹಡಗುಗಳನ್ನು ಜಲಾಂತರ್ಗಾಮಿಗಳ ಮೂಲಕ ತಡೆಯುತ್ತಿದ್ದರು ಮತ್ತು ಸಂದರ್ಭ ಬಂದರೆ ಸ್ಫೋಟಿಸುತ್ತಿದ್ದರು.

ಪರಸ್ಪರರ ಆಹಾರ ಔಷಧಿಗಳನ್ನು ತಡೆಯುವುದು, ಹಡಗುಗಳನ್ನು ಮುಳುಗಿಸುವುದಲ್ಲದೆ ಅದರ ಸಾಮಾನು ಸರಂಜಾಮುಗಳನ್ನು ಪರಸ್ಪರರು ಕದಿಯುವುದು ಇವೇ ಮೊದಲಾದವುಗಳಿಂದಾಗಿ ಜರ್ಮನ್ ಬೋರ್ಡ್ ಆಫ್ ಪಬ್ಲಿಕ್ ಹೆಲ್ತ್ (ಜರ್ಮನಿಯ ಸಾರ್ವಜನಿಕ ಆರೋಗ್ಯ ಮಂಡಳಿ) 1918ರಲ್ಲಿ ವರದಿ ಮಾಡಿದಂತೆ ಹಸಿವಿನಿಂದ ಮತ್ತು ರೋಗಗಳಿಂದಾಗಿ 7,63,000 ಜರ್ಮನ್ ನಾಗರಿಕರು ನಿಧನ ಹೊಂದಿದರು. ಮುಂದೆ ಈ ವರದಿಯನ್ನು ಪರಿಷ್ಕರಿಸಿ ಸತ್ತವರ ಸಂಖ್ಯೆ 4,24,000 ಎಂದು ಹೇಳಲಾಯಿತು. ಇದೇ ಸಮಯದಲ್ಲಿ ರಷ್ಯಾದಲ್ಲಿ ಬರ ಉಂಟಾಯಿತು. ಇಡೀ ಯೂರೋಪಿನಲ್ಲಿ ಪ್ರಕ್ಷುಬ್ಧತೆ ಮತ್ತು ಅಲೆದಾಟ. ಯುದ್ಧದಿಂದ ಬಳಲಿದ ಜನ ಮಧ್ಯ ಯೂರೋಪು ತೊರೆದು ದಕ್ಷಿಣದಲ್ಲಿರುವ ಗ್ರೀಸ್ ದೇಶದತ್ತ ಓಡುತ್ತಾರೆ. ಅಲ್ಲಿ ನೆರೆಯುವ ನಿರಾಶ್ರಿತರ ಗುಂಪು ದೊಡ್ಡದಾಗುತ್ತದೆ. ದಿನನಿತ್ಯದ ಬಳಕೆಯ ವಸ್ತುಗಳು, ಆಹಾರದ ಕೊರತೆಯಿಂದ ಎಲ್ಲೆಲ್ಲೂ ಹಾಹಾಕಾರವೇಳುತ್ತದೆ.

ಈ ಸಮಯದಲ್ಲೇ ಸುಮಾರು ಒಂದು ಶತಮಾನದ ಕಾಲ ಆಸ್ಟ್ರಿಯಾ-ಹಂಗೇರಿ, ಜರ್ಮನಿ ಮತ್ತು ರಷ್ಯಾದ ತುಳಿತಕ್ಕೆ ಒಳಗಾಗಿದ್ದ ಜನಾಂಗವನ್ನು ಮೊದಲ ಮಹಾಯುದ್ಧದಲ್ಲಿ ಜಯಶೀಲರಾದವರು ಒಗ್ಗೂಡಿಸಿ ಪೋಲೆಂಡ್ ದೇಶವಾಗಿ ರೂಪಿಸುತ್ತಾರೆ (ನವೆಂಬರ್ 1918). ವರ್ಸಾಲಿಸ್‌ನ ಒಪ್ಪಂದದಂತೆ ಪೋಲೆಂಡ್ ದೇಶವನ್ನು ಸ್ವತಂತ್ರ ದೇಶವಾಗಿ ಗುರುತಿಸಲಾಗುತ್ತದೆ (ಜೂನ್ 1919). ಪೋಲೆಂಡಿನಲ್ಲಿ ಉಕ್ರೇನಿಯಾದವರು, ಯಹೂದಿಗಳು, ಜರ್ಮನರು ಮತ್ತು ಬೆಲಾರಸಿಯನ್ಸ್ ಜನರು ನೆಲೆಸುತ್ತಾರೆ.

‘ಯುದ್ಧ, ಯುದ್ಧ ಇದು ಯಾರ ಪ್ರೀತಿಗೆ? ಯುದ್ಧವೆಂದರೆ ಎಲ್ಲವೂ ವಿನಾಶ. ಯುದ್ಧ ನಿಲ್ಲಿಸುವುದೊಂದೇ ಈಗಿರುವ ದಾರಿ. ಎಲ್ಲ ದೇಶಗಳ ನಾಯಕರು, ಪ್ರಜೆಗಳು ಇದನ್ನು ಗಮನಿಸಬೇಕು’ ಎಂದು ವೆಲ್ಷ್ ಔಟ್‌ಲುಕ್ ಪತ್ರಿಕೆಯಲ್ಲಿ (ಡಿಸೆಂಬರ್ 1914) ಎಗ್ಲಾಂಟೈನ್ ಬರೆಯುತ್ತಾಳೆ, ‘ನಾವು ಈಗ ಮುಖ್ಯವಾಗಿ ಗಮನಿಸಬೇಕಿರುವುದು ಕೆಲವಷ್ಟೆ ಜನರು, ಕೆಲವಷ್ಟೆ ರಾಷ್ಟ್ರಗಳು ಸಾಧ್ಯವಾದುದೆಲ್ಲವನ್ನೂ ಕೂಡಿಟ್ಟುಕೊಂಡು ಶ್ರೀಮಂತರೆಂದು ಮೆರೆಯುವುದಲ್ಲ. ಸಹಕಾರದಿಂದ ಮಾತ್ರ ನಮ್ಮ ಏಳ್ಗೆ ಸಾಧ್ಯ. ಮುಂದಿನ ದಿನಗಳಲ್ಲಿ ನಾವು ಪರಸ್ಪರ ಕೈಜೋಡಿಸದಿದ್ದರೆ ವಿನಾಶ ಖಚಿತ. ನಾವು ಉದಾರವಾದದತ್ತ (ಲಿಬರಲ್) ಒಲಿಯದಿದ್ದರೆ ವಿನಾಶ, ದುರಂತ’.

ಯುದ್ಧಗಳ ವಾಸ್ತವ ವರದಿ

ಪ್ರಥಮ ಮಹಾಯುದ್ಧದ ಪರಿಣಾಮಗಳನ್ನು, ವಸ್ತುಸ್ಥಿತಿಯನ್ನು ಕುರಿತು ಇಂಗ್ಲೆಂಡಿನ ಪತ್ರಿಕೆಗಳು ವಾಸ್ತವವಾಗಿ ವರದಿ ಮಾಡುತ್ತಿಲ್ಲ ಎಂದು ಗುರುತಿಸಿ ತೀವ್ರವಾಗಿ ಬೇಸರ ವ್ಯಕ್ತಪಡಿಸುವ ಎಗ್ಲಾಂಟೈನಳ ತಂಗಿ ಡೊರೋತಿ ಬಕ್ಸ್‌ಟನ್, ಆಸ್ಟ್ರಿಯಾ, ಜರ್ಮನಿಯನ್ನೂ (ಶತ್ರು ದೇಶಗಳು!) ಒಳಗೊಂಡ ಇತರ ಯೂರೋಪಿಯನ್ ದೇಶಗಳ ಪತ್ರಿಕೆಗಳಲ್ಲಿನ ಆಯ್ದ ವರದಿಗಳನ್ನು ಅನುವಾದ ಮಾಡಿ ಪ್ರಕಟಿಸುವ ಯತ್ನ ಮಾಡುತ್ತಾಳೆ. ಆ ವರದಿಗಳನ್ನು ಶಾಂತಿಪ್ರಿಯ ಧೋರಣೆಗಳುಳ್ಳ ಕೇಂಬ್ರಿಡ್ಜ್ ಮ್ಯಾಗಜೈನ್ ಪ್ರಕಟಿಸಲು ಅನುವು ಮಾಡಿಕೊಡುತ್ತದೆ (ಅಕ್ಟೋಬರ್ 1915).

ಹೊರ ದೇಶಗಳಿಂದ ಅದರಲ್ಲೂ 'ಶತ್ರು ರಾಷ್ಟ್ರಗಳಿಂದ' ಪತ್ರಿಕೆಗಳನ್ನು ಪಡೆಯಲು ವಿಶೇಷವಾದ ರಹದಾರಿ/ಲೈಸೆನ್ಸ್ ಪಡೆಯಬೇಕಿರುತ್ತದೆ. ಇದಕ್ಕಾಗಿ ಡೊರೋತಿ ನೇರವಾಗಿ ಪ್ರಧಾನಿ ಲಾಯ್ಡ್ ಜಾರ್ಜ್ ಅವರೊಡನೆಯೇ ಮಾತನಾಡಿ ಒಪ್ಪಿಸಿ ಅನುಮತಿ ಪಡೆಯುತ್ತಾಳೆ. ಲಾಯ್ಡ್ ಜಾರ್ಜ್ ಸ್ವತಃ ಯುದ್ಧದ ಮುಂಚೂಣಿಯಲ್ಲಿರುವ ವ್ಯಕ್ತಿ. ಈತ ಹೇಗೆ ನಿಷೇಧವಿದ್ದರೂ ಡೊರೋತಿಗೆ ಹೊರದೇಶಗಳಿಂದ ಪತ್ರಿಕೆಗಳನ್ನು ತರಿಸಿಕೊಳ್ಳಲು ಅನುಮತಿ ನೀಡಿದ ಎಂದು ಸರ್ಕಾರದ ಅಧಿಕಾರಿಗಳು, ಜನಪ್ರತಿನಿಧಿಗಳು ಅಚ್ಚರಿ ವ್ಯಕ್ತಪಡಿಸುತ್ತಾರೆ. ಜರ್ಮನಿ, ಆಸ್ಟ್ರಿಯಾ–ಹಂಗೆರಿ ಮತ್ತಿತರ ದೇಶಗಳಿಂದ ಪತ್ರಿಕೆಗಳನ್ನು ತರಿಸಿಕೊಳ್ಳುವ ವ್ಯವಸ್ಥೆಯನ್ನು ಡೊರೋತಿ ಮಾಡಿಕೊಳ್ಳುತ್ತಾಳೆ. ಇಡೀ ಯೂರೋಪಿನ ವಿವಿಧ ದೇಶಗಳಿಂದ 100ಕ್ಕೂ ಹೆಚ್ಚು ಪತ್ರಿಕೆಗಳನ್ನು ಡೊರೋತಿ ತರಿಸಲಾರಂಭಿಸುತ್ತಾಳೆ.

ಯುದ್ಧದಿಂದ ಬಳಲುತ್ತಿರುವ ನೆರೆ ದೇಶಗಳಲ್ಲಿ ಜನರ ಬದುಕು ಹೇಗೆ ಕಷ್ಟವಾಗಿದೆ ಎಂದು ತಿಳಿಸುವುದು ಇದರ ಉದ್ದೇಶ. ಮುಖ್ಯವಾಗಿ ಯುದ್ಧ ಬೇಡ ಎನ್ನುವ ವಿಚಾರ. ಆದರೆ ಇಂಗ್ಲೆಂಡಿನ ಸರ್ಕಾರ ಹೇಳುತ್ತಿದ್ದುದು ಮತ್ತು ಪ್ರಚಾರ ಮಾಡುತ್ತಿದ್ದುದು, 'ಯಾವುದೇ ಶತ್ರು ದೇಶಗಳಲ್ಲಿ ಜನರಿಗೆ ಅಷ್ಟೇನೂ ತೊಂದರೆಯಾಗುತ್ತಿಲ್ಲ. ಇದು ಕೇವಲ ಸೈನ್ಯದೊಡನೆ ಕದನ. ನಾಗರೀಕರು ಎಂದಿನಂತೆ ಸಾಮಾನ್ಯ ಜೀವನ ನಡೆಸುತ್ತಿದ್ದಾರೆ' ಎಂದೇ. ಆದರೆ ಡೊರೋತಿ ಪ್ರಕಟಿಸುತ್ತಿದ್ದ ವರದಿಗಳು ಇದಕ್ಕೆ ವಿರುದ್ಧವಾಗಿತ್ತು. ಅವುಗಳಲ್ಲಿ ಸತ್ಯ ಒಡೆದು ತೋರುತ್ತಿತ್ತು.

ಮೊದಮೊದಲು ಡೊರೋತಿ ಪ್ರಕಟಿಸುತ್ತಿದ್ದುದು ಕೆಲವು ಮಾದರಿ ಕರಪತ್ರಗಳಂತಹ ಪತ್ರಿಕೆಗಳು. ಇವು ಸಾಕಷ್ಟು ಜನಪ್ರಿಯವಾದವು. ಜನ ಅವನ್ನು ಓದಲಾರಂಭಿಸಿದರು. ಆಗಲೇ ಈ ಮಾಹಿತಿಗಳನ್ನು 'ಕೇಂಬ್ರಿಡ್ಜ್ ಮ್ಯಾಗಜೈನ್' (ವಾರ್ತಾಪತ್ರಿಕೆ) ಪ್ರಕಟಿಸಲು ಡೊರೋತಿಯನ್ನು ಆಹ್ವಾನಿಸುತ್ತದೆ.

ಯುದ್ಧ ಮತ್ತು ಅದರ ಅನರ್ಥಗಳು, ಸಾಮಾಜಿಕ ಮತ್ತು ಆರ್ಥಿಕ ತೊಳಲಾಟಗಳನ್ನು ಕುರಿತು ಈ ಪತ್ರಿಕೆಯಲ್ಲಿನ ವಾಸ್ತವತೆ, ನಿಷ್ಠುರತೆ ನೋಡಿ ಕೇಂಬ್ರಿಡ್ಜ್ ಮ್ಯಾಗಜೈನ್ ಅನ್ನು ಹಲವಾರು ಪ್ರಭಾವಶಾಲಿ ಜನರು ಓದಲಾರಂಭಿಸುತ್ತಾರೆ. ಅಪಾರ ಪ್ರಮಾಣದ ಮನ್ನಣೆಯೂ ಪತ್ರಿಕೆಗೆ ಸಿಗುತ್ತದೆ. ಬ್ರಿಟನ್ನಿನಲ್ಲಿ ಸುಪ್ರಸಿದ್ಧರಾಗಿದ್ದ ಜನರಲ್ ಸ್ಮಟ್ಸ್[31] ಮತ್ತು ಮೇನಾರ್ಡ್ ಕೇಯ್ನ್[32] ಅಂತಹವರೂ ಈ ಪತ್ರಿಕೆಯ ಓದುಗರಲ್ಲಿರುತ್ತಾರೆ.

ಆದರೆ ಕೇಂಬ್ರಿಡ್ಜ್ ಮ್ಯಾಗಜೈನ್‌ಗೆ ವಿರೋಧವೂ ಇರುತ್ತದೆ. ಪ್ರಕಾಶಕರು ಮತ್ತು ಬರೆಯುವವರು ಇಬ್ಬರೂ ಎಚ್ಚರಿಕೆಯಿಂದ ಇರಬೇಕಾಗುತ್ತದೆ. ಯುದ್ಧವಿರೋಧಿಗಳೆಂದರೆ ಅವರು ಸ್ವದೇಶ ವಿರೋಧಿಗಳು, ರಾಷ್ಟ್ರದ್ರೋಹಿಗಳು ಎಂದೇ ಡೊರೋತಿ ಮತ್ತು ಅವಳ ಸಂಗಡಿಗರನ್ನು ಕೆಲವರು ಭಾವಿಸಿರುತ್ತಾರೆ. ಹೀಗಾಗಿ ಅವರಿದ್ದರೆ ತಾನೇ ನಮ್ಮಲ್ಲಿ ಕಿರಿಕಿರಿ ಎಂದು ಅವರನ್ನು ಹೊಡೆದು ಹಾಕಲು ಕೆಲವು ಯುವಕರು ಆಲೋಚಿಸಿರುತ್ತಾರೆ.

1916ರಲ್ಲಿ ಎಗ್ಲಾಂಟೈನ್ ಗಾಯ್ಟರ್‌ಗಾಗಿ ಶಸ್ತ್ರ ಚಿಕಿತ್ಸೆಗೊಳಗಾಗಿ ವಿರಾಮ ಪಡೆಯುತ್ತಾಳೆ. ಮುಂದೆ ಕೇಂಬ್ರಿಡ್ಜ್ ಮ್ಯಾಗಜೈನ್ ಪತ್ರಿಕೆಯಲ್ಲಿನ ಬರಹಗಳಿಂದ ಪ್ರಭಾವಿತಳಾಗಿ 1917ರ ಹೊತ್ತಿಗೆ ಡೊರೋತಿಗಾಗಿ ತಾನೇ ಪತ್ರಿಕೆಯೊಡನೆ ಅನುವಾದ ಕೆಲಸ ಮಾಡಲಾರಂಭಿಸಿದ್ದು ಎಗ್ಲಾಂಟೈನ್‌ಳ ಚಿಂತನೆಗಳಿಗೆ ಮತ್ತಷ್ಟು ಪುಷ್ಟಿ ಕೊಡುತ್ತದೆ. ಮ್ಯಾಸೆಡೋನಿಯಾ ಪ್ರದೇಶದಲ್ಲಿ ಯುದ್ಧದ ಕಷ್ಟಗಳನ್ನು ಕಣ್ಣಾರೆ ಕಂಡಿದ್ದ ಎಗ್ಲಾಂಟೈನ್‌ಳ ಬರಹಗಳು ಜನರ ಮೇಲೆ ಪ್ರಭಾವ

ಬೀರಲಾರಂಭಿಸುತ್ತವೆ. ಎಗ್ಲಾಂಟೈನ್ ಮತ್ತು ಡೊರೋತಿ 23 ಸ್ವಯಂಸೇವಕರ ಸಹಾಯ ಪಡೆದು ಫ್ರೆಂಚ್, ಸ್ವಿಸ್, ಇಟಾಲಿಯನ್, ರಷ್ಯನ್, ಜರ್ಮನ್ ಪತ್ರಿಕೆಗಳಲ್ಲಿ ಬರುತ್ತಿದ್ದ ಅವರವರ ದೇಶದ ಯುದ್ಧದ ಪರಿಣಾಮದ ಸುದ್ದಿಗಳ ಸಾರವನ್ನು ಇನ್ನೂ ಪರಿಣಾಮಕಾರಿಯಾಗಿ ಪ್ರಕಟಿಸುವ ಹೊಣೆ ತೆಗೆದುಕೊಳ್ಳುತ್ತಾರೆ. ಕೆಲ ದಿನಗಳಲ್ಲೇ ಇವರ ಪತ್ರಿಕೆ ಅಮೇರಿಕಾ ಮತ್ತು ರಷ್ಯಾ ತನಕವೂ ತಲುಪಿ ಯುದ್ಧದ ಪರಿಣಾಮದ ವಾಸ್ತವವೇನು ಎಂದು ಎಲ್ಲರಿಗೂ ತಿಳಿಸಲಾರಂಭಿಸುತ್ತದೆ.

1914ರಿಂದ 1918ರವರೆಗೆ ನಡೆದ ಯುದ್ಧದಿಂದಾಗಿ ಸೈನಿಕರ ದಾಳಿಯನ್ನು ಸಹಿಸಲಾಗದೆ, ತಡೆದುಕೊಳ್ಳಲಾಗದೆ ಪೂರ್ವ ಮತ್ತು ಪಶ್ಚಿಮ ಯೂರೋಪಿನಲ್ಲಿ ನೆಲೆ ಕಳೆದುಕೊಂಡು ನಿರ್ವಸಿತರಾದ ಜನ ಭಯಭೀತಿಯಿಂದ ಅಲೆದಾಡುತ್ತಿದ್ದರು. ಆ ಪರಿಸ್ಥಿತಿ 1919ರಿಂದ 1922ರವರೆಗೂ ಮುಂದುವರೆದು ಯೂರೋಪಿನಲ್ಲೆಲ್ಲಾ ಚಿಕ್ಕ ದೊಡ್ಡ ಗುಂಪುಗಳಲ್ಲಿ ದೊಡ್ಡ ಪ್ರಮಾಣದಲ್ಲಿ ಜನ ಕುಟುಂಬದ ಸ್ವತ್ತು, ಮಕ್ಕಳನ್ನೆಲ್ಲಾ ಕಟ್ಟಿಕೊಂಡು ತಮ್ಮ ರಕ್ಷಣೆ, ಭವಿಷ್ಯ ಹುಡುಕಿಕೊಂಡು ಅಲೆಯುತ್ತಿದ್ದರು. ವಿಶಾಲವಾಗಿ ಹರಡಿಕೊಂಡಿದ್ದ ಬಹುಜನಾಂಗೀಯ ಗುಂಪುಗಳಾದ ಆಸ್ಟ್ರೋ–ಹಂಗೇರಿಯನ್, ರಷ್ಯನ್ ಮತ್ತು ಟರ್ಕಿಯ ಆಳರಸರಾಗಿದ್ದ ಆಟ್ಟೋಮಾನ್ ಸಾಮ್ರಾಜ್ಯಗಳ ಪತನದಿಂದಾಗಿ ಚಿಕ್ಕಪುಟ್ಟ ದೇಶಗಳು, ರಾಜ್ಯಗಳು ಹುಟ್ಟಿಕೊಂಡವು. ಹೀಗೆ ಹುಟ್ಟಿಕೊಂಡ ಹೊಸ ಗುಂಪುಗಳು, ಸಾಮ್ರಾಜ್ಯಗಳು ತಮ್ಮ ಸುತ್ತಮುತ್ತಲಿದ್ದ ಅಲ್ಪಸಂಖ್ಯಾತರಿಗೆ ಹಿಂಸೆ, ತೊಂದರೆ ಕೊಟ್ಟು ಅವರು ಅಲ್ಲಿಂದ ಕಾಲ್ತೆಗೆಯುವಂತೆ ಮಾಡತೊಡಗಿದರು. ಯುದ್ಧ, ಬಡತನ, ಧಾರ್ಮಿಕ ಹಿಂಸೆಯೇ ಮೊದಲಾದವುಗಳಿಂದ ಜರ್ಜರಿತರಾದ ನೆಲೆಯಿಲ್ಲದೆ ಅಲೆಯುವ ಜನ ಮತ್ತೆ ಮತ್ತೆ ನಿರ್ವಸಿತರಾಗತೊಡಗಿದರು. ಮಾಗ್ಯಾರ್ ಎಂಬ ಮೂಲ ಹೆಸರನ್ನು ಹೊಂದಿದ್ದ ಜನಾಂಗದವರನ್ನು ರೊಮೇನಿಯಾ, ಚೆಕೋಸ್ಲಾವಾಕಿಯಾ, ಯುಗೋಸ್ಲಾವಿಯಾದ ಸರ್ಕಾರಗಳೇ ತಮ್ಮ ಪ್ರಾಂತಗಳಿಂದ ಬಲವಂತವಾಗಿ ಹೊರತಳ್ಳಿ ಅವರು ಹಂಗೇರಿಗೆ ಹೋಗುವಂತೆ ಮಾಡಿದವು. ಯುದ್ಧಗಳ ನಂತರ ಅಲ್ಸೇಸ್ ಲೊರೀನ್ ಪ್ರಾಂತವು ಫ್ರೆಂಚರ ನಿಯಂತ್ರಣಕ್ಕೆ ಬಂದ ಮೇಲೆ, ಆ ಸರ್ಕಾರ ಪ್ರಜೆಗಳನ್ನು ನಾಲ್ಕು ವಿಭಾಗಗಳಾಗಿ ವಿಂಗಡಿಸಿತು. ಮೂಲ ಜರ್ಮನರನ್ನು, ಅವರಿಗೆ ಜರ್ಮನಿಯೊಡನೆ ಸಂಪರ್ಕವಿರಲಿ ಬಿಡಲಿ ಯಾವುದನ್ನೂ ಪರಿಗಣಿಸದೆ 1918–19ರ ಚಳಿಗಾಲದಲ್ಲಿ ಗಡಿಪಾರು ಮಾಡಿತು. ಅತಿಯಾದ ಒತ್ತಡ, ಹಿಂಸೆ ತಾಳಲಾರದೆ ರಷ್ಯಾದ ನಿರಾಶ್ರಿತರು ದೇಶ ಬಿಡಬೇಕಾಯಿತು. ಅವರು ಬಡತನ, ಹಸಿವಿನಿಂದ ಬಳಲುವಂತಾಯಿತು. 1915ರ ಜನಾಂಗೀಯ ಹತ್ಯೆಯಿಂದಾಗಿ ಕೋಟ್ಯಂತರ ಆರ್ಮೇನಿಯನ್ನರು ಹತರಾದರು. ಬದುಕುಳಿದವರು ಸ್ಲೋವಿಯನ್ ಆರ್ಮೇನಿಯಾ, ಸಿರಿಯಾ ಮತ್ತಿತರ ದೇಶಗಳತ್ತ ಪಲಾಯನ ಮಾಡಿದರು[33].

ಇಡೀ ಯೂರೋಪಿನಲ್ಲಿ ಆಹಾರದ ಕೊರತೆ ಕುರಿತು ಸ್ವೀಡನ್ ಮತ್ತು ಸ್ವಿಟ್ಜರ್‌ಲ್ಯಾಂಡ್‌ನ ತಟಸ್ಥ ಪತ್ರಿಕೆಗಳು ವರದಿ ಮಾಡಿದವು. ವೃದ್ಧರು, ಮಹಿಳೆಯರು ಮತ್ತು ಮಕ್ಕಳು ಹಸಿವಿನಿಂದ ಸಾಯುವುದು, ಫಿನ್‌ಲ್ಯಾಂಡ್‌ನಲ್ಲಿ ಜನ ಮರದ ತೊಗಟೆಯನ್ನು ತಿನ್ನುತ್ತಿರುವುದನ್ನೂ ಹೇಳಲಾಗಿತ್ತು. ಯೂರೋಪಿನ ಬಹುತೇಕ ದೇಶಗಳಲ್ಲಿ ಆಡಳಿತ ವೈಫಲ್ಯ ಮತ್ತು ಸಾಮಾಜಿಕವಾಗಿ ಜನರ ದುಸ್ಥಿತಿಗೆ ಕೇವಲ ಯುದ್ಧ ಮಾತ್ರವಲ್ಲ, ಇಂಗ್ಲೆಂಡ್ ಒಳಗೊಂಡ ಮಿತ್ರಪಡೆಗಳು ಹಾಕಿದ್ದ ಆರ್ಥಿಕ ದಿಗ್ಬಂಧನ ಮತ್ತು ಆಹಾರ ಔಷಧಿಗಳ ಸಾಗಣೆಗೆ ಹಾಕಿದ್ದ ತಡೆಯೂ ಕಾರಣ ಎನ್ನುವುದು ಜಗಜ್ಜಾಹೀರಾಗಿತ್ತು. ಈ ವಿಚಾರವೇ ಎಗ್ಲಾಂಟೈನ್ ಮತ್ತು ಬಾರ್ಬರಾ ಇಂಗ್ಲೆಂಡ್ ಸರ್ಕಾರದ ವಿರುದ್ಧ ನಡೆಸಿದ ಭಿತ್ತಿಪತ್ರ ಪ್ರದರ್ಶನ ಮತ್ತು ಕರಪತ್ರ ವಿತರಣೆ ಚಳವಳಿಗೆ ಕಾರಣವಾಯಿತು

(ಏಪ್ರಿಲ್ 1919). ಒಂದು ಹಂತದಲ್ಲಿ ಯುದ್ಧವಿರೋಧಿ ವಿಚಾರಗಳೊಂದಿಗೆ ಬರುತ್ತಿದ್ದ ಕೇಂಬ್ರಿಡ್ಜ್ ಮ್ಯಾಗಝೈನ್ ಪತ್ರಿಕೆಗಳನ್ನು ಮಾರುಕಟ್ಟೆಯಲ್ಲಿಟ್ಟು ಮಾರಲು ಸಾಧ್ಯವಾಗಲಿಲ್ಲ. ಪುಸ್ತಕ ಮಾರಾಟಗಾರರು ತಮ್ಮ ಅಂಗಡಿಯಲ್ಲಿ ಅವುಗಳನ್ನು ಇಡಲು ಒಪ್ಪಲಿಲ್ಲ. ಯುದ್ಧ ಪರವಾಗಿದ್ದ ಯುವಕರ ದಂಡು ಪತ್ರಿಕೆಗಳನ್ನು ಇಟ್ಟುಕೊಂಡಿದ್ದ ಅಂಗಡಿಗಳ ಮಾಲೀಕರನ್ನು ಬೆದರಿಸುತ್ತಿದ್ದರು. ಆ ಹೊತ್ತಿಗೆ ಡೊರೋತಿಗೆ ಸಿಕ್ಕವರು ರಾಮ್ಸೇ ಮೆಕ್‌ಡೊನಾಲ್ಡ್[34]. ಆತನ ನೆರವಿನಿಂದ ಖಾಸಗಿ ಚಂದಾದಾರರಿಗೆ ಪತ್ರಿಕೆ ತಲುಪಲಾರಂಭಿಸಿತು. 20 ಸಾವಿರ ಚಂದಾದಾರರು ಪತ್ರಿಕೆಯನ್ನು ನೇರವಾಗಿ ಪಡೆಯುವ ಸದಸ್ಯರಾದರು.

ಜರ್ಮನಿಯಲ್ಲಿನ ನಿಷೇಧದ ನಡುವೆಯೂ ಅಲ್ಲಿನ 'ಕೋಲ್ನಿಷ್ ಝೈಂಟುಂಗ್' ಪತ್ರಿಕೆ ದೇಶದುದ್ದಕ್ಕೂ ಹಸಿವು, ಕ್ಷಾಮ, ಶಿಶು ಮತ್ತು ಮಕ್ಕಳ ಮರಣ ಹಾಗೂ ತಾಯಂದಿರಲ್ಲಿ ಎದೆಹಾಲಿಲ್ಲ ಮತ್ತು ಮಕ್ಕಳಿಗೆ ಕುಡಿಸಲು ಬೇರೆ ಹಾಲು ಸಿಗುತ್ತಿಲ್ಲ ಎಂದು ಪ್ರಕಟಿಸಿದವು (1917 ನವೆಂಬರ್). ಇದಕ್ಕೆಲ್ಲಾ ಮೂಲ ಕಾರಣ, ಯುದ್ಧ ಮತ್ತು ಯುದ್ಧದ ಹಿನ್ನೆಲೆಯಲ್ಲಿ ಜರ್ಮನಿ ಮತ್ತು ಆಸ್ಟ್ರಿಯಾಕ್ಕೆ ತಲುಪಬೇಕಿದ್ದ ಎಲ್ಲ ಸಾಮಗ್ರಿಗಳನ್ನು ಇಂಗ್ಲೆಂಡಿನ ಸರ್ಕಾರ ತಡೆಯುತ್ತಿದ್ದುದು. ಯುದ್ಧ ಸಾಮಗ್ರಿಗಳು, ಆಹಾರ, ವೈದ್ಯಕೀಯ ಆರೈಕೆಯ ವಸ್ತುಗಳು, ಔಷಧಗಳು ಸೈನಿಕರಿಗೆ ತಲುಪಬಾರದು ಎನ್ನುವ ಧೋರಣೆ, ಅವು ನಾಗರಿಕರಿಗೂ ತಲುಪದಂತೆ ನೋಡಿಕೊಳ್ಳುತ್ತಿತ್ತು. ನಾಗರಿಕರಿಗೆ ಎಂದು ತಲುಪುವ ವಸ್ತುಗಳು ಅಡ್ಡದಾರಿಯಲ್ಲಿ ಯುದ್ಧಭೂಮಿಗೆ ಹೋಗುವುದು ವಾಸ್ತವವೇ ಆಗಿತ್ತು. ಹೀಗಾಗಿ ಯಾರಿಗೂ ಸಿಗಬಾರದು ಎನ್ನುವುದು ರಣತಂತ್ರ.

ಡೊರೋತಿ ಮತ್ತು ಅವಳ ಗಂಡ ಚಾರ್ಲ್ಸ್ ಬಕ್ಸ್‌ಟನ್ ಕಟ್ಟಾ ಸಮಾಜವಾದಿಗಳು (ಫರ್ಮ್ ಸೋಷಿಯಲಿಸ್ಟ್ಸ್) ಆಗಿರುತ್ತಾರೆ. ಅದರರ್ಥ ತಮಗಿಂತಲೂ ಆರ್ಥಿಕ ಸಾಮಾಜಿಕ ಪರಿಸ್ಥಿತಿಯಲ್ಲಿ ತೊಂದರೆಯಲ್ಲಿರುವವರಿಗೆ ನೆರವು ನೀಡುವುದಕ್ಕೆ ತಮ್ಮ ಬದ್ಧತೆಯನ್ನು ತೋರುವುದಾಗಿತ್ತು. ಇದರೊಂದಿಗೆ ಬಾಹ್ಯ ಪೂಜೆಪುನಸ್ಕಾರದ ಆಚರಣೆಗಳನ್ನು ಬಿಟ್ಟು ಅಂತರಂಗದ ಚೇತನವನ್ನು ನಂಬುವ 1650ರಿಂದಲೂ ಚಾಲ್ತಿಯಲ್ಲಿದ್ದ 'ಕ್ವೇಕರ್ಸ್' ಎಂಬ ಪಂಥದೊಂದಿಗೆ ಇಬ್ಬರೂ ಗುರುತಿಸಿಕೊಂಡಿರುತ್ತಾರೆ. ಡೊರೋತಿ ಪ್ರಜ್ಞಾಪೂರ್ವವಾಗಿ ಶಾಂತಿಪ್ರಿಯಳಾಗಿರುತ್ತಾಳೆ. ಎಗ್ಲಾಂಟೈನ್ ಮೊದಮೊದಲು ತಂಗಿಯ ಮನೋಭಾವದವಳಾಗಿರುವುದಿಲ್ಲ. ಬೆಳೆದಂತೆ ಅದೇಕೋ ಏನೋ ತಾನು ನಿರುಪಯುಕ್ತಳು, ತನ್ನಿಂದೇನೂ ಆಗುತ್ತಿಲ್ಲ ಎಂಬ ಭಾವನೆಯಲ್ಲಿರುತ್ತಿದ್ದಳು. ತಂಗಿ ತನಗಿಂತಲೂ ಎಲ್ಲದರಲ್ಲೂ ಉತ್ತಮಳು ಎಂದೇ ಭಾವಿಸಿದ್ದಳು. ಅವಳಿಗರಿವಿಲ್ಲದಂತೆಯೇ ಡೊರೋತಿಯನ್ನು ಒಳಗೊಳಗೇ ಎಗ್ಲಾಂಟೈನ್ ಆರಾಧಿಸಿರುತ್ತಾಳೆ. ಅವಳ ಸಲಹೆಗಳನ್ನು ಸ್ವೀಕರಿಸುತ್ತಾಳೆ. ಡೊರೋತಿಯ ತತ್ತ್ವಗಳಿಗೆ ಸಂಪೂರ್ಣವಾಗಿ ಬೆಂಬಲಿಸುತ್ತಾಳೆ. ಹಾಗೆಯೇ ಡೊರೋತಿ ಕೂಡಾ ಅಕ್ಕನ ಚಿಂತನೆಗಳು, ಸಿದ್ಧಾಂತಗಳು, ನಿಲುವುಗಳನ್ನು ಬೆಂಬಲಿಸುತ್ತಲೇ ಅಲ್ಪಸ್ವಲ್ಪ ತಿದ್ದುವುದಕ್ಕೂ ಮುಂದಾಗುತ್ತಿರುತ್ತಾಳೆ. ಡೊರೋತಿ ಕುರಿತು ಎಲ್ಲೋ ಅಸೂಯೆಯ ಎಳೆ ಎಗ್ಲಾಂಟೈನಿಗಳಿಗಿದ್ದರೂ, ಮುಂದೆ ಮುಂದೆ ಸಾಗಿದಂತೆ ಡೊರೋತಿಯ ಅಭಿಮಾನಿಯೇ ಆಗಿಬಿಡುತ್ತಾಳೆ.

ಕದನ ವಿರಾಮ

ಮೊದಲ ಮಹಾಯುದ್ಧದಲ್ಲಿ ದೇಶಗಳು ಭಾಗಿಯಾಗಲು ನೂರಾರು ಕಾರಣಗಳಿದ್ದವು. ದೇಶದ ಗಡಿಗಳನ್ನು ವಿಸ್ತರಿಸಿಕೊಳ್ಳಲು ಕೆಲವರು ಮುಂದಾದರೆ, ಧರ್ಮ, ರಾಜಕೀಯವೂ ಇದರಲ್ಲಿ ಬೆರೆತಿತ್ತು. ಕೆಲವು ದೇಶಗಳಿಗೆ ಯುದ್ಧ ಹಣಕಾಸಿನ ಲಾಭದ ವಿಚಾರವೂ ಆಗಿತ್ತು. ಆಹಾರ, ಮದ್ದುಗುಂಡು, ಯುದ್ಧದ ಸಾಮಗ್ರಿಗಳ ತಮ್ಮ ಮಾರುಕಟ್ಟೆಯನ್ನು ವಿಸ್ತರಿಸಿಕೊಳ್ಳಲು ಅಥವಾ ಯುದ್ಧ ಸಾಮಗ್ರಿಗಳನ್ನು ಕೊಳ್ಳುವವರ ಪರ ನಿಲ್ಲಲು ಕೆಲವು ದೇಶಗಳಿಗೆ ಇದು ಅವಕಾಶವೂ ಆಗಿತ್ತು. ದುರಾದೃಷ್ಟವಶಾತ್, ಯಾರದೋ ಪ್ರತಿಷ್ಠೆಗೆ, ಮತ್ತಾರದೋ ಅವಕಾಶವಾದಕ್ಕೆ ಬಲಿಯಾಗುತ್ತಿದ್ದವರು ಬಡವರು, ದೇಶಭ್ರಷ್ಟರು ಮತ್ತು ಮಕ್ಕಳು.

ಉದಾಹರಣೆಗೆ, ತಾನು ಈ ಅಂತಾರಾಷ್ಟ್ರೀಯ ಯುದ್ಧದಲ್ಲಿ ಭಾಗವಾಗುವುದಿಲ್ಲ ಎಂದು ಘೋಷಿಸಿಕೊಂಡಿದ್ದ ಅಮೇರಿಕಾ ಕೂಡಾ ಜರ್ಮನಿಯ ವಿರುದ್ಧ ಜೂನ್ 1917ರಲ್ಲಿ ಯುದ್ಧ ಸಾರಿಯೇ ಬಿಟ್ಟಿತು. ಇದಕ್ಕೆ ಹಲವು ಕಾರಣಗಳಿದ್ದವು. ಇಂಗ್ಲೆಂಡ್ ವಿರುದ್ಧದ ಯುದ್ಧದಲ್ಲಿ ತಾನು ಸಂಪೂರ್ಣ ಹಿಡಿತ ಸಾಧಿಸಿದ್ದೇನೆ ಎಂದೇ ಜರ್ಮನಿ ಭಾವಿಸಿತ್ತು. ಜೊತೆಗೆ ಇಂಗ್ಲೆಂಡಿಗೇನಾದರೂ ತೊಂದರೆಯಾದರೆ ಅಮೇರಿಕ ಇಂಗ್ಲೆಂಡಿನ ನೆರವಿಗೆ ಬರಬಹುದೇನೋ ಎನ್ನುವ ದೂರಾಲೋಚನೆಯನ್ನೂ ಜರ್ಮನಿಯ ಯುದ್ಧವ್ಯೂಹ ಪಂಡಿತರು ಮಾಡಿದ್ದರು. ಹೀಗಾಗಿ ಜರ್ಮನಿ ಮೊದಲಿಂದಲೂ ಅಮೇರಿಕವನ್ನು ಹೆದರಿಸುವ ಅಥವ ಕಟ್ಟಿಹಾಕುವ ಯೋಚನೆ ಮಾಡುತ್ತಿತ್ತು. ಜರ್ಮನಿಯ ಜಲಾಂತರ್ಗಾಮಿ ನೌಕೆಗಳು ಅಮೇರಿಕೆಯ ಸರಕು ಸಾಗಣೆ ಹಡಗುಗಳನ್ನು ಯಾವುದೇ ಸೂಚನೆ ಕೊಡದೆ ಮುಳುಗಿಸುತ್ತಿದ್ದವು. ಹಾಗೆ ಒಮ್ಮೆ ಜರ್ಮನಿಯ ಜಲಾಂತರ್ಗಾಮಿಗಳು ಯಾವುದೇ ಮುನ್ಸೂಚನೆ ಕೊಡದೆ ಅಮೇರಿಕೆಯ ಪ್ರಜೆಗಳಿದ್ದ ಪ್ರಯಾಣಿಕರ ನೌಕೆಗಳನ್ನೂ ಮುಳುಗಿಸಿಬಿಟ್ಟವು. ಇದು ಸಾವಿರಾರು ಜನರ ಸಾವಿಗೆ ಕಾರಣವಾಯಿತು. ಇಷ್ಟೇ ಅಲ್ಲದೆ, ಅಮೇರಿಕೆಯ ಹಲವಾರು ಬ್ಯಾಂಕುಗಳು ಮತ್ತು ಉದ್ಯಮಗಳು ಜರ್ಮನಿ ವಿರುದ್ಧ ಯುದ್ಧ ಮಾಡುತ್ತಿದ್ದ ದೇಶಗಳಿಗೆ ದೊಡ್ಡ ಪ್ರಮಾಣದಲ್ಲಿ ಸಾಲ ನೀಡಿದ್ದವು. ಜೊತೆಗೆ ಯುದ್ಧ ಸಾಮಗ್ರಿಗಳ ಉತ್ಪಾದನೆಯಲ್ಲೂ ಹಲವಾರು ಕಂಪನಿಗಳು ದೊಡ್ಡ ಮೊತ್ತದ ಹಣವನ್ನು ಹೂಡಿ, ಈ ವ್ಯವಹಾರದಲ್ಲಿ ಭಾರೀ ಲಾಭ ಮಾಡುತ್ತಿದ್ದವು. ಜರ್ಮನಿ ಯುದ್ಧದಲ್ಲಿ ಗೆದ್ದರೆ, ಈ ಎಲ್ಲ ಬ್ಯಾಂಕುಗಳು ಮತ್ತು ವ್ಯಾಪಾರೋದ್ಯಮಗಳು ಮುಳುಗಿ ಹೋಗುತ್ತಿದ್ದವು.

ಈ ಮಧ್ಯೆ ಒಂದು ರಹಸ್ಯ ವಿಚಾರ ಸ್ಫೋಟವಾಯಿತು. ಜರ್ಮನಿ ದೇಶವು ಅಮೇರಿಕೆಯ ನೆರೆಯ ದೇಶ ಮೆಕ್ಸಿಕೋಗೆ ಕಳುಹಿಸಿದ್ದ ಗುಟ್ಟಿನ ಸಂದೇಶ ಇಂಗ್ಲೆಂಡಿನ ರಹಸ್ಯ ಕಾರ್ಯಾಚರಣೆಯಿಂದಾಗಿ ಬಯಲಾಯಿತು. ಇಂಗ್ಲೆಂಡನ್ನು ಜರ್ಮನಿ ಆಕ್ರಮಿಸಿಕೊಳ್ಳುವಾಗ ಅಮೇರಿಕವೇನಾದರೂ ಇಂಗ್ಲೆಂಡಿನ ಬೆಂಬಲಕ್ಕೆ ಬಂದಲ್ಲಿ ಮೆಕ್ಸಿಕೋ ಜರ್ಮನಿಯ ಪರವಾಗಿ ನಿಲ್ಲಬೇಕೆಂದೂ, ಯುದ್ಧ ಮುಗಿದ ಮೇಲೆ ಮೆಕ್ಸಿಕೋ ಅಮೇರಿಕದ ಕೆಲವು ಭಾಗಗಳನ್ನು ಪಡೆಯಬಹುದು ಎಂದು ಜರ್ಮನಿ ಸೂಚಿಸಿತ್ತು. ಇದಕ್ಕೆ ಮೆಕ್ಸಿಕೋ ಒಪ್ಪುತ್ತಿತ್ತೋ ಇಲ್ಲವೋ ತಿಳಿಯದು. ಸರಿ, ಇದೇ ಕಾರಣದಿಂದ ಅಮೇರಿಕಾದಲ್ಲಿ ಒತ್ತಡ ಹೆಚ್ಚಾಗಿ ಅಮೇರಿಕಾ ದೇಶವೂ ಮೊದಲ ಮಹಾಯುದ್ಧವೆಂದೇ ಕುಪ್ರಸಿದ್ಧಿ ಪಡೆದಿರುವ ಅಂತಾರಾಷ್ಟ್ರೀಯ ಯುದ್ಧಕ್ಕೆ ಧುಮುಕಿಯೇ ಬಿಟ್ಟಿತು.

ಮುಂದಿನದೆಲ್ಲವೂ ಕ್ಷಿಪ್ರ ಬೆಳವಣಿಗೆಗಳು. 1918ರ ಆರಂಭದಲ್ಲಿ ಜರ್ಮನಿ ಯುದ್ಧದಲ್ಲಿ ತಾನು ಗೆಲ್ಲುವ ಗುಂಗಿನಲ್ಲೇ ಇನ್ನೂ ಇತ್ತು. ರಷ್ಯಾದಲ್ಲಿ ಆದ ಕ್ರಾಂತಿಯಿಂದಾಗಿ[35] ಆ ದೇಶ ಯುದ್ಧದಿಂದ ಹಿಂಜರಿದಿತ್ತು. ಜರ್ಮನಿಗಿದ್ದ ದೊಡ್ಡ ಬೆಂಬಲ ಕಡಿಮೆಯಾಯಿತು. ಆ ವರ್ಷ ಮಾರ್ಚ್ ಹೊತ್ತಿಗೆ ಬ್ರಿಟನ್ ಮತ್ತು ಫ್ರಾನ್ಸ್ ದೇಶಗಳ ಸಂಯುಕ್ತ ಸೈನಿಕರು ಮತ್ತೆ ಸಂಘಟಿತರಾಗಿ ಜರ್ಮನಿಯ ಸೈನಿಕರನ್ನು ಹಿಮ್ಮೆಟ್ಟಿಸಲಾರಂಭಿಸಿದರು. ಇದೇ ಸಮಯದಲ್ಲಿ ಸರ್ಕಾರದ ಸೂಚನೆಯನ್ನೂ ವಿರೋಧಿಸಿ ಜರ್ಮನಿಯ ನೌಕಾಪಡೆಯ ಸೈನಿಕರು ಇದ್ದಕ್ಕಿದ್ದ ಹಾಗೆ ಮುಷ್ಕರ ಹೂಡುತ್ತಾರೆ. ತಮ್ಮ ಸರ್ವೋಚ್ಚ ನಾಯಕರ ನಿರ್ದೇಶನಗಳನ್ನು ಪಾಲಿಸುವುದಿಲ್ಲ ಎಂದು ಘೋಷಿಸಿ, ಬ್ರಿಟನ್ನಿನ ನೌಕೆಗಳ ಮೇಲೆ ದಾಳಿ ಮಾಡಲು ಮುನ್ನುಗ್ಗುವುದೇ ಇಲ್ಲ. ಅಮೇರಿಕದ ಸೈನಿಕ ಬಲದ ಒತ್ತಡದ ಅನುಭವ ಜರ್ಮನಿಗೆ ಆಗತೊಡಗುತ್ತಿದೆ. ಆಗಲೇ ಜರ್ಮನಿ ಮತ್ತವರ ಸಹವರ್ತಿಗಳಿಗೆ ತಮಗಿನ್ನು ಯುದ್ಧ ಗೆಲ್ಲುವುದು ಸಾಧ್ಯವಿಲ್ಲ ಎಂದು ಅರಿವಾಗತೊಡಗಿತು. ಜರ್ಮನಿಯ ನಾಯಕರು ಯುದ್ಧ ನಿಲ್ಲಿಸಲು ತಮ್ಮ ಸರ್ಕಾರಕ್ಕೆ ತಿಳಿಹೇಳಲಾರಂಭಿಸಿದರು. ಜರ್ಮನಿಯ ಕೈಸರ್ (ಚಕ್ರವರ್ತಿ)

ವಿಲ್‌ಹೆಲ್ಮ್ 1918ರ ನವೆಂಬರ್ 9ರಂದು ತನ್ನ ಸ್ಥಾನಕ್ಕೆ ರಾಜೀನಾಮೆ ನೀಡುತ್ತಾನೆ. ಮುಂದೆ ಅವನು ನೆದರ್‌ಲ್ಯಾಂಡಿನತ್ತ ಓಡಿ ಹೋಗುತ್ತಾನೆ[36].

ಯುದ್ಧ ಮುಗಿಯುವುದು ಹೆಚ್ಚೂ ಕಡಿಮೆ ಖಚಿತವಾದಾಗ, ಅಮೇರಿಕಾ, ಗ್ರೇಟ್ ಬ್ರಿಟನ್ ಮತ್ತು ಫ್ರಾನ್ಸ್‌ನ ನಾಯಕರು ಪ್ಯಾರಿಸ್‌ನಲ್ಲಿರುವ ವರ್ಸೇಲ್ಸ್‌ನಲ್ಲಿ ಮುಂದಿನ ನಡೆಗಳನ್ನು ನಿರ್ಧರಿಸಲು ಸಭೆ ಸೇರುತ್ತಾರೆ. ಈ ಸಭೆಗೆ ಜರ್ಮನಿ, ಆಸ್ಟ್ರಿಯಾ ಮತ್ತು ಹಂಗೇರಿಯ ಪ್ರತಿನಿಧಿಗಳಿಗೆ ಆಹ್ವಾನವಿರುವುದಿಲ್ಲ. ಆ ಸಭೆಯಲ್ಲಿ ನಿರ್ಧಾರವಾದಂತೆ ಇಡೀ ಮೊದಲ ಮಹಾಯುದ್ಧದ ಹೊಣೆಯನ್ನು ಜರ್ಮನಿ ಹೊರಬೇಕು; ಆ ಹೊತ್ತಿಗೆ ಜಾಗತಿಕ ಶಾಂತಿಯನ್ನು ಕಾಪಾಡಲೆಂದು ರೂಪಗೊಳ್ಳುತ್ತಿದ್ದ ಹೊಸ ಲೀಗ್ ಆಫ್ ನೇಷನ್ಸ್‌ನಲ್ಲಿ[37] ಜರ್ಮನಿಗೆ ಸ್ಥಾನವಿರುವುದಿಲ್ಲ; ಜರ್ಮನಿಯ ಅಧೀನದಲ್ಲಿದ್ದ ಹಲವಾರು ಭಾಗಗಳನ್ನು ಅವರಿಂದ ಮಿತ್ರಪಡೆಗಳು ಕಿತ್ತುಕೊಳ್ಳುತ್ತವೆ ಮತ್ತು ಜರ್ಮನಿಯು ಒಂದು ಲಕ್ಷಕ್ಕಿಂತಾ ಹೆಚ್ಚಿನ ಸೈನಿಕರನ್ನು ಹೊಂದುವಂತಿಲ್ಲ ಹಾಗೂ ಯಾವುದೇ ಸಬ್‌ಮೆರೀನ್ ಅಥವಾ ವಿಮಾನಗಳನ್ನು ಇಟ್ಟುಕೊಳ್ಳುವಂತಿಲ್ಲ. ಇದಲ್ಲದೆ ಜರ್ಮನಿ ಯುದ್ಧದಿಂದಾದ ಎಲ್ಲ ಅನರ್ಥಗಳಿಗೆ ಹೊಣೆ ಹೊತ್ತು, ವಿವಿಧ ದೇಶಗಳಲ್ಲಿ ಮುರಿದು ಬಿದ್ದ ವ್ಯವಸ್ಥೆಗಳ ಮರು ಸ್ಥಾಪನೆ ಕೆಲಸಗಳಿಗಾಗಿ 132 ಬಿಲಿಯನ್ ಚಿನ್ನದ ಮಾರ್ಕ್ (ಜರ್ಮನಿಯ ನಾಣ್ಯ) ಅನ್ನು ಮಿತ್ರಪಡೆಗಳಿಗೆ ಕೊಡಬೇಕಾಗುತ್ತದೆ. ಇದು ಜರ್ಮನಿಯನ್ನು ಬಡತನದ ಅಂಚಿಗೆ ದೂಡುತ್ತದೆ.

ಜರ್ಮನಿಗೆ ಸೋಲುಂಟಾಯಿತು ಎಂದಾದರೂ ಅವರು ಮಿತ್ರಪಡೆಗಳೆದುರು ಶರಣಾದರು ಎಂದು ಹೇಳಲಾಗುವುದಿಲ್ಲ. ಮಿತ್ರಪಡೆಗಳಿಗೂ ಯುದ್ಧ ಮುಗಿಯುವುದು ಬೇಕಿತ್ತು. ಒಟ್ಟಿನಲ್ಲಿ ಜರ್ಮನಿಯ ಮೇಲೆ ಶರತ್ತುಗಳನ್ನು ಹಾಕಿ 1918 ನವೆಂಬರ್ 11ರಂದು ಕದನ ವಿರಾಮವನ್ನು ಘೋಷಿಸಲಾಗಿತ್ತು. ಇಷ್ಟಾದರೂ ಬಂಧಿಸಲಾಗಿದ್ದ ಜರ್ಮನಿಯ ಸೈನಿಕರನ್ನು ಯಾರೂ ಬಿಡುಗಡೆ ಮಾಡಲಿಲ್ಲ. ಜರ್ಮನಿಗೆ ಬರಬಹುದಾಗಿದ್ದ ಆಹಾರ ಔಷಧಿಗಳ ಸರಬರಾಜನ್ನು ಅವರಿಗೆ ತಲುಪಲು ಬಿಡಲಿಲ್ಲ. ಕದನ ವಿರಾಮ ಘೋಷಿಸಿದ್ದರೂ ಅಲ್ಲಲ್ಲಿ ಗುಂಡು ಹಾರುತ್ತಲೇ ಇತ್ತು. ಕೊನೆಗೂ 1919ರ ಜೂನ್ 28ರಂದು ವರ್ಸೇಲ್ಸ್‌ನಲ್ಲಿ ಆದ ಒಪ್ಪಂದಕ್ಕೆ ಜರ್ಮನಿ ಬಲವಂತವಾಗಿ ಸಹಿ ಹಾಕಬೇಕಾಯಿತು ಮತ್ತು ಅದನ್ನು 1920ರ ಜನವರಿ 10ರಿಂದ ಜಾರಿಗೆ ತರಲು ಒಪ್ಪಲಾಯಿತು.

ಯುದ್ಧಾನಂತರ...

ಅತ್ತ ಕದನ ವಿರಾಮ ಘೋಷಣೆಯಾಗುತ್ತಿದ್ದಂತೆಯೇ ಗ್ರೇಟ್ ಬ್ರಿಟನ್ನಿನ ಎಲ್ಲ ಪ್ರಮುಖ ನಗರಗಳಲ್ಲಿ ವಿಜಯೋತ್ಸವ. ಕೇಂಬ್ರಿಡ್ಜ್‌ನ ಕೆಲವು ವಿದ್ಯಾರ್ಥಿ ಯುವಕರು ಕೇಂಬ್ರಿಡ್ಜ್ ಮ್ಯಾಗಜೈನ್ ಕಛೇರಿಯ ಮೇಲೆ ದಾಳಿ ಮಾಡಿ ಯಂತ್ರಗಳು, ಮೇಜು ಕುರ್ಚಿಗಳನ್ನೆಲ್ಲಾ ಒಡೆದು ಹಾಕಿ, ಕಾಗದಗಳನ್ನು ಹರಿದು ವಿಕೃತ ಸಂತೋಷ ಪಡುತ್ತಾರೆ. ಪತ್ರಿಕೆಯ ಮುದ್ರಣಕ್ಕೆ ಎರವಾಗುತ್ತದೆ.

ಆದರೆ ಜೆಬ್ ಸಹೋದರಿಯರು ಸುಮ್ಮನಾಗುವುದಿಲ್ಲ. ಬಹಳ ಸ್ಪಷ್ಟವಾಗಿ ಡೊರೋತಿ ಹೇಳುತ್ತಾಳೆ, 'ನಾವು ಯುದ್ಧದ ಭಾಗವಾಗಿರಲಿಲ್ಲ. ನಾವು ವಿರೋಧಿ ಪಾಳಯದ ಬೆಂಬಲಿಗರೂ ಅಲ್ಲ. ಆದರೆ ನಮ್ಮ ದೇಶದ ಧೋರಣೆಯಿಂದಾಗಿ ಅಮಾಯಕ ಕುಟುಂಬಗಳು, ಬಡವರು, ಮಕ್ಕಳಿಗೆ ಆಗುತ್ತಿದ್ದ ತೊಂದರೆ ಹಿಂಸೆಯನ್ನು ನಿಲ್ಲಿಸಲು ನಾವು ದನಿ ಎತ್ತಿದ್ದೆವು. ನಿಮಗಿದನ್ನು ಸಹಿಸಲಾಗುವುದಿಲ್ಲ ಎಂದರೆ ಹೇಗೆ? ಯುದ್ಧ ನಿಂತಿರಬಹುದು, ಆದರೆ ಅದರ ಪ್ರಭಾವ ಇನ್ನೂ ಹತ್ತಾರು ವರುಷಗಳು ಇರುತ್ತದೆ ಎಂಬುದನ್ನು ಮರೆಯಬೇಡಿ. ಮಳೆ ನಿಂತರೂ ಮರಗಳ ಎಲೆಗಳಿಂದ ತೊಟ್ಟಿಕ್ಕುವ ಹನಿ ಬಹುಕಾಲ ನಿಲ್ಲುವುದಿಲ್ಲ. ಯುದ್ಧ ನಿಂತರೂ ಅದರ ಪರಿಣಾಮ ಗೆದ್ದ ನಮ್ಮ ದೇಶದಲ್ಲಿ ಮತ್ತು ಸೋತರೆಂದು ಹೇಳುವ ದೇಶಗಳಲ್ಲಿ ಮರೆಯಾಗುವುದಿಲ್ಲ.'

ಕದನ ವಿರಾಮ ಘೋಷಿಸಿದರೂ, ಶಾಂತಿ ಸ್ಥಾಪನೆಯಾದರೂ, ಅದರಿಂದ ಬಡವರಿಗೆ, ನಿರಾಶ್ರಿತರಿಗೆ ಯಾವುದೇ ಪ್ರಯೋಜನವಾಗಲಿಲ್ಲ ಎಂದು ಎಗ್ಲಾಂಟೈನ್ ಮತ್ತು ಡೊರೋತಿ ಬೇಸರಗೊಂಡರು. ಜರ್ಮನಿ ಮತ್ತು ಅದರ ಸಹವರ್ತಿ ದೇಶಗಳಿಗೆ ಆಹಾರ, ಔಷಧಿ ಮತ್ತಿತರ ಸರಬರಾಜನ್ನು ತಡೆಗಟ್ಟುವುದನ್ನು ಇಂಗ್ಲೆಂಡ್ ಮತ್ತಿತರ ಮಿತ್ರ ರಾಷ್ಟ್ರಗಳು ನಿಲ್ಲಿಸುವುದಿಲ್ಲ. ಯುದ್ಧಾನಂತರದ ಕೆಟ್ಟ ಪರಿಸ್ಥಿತಿಗಳು ಹೆಚ್ಚಾಗುತ್ತಿರುವುದನ್ನು ನೋಡಿ ಎಗ್ಲಾಂಟೈನ್, ಡೊರೋತಿ ಮತ್ತವರ ಸಹವರ್ತಿಗಳು ಕಂಗಾಲಾಗಿದ್ದರು. ಜರ್ಮನಿ ಮತ್ತು ಆಸ್ಟ್ರಿಯಾದ ಆರ್ಥಿಕ ಪರಿಸ್ಥಿತಿ ಕುಸಿಯುತ್ತಿತ್ತು. ಜನ ಆಹಾರಕ್ಕಾಗಿ, ಔಷಧಿಗಳಿಗಾಗಿ, ಭದ್ರನೆಲೆಗಾಗಿ ಪರದಾಡುವುದು, ಮಕ್ಕಳು ಸಾಯುವುದು ಮುಂದುವರೆದಿತ್ತು. ಕೇಂಬ್ರಿಡ್ಜ್ ಮ್ಯಾಗಜೈನ್‌ನಲ್ಲಿ ಸಹೋದರಿಯರು ಮತ್ತೆ ಮತ್ತೆ ಈ ಎಲ್ಲವನ್ನೂ ಬರೆಯುತ್ತಲೇ ಹೋದರು. ಯುದ್ಧದಲ್ಲಿ ಸೋತಿರುವ, ಶತ್ರು ರಾಷ್ಟ್ರಗಳೆಂದು ಹಣೆಪಟ್ಟಿ ಕಟ್ಟಲ್ಪಟ್ಟ ನೆರೆಯ ದೇಶಗಳಲ್ಲಿ ಆಹಾರ, ಔಷಧಿ, ಬೆಚ್ಚನೆಯ ಉಡುಪು ಇಲ್ಲದೆ ವೃದ್ಧರು, ಮಹಿಳೆಯರು, ಮಕ್ಕಳು ಅದರಲ್ಲೂ ಎಳೆಯ ಮಕ್ಕಳು, ನವಜಾತ ಶಿಶುಗಳು ಸಾಯುವುದನ್ನು ಡೊರೋತಿ ಮತ್ತು ಎಗ್ಲಾಂಟೈನ್ ಜನರ ಮನಸ್ಸು ಕರಗುವಂತೆ ವಿವರ ವಿವರವಾಗಿ ಬರೆಯುತ್ತಲೇ ಹೋದರು.

ಇದಾವುದೂ ಒಳ್ಳೆಯ ಸುದ್ದಿಯಾಗಿರಲಿಲ್ಲ. ಕೆಟ್ಟ ಸುದ್ದಿಯೆ? ವಾಸ್ತವವೆ? ಎಂತಹ ಸಂದಿಗ್ಧ!

ಇಂತಹ ಪರಿಸ್ಥಿತಿಯನ್ನು ಕುರಿತು ನಾವೇ ಏನಾದರೂ ಮಾಡಬೇಕು. ಯುದ್ಧದ ಅಗಾಧತೆ, ನಿರಾಶ್ರಿತರಾದವರು, ಎಲ್ಲವನ್ನೂ ಕಳೆದುಕೊಂಡು ನಿರ್ಗತಿಕರಾದವರು, ಮನೆಗಳಲ್ಲಿ ದುಡಿಯುವವರಿಲ್ಲದ ಪರಿಸ್ಥಿತಿಯಲ್ಲಿ ದಿಗ್ಭ್ರಾಂತರಾದವರು ಮತ್ತು ಮಕ್ಕಳಂತೂ ಹೇಳುವವರು ಕೇಳುವವರು ಇಲ್ಲದೆ ಕೊನೆ ಮೊದಲಿಲ್ಲದ ನರಳಿಕೆ, ಭಯಭೀತಿಯಲ್ಲಿದ್ದರು. ಹೆಣ್ಣುಮಕ್ಕಳ ಪರಿಸ್ಥಿತಿ ಬಹಳ ಶೋಚನೀಯವಾಗಿತ್ತು. ಇಂತಹದನ್ನು ಬಗೆಹರಿಸಲು ಏನಾದರೂ ಮಾಡಬೇಕು. ಏನು ಮಾಡಬೇಕು, ಏನೇನು ಮಾಡಬೇಕು ಎಂದು ಈ ಇಬ್ಬರೂ ಚಿಂತಿಸಿದರು. ಕೊನೆಗೊಮ್ಮೆ ಹೊಳೆದದ್ದು ಜನ ಸಂಘಟನೆ. ಮತ್ತೆ ಜನರಿಂದ ದೇಣಿಗೆ ಸಂಗ್ರಹಿಸುವುದು. ಎಲ್ಲವನ್ನೂ ಮತ್ತೆ ಚಿಗುರಿಸಲು ಪ್ರಯತ್ನಿಸುವುದು.

ನೊಬೆಲ್ ಶಾಂತಿ ಪುರಸ್ಕಾರ[38] ಭಾಷಣದಲ್ಲಿ ರೆನೆ ಕಾಸ್ಸಿನ್[39] 10 ಡಿಸೆಂಬರ್ 1968ರಂದು ಹೇಳಿದಂತೆ, ಮೊದಲ ಮಹಾಯುದ್ಧದ ಕೊನೆಯಲ್ಲಿ ಹೆಸರಿಗೆ ಕದನ ವಿರಾಮ ಘೋಷಣೆಯಾಯಿತು. ಅದರ ಭಯಂಕರ ನೆರಳು ಪ್ರತಿಯೊಂದು ಕುಟುಂಬದ ಮೇಲೆ ಕವಿದುಕೊಂಡಿತ್ತು. ಒಂದೆಡೆ ನಿರಾಶ್ರಿತರಿದ್ದರೆ, ಗೆದ್ದವರು ಸೋತವರು ಎಂಬ ಬೇಧಭಾವವಿಲ್ಲದೆ ಯುದ್ಧದ ಗಾಯಾಳುಗಳು,

ಅಂಗವಿಕಲರ ಬದುಕು ದುಸ್ತರವಾಯಿತು. ಒಂದು ಕೋಟಿಗೂ ಹೆಚ್ಚು ಸೈನಿಕರು ಯುದ್ಧಗಳಲ್ಲಿ ಸತ್ತರು. ಎರಡು ಕೋಟಿಗೂ ಮಿಕ್ಕು ಹೆಚ್ಚಿನವರು ಗಾಯಾಳುಗಳಾದರು. ಅಂಗವಿಕಲರಾದವರ ಸಂಖ್ಯೆ 80 ಲಕ್ಷಕ್ಕೂ ಹೆಚ್ಚು. ಯುದ್ಧ ಮುಗಿದು ಗಾಯ, ಅನಾರೋಗ್ಯ, ಅಂಗವಿಕಲತೆಯೊಂದಿಗೆ ಮನೆಗೆ ಬಂದ ಸೈನಿಕರನ್ನು ಯುದ್ಧ ವೀರರಂತೆ ಕುಟುಂಬಗಳು, ಸುತ್ತಮುತ್ತಲಿನ ಸಮಾಜ, ಬಂಧುಗಳು, ಸರ್ಕಾರ ಸ್ವಾಗತಿಸಿದರೂ, ಅದರೊಂದಿಗೆ ಬಂದ ದುಃಖ, ಕಷ್ಟ, ತೊಂದರೆ, ಅವರನ್ನು ನೋಡಿಕೊಳ್ಳುವ ಜವಾಬ್ದಾರಿಗಳಿಂದಾಗಿ ಯುದ್ಧದ ಮೊದಲಿನ ದಿನಗಳಂತೆ ಬದುಕು ಸಾಮಾನ್ಯವಾಗುವುದಿಲ್ಲ ಎಂಬುದಂತೂ ಎಲ್ಲರಿಗೂ ನಿಶ್ಚಿತವಾಗಿತ್ತು. ಇಂತಹ ಮಾನಸಿಕ ಒತ್ತಡ ಸಮಸ್ಯೆಗಳ ಮೇಲೆ, ಗಾಯಗೊಂಡ ಸೈನಿಕರು ಮನೆಗೆ ಮತ್ತೆ ಯಾವುದೇ ರೀತಿಯಲ್ಲೂ ಹಣಕಾಸಿನ ನೆರವು ಕೊಡುವುದು ಸಾಧ್ಯವಿಲ್ಲವೆಂಬ ವಾಸ್ತವ ಹಿಂಡಿ ಹಿಪ್ಪೆ ಮಾಡುವಂತಾಯಿತು. ಕೋಟಿಗಟ್ಟಲೆ ಮಹಿಳೆಯರು ಯುದ್ಧದ ಪರಿಣಾಮವಾಗಿ ವಿಧವೆಯರಾದರು, ಇಲ್ಲವೇ ತಮ್ಮ ಗಂಡ ಎಲ್ಲಿದ್ದಾನೆ ಎಂಬ ಮಾಹಿತಿ ಇಲ್ಲದೆ ಪರಿತಪಿಸುವಂತಾಯಿತು. ಇದೆಲ್ಲದರ ಮೇಲೆ 60 ಲಕ್ಷಕ್ಕೂ ಹೆಚ್ಚು ಮಕ್ಕಳು ಅನಾಥರಾದರು. ಮುಂದೆ ಮತ್ತೆ ಯುದ್ಧದ ಪರಿಣಾಮದ ಗಾಯ, ಅಂಗವಿಕಲತೆಗಳಿಗೆ ಒಳಗಾಗಿ ಸತ್ತ ಸೈನಿಕರ ಕುಟುಂಬಗಳ ಸುಮಾರು 30 ಲಕ್ಷಕ್ಕೂ ಅಧಿಕ ಮಕ್ಕಳು ಅನಾಥರಾದರು.

ಆ ಹೊತ್ತಿಗೆ ಯುದ್ಧವನ್ನೇ ಎದುರಿಟ್ಟುಕೊಂಡು 'ರಾಷ್ಟ್ರಪ್ರೇಮ, ರಾಷ್ಟ್ರ ರಕ್ಷಣೆ'ಯನ್ನೇ ಮುಂದಿಟ್ಟು ಮತ್ತೊಮ್ಮೆ ಚುನಾವಣೆ ಗೆದ್ದಿದ್ದ ಲಾಯ್ಡ್ ಜಾರ್ಜ್‌ಗೆ ಇದೆಲ್ಲಾ ದೊಡ್ಡ ವಿಷಯವಾಗಿರಲಿಲ್ಲ. ಯುದ್ಧದ ಖರ್ಚುಗಳನ್ನು ಸರಿದೂಗಿಸಲು ತಮ್ಮ ವ್ಯಾಪಾರಿ ಹಡಗುಗಳಿಗೆ ಮಾತ್ರ ಅವಕಾಶ ಹಾಗೂ ಜರ್ಮನಿಗೆ ಹೋಗುವ ಸರಕುಗಳನ್ನು ತಡೆಗಟ್ಟುವುದೇ ನ್ಯಾಯ ಎಂದು ಅವನು ಪ್ರತಿಪಾದಿಸುತ್ತಿದ್ದ. ಈ ವಿಚಾರಕ್ಕೆ ಎಗ್ಲಾಂಟೈನ್ ಬಹಳವಾಗಿ ಬೇಸರಿಸಿದ್ದಳು. ಯುದ್ಧದಿಂದಾಗುವ ಹಿಂಸೆ, ತೊಂದರೆ, ಕರಾಳ ಪರಿಸ್ಥಿತಿಗಳ ಬಗ್ಗೆ ದಾಖಲಿಸಿದ್ದ ಎಗ್ಲಾಂಟೈನ್ ಮತ್ತು ಡೋರೋತಿ ಮಧ್ಯ, ಪೂರ್ವ ಮತ್ತು ದಕ್ಷಿಣ ಯೂರೋಪಿನಲ್ಲಿ ಮಕ್ಕಳ ಮೇಲಾಗುತ್ತಿದ್ದ ಆಘಾತಗಳನ್ನು ಗುರುತಿಸಿ, 'ಶತ್ರು ದೇಶದ ಮಕ್ಕಳು' ಎಂದು ಗುರುತಿಸುವ, ಪ್ರತ್ಯೇಕಿಸುವ ಪರಿಯೇ ಇಲ್ಲವೆಂದು ಗಟ್ಟಿಯಾಗಿ ಪ್ರತಿಪಾದಿಸುತ್ತಿದ್ದರು.

ಫೈಟ್ ದ ಫಾಮಿನ್ ಕೌನ್ಸಿಲ್

ಯುದ್ಧಾನಂತರದ ದಿನಗಳಲ್ಲಿ ಇಡೀ ಯೂರೋಪಿನಲ್ಲಿ ಎಲ್ಲಿಯೂ ಮಳೆ ಬೆಳೆಯಿಲ್ಲದೆ, ಬರದ ವಾತಾವರಣ. ಕೃಷಿ ಮಾಡಲು ಜನರಿಲ್ಲ ಅಥವಾ ಇದ್ದ ಜನರಲ್ಲಿ ಚೈತನ್ಯವಿಲ್ಲ. ಆಹಾರ ಸರಬರಾಜು ಸರಿಯಾಗಿ ಆಗುತ್ತಿಲ್ಲ. ಆಗಲೇ ಜೆಬ್ ಸೋದರಿಯರ ಚಿಂತನೆಯಂತೆ ಅರಳಿದ ಹೊಸ ಸಂಘಟನೆ 'ಫೈಟ್ ದ ಫಾಮಿನ್ ಕೌನ್ಸಿಲ್' (ಬರಗಾಲ ಎದುರಿಸಲು ಮಂಡಳಿ). ಅದರ

ಮೊದಲ ಸಾರ್ವಜನಿಕ ಸಭೆ 1919ರ ಜನವರಿ 1ರಂದು ನಡೆಯುತ್ತದೆ. ಈ ಸಭೆಗೆ ಅಂದಿನ ದಿನದ ಅನೇಕ ಚಿಂತಕರು, ಹೆಸರಾಂತರು ಹಾಜರಾದರು. ವಿಶ್ವವಿದ್ಯಾಲಯಗಳ ಪ್ರಾಧ್ಯಾಪಕರು, ಡೀನ್‌ಗಳು ಬರಹಗಾರರು, ಧರ್ಮಾಧಿಕಾರಿಗಳು / ಬಿಷಪ್‌ಗಳು, ಕೆಲವು ರಾಜಕಾರಣಿಗಳು, ಸಾರ್ವಜನಿಕರು, ಹೀಗೆ ಅನೇಕರು ಬಂದು ಸಮಾನ ಮನಸ್ಕರ ಚಿಂತನೆಗಳಿಗೆ ತಲೆದೂಗಿದರು. ಫೈಟ್ ದ ಫಾಮಿನ್ ಕೌನ್ಸಿಲ್‌ಗೆ ಇವರೆಲ್ಲ ಸದಸ್ಯರೂ, ಬೆಂಬಲಿಗರೂ ಆದರು. ಜರ್ಮನಿ ಮತ್ತು ಸುತ್ತಮುತ್ತಲಿನ ದೇಶಗಳ ಮೇಲೆ ಇಂಗ್ಲೆಂಡ್ ಹೇರಿದ್ದ ದಿಗ್ಬಂಧನವನ್ನು ತೆರೆಯಲು ಇಂಗ್ಲೆಂಡ್ ಸರ್ಕಾರದ ಮೇಲೆ ಒತ್ತಡ ಹೇರಲು ಆರಂಭವಾದ ಗುಂಪು ಇದು ಎಂಬುದು ಎಲ್ಲರಿಗೂ ಇದರಿಂದ ತಿಳಿಯಿತು. ಆಗಲೇ ಡೊರೋತಿ ಜನರಲ್ಲಿ ಮಾಧ್ಯಮಗಳ ಮೂಲಕ ಕೇಳಿಕೊಳ್ಳುತ್ತಾಳೆ, 'ಜರ್ಮನರನ್ನು, ಜರ್ಮನಿಯ ಮಕ್ಕಳನ್ನು ರಾಕ್ಷಸರಂತೆ ಬಿಂಬಿಸಬೇಡಿ. ಅವರೂ ನಮ್ಮಂತೆಯೇ ಮನುಷ್ಯರು'

'ನಮ್ಮ ದೇಶವಾದ ಇಂಗ್ಲೆಂಡ್ ಹೇರಿರುವ ಆರ್ಥಿಕ ದಿಗ್ಬಂಧನದಿಂದ ನೆರೆಯ ದೇಶಗಳ ಮಕ್ಕಳು ಹಸಿವಿನಿಂದ, ಅಪೌಷ್ಟಿಕತೆಯಿಂದ ಸಾಯಬೇಕೆ? ನಿರಾಶ್ರಿತರಾಗಬೇಕೆ?' ಎಂದು ಪ್ರಶ್ನಿಸುವ ಕರಪತ್ರಗಳು, ಭಿತ್ತಿಪತ್ರಗಳನ್ನು ಹಿಡಿದು ಸಹೋದರಿಯರು ದೇಶದಾದ್ಯಂತ ತಿರುಗಾಡಿದರು. ಜನರಲ್ಲಿ ಅರಿವು ಮೂಡಿಸುವ ಪ್ರಯತ್ನ ಮಾಡಿದರು. ಇಡೀ ಯೂರೋಪಿನಲ್ಲಿ ವ್ಯವಸ್ಥೆ ಏಕೆ ಕುಸಿದು ಬಿದ್ದಿದೆ, ಅದರ ಪರಿಣಾಮ ಇಂಗ್ಲೆಂಡಿನ ಮೇಲೆ, ಇಲ್ಲಿನ ಜನರ ಮೇಲೆ ಎಷ್ಟಿದೆ, ನಮ್ಮ ಜವಾಬ್ದಾರಿಗಳೇನು ಎಂಬುದು ನಿಮಗೆ ಗೊತ್ತಿದೆಯೆ, ನಮ್ಮಲ್ಲಿ ಮನುಷ್ಯತ್ವ ಇಲ್ಲವೇ ಎಂಬೆಲ್ಲಾ ಪ್ರಶ್ನೆಗಳು ಜನರ ಮೇಲೆ ಪ್ರಭಾವ ಬೀರಿತು. ಜನ ಇವರ ಮಾತಿಗೆ ತಲೆದೂಗಿದರು. ಇಂಗ್ಲೆಂಡಿನ ಸಂಸತ್‌ನಲ್ಲೂ ಈ ಸೋದರಿಯರಿತ್ತ ಟಿಪ್ಪಣಿಗಳನ್ನೇ ಆಧರಿಸಿ, ಸಂಸತ್‌ನ ಕೆಲವು ಸಹೃದಯಿ ಸದಸ್ಯರು ಸರ್ಕಾರವನ್ನು ನೇರವಾಗಿ ತರಾಟೆಗೆ ತೆಗೆದುಕೊಂಡರು. ನೆರೆಯ ರಾಷ್ಟ್ರಗಳ (ಶತ್ರು ರಾಷ್ಟ್ರಗಳು?!) ಅಮಾಯಕ ಜನ ಮತ್ತು ಮಕ್ಕಳು ಹಸಿವಿನಲ್ಲಿರುವುದರ ವಿರುದ್ಧ ಅನೇಕರು ದನಿ ಎತ್ತಿದರು.

ಸೇವ್ ದ ಚಿಲ್ಡ್ರನ್

ಫೈಟ್ ದ ಫಾಮಿನ್ ಕೌನ್ಸಿಲ್‌ನಿಂದ ಹೊರತಾಗಿ ಜರ್ಮನಿ ಮತ್ತು ಆಸ್ಟ್ರಿಯಾಗಳಲ್ಲಿ ಹಸಿವಿನಿಂದ ಬಳಲುತ್ತಿರುವ ಮಕ್ಕಳಿಗಾಗಿ ಜೆಬ್ ಸಹೋದರಿಯರು ವಿಶೇಷವಾದ ನಿಧಿ ಸ್ಥಾಪನೆ ಮಾಡಬೇಕೆಂದು ಯೋಚಿಸುತ್ತಾರೆ. ಡೊರೋತಿಯ ಸಲಹೆಯಂತೆ 'ಸೇವ್ ದ ಚಿಲ್ಡ್ರನ್ ಫಂಡ್' ಎಂಬ ಹೊಸ ಸಂಸ್ಥೆಯನ್ನು ಆರಂಭಿಸಲಾಗುತ್ತದೆ (15 ಏಪ್ರಿಲ್ 1919).

ಈ ಅವಧಿಯಲ್ಲಿ ಎಗ್ಲಾಂಟೈನ್ ಜನಸಂಘಟನೆ, ಅರಿವು ಮೂಡಿಸುವ ಕೆಲಸದಲ್ಲಿ ಸಮಸ್ಯೆಯಲ್ಲೂ ಬೀಳುತ್ತಾಳೆ. ನೆರೆಯ ದೇಶದಲ್ಲಿ ಬರ, ಆಹಾರವಿಲ್ಲ ಎನ್ನುವುದೆಲ್ಲಾ ಸುಳ್ಳು, ಇವಳದ್ದು ಸುಮ್ಮನೆ ಹುಯಿಲೆಬ್ಬಿಸಿರುವ ಮಾತು ಎಂದು ಕೆಲವರು ಇಂಗ್ಲೆಂಡಿನಲ್ಲಿ ಗುಸುಗುಸು ಆರಂಭಿಸಿರುತ್ತಾರೆ. ಇದನ್ನು ಎದುರಿಸಲು ಜೆಬ್ ಹೊಸ ವಿಧಾನ ಹುಡುಕಿಕೊಳ್ಳುತ್ತಾಳೆ. ವಿಯೆನ್ನಾದ ಪ್ರವಾಸದಲ್ಲಿದ್ದಾಗ ತಾನೇ ತೆಗೆದಿದ್ದ ಹಸಿವು ಅಪೌಷ್ಟಿಕತೆಯಿಂದಾಗಿ ಬಳಲುತ್ತಿರುವ ಆಸ್ಟ್ರಿಯಾದ ಮಗುವಿನ ಫೋಟೋ ಇರುವ ಕರಪತ್ರ, ಭಿತ್ತಿಪತ್ರವನ್ನು ಜೆಬ್ ಮುದ್ರಿಸುತ್ತಾಳೆ. ವಾಸ್ತವವಾಗಿ ಸರ್ಕಾರಕ್ಕೆ ನೆರೆ ದೇಶಗಳಲ್ಲಿನ ಪರಿಸ್ಥಿತಿಯ ಎಲ್ಲ ವಿಚಾರಗಳು ತಿಳಿದಿದೆ. ಆದರೂ ಅವುಗಳನ್ನು ಜನಸಾಮಾನ್ಯರಿಗೆ ತಿಳಿಯದಂತೆ ಮುಚ್ಚಿಡಲಾಗಿದೆ ಎಂದು ಎಗ್ಲಾಂಟೈನ್ ಸ್ಪಷ್ಟಪಡಿಸುತ್ತಾಳೆ.

ಜೆಬ್ ಸಹೋದರಿಯರ ಮುಂದಾಳತ್ವದಲ್ಲಿ ಕರಪತ್ರಗಳು, ಭಿತ್ತಿಪತ್ರಗಳ ಬಿಡುಗಡೆಯಾದವು. ಅವು ಎತ್ತಿದ್ದ ವಿಚಾರಗಳು ನಮ್ಮ ದೇಶದ ನಿಲುವಿನಿಂದಾಗಿ ಜನರ ಸಾವು ಎಷ್ಟು ಸರಿ? ಗ್ರೇಟ್ ಬ್ರಿಟನ್ನಿನ ಮೊಂಡುತನದಿಂದಾಗಿ ಶಿಶುಗಳು ಹಸಿವಿನಿಂದ ನರಳಬೇಕೆ? 1919ರ ಏಪ್ರಿಲ್‌ನಲ್ಲಿ ಟ್ರಫಾಲ್ಗರ್ ಚೌಕದಲ್ಲಿ ಎಗ್ಲಾಂಟೈನ್ ಜೆಬ್ ಮತ್ತು ಬಾರ್ಬರಾ ಆಯರ್ಟನ್ ಗೌಲ್ಡ್ ಕರಪತ್ರ ಮತ್ತು ಭಿತ್ತಿಪತ್ರಗಳನ್ನು ಹಿಡಿದು ನಿಂತರು, ಬಂಧಿತರಾದರು ಮತ್ತು ನ್ಯಾಯಾಲಯದಲ್ಲಿ ಮಕ್ಕಳ ಪರವಾಗಿ ವಾದಿಸಿದರು. (ಕರಪತ್ರಗಳ ರಚನೆ ಮತ್ತು ಮುದ್ರಣ ನನ್ನ ವೈಯಕ್ತಿಕ ನಿರ್ಧಾರ. ಇದಕ್ಕೂ ಫೈಟ್ ದ ಫಾಮಿನ್ ಸಂಸ್ಥೆಗೂ ಸಂಬಂಧವಿಲ್ಲ ಎಂದು ಎಗ್ಲಾಂಟೈನ್ ಜೆಬ್ ನ್ಯಾಯಾಲಯದಲ್ಲಿ ಹೇಳಿರುತ್ತಾಳೆ. ಅದಕ್ಕೆ ಮೊದಲು ಆ ಸಂಸ್ಥೆಯ ಗೌರವ ಕಾರ್ಯದರ್ಶಿ ಸ್ಥಾನಕ್ಕೆ ಎಗ್ಲಾಂಟೈನ್ ರಾಜೀನಾಮೆ ನೀಡಿರುತ್ತಾಳೆ). ನ್ಯಾಯಾಲಯ 5 ಪೌಂಡ್ ದಂಡ ವಿಧಿಸಿದರೂ, ಅಷ್ಟೇ ಮೊತ್ತದ ಹಣವನ್ನು ಸರ್ಕಾರದ ವಕೀಲರೇ ತಮ್ಮ ಕಿಸೆಯಿಂದ ಇವರ ಕೆಲಸಗಳಿಗೆ ಕೊಟ್ಟಾಗ, ವಿಜಯ ನಮ್ಮದು, ಈ 5 ಪೌಂಡ್ ನಮ್ಮ ಕೆಲಸಗಳಿಗೆ ಸಿಕ್ಕಿರುವ ದೇಣಿಗೆ ಎಂದು ಘೋಷಿಸಿದರು (15 ಮೇ 1919). ಪತ್ರಿಕೆಗಳು ಈ ವಿಚಾರವನ್ನು ವಿವರವಿವರವಾಗಿ ಬರೆದರು. ಇಂಗ್ಲೆಂಡಿನ ವಿವಿಧ ವರ್ಗಗಳ ಜನ ಅವುಗಳನ್ನು ಓದಿ ಮೆಚ್ಚುಗೆಯನ್ನೂ ಸೂಚಿಸಿದರು. ವಿರೋಧಿಗಳು ಕಟುವಾಗಿ ವಿಮರ್ಶಿಸುತ್ತಲೇ ಇದ್ದರು.

ಮಾನವೀಯ ಉದ್ದೇಶ ಮತ್ತು ವಿಚಾರಗಳ ಹಿನ್ನೆಲೆಯಲ್ಲಿ ತಮ್ಮ ನಿಲುವಿಗೆ ನ್ಯಾಯಾಲಯದಲ್ಲಿ ಸಿಕ್ಕಿದ್ದು ಜಯ ಎಂದು ಘೋಷಿಸಿದ ಮೇಲೆ ಡೊರೋತಿ ಮತ್ತು ಎಗ್ಲಾಂಟೈನ್ ಸಂಗಡಿಗರೊಡನೆ ಚರ್ಚೆ ನಡೆಸುತ್ತಾರೆ. ನಾವೀಗ ಸುಮ್ಮನಾಗಬಾರದು. ಯುದ್ಧದಿಂದ ಬಳಲುತ್ತಿರುವ ಯೂರೋಪಿನ ಬಡಜನರು, ಮಕ್ಕಳಿಗೆ ನಮ್ಮ ನೆರವು ತಲುಪಲೇಬೇಕೆಂದರೆ ನಾವು ಇನ್ನೂ ಹೆಚ್ಚು ಹೆಚ್ಚು ವ್ಯವಸ್ಥಿತವಾಗಿ ಪರಿಹಾರ ಸಾಮಗ್ರಿಗಳನ್ನು, ನಿಧಿಯನ್ನು ಸಂಗ್ರಹಿಸಲೇಬೇಕೆಂದು ತೀರ್ಮಾನಿಸುತ್ತಾರೆ. ಈಗ ಜನರ ಗಮನ ನ್ಯಾಯಾಲಯದ ತೀರ್ಪು ಮತ್ತು ನಂತರದ ಬೆಳವಣಿಗೆಗಳ ಮೇಲೆ ಇದೆ. ಪತ್ರಿಕೆಗಳು ಇದಕ್ಕೆ ಸಾಕಷ್ಟು ಪ್ರಚಾರ ಕೊಟ್ಟಿವೆ. ಜೊತೆಗೆ ಸರಿತಪ್ಪುಗಳನ್ನು ನಾವು ಈಗಲೇ ತಿಳಿಸಬೇಕು. ಕಬ್ಬಿಣ ಕಾದಿರುವಾಗಲೇ ಬಡಿಯಬೇಕು. ನಾವು ತಡ ಮಾಡಬಾರದು ಎಂದು ನಿರ್ಧರಿಸುತ್ತಾರೆ. ಇದಕ್ಕಾಗಿ ಜನರ ದೊಡ್ಡ ಸಭೆ ಕರೆಯೋಣ, ಜನರೆದುರು ವಾಸ್ತವಗಳನ್ನು ಹೇಳೋಣ. ನಮ್ಮ ದೇಶ ಈಗಲೂ ವಿಧಿಸಿರುವ ಆರ್ಥಿಕ ದಿಗ್ಬಂಧನದಿಂದ ಎಂತಹ ತೊಂದರೆಗಳು ಉಂಟಾಗುತ್ತಿವೆ ಎಂದು ಹೇಳೋಣ. ಹಣ ಕೊಡಿ, ನಿಮ್ಮ ದೇಣಿಗೆಗಳೇ ಕಷ್ಟದಲ್ಲಿರುವವರಿಗೆ ಸಹಾಯಕ ಎಂದು ಜನರನ್ನೇ ಕೇಳೋಣ ಎಂದು ಯೋಜಿಸುತ್ತಾರೆ. ಅಂದಿನ ದಿನಗಳಲ್ಲಿ ದೊಡ್ಡ ದೊಡ್ಡ ಸಭೆಗಳು ನಡೆಯುತ್ತಿದ್ದುದು ಇಂಗ್ಲೆಂಡಿನ

ರಾಯಲ್ ಆಲ್ಬರ್ಟ್ ಹಾಲ್‌ನಲ್ಲಿ. ಆ ಸಭಾಂಗಣದಲ್ಲಿ 'ಸೇವ್ ದ ಚಿಲ್ಡ್ರನ್ ಫಂಡ್' ಪರವಾಗಿ ವಿಶೇಷವಾದ ಸಭೆ ಎಂದು ಘೋಷಣೆಯಾಗುತ್ತದೆ. ಎಲ್ಲ ವರ್ಗಗಳ ಜನರಿಗೆ ಆಹ್ವಾನ ಹೋಗುತ್ತದೆ.

ಸೇವ್ ದ ಚಿಲ್ಡ್ರನ್ ಸಂಸ್ಥೆಗೆ ಸಾಂಸ್ಥಿಕ ರೂಪ ಕೊಡಬೇಕು ಎನ್ನುವ ಚಿಂತನೆಯ ಆರಂಭದಲ್ಲಿ ಕಾರ್ಯದರ್ಶಿಯಾಗಿ ಡೊರೋತಿ ಜೆಬ್ ನೇಮಕವಾಗುತ್ತಾರೆ. ಆದರೆ ಈ ಕೆಲಸದಲ್ಲಿ ಬೇಕಿರುವ ಹೆಚ್ಚಿನ ಚಿಂತನಾ ಕ್ಷಮತೆ, ಅಧಿಕಾರಿಗಳು, ರಾಜಕೀಯದವರೊಡನೆ ವ್ಯವಹಾರ ಮತ್ತು ನ್ಯಾಯಾಲಯಗಳಲ್ಲಿ ನಡೆಸಬೇಕಿರುವ ಚರ್ಚೆಗಳು, ಮಾಧ್ಯಮಗಳೊಡನೆ ಮಾತನಾಡುವುದು ಅಲ್ಲದೆ ಜನರೆದುರು ಮಾತನಾಡಿ ಅವರನ್ನು ಒಪ್ಪಿಸಬೇಕಾದ ಅನಿವಾರ್ಯತೆ, ಓಡಾಟ ಇವೇ ಮೊದಲಾದವುಗಳನ್ನು ಗಮನದಲ್ಲಿಟ್ಟುಕೊಂಡು ರಾಜಕೀಯ ಹೋರಾಟದ ಹಿನ್ನೆಲೆಯಲ್ಲಿ ಈಗಾಗಲೇ ಕೊಂಚ ಪಳಗಿದ್ದ ಎಗ್ಲಾಂಟೈನ್ ಜೆಬ್ ಸರಿಯಾದ ಪಾತ್ರ ನಿರ್ವಹಿಸಬಲ್ಲಳು ಎಂದು ಎಲ್ಲರೂ ಒಮ್ಮತದಿಂದ ಕಾರ್ಯದರ್ಶಿಯಾಗಿ ಎಗ್ಲಾಂಟೈನ್‌ಳನ್ನು ಮರು ನೇಮಕ ಮಾಡುತ್ತಾರೆ.

'ಇಂಹದಕ್ಕೆಲ್ಲಾ ಜನ ಎಲ್ಲಿ ಹಣ ಕೊಡ್ತಾರೆ. ಒಂದು ಹತ್ತು ಪೌಂಡ್ ಸಿಕ್ಕರೆ ಹೆಚ್ಚು, ನೂರಾದರೆ ಅದೃಷ್ಟ. ಅದರ ಬದಲಿಗೆ ಒದೆ ಬಿದ್ದರೆ ತಿನ್ನಬೇಕಷ್ಟೆ' ಎಂದು ಸೇವ್ ದ ಚಿಲ್ಡ್ರನ್ ನಿಧಿ ಸಂಗ್ರಹಕ್ಕೆ ಹೊರಟಿರುವುದರ ಬಗ್ಗೆ ತಿಳಿದಿದ್ದ ಸಾಮಾಜಿಕ ಚಿಂತಕ ಪೆಥಿಕ್ ಲಾರೆನ್ಸ್(1871–1961) ಎಂಬಾತ ಹೇಳಿರುತ್ತಾರೆ. ಅದು ನಿಜವೂ ಆಗಿರುತ್ತದೆ. ಸಭೆಯನ್ನು ಆಯೋಜಿಸಿದ್ದವರೆಲ್ಲಾ ಆತಂಕದಲ್ಲೇ ಇರುತ್ತಾರೆ. ಆ ಸಮಯದಲ್ಲಿ ಎಲ್ಲರಿಗೂ ತಿಳಿದಿರುವಂತೆ ಇಗ್ಲೆಂಡ್ ಯುದ್ಧ ಗೆದ್ದಿದ್ದರೂ ತನ್ನದೇ ಖರ್ಚುವೆಚ್ಚಗಳನ್ನು ತೂಗಿಸಿಕೊಳ್ಳಲು ಇನ್ನೂ ಕಷ್ಟಪಡುತ್ತಿತ್ತು. ಎಲ್ಲೆಲ್ಲೂ ಹಣದುಬ್ಬರ[40]. ಬೆಲೆಯೇರಿಕೆಯಿಂದ ಜನ ತತ್ತರಿಸುತ್ತಿದ್ದರು. ನಮ್ಮ ನಮ್ಮ ಮನೆಯನ್ನು ನೋಡಿಕೊಂಡರೇನೇ ಸಾಕು ಎನ್ನುವ ಪರಿಸ್ಥಿತಿ. ಇಂತಹದರಲ್ಲಿ ಶತ್ರು ರಾಷ್ಟ್ರಗಳ ಮಕ್ಕಳಿಗೆ ಹಾಲು ಕೊಡಿಸಲು, ಊಟ ಉಣಿಸಲು, ಔಷಧಿ ಕೊಡಿಸಲು ನಮ್ಮನ್ನೇ ಹಣ ಕೇಳುತ್ತಿದ್ದಾರಲ್ಲ ಈ ಅಕ್ಕ ತಂಗಿಯರು ಎಂದು ಅಸಮಾಧಾನಗೊಂಡಿದ್ದವರು ಸಾಕಷ್ಟು ಜನರಿದ್ದರು. ಸಭೆಗೆ ಹೋಗುವುದೇ ಬೇಡವೆಂದುಕೊಂಡಿದ್ದ ಎಷ್ಟೋ ಜನ, ಅಲ್ಲಿಗೆ ಹೋಗಿ ಅವರಿಬ್ಬರ ಮುಖದಿಂದ ನೀರಿಳಿಸುವ ಉದ್ದಿಶ್ಯವನ್ನೇ ಹೊಂದಿದ್ದರು.

ರಾಯಲ್ ಆಲ್ಬರ್ಟ್ ಸಭಾಂಗಣದಲ್ಲಿ ಆ ಹೊತ್ತು ನಿರೀಕ್ಷೆಗೂ ಮೀರಿ ಜನ ಸೇರುತ್ತಾರೆ. ಒಳಗೆ ಎಲ್ಲರಿಗೂ ಕುಳಿತುಕೊಳ್ಳಲು ಸಾಕಾಗುವಷ್ಟು ಆಸನಗಳು ಇರಲಿಲ್ಲ. ಎಗ್ಲಾಂಟೈನಳ ಒಬ್ಬ ಸಹವರ್ತಿ ಹೇಳುತ್ತಾರೆ, 'ತುಂಬಾ ಜನ ಬಂದಿದ್ದರು. ನಮಗೆ ತಿಳಿಯುವಂತೆಯೇ, ಕಾಣುವಂತೆಯೇ ಅವರು ಕೊಳೆತ ಸೇಬು ಹಣ್ಣುಗಳನ್ನು ತಂದಿದ್ದುದು ಗೊತ್ತಾಗುತ್ತಿತ್ತು. ನಮಗೂ ಗೊತ್ತಿತ್ತು. ಅದು ಯಾಕೆ ಎಂದು. ಶತ್ರು ರಾಷ್ಟ್ರಗಳ ಮಕ್ಕಳಿಗಾಗಿ ಹಣ ಸಂಗ್ರಹಿಸಲು ಹೊರಟಿರುವ ರಾಷ್ಟ್ರದ್ರೋಹಿಗಳಿಗೆ ಪಾಠ ಕಲಿಸುವುದು ಅವರ ಉದ್ದೇಶವಾಗಿತ್ತು'. ಸಭೆ ಆರಂಭವಾಗುತ್ತಿದ್ದಂತೆ ಗುಜುಗುಜು ಎನ್ನುತ್ತಿದ್ದ ಜನ ಎಗ್ಲಾಂಟೈನಳ ಮಾತು ಕೇಳಲು ಮುಂದಾದರು. ಮೊದಮೊದಲು ಸ್ವಲ್ಪ ಹಿಂಜರಿಕೆ, ನಡುಕ ಇದ್ದ ಎಗ್ಲಾಂಟೈನಳ ಮಾತು ಮುಂದುವರಿದಂತೆ ಹೆಚ್ಚು ಹೆಚ್ಚು ದೃಢವಾಗಿಯೂ ಗಟ್ಟಿಯಾಗಿಯೂ ಹೊರಡಲಾರಂಭಿಸಿತು. ಆಕೆ ಅಲ್ಲಿ ಯಾವುದೇ ವಾದ ಮಾಡಲು ನಿಂತಿರಲಿಲ್ಲ. ಜನರ ಪ್ರಶ್ನೆಗಳಿಗೆ ಉತ್ತರಿಸಲೂ ಸಿದ್ಧಳಾಗಿರಲಿಲ್ಲ. ಬದಲಿಗೆ ಮಕ್ಕಳ ಪರವಾದ ದನಿಯಾಗಿ ನಿಂತಿದ್ದಳು. ಮಕ್ಕಳ

ಪರಿಸ್ಥಿತಿ ಕುರಿತು ತಾನು ಕಂಡಿದ್ದ, ನಂಬಿದ್ದ ವಿಚಾರಗಳನ್ನು ಉತ್ಕಟ ಭಾವದಿಂದ ಸಭಿಕರ ಎದುರಿಟ್ಟಳು. ಮಕ್ಕಳ ಪರವಾದ ಭಾವನೆ ಒಬ್ಬರಿಂದ ಒಬ್ಬರಿಗೆ ಹರಡುವಂತೆ ಮಾಡಿದಳು.

ಎಷ್ಟೇ ಉತ್ತಮ ವಾಗ್ಮಿಯಾಗಿದ್ದರೂ ಸಾಕಷ್ಟು ಸಂಖ್ಯೆಯಲ್ಲಿ ವಿರೋಧಿಗಳೇ ತುಂಬಿದ್ದ ಸಭೆಯೆದುರು ನಿಂತ ಎಗ್ಲಾಂಟೈನಳ ನಡಗುತ್ತಿದ್ದ ದನಿ ಕೆಲ ಸಮಯದಲ್ಲೇ ಸ್ಥಿರವಾಯಿತು. ಖಚಿತವಾದ ಪದಗಳ ಮೂಲಕ ತನ್ನ ವಿಚಾರವನ್ನು ಜನರ ಮುಂದಿಟ್ಟು ಅವರ ಮನಸ್ಸಿಗೆ ತಲುಪಿಸಿದಳು, 'ಮಕ್ಕಳು ಎಲ್ಲಿಯವರೇ ಆಗಲಿ, ನಾವು ಮಾಡುವ ತಪ್ಪುಗಳಿಂದಾಗಿ, ದ್ರೋಹದಿಂದಾಗಿ, ಮೋಸದಿಂದಾಗಿ ಅವರು ಹಸಿವಿನಿಂದ ಬಳಲುವುದು, ಹುಳುಗಳಂತೆ ಸಾಯುವುದನ್ನು ನೋಡುತ್ತಾ ಕೂರುವುದು ಅದು ಹೇಗೆ ಸಾಧ್ಯ? ನಾವು ಮನುಷ್ಯರಾಗಿದ್ದರೆ ಇಂತಹದನ್ನೆಲ್ಲಾ ಸಹಿಸಿಕೊಂಡು ಇರಲಾಗದು. ಆ ಮಕ್ಕಳನ್ನು ಉಳಿಸಲು ನಮ್ಮಿಂದ ಏನಾದರೂ ಪ್ರಯತ್ನ ಆಗಲೇಬೇಕು. ಅದಕ್ಕೆ ನಿಮ್ಮ ಬೆಂಬಲ ಬೇಕೇಬೇಕು'.

ವಿರೋಧಿಗಳು ತಾವು ತಂದಿದ್ದ ಕೊಳೆತ ಸೇಬುಗಳನ್ನು ಆಚೆ ತೆಗೆಯಲಿಲ್ಲ, ಸಹೋದರಿಯರತ್ತ ಎಸೆಯಲಿಲ್ಲ. ಬದಲಿಗೆ ಆರ್ದ್ರರಾದರು. ಜೆಬ್‌ಳ ವಿಚಾರ ಒಪ್ಪಿದರು. ತಮ್ಮ ತನುಮನಧನವನ್ನು ನೀಡಲು ಒಂದಷ್ಟು ಜನ ಮುಂದಾದರು. 'ನೀನು ಕೊಳೆತ ಮೊಟ್ಟೆ ತಂದಿದ್ದೀಯ ಅಲ್ಲವೆ, ಬ್ಯಾಗಿನಲ್ಲಿ ಕಾಣುತ್ತಿದೆ. ನಾನು ಕೊಳೆತ ಟೊಮೇಟೋ ತಂದಿದ್ದೇನೆ. ಇರಲಿ ಬಿಡು ಇದನ್ನ ಆಮೇಲೆ ಕಸದ ಬುಟ್ಟಿಗೆ ಹಾಕೋಣ. ಈ ತಾಯಿ ಹೇಳುವುದು ಕೇಳಿದರೆ, ನಾವು ಸುಮ್ಮನೆ ಹಿಂದೆ ಹೋಗುವಂತಿಲ್ಲ. ನೀನೊಂದು ಪೌಂಡು ಕೊಡು, ನಾನೂ ಒಂದೋ ಎರಡೋ ಪೌಂಡು ಕೊಡ್ತೀನಿ. ಮಕ್ಕಳು ಎಲ್ಲಿಯವರಾದರೇನು, ಯಾರ ಮನೆಯವರಾದರೇನು, ಯಾವ ದೇಶದವರಾದರೇನು. ಕಷ್ಟನಷ್ಟವಿಲ್ಲದೆ ತಿಂದುಂಡು ಚೆನ್ನಾಗಿರಲಿ. ಏನಂತೀಯ?' ಎಂದು ಪರಸ್ಪರ ಮಾತನಾಡುವ ಜನರೇ ಸಭೆಯಲ್ಲಿ ಕಾಣಲಾರಂಭಿಸಿದರು.

ಮಧ್ಯ ಯೂರೋಪಿನ ಮಕ್ಕಳ ಮೇಲಾಗಿರುವ ಮೊದಲ ಮಹಾಯುದ್ಧದ ಪರಿಣಾಮಗಳನ್ನು, ಹಸಿವನ್ನು ಎದುರಿಸಲು ದೇಣಿಗೆಗಾಗಿ ಬೇಡಿಕೆಯನ್ನು ಮೊದಲು ಇಡಲಾಗಿತ್ತು. ಸಭೆ ಮುಗಿಯುತ್ತಿದ್ದಂತೆ, ಎಲ್ಲರ ಅನುಮಾನಗಳು ಮತ್ತು ನಿರೀಕ್ಷೆಗೂ ಮೀರಿ ಸಭೆಯಲ್ಲಿ ಭಾಗವಹಿಸಲೆಂದೇ ಬಂದಿದ್ದ ಗಣಿಗಳ ಕೆಲಸಗಾರರ ಸಂಘದ ಅಧ್ಯಕ್ಷ ರಾಬರ್ಟ್ ಸ್ಮೈಲಿ ಎಂಬಾತ 10,000 ಪೌಂಡ್ ಅನ್ನು ತನ್ನ ಸಂಘಟನೆಯಿಂದ ಕೊಡುತ್ತೇನೆಂದು ಘೋಷಿಸುತ್ತಾನೆ. ಮುಂದೆ ಅದನ್ನು 35,000 ಪೌಂಡ್‌ಗೆ ಏರಿಸುತ್ತಾನೆ.

ಆಲ್ಬರ್ಟ್ ಹಾಲ್‌ನ ಸಭೆ ಅಮೋಘವಾದ ಯಶಸ್ಸು ಎಂದಾದರೂ, ಅಲ್ಲಿ ಸಿಕ್ಕ ಹಣ ಅಗಾಧವಾಗಿದ್ದ ಸಮಸ್ಯೆಗಳನ್ನು ನಿವಾರಿಸಲು ಏನೇನೂ ಸಾಕಾಗುವಂತಿರಲಿಲ್ಲ. ಆದರೂ ಅಲ್ಲಿ ಸಿಕ್ಕ ದೇಣಿಗೆಯಲ್ಲಿ ಮೊದಲ ಹತ್ತುಸಾವಿರ ಪೌಂಡ್ ಅನ್ನು ಸೇವ್ ದ ಚಿಲ್ಡ್ರನ್ ಹೆಸರಿನಲ್ಲಿ ವಿಯೆನ್ನಾಗೆ ಕಳುಹಿಸಲು ಏರ್ಪಾಡಾಗುತ್ತದೆ.

ಕೆಲವೇ ವಾರಗಳಲ್ಲಿ ಬರ್ಲಿನ್ ಮತ್ತು ಆಸ್ಟ್ರಿಯಾದಲ್ಲಿ ಪರಿಹಾರ ವಿತರಣೆ ಆರಂಭವಾಗುತ್ತದೆ. ಆದರೆ ಮತ್ತೆ ಅದೇ ಚಿಂತೆ. ಅಗಾಧವಾದ ಸಮಸ್ಯೆಗೆ ಈ ಹಣ ಎಷ್ಟು ಮಾತ್ರವೂ ಸಾಲುವುದಿಲ್ಲ. ತನ್ನ ಗೆಳತಿ ಮಾರ್ಗರೆಟ್ ಕೇಯ್ನ್ಸ್‌ಗೆ ಎಗ್ಲಾಂಟೈನ್ ತನ್ನ ಎಂದಿನ ಕಟು ಹಾಸ್ಯದಲ್ಲಿ ಬರೆಯುತ್ತಾಳೆ, 'ಮಕ್ಕಳೆಂದರೆ ನನಗೇನೂ ಅಂತಹ ಒಲವಿರಲಿಲ್ಲ. ತಂಟೆಕೋರರು. ಈಗ ಆ

ಮಕ್ಕಳನ್ನು ಕುರಿತು ನಾನು ಮಾತನಾಡುತ್ತಿದ್ದೀನಿ. ನಾ ಮಾಡಿದ್ದು ಸರಿಯೋ ತಪ್ಪೋ ಗೊತ್ತಿಲ್ಲ. ನ್ಯಾಯಾಲಯವಂತೂ ನನ್ನ ನಡೆವಳಿಕೆಗೆ ದಂಡ ಹಾಕಿತು. ಜನರೂ ಅದನ್ನೇ ಮಾಡುತ್ತಿದ್ದಾರೆ! ಒಂದಿಡೀ ದಿನ ಮಾತನಾಡಿದರೂ ಸಿಕ್ಕುವ ಹಣ ಏನೇನೂ ಸಾಲದು. ಆದರೂ ನಾನು ಇನ್ನೂ ಹೆಚ್ಚು ಮಾತನಾಡಬೇಕಿದೆ. ಮಾತನಾಡುತ್ತೇನೆ!'

ಎಗ್ಲಾಂಟೈನ್ ಮಕ್ಕಳನ್ನು ಕುರಿತು ತೀವ್ರವಾದ ಮಾತೃ ಹೃದಯ, ಮಾತೃ ವಾತ್ಸಲ್ಯ ಎಂದೆಲ್ಲಾ ಯೋಚಿಸುತ್ತಿರಲಿಲ್ಲ. ಅವಳದ್ದು ಏನಿದ್ದರೂ ಮಾನವೀಯ ದೃಷ್ಟಿಕೋನದಿಂದ ಎಲ್ಲ ಮಕ್ಕಳಿಗೆ ಸಿಗಬೇಕಾದ ಸೌಲಭ್ಯ ನಿರ್ವಂಚನೆಯಿಂದ, ಯಾವುದೇ ತಾರತಮ್ಯವಿಲ್ಲದೆ ತಲುಪಬೇಕು; ಮಕ್ಕಳು ಆರೋಗ್ಯ, ರಕ್ಷಣೆ, ಶಿಕ್ಷಣ ಪಡೆಯಬೇಕು ಎಂಬುದಾಗಿತ್ತು. ಮಹಾಯುದ್ಧದ ಪರಿಣಾಮವಾಗಿ ತಾವೇ ಕಷ್ಟದಲ್ಲಿ ಸಿಲುಕಿ ತಮ್ಮ ಕುಟುಂಬ, ತಮ್ಮ ಮಕ್ಕಳು ಎಂದು ನಿರ್ವಹಿಸುತ್ತಿದ್ದ ಜನ ತಮ್ಮ ಖರ್ಚು ವೆಚ್ಚ ನೀಗಿಕೊಂಡರೆ ಸಾಕು ಎನ್ನುವ ಸ್ಥಿತಿಯಲ್ಲಿದ್ದರು. ಅನೇಕರಿಗೆ ಮಾನವೀಯತೆ, ಮಕ್ಕಳು ಎಂಬುದೆಲ್ಲಾ ತೀರಾ ನಗಣ್ಯವಾಗಿತ್ತು.

ಮಕ್ಕಳನ್ನು ಕುರಿತು ಎಗ್ಲಾಂಟೈನಳಿಗಿದ್ದ ಕಾಳಜಿ ಆಸಕ್ತಿ ಅವಳದೇ ಸಂಶೋಧನೆ, ಓದುವಿಕೆ, ಮಾತುಕತೆಯಿಂದ ಸ್ಪಷ್ಟವಾಗಿತ್ತು. ಅದು, 'ಏನಾದರೂ ಕುಂದುಕೊರತೆಯಾದರೆ ವಯಸ್ಕರು ತಡೆದುಕೊಳ್ಳಬಲ್ಲರು. ಹಸಿವು, ಬಾಯಾರಿಕೆ, ಅನಾರೋಗ್ಯದಿಂದ ವಯಸ್ಕರು ಸುಲಭವಾಗಿ ಚೇತರಿಸಿಕೊಳ್ಳಬಲ್ಲರು. ಮಕ್ಕಳಿಗೆ ತಾವು ಅನುಭವಿಸಿದ ದೈಹಿಕ ನಷ್ಟ, ಬಳಲಿಕೆ, ಮಾನಸಿಕ ಹಿಂಸೆಯಿಂದ ಹೊರಬರುವುದು ಕಷ್ಟ. ಆರಂಭದ ದಿನಗಳಲ್ಲೇ ಅವರ ಬೆಳವಣಿಗೆ ಕುಂಠಿತವಾದರೆ, ಅವರ ಸಂಪೂರ್ಣ ವಿಕಾಸ ಸಾಧ್ಯವಾಗುವುದೇ ಇಲ್ಲ. ಹೀಗಾಗಿ ಮೊದಲು ಪರಿಹಾರಗಳು ಮಕ್ಕಳಿಗೆ ಸಿಗಬೇಕು'. ಮಕ್ಕಳು ಈ ಜನಾಂಗದ ಮುಂದುವರೆದ ಭಾಗ. ಈ ಜಗತ್ತು ಮುಂದುವರೆಯಬೇಕು, ಶಾಂತಿ ನೆಲೆಸಬೇಕು, ಅಭಿವೃದ್ಧಿಯಾಗಬೇಕು, ಎಲ್ಲರೂ ನೆಮ್ಮದಿಯಿಂದಿರಬೇಕೆಂದರೆ, ಮಕ್ಕಳನ್ನು ಅರ್ಥಪೂರ್ಣವಾಗಿ ಪೋಷಿಸಬೇಕು. ಮಕ್ಕಳ ಪರಿಹಾರಕ್ಕಾಗಿ ನಿಧಿ ಸಂಗ್ರಹಿಸುವ ಯೋಜನೆಗಳು ಎಗ್ಲಾಂಟೈನಳಲ್ಲಿ ನೂರಾರು ಮೂಡುತ್ತಿದ್ದವು. ಅದರಲ್ಲಿ ಒಂದು, ಹೆಸರಾಂತರೊಡನೆ ಮಾತುಕತೆ ಮತ್ತು ಅವರಿಂದ ಹೇಳಿಕೆಗಳನ್ನು ಕೊಡಿಸಿ ದಾನಿಗಳನ್ನು ಪ್ರೋತ್ಸಾಹಿಸುವುದು. ಅಂತಹವರಲ್ಲಿ ಒಬ್ಬರು ಬರ್ನಾರ್ಡ್ ಶಾ[41]. ಎಗ್ಲಾಂಟೈನ್ ಮತ್ತು ಸೇವ್ ದ ಚಿಲ್ಡ್ರನ್‌ನ ವಿಚಾರಧಾರೆಯನ್ನು ಮೆಚ್ಚಿಕೊಂಡ ಅವರು ತಮ್ಮದೊಂದು ಲೇಖನದಲ್ಲಿ ಹೇಳುತ್ತಾರೆ, 'ಏಳು ವರ್ಷ ವಯಸ್ಸಿನೊಳಗಿನ ಯಾವುದೇ ವಿರೋಧಿ, ವೈರಿ ನನಗಿಲ್ಲ. ಈ ಮಕ್ಕಳಿಗೆ ನಾನು ನೆರವು ನೀಡುತ್ತೇನೆ. ನೀವೂ ಕೊಡಿ' ಎಂದು ಶಾ ಜನರಿಗೆ ಕರೆ ನೀಡುತ್ತಾರೆ.

ಆಗಲೇ ಎಗ್ಲಾಂಟೈನ್ ಯೋಚಿಸಿದ್ದು, ಅತ್ಯಂತ ದೊಡ್ಡ ಪ್ರಮಾಣದಲ್ಲಿ ಅನುಯಾಯಿಗಳನ್ನು ಹೊಂದಿರುವ ಚರ್ಚ್ ಮುಖ್ಯಸ್ಥರನ್ನು ಭೇಟಿ ಮಾಡಿ ದುರವಸ್ಥೆಯಲ್ಲಿರುವ ಮಕ್ಕಳ ವಿಚಾರ ತಿಳಿಸಿ ಅವರ ಬೆಂಬಲ ಗಳಿಸಿದರೆ ಹೇಗೆ? ಕಷ್ಟದಲ್ಲಿರುವವರಿಗೆ ನೆರವಾಗಿ ಎಂದು ಕ್ರಿಶ್ಚಿಯನ್ ಧರ್ಮೋಪದೇಶದಲ್ಲಿ ಮುಖ್ಯವಾಗಿ ಹೇಳುವುದನ್ನು ಜನರ ಗಮನಕ್ಕೆ ತನ್ನಿ ಎಂದು ಆರ್ಚ್ ಬಿಷಪ್ ಅವರನ್ನೇ ಕೇಳಿಕೊಂಡರೆ? ವಿಚಾರ ಬಂದದ್ದೇ ತಡ ಅದನ್ನು ಕಾರ್ಯಗತಗೊಳಿಸಲು ಹೊರಟೇ ಬಿಟ್ಟಳು ಜೆಬ್.

ಪೋಪ್

ಕ್ಯಾಂಟರ್‌ಬೆರ್ರಿಯ ಆರ್ಚ್‌ಬಿಷಪ್[42] ರಾಂಡಲ್ಲ ಡೇವಿಡ್‌ಸನ್ ಅವರನ್ನು ಭೇಟಿಯಾದ ಎಗ್ಲಾಂಟೈನ್ ನೆರೆ ದೇಶಗಳ ಜನರ ಪರಿಸ್ಥಿತಿ, ಬಡತನ, ಹಸಿವು, ಸಾವು, ಮಕ್ಕಳ ದಾರುಣ ರೋಗಗಳು ಇವನ್ನೆಲ್ಲಾ ಎದುರಿಟ್ಟು ಚರ್ಚ್ ಬೆಂಬಲ ನೀಡಿದರೆ ಈ ಎಲ್ಲವೂ ಹೂ ಎತ್ತಿದಂತೆ ನಿವಾರಣೆ ಆಗುತ್ತದೆ, ಮಕ್ಕಳ ಸಾವು ತಪ್ಪಿಸಬಹುದು, ಕ್ರಿಶ್ಚಿಯನ್ ಧರ್ಮದ ಮೌಲ್ಯವನ್ನು ಬೆಳೆಸಬಹುದು ಎಂದೆಲ್ಲಾ ಹೇಳುತ್ತಾಳೆ. ಅವರು ಒಂದು ಸಂದೇಶದ ಮೂಲಕ ಎಸ್.ಸಿ.ಎಫ್.ಗೆ ಜನ ಬೆಂಬಲ ನೀಡಿ ಎಂದು ಕರೆ ಕೊಡಲು ಕೇಳಿಕೊಳುತ್ತಾಳೆ.

ಆದರೆ ಡೇವಿಡ್‌ಸನ್ 'ಇಂತಹದನ್ನೆಲ್ಲಾ ಚರ್ಚ್ ಮಾಡಲಾಗದು. ಒಂದು ಖಾಸಗಿ ಸಂಸ್ಥೆಗೆ ಚರ್ಚ್ ಬೆಂಬಲಿಸಲು ಹೋದರೆ ಮುಂದೇನಾಗಬಹುದು. ಕಂಡಕಂಡವರೆಲ್ಲಾ ಬಂದು ಯಾವುದಾವುದಕ್ಕೋ ಚರ್ಚ್ ಸಹಾಯ ಮಾಡಬೇಕು ಎಂದು ಒತ್ತಡ ಹಾಕುತ್ತಾರೆ. ಇದಾಗದು'

ಎಂದು ಏನೇನೋ ನೆಪವೊಡ್ಡಿ, ತಮ್ಮ ಧರ್ಮದ ಮುಖ್ಯಸ್ಥರಾದ ವ್ಯಾಟಿಕನ್ನಿನ ಪೋಪರು[43] ಕೂಡಾ ಈ ಬಗ್ಗೆ ಮಾತನಾಡುವುದಿಲ್ಲ ಎಂದು ಖಡಾಖಂಡಿತವಾಗಿ ನಿರಾಕರಿಸುತ್ತಾನೆ.

ವಾಸ್ತವವೇ ಬೇರೆ ಇರುತ್ತದೆ! ಯುದ್ಧ ಕಾಲದಲ್ಲೇ ಪೋಪರು ಶಾಂತಿ ಒಪ್ಪಂದಕ್ಕಾಗಿ ಪ್ರಯತ್ನಪಟ್ಟಿರುತ್ತಾರೆ. ಫೈಟ್ ದ ಫಾಮಿನ್‌ನವರಿಗೆ ಪತ್ರ ಬರೆದು ಬೆಂಬಲ ನೀಡಿರುತ್ತಾರೆ. ಅಂತೆಯೇ 1919 ನವೆಂಬರ್‌ನಲ್ಲಿ ಮಕ್ಕಳ ಹಿತ ಕಾಪಾಡಿ ಅವರನ್ನು ರಕ್ಷಿಸಿ ಎಂದು ಒಂದು ಮನವಿಯನ್ನು ತಮ್ಮ ಧರ್ಮದ ಅನುಯಾಯಿಗಳನ್ನು ಉದ್ದೇಶಿಸಿ ಅಧಿಕೃತವಾಗಿಯೇ ಹೊರಡಿಸಿರುತ್ತಾರೆ.

ಜೆಬ್ ಡೇವಿಡ್‌ಸನ್ ಮಾತುಗಳಿಗೆ ಸೋತುಹೋಗುವುದಿಲ್ಲ. ಪೋಪರೂ ಅನುಮತಿ ಕೊಡುವುದಿಲ್ಲ ಎಂದರೆ ಏನು... ಮುಂದೇನು ಮಾಡಬೇಕು ಎಂದು ಯೋಚಿಸುತ್ತಾಳೆ. ಅವರನ್ನು ಕೇಳುವುದಕ್ಕೇ ಮೊದಲೇ ಅವರು ಅನುಮತಿ ಕೊಡುವುದಿಲ್ಲ ಎಂದು ಹೇಗೆ ಅಂದುಕೊಳ್ಳುವುದು ಎಂಬ ಆಲೋಚನೆ ಬರುತ್ತಿದ್ದಂತೆಯೇ ತಾನೇ ಪೋಪರಿಗೊಂದು ಮನವಿ ಬರೆಯುತ್ತಾಳೆ. ಇಂಗ್ಲೆಂಡಿನ 14 ಪ್ರಮುಖರನ್ನು ಭೇಟಿ ಮಾಡಿ ಅದನ್ನು ಅನುಮೋದಿಸಿ ಸಹಿ ಪಡೆಯುತ್ತಾಳೆ. ಮನವಿ ಪತ್ರವನ್ನು ಪೋಪರಿಗೆ ಅಧಿಕೃತವಾಗಿ ಕಳುಹಿಸಿ ಅವರ ಪ್ರತಿಕ್ರಿಯೆಗೆ ಕಾಯುತ್ತಾಳೆ.

ಯುದ್ಧದ ಕರಾಳ ನೆರಳಿನಿಂದ ಕಂಗೆಟ್ಟಿದ್ದ ಬಾಲ್ಕನ್‌ಗೆ ಎಗ್ಲಾಂಟೈನ್ ಮತ್ತೊಮ್ಮೆ ಹೋಗುತ್ತಾಳೆ. ಅಲ್ಲಿನ ಪರಿಸ್ಥಿತಿಗಳನ್ನು ಕಣ್ಣಾರೆ ಕಾಣುವುದು ಮತ್ತು ಅಲ್ಲಿಗೆ ಬೇಕಾದ ಪರಿಹಾರಗಳ ಪ್ರಮಾಣವನ್ನು ಲೆಕ್ಕಹಾಕುವುದು ಅವಳ ಉದ್ದೇಶವಾಗಿರುತ್ತದೆ.

ಈ ಎಲ್ಲ ಓಡಾಟಗಳ ನಡುವೆ ಎಗ್ಲಾಂಟೈನ್ ಪೋಪರ ಭೇಟಿಗೆ ಅಪೇಕ್ಷಿಸುತ್ತಾಳೆ. ಅವಳಿಗೇ ಅಚ್ಚರಿಯಾಗುವಂತೆ 1919ರ ಡಿಸೆಂಬರ್‌ನಲ್ಲಿ ಪೋಪ್ ಬೆನೆಡಿಕ್ಟ್ – XV ಅವರನ್ನು ರೋಮಿನಲ್ಲಿ ಭೇಟಿಯಾಗಲು ಎಗ್ಲಾಂಟೈನ್‌ಗೆ ಸೂಚನೆ ಬರುತ್ತದೆ. ಆ ಭೇಟಿಯಲ್ಲಿ ಎಗ್ಲಾಂಟೈನ್ ಯೂರೋಪಿನ ಯುದ್ಧದ ಪರಿಸ್ಥಿತಿ, ಅದರಿಂದ ಎಲ್ಲ ಮಕ್ಕಳ ಮೇಲಾಗುತ್ತಿರುವ ಪರಿಣಾಮ, ಮಕ್ಕಳಿಗಾಗಿ ಸೇವ್ ದ ಚಿಲ್ಡ್ರನ್ ಕೈಗೊಂಡಿರುವ ಕೆಲಸಗಳು, ಜನರಿಂದ ದೇಣಿಗೆ ಸಂಗ್ರಹಿಸಿ ಕ್ರಿಶ್ಚಿಯನ್ ಮೌಲ್ಯಗಳನ್ನು ಎತ್ತಿಹಿಡಿಯುವ ರೀತಿಯಲ್ಲಿ ಕೈಗೊಂಡಿರುವ ಪರಿಹಾರದ ಕೆಲಸಗಳು, ಮಕ್ಕಳ ಸಾವು ತಡೆಯುವುದು, ಹಸಿವು ನೀಗಿಸುವುದು, ಕುಟುಂಬಗಳನ್ನು ಮರುಸ್ಥಾಪಿಸುವುದು ಇವೇ ಮೊದಲಾದವುಗಳನ್ನು ವಿವರಿಸುತ್ತಾಳೆ. ಪೋಪರು ಇವನ್ನೆಲ್ಲಾ ಸಾವಧಾನದಿಂದ ಆಲಿಸಿ, ಚರ್ಚ್‌ಗಳ ಮೂಲಕ ದೇಣಿಗೆ ಸಂಗ್ರಹಿಸುವುದು ಒಳ್ಳೆಯದು ಎಂಬ ಅಭಿಪ್ರಾಯ ಪಡುತ್ತಾರೆ.

ಎಲ್ಲರೂ ಬೆರಗಾಗುವಂತೆ, ಪೋಪರಿಂದ ಮಕ್ಕಳನ್ನು ಕುರಿತು ಇನ್ನೊಂದು ಸಂದೇಶ ಹೊರಬೀಳುತ್ತದೆ. ಅದು ಕೇವಲ ಸಂದೇಶವಾಗಿರುವುದಿಲ್ಲ. ಬದಲಿಗೆ, ಇಡೀ ಜಗತ್ತಿನ ಎಲ್ಲ ಕ್ಯಾಥೋಲಿಕ್ ಚರ್ಚ್‌ಗಳು 'ಹೋಲಿ ಇನ್ನೋಸೆಂಟ್ಸ್ ಡೇ'ಯಂದು (28 ಡಿಸೆಂಬರ್ 1919ರಿಂದ) ಯೂರೋಪಿನ ವಿವಿಧೆಡೆ ತೊಂದರೆಯಲ್ಲಿರುವ ಮಕ್ಕಳಿಗಾಗಿ ಧನ ಸಂಗ್ರಹಿಸಿ ಸೇವ್ ದ ಚಿಲ್ಡ್ರನ್ ಸಂಸ್ಥೆಗೆ ಕಳುಹಿಸುವಂತೆ ಕರೆ ಕೊಡುತ್ತಾರೆ. 'ಮಕ್ಕಳು ಸದ್ಯದ ಪರಿಸ್ಥಿತಿಯಲ್ಲಿ ನಿಜವಾಗಿಯೂ ಮುಗ್ಧರು. ಅವರು ಯಾವ ದೇಶದವರಾದರೇನು? ಯಾವ ಧರ್ಮದವರಾದರೇನು? ಇಡೀ ಜಗತ್ತು ಯುದ್ಧದ ಸಂಘರ್ಷದಲ್ಲಿ ಬೇಯುತ್ತಿದೆ. ಆದರೆ ಭವಿಷ್ಯದ ಬೀಜಗಳಾದ ಮಕ್ಕಳು ಯಾರದೋ ಯಾವುದೋ ತಪ್ಪಿಗೆ ಏಕೆ ಬಲಿಯಾಗಬೇಕು? ಈ ಎಲ್ಲ ಸಾವು ನೋವು ದುಃಖದ ನಡುವೆಯೂ ಮಾನವೀಯ ಮನಸ್ಸುಗಳಿರುವ ಕೆಲವರು ಎಲ್ಲ ಸಮಾಜಗಳ ಮಕ್ಕಳನ್ನು ಉಳಿಸಲು

ಸೇವ್ ದ ಚಿಲ್ಡ್ರನ್

ಅಂತಾರಾಷ್ಟ್ರೀಯ ಎಸ್.ಸಿ.ಎಫ್.

ಕಷ್ಟದಲ್ಲಿರುವವರಿಗೆ ನೆರವಾಗಲು ಜನ ಮುಂದೆ ಬರುತ್ತಿರುವುದು, ನಿಧಿ ಸಂಗ್ರಹ ಪ್ರೋತ್ಸಾಹದಾಯಕವಾಗಿರುವುದು ಕಂಡು ಅಕ್ಕ ತಂಗಿಯರಿಗೆ ಮತ್ತು ಅವರ ಬೆಂಬಲಿಗರಿಗೆ ಅತೀವ ನೆಮ್ಮದಿ ಆನಂದ ಉಂಟಾಗುತ್ತದೆ. ಇಂತಹ ಬೆಳವಣಿಗೆ ಕೇವಲ ಇಂಗ್ಲೆಂಡ್‌ಗೆ ಮಾತ್ರ ಸೀಮಿತವಾಗಬಾರದು. ಯೂರೋಪು ಮತ್ತು ಜಗತ್ತಿನ ಇತರ ಭಾಗಗಳ ಜನರೂ ಕೂಡಾ ಕಷ್ಟಕೋಟಲೆಯಲ್ಲಿರುವವರ ನೆರವಿಗೆ ಮುಂದೆ ಬರಬೇಕು ಎಂದು ಅವರು ಅಂದುಕೊಳ್ಳುತ್ತಾರೆ. ಅದರ ಫಲವೇ ಸೇವ್ ದ ಚಿಲ್ಡ್ರನ್ ಫಂಡ್ ಇಂಟರ್‌ನ್ಯಾಷನಲ್ (ಎಸ್.ಸಿ.ಎಫ್.ಐ). 'ಸಂಸ್ಥೆಗೆ

ಜನ ಬೆಂಬಲ ಬರುತ್ತಿದೆ. ಚರ್ಚ್ ಕೂಡಾ ಜೊತೆಗಿದೆ. ಇಂಗ್ಲೆಂಡ್ ಅಷ್ಟೇ ಅಲ್ಲ ಇತರ ದೇಶಗಳ ಸರ್ಕಾರಗಳೂ ವಿರೋಧಿಸುತ್ತಿಲ್ಲ. ಬೆಂಬಲ ಬೇಕಾದ ಜನ, ಸರ್ಕಾರಗಳು ನಮ್ಮನ್ನು ತೆರೆದ ತೋಳುಗಳಿಂದ ಬರಮಾಡಿಕೊಳ್ಳಲು ಮುಂದಾಗುತ್ತಿವೆ. ಇಂತಹ ಸಮಯದಲ್ಲಿ ನಾವು ಸುಮ್ಮನಿರಬಾರದು. ಇತರ ರಾಷ್ಟ್ರಗಳಲ್ಲೂ ತಮ್ಮ ಶಾಖೆಗಳನ್ನು ತೆರೆಯೋಣ' ಎಂದು ಎಸ್.ಸಿ.ಎಫ್.ನ ಕಾರ್ಯದರ್ಶಿಯೂ ಆಗಿದ್ದ ಎಗ್ಲಾಂಟೈನಳ ಸಲಹೆಯನ್ನು ಒಂದಷ್ಟು ಅನುಮಾನ ಪ್ರಶ್ನೆಗಳನ್ನು ಎದುರಿಡುತ್ತಲೇ ಇತರ ಸದಸ್ಯರು ಅನುಮೋದಿಸುತ್ತಾರೆ.

ಸ್ಕಾಟ್‌ಲ್ಯಾಂಡ್‌ನಲ್ಲಿ 1919ರ ಕೊನೆಯ ಹೊತ್ತಿಗೆ ಸೇವ್ ದ ಚಿಲ್ಡ್ರನ್‌ನ ಮೊದಲ ಶಾಖೆ ಆರಂಭವಾಗುತ್ತದೆ. ಸ್ಥಳೀಯ ಉತ್ಸಾಹಿಗಳು ಎಗ್ಲಾಂಟೈನಳಿಂದ ಪ್ರಭಾವಿತರಾಗಿ, ಯುದ್ಧದಿಂದ ಬಳಲುತ್ತಿರುವ ದೇಶಗಳ ಮಕ್ಕಳ ಗೋಳಿನ ಪರಿಸ್ಥಿತಿಯನ್ನು ಜನರ ಬಳಿ ವಿವರಿಸುತ್ತಾರೆ. ಧನ ಸಂಗ್ರಹ ನಿಧಾನವಾಗಿ ಆಗಲಾರಂಭಿಸುತ್ತದೆ. ಸ್ವಯಂಸೇವಕರನ್ನು ಹುರಿದುಂಬಿಸಲು ಮತ್ತು ಜನರಿಗೆ ಸೇವ್ ದ ಚಿಲ್ಡ್ರನ್ ಸಂಸ್ಥೆಯ ಕೆಲಸಗಳನ್ನು ಮನನ ಮಾಡಿಸಲು ಎಗ್ಲಾಂಟೈನ್ ಸದಾ ಗುನುಗುನಿಸುತ್ತಿದ್ದುದು 'ಎಲ್ಲ ಯುದ್ಧಗಳು ಮಕ್ಕಳ ವಿರುದ್ಧ. ನಾವು ವಯಸ್ಕರು ಯುದ್ಧಗಳು ಆಗದಂತೆ ತಡೆಯೋಣ. ಯುದ್ಧದ ತೊಂದರೆಯಲ್ಲಿ ಅಕಸ್ಮಾತ್ ಬಿದ್ದಿರುವ ಕುಟುಂಬಗಳನ್ನು, ಮಕ್ಕಳನ್ನು ರಕ್ಷಿಸೋಣ'. ಅವಳ ಈ ಗಮನಿಸುವಿಕೆ ಮುಂದೆ ಸೇವ್ ದ ಚಿಲ್ಡ್ರನ್‌ನ ತತ್ತ್ವವೇ ಆಗಿ ಅರಳುತ್ತದೆ.

ಎಗ್ಲಾಂಟೈನಳ ದಣಿವರಿಯದ ಪ್ರಚಾರ, ದೇಶದೇಶಗಳನ್ನು ಸುತ್ತಿ ಎಲ್ಲರನ್ನೂ ತನ್ನ ಪ್ರಭಾವಳಿಯೊಳಗೆ ಸೆಳೆದುಕೊಳ್ಳುತ್ತಿದ್ದುದು ಇವುಗಳಿಂದಾಗಿ 1920ರ ಜನವರಿ 6ರಂದು ಸೇವ್ ದ ಚಿಲ್ಡ್ರನ್ ಫಂಡ್ ಇಂಟರ್ ನ್ಯಾಷನಲ್ ಯೂನಿಯನ್ ಜಿನಿವಾದಲ್ಲಿ ಉದ್ಘಾಟನೆಯಾಗುತ್ತದೆ. ಬ್ರಿಟಿಷ್ ಸೇವ್ ದ ಚಿಲ್ಡ್ರನ್ ಫಂಡ್ ಮತ್ತು ಸ್ವೀಡಿಶ್ ರಡ್ಡಾ ಬಾರ್ನ್ಯಾ[46] ಇದರಲ್ಲಿ ಮುಖ್ಯ ಸದಸ್ಯತ್ವ ಹೊಂದುತ್ತವೆ.

ಸೇವ್ ದ ಚಿಲ್ಡ್ರನ್ ಇಂಟರ್‌ನ್ಯಾಷನಲ್ ಉದ್ಘಾಟನೆಯಾದ ಸ್ಥಳದಲ್ಲೇ ಐವತ್ತು ವರ್ಷಗಳ ಹಿಂದೆ (1870ರಲ್ಲಿ) ರೆಡ್ ಕ್ರಾಸ್[47] ಆರಂಭವಾಗಿತ್ತು ಎಂದು ಎಗ್ಲಾಂಟೈನ್ ನೆನಪಿಸುತ್ತಾಳೆ. ರೆಡ್ ಕ್ರಾಸಿನಷ್ಟೇ ವಿಶಿಷ್ಟವಾದ ಉದ್ದೇಶ ಸೇವ್ ದ ಚಿಲ್ಡ್ರನ್‌ಗೆ ಕೂಡಾ ಇದೆ ಎಂದು ಅವಳು ಘೋಷಿಸುತ್ತಾಳೆ. ಯೂರೋಪಿನ ವಿವಿಧ ದೇಶಗಳಲ್ಲಿ ಆರಂಭವಾಗಿದ್ದ ಎಸ್.ಸಿ.ಎಫ್‌ಗಳೆಲ್ಲವೂ ಈ ಅಂತಾರಾಷ್ಟ್ರೀಯ ಸಂಸ್ಥೆಯಡಿಯಲ್ಲಿ ಕಾರ್ಯನಿರ್ವಹಿಸುವಂತೆ ಸೂಚಿಸಲಾಗುತ್ತದೆ. ಅದಕ್ಕಾಗಿ ವ್ಯವಸ್ಥಿತವಾದ ರೀತಿನೀತಿಗಳನ್ನು ಎಗ್ಲಾಂಟೈನ್ ರೂಪಿಸುತ್ತಾಳೆ. ಸಂಸ್ಥೆಯಲ್ಲಿ ವೃತ್ತಿಶೀಲತೆಯಿಂದ ಸಮರ್ಪಕವಾದ ಲೆಕ್ಕಪತ್ರಗಳನ್ನು ಇಡುವ ಮತ್ತು ವರದಿ ಮಾಡುವ ವ್ಯವಸ್ಥೆಯನ್ನೂ ಸ್ಥಾಪಿಸಲಾಗುತ್ತದೆ. ಸಂಸ್ಥೆಯ ಯಾವುದೇ ಶಾಖೆ ಅವರವರ ದೇಶಗಳಲ್ಲಿ ಧನ ಸಂಗ್ರಹ ಮಾಡಿದರೂ, ಅದನ್ನು ಬೇರೆ ದೇಶಗಳಲ್ಲಿ ಬಳಕೆ ಮಾಡಲು ಅನುವಾಗುವಂತೆ ತನ್ನ ಸಂಸ್ಥೆಯಲ್ಲಿ ರೀತಿನೀತಿ ಹಾಗೂ ವಿವಿಧ ದೇಶಗಳಲ್ಲಿ ಕಾನೂನು ಭಂಗವಾಗದ ರೀತಿಯಲ್ಲಿ ಕ್ರಮಗಳನ್ನು ಸೃಷ್ಟಿಸಲಾಗುತ್ತದೆ.

ಈ ರೀತಿಯಿಂದ ವಿವಿಧ ದೇಶಗಳಲ್ಲಿ ಸಂಗ್ರಹಿಸಿದ ಹಣ ಅಂತಾರಾಷ್ಟ್ರೀಯವಾದ ಸಹಾಯಧನವಾಗಬಹುದಾದ ವಿಧಾನದ ರೂವಾರಿ ಎಗ್ಲಾಂಟೈನ್ ಎನ್ನಬಹುದು. 'ಎಲ್ಲರೂ ಒಂದಾಗಬೇಕು, ಕೈಜೋಡಿಸಬೇಕು, ಮಾನವರೆಲ್ಲರೂ ಒಂದೇ, ಎಲ್ಲೂ ಜಾತಿ, ಧರ್ಮದ

ಅಡೆತಡೆಯಿರಬಾರದು. ಯಹೂದಿಗಳು, ಹಿಂದೂಗಳು, ಮುಸ್ಲಿಮರು, ಕ್ರಿಶ್ಚಿಯನ್ನರು ಎಲ್ಲರಿಂದಲೂ ಎಸ್.ಸಿ.ಎಫ್‌ಗೆ ಬೆಂಬಲ ಸಿಗಲಿ. ಈ ನೆರವಿನಿಂದ ದೇಶವಿದೇಶಗಳಲ್ಲಿ ಎಲ್ಲೇ ಯಾವುದೇ ಮಗು ತೊಂದರೆಯಲ್ಲಿದ್ದರೂ ನಾವು ಪರಿಹಾರಕ್ಕೆ ಸಿದ್ಧವಿರಬೇಕು' ಎನ್ನುವುದು ಅವಳ ಚಿಂತನೆಯಾಗಿತ್ತು. ಆ ಕಲ್ಪನೆ ಕಾರ್ಯರೂಪಕ್ಕೆ ಬರಲಾರಂಭಿಸಿತು.

ಈ ಸಮಯದಲ್ಲಿ ಡೊರೋತಿ ಜೆಬ್‌ಳ ಗಂಡ, ಚಾರ್ಲ್ಸ್ ಬಕ್ಸ್‌ಟನ್, ಜೆಬ್ಬಳ ತಾಯಿ ಟೈಗೆ ಬರೆಯುತ್ತಾನೆ. 'ನಿಮ್ಮ ಮಗಳು ಒಂದು ಹೊಸ ಯುಗವನ್ನೇ ಆರಂಭಿಸಿದ್ದಾಳೆ. ಒಂದು ಹೊಸ ಚಿಂತನೆ, ಮೌಲ್ಯವನ್ನು ಜನರ ಮನಸ್ಸಿನಲ್ಲಿ ಅಲೆಯಂತೆ ಎಬ್ಬಿಸಿದ್ದಾಳೆ. ತನ್ನ ಸಂಪರ್ಕಕ್ಕೆ ಬಂದವರನ್ನೆಲ್ಲಾ ಹಸಿವಿನಿಂದ ಸಾಯುತ್ತಿರುವ ಮಕ್ಕಳ ಪರವಾಗಿ ಬದಲಿಸಿಬಿಟ್ಟಿದ್ದಾಳೆ. ಅವರೀಗ ಹೊಸ ಜಗತ್ತನ್ನು ನೋಡುತ್ತಿದ್ದಾರೆ. ಇಲ್ಲಿ ನಡೆದ ಸಭೆಗಳು ನಾವೆಲ್ಲಾ ಹೇಗೆ ಜೊತೆಜೊತೆಯಾಗಿ ನಡೆದರೆ ಇಡೀ ಯೂರೋಪಿನಲ್ಲಿ ಪರಿಹಾರೋಪಾಯಗಳನ್ನು ಕಂಡುಕೊಳ್ಳಬಹುದು ಮತ್ತು ನಿರ್ವಹಿಸಬಹುದು ಎಂಬ ಹೊಸ ಭರವಸೆಯನ್ನು ಮೂಡಿಸುತ್ತಿದೆ.'

ಎಗ್ಲಾಂಟೈನ್ ಈಗ ಇಂಗ್ಲೆಂಡಿನ ಸೇವ್ ದ ಚಿಲ್ಡ್ರನ್ ಫಂಡ್‌ನ ಪೂರ್ಣಾವಧಿ ಜವಾಬ್ದಾರಿ ತೆಗೆದುಕೊಳ್ಳುತ್ತಾಳೆ. ಈ ಹಿಂದೆ ಚಾರಿಟಿ ಆರ್ಗನೈಸೇಷನ್ ಸೊಸೈಟಿಯಲ್ಲಿ ಕಲಿತಿದ್ದ ಪಾಠಗಳನ್ನು ಜಾರಿ ಮಾಡಲು ನಿರ್ಧರಿಸುತ್ತಾಳೆ. ಬಹಳ ಮುಖ್ಯವಾಗಿ ಈ ಸೇವಾ ಕೆಲಸದಲ್ಲೂ ವೃತ್ತಿಪರತೆ ಬೇಕೇಬೇಕು. ಸ್ವಯಂಸೇವಕರು ಎನ್ನುವುದು ಸತ್ಯವಾದರೂ, ಅವರಲ್ಲಿ ವೃತ್ತಿ ನೈಪುಣ್ಯತೆಗಳು ಇರಲೇಬೇಕು ಎಂದು ಎಗ್ಲಾಂಟೈನ್ ಸದಾಕಾಲಕ್ಕೂ ತಾನು ನಂಬಿದ್ದನ್ನು ಜಾರಿಗೆ ತರಲು ನಿರ್ಧರಿಸುತ್ತಾಳೆ. ಸಮಾಜಸೇವೆ, ಸಮಾಜಕಾರ್ಯದಲ್ಲಿ ಪರಿಣಿತರಿರಬೇಕು, ದೇಣಿಗೆ ಸಂಗ್ರಹವನ್ನು ಹೆಚ್ಚು ಹೆಚ್ಚು ವೈಜ್ಞಾನಿಕ, ವ್ಯಾವಹಾರಿಕ ವಿಧಾನದಲ್ಲಿ ನಡೆಸಬೇಕು ಎನ್ನುವುದು ಅವಳ ನಿಲುವಾಗಿತ್ತು. 'ಜನರಿಗೆ ವಾಸ್ತವಗಳು ಏನು ಎಂಬುದು ಅರಿವಾಗಬೇಕು. ಹಾಗೆ ವಾಸ್ತವಗಳನ್ನು ತಿಳಿಸುವ ವಿಧಾನಗಳನ್ನು ಸೂಕ್ತವಾಗಿ ಬಳಸಿದರೆ ಜಗತ್ತಿನ ಜನರ ಭಾವನೆ ಮತ್ತು ಕಲ್ಪನೆಗಳನ್ನು ಮುಟ್ಟಲು ಸಾಧ್ಯವಾಗುತ್ತದೆ' ಎಂದು ಎಗ್ಲಾಂಟೈನ್ ಹೇಳುತ್ತಾಳೆ. 'ವ್ಯಾಪಾರೋದ್ಯಮಗಳು ತಮ್ಮ ವಸ್ತುಗಳನ್ನು ಮಾರಲು, ಪ್ರಚಾರ ಮಾಡಲು ಅದೆಷ್ಟು ಬುದ್ಧಿಶಕ್ತಿ ಬಳಸುತ್ತಾರೆ ನೋಡಿ. ಜನರ ಗಮನ ಸೆಳೆಯುತ್ತಾರೆ. ಯಶಸ್ವಿಯಾಗುತ್ತಾರೆ. ಅವರಂತೆಯೇ ನಾವೂ ಕೂಡಾ ನಮ್ಮ ಅಭಿವೃದ್ಧಿಯ ಉದ್ದೇಶಗಳನ್ನು ಜನರಿಗೆ ತಲುಪಿಸಲು ಅಷ್ಟೇ ಕಾಳಜಿ ವಹಿಸಬೇಕು. ಜನರ ಮನ್ನನ್ನು ಗೆಲ್ಲಬೇಕು'. ಈ ಹಿನ್ನೆಲೆಯಲ್ಲಿ ಎಗ್ಲಾಂಟೈನ್ ವಿವಿಧ ಕ್ಷೇತ್ರಗಳ ಜನರನ್ನು ತನ್ನತ್ತ ಸೆಳೆಯುತ್ತಾಳೆ – ವೈದ್ಯರು, ಶಿಕ್ಷಕರು, ವ್ಯಾಪಾರೋದ್ಯಮಿಗಳು, ಪತ್ರಕರ್ತರು... ಹೀಗೆ ಪಟ್ಟಿ ಬೆಳೆಯುತ್ತಾ ಹೋಗುತ್ತದೆ.

ಇಂಗ್ಲೆಂಡಿನಲ್ಲಿ 'ಸೇವ್ ದ ಚಿಲ್ಡ್ರನ್' ಸಂಸ್ಥೆಯ ಕೆಲಸ ಕಾರ್ಯಗಳ ವಿಸ್ತರಣೆ ಮತ್ತು ನಿಧಿ ಸಂಗ್ರಹಕ್ಕಾಗಿ ಲೂಯಿ ಗೋಲ್ಡನ್‌ರನ್ನು ಎಗ್ಲಾಂಟೈನ್ ನೇಮಿಸುತ್ತಾಳೆ. ಆತ ಉದ್ಯಮ ಅಥವಾ ವ್ಯಾಪಾರಿ ಸಂಸ್ಥೆಗಳಂತೆ (ಬಹಳ ಪ್ರಶ್ನಾರ್ಹವಾದ ರೀತಿಯಲ್ಲಿ) ದೇಣಿಗೆಗಳನ್ನು ಅಪೇಕ್ಷಿಸಿ ವೃತ್ತಪತ್ರಿಕೆಗಳಲ್ಲಿ ಸೇವ್ ದ ಚಿಲ್ಡ್ರನ್ ಹೆಸರಿನಲ್ಲಿ ಪೂರ್ಣಪುಟದ ಜಾಹೀರಾತುಗಳನ್ನು ನೀಡಲಾರಂಭಿಸುತ್ತಾನೆ. ಸಂಸ್ಥೆ ಬೆಳೆದು ಬಂದ ರೀತಿಯನ್ನು ತಿಳಿದಿದ್ದ ಜನ ಈ ದುಬಾರಿ ಜಾಹೀರಾತುಗಳನ್ನು ಕುರಿತು ಬಹಳ ಬೇಸರ ವ್ಯಕ್ತಪಡಿಸುತ್ತಾರೆ. ನಾವಿತ್ತ ಹಣವನ್ನು ಹೀಗೆಲ್ಲಾ ದುಂದುವೆಚ್ಚ ಮಾಡಬಾರದು ಎಂದು ಎಗ್ಲಾಂಟೈನಳಿಗೆ ದೂರು ನೀಡುತ್ತಾರೆ. ಆದರೆ ಜಾಹೀರಾತುಗಳಿಂದ ನಿರೀಕ್ಷೆಗೂ ಮೀರಿ ಪ್ರತಿಫಲ ಬರುತ್ತದೆ. ಜಾಹೀರಾತು ಮತ್ತಿತರ ಪ್ರಚಾರಕ್ಕೆ

ಹೂಡಿದ್ದು 5000 ಪೌಂಡ್; ಅದು ಹುಟ್ಟಿಸಿದ್ದು 1,20,000 ಪೌಂಡ್! ಟೀಕೆ ಮಾಡುತ್ತಿದ್ದವರ ಬಾಯಿ ಕಟ್ಟಿ ಹೋಯಿತು. ಇಂತಹ ಅಭೂತಪೂರ್ವವಾದ ಪ್ರತಿಕ್ರಿಯೆಯನ್ನು ಯಾರೂ ಎದುರು ನೋಡಿರಲಿಲ್ಲ. ಲೂಯಿ ಗೋಲ್ಡನ್ ತನ್ನ ತಂತ್ರ ಗೆಲುವು ಸಾಧಿಸುತ್ತದೆ ಎಂದು ಮೊದಲಿಂದಲೂ ಹೇಳುತ್ತಿದ್ದ. ದೇಣಿಗೆ ಸಂಗ್ರಹಿಸಲು ಜಾಹೀರಾತು ನೀಡುವುದು ಅನೈತಿಕ ಅಲ್ಲ ಎಂದು 'ಸೇವ್ ದ ಚಿಲ್ಡ್ರನ್' ತೋರಿಸಿತು. ಈಗ ಬರುವ ದೇಣಿಗೆಗಳ ಸಂಖ್ಯೆ ಹೆಚ್ಚಾಗತೊಡಗಿತು. ಹಸಿವಿನಿಂದ ಬಳಲುವ, ರೋಗದಿಂದ ನರಳುವ ಮಕ್ಕಳಿಗಾಗಿ ಜನ ಕೊಡುಗೈಯೊಡನೆ ಮುಂದೆ ಬಂದರು. ದೇಣಿಗೆಯ ಮಹಾಪೂರವೇ ಬಂದಿತು. ಸೇವ್ ದ ಚಿಲ್ಡ್ರನ್ ತನ್ನ ಮೊದಲ ವರ್ಷದಲ್ಲೇ 4,00,000 ಪೌಂಡ್ ದೇಣಿಗೆ ಸಂಗ್ರಹಿಸಿತು.

ಈ ಹೊತ್ತಿಗೆ ಸೇವ್ ದ ಚಿಲ್ಡ್ರನ್ ಹೊಸ ಕಲ್ಪನೆಯೊಂದನ್ನು ಮುಂದಿಟ್ಟಿತು. ದೇಣಿಗೆ ನೀಡುವವರು ತೊಂದರೆಯಲ್ಲಿರುವ ಮಕ್ಕಳನ್ನು ಹೆಸರಿಸಿ ಅವರ ಆಹಾರ, ಆರೋಗ್ಯ, ಶಿಕ್ಷಣಕ್ಕಾಗಿ ನೇರವಾಗಿ ಪ್ರಾಯೋಜಿಸಬಹುದು ಎಂದು ಪ್ರಕಟಿಸಿತು. ಈ ಕಲ್ಪನೆಗೆ ದೊಡ್ಡ ಬೆಂಬಲ ಬಂದಿತು. ದೇಣಿಗೆ ಕೊಡುವವರ ಸಂಖ್ಯೆ ಇನ್ನೂ ಅಧಿಕವಾಯಿತು. ಪ್ರಾಯೋಜನೆ ಅಥವಾ ಸ್ಪಾನ್ಸರ್‌ಶಿಪ್[48] ಎನ್ನುವ ಕಲ್ಪನೆ ಬಹಳ ರೋಚಕವೂ ಆಗಿತ್ತು.

ಯೂರೋಪಿನಲ್ಲಿ ಯುದ್ಧದ ಪರಿಣಾಮವಾದ ಕಷ್ಟನಷ್ಟಗಳು ಒಂದಷ್ಟು ತಹಬಂದಿಗೆ ಬರುವಷ್ಟರಲ್ಲಿ, ಗ್ರೀಸ್ ಮತ್ತು ಸುತ್ತಮುತ್ತಲ ಪ್ರದೇಶಗಳಲ್ಲಿ ನಿರಾಶ್ರಿತರ ಸಮಸ್ಯೆ ಹೆಚ್ಚಿತು. ಇದಕ್ಕೆ ಕಾರಣ ಯುದ್ಧದ ಪರಿಣಾಮ, ಅದರಿಂದಾಗಿ ಮುಂದುವರೆದ ಆಂತರಿಕ ಹೊಡೆದಾಟಗಳು, ಅಶಾಂತಿ. ಬಹಳ ಮುಖ್ಯವಾಗಿ ಆಡಳಿತಗಾರರ ಅಸಮರ್ಥತೆಯೇ ಇದಕ್ಕೆ ಕಾರಣ ಎಂದು ಬಹುತೇಕ ಚಿಂತಕರು ಗುರುತಿಸುತ್ತಾರೆ.

ಸಂಕಷ್ಟದಲ್ಲಿರುವವರಿಗಾಗಿ ಪರಿಹಾರ ಕೊಡಲು ಧನ ಸಂಗ್ರಹಿಸುವುದು, ವಸ್ತುಗಳನ್ನು ಪಡೆಯುವುದು, ಆ ಜನರ ಕಷ್ಟಕ್ಕಾಗಿ ಮರುಗುವವರನ್ನು ಸಂಪರ್ಕಿಸಿ ಸಹಾಯಕ್ಕಾಗಿ ಯಾಚಿಸುವುದು ಒಂದು ರೀತಿಯ ಸವಾಲಿನ ಕೆಲಸವಾದರೆ, ಈ ಕೆಲಸ ಮಾಡುತ್ತಿರುವುದಕ್ಕಾಗಿ ಜನರಿಂದ ಬೈಗುಳ ತಿನ್ನುವುದು, ಅವರಿಂದ ಟೀಕೆಗೊಳಗಾಗುವುದು ಎಂಗ್ಲಾಂಟೈನ್ ಮತ್ತು ಸೇವ್ ದ ಚಿಲ್ಡ್ರನ್‌ನ ಸಿಬ್ಬಂದಿ ಮತ್ತು ಸ್ವಯಂಸೇವಕರಿಗೆ ಸದಾಕಾಲಕ್ಕೂ ಇದ್ದದ್ದೇ. ಹೋದೆಡೆ ಬಂದೆಡೆ ಒಂದಷ್ಟು ಜನ ಇವರನ್ನು ಹಿಡಿದುಕೊಂಡು ನೇರವಾಗಿಯೇ ಜರೆಯುತ್ತಿದ್ದರು. ವೈರಿ ದೇಶಗಳಿಗೇಕೆ ನಿಮ್ಮ ನೆರವು? ನೀವು ಶತ್ರು ರಾಷ್ಟ್ರದವರಿಂದ ಪ್ರಶಸ್ತಿ ಪಡೆಯುತ್ತೀರೇನು? ಎಂದು ಪ್ರಶ್ನಿಸುತ್ತಿದ್ದರು. ಕೆಲವರು ಪ್ರತಿಭಟನೆಯನ್ನೂ ಮಾಡಿದ್ದರು. ಆಗೆಲ್ಲಾ ಎಗ್ಲಾಂಟೈನ್ ಜೆಬ್ ಹೇಳುತ್ತಿದ್ದುದು 'ಈ ನೆರವು ಸಂತ್ರಸ್ತರಿಗೆ. ಗೆದ್ದೆವೆಂದು ಬೀಗುವ ದೇಶಗಳಲ್ಲೂ ಜನ ಬಳಲಿದ್ದಾರೆ. ನಮ್ಮದೇ ದೇಶದ ಗಡಿಗಳ ಹಳ್ಳಿಗಳಲ್ಲಿ ನೆರವಿಲ್ಲದೆ ನರಳುವ ಜನಗಳನ್ನು ನೋಡಿದ್ದೀರಾ? ಹಾಗೆಯೇ ಸೋತ ದೇಶಗಳುದ್ದಕ್ಕೂ ದಿಕ್ಕು ತಪ್ಪಿರುವ ಜನಗಳನ್ನು ಬಿಟ್ಟುಬಿಡಬೇಕೇನು? ಅವರೂ ನಮ್ಮಂತೆಯೇ. ಅವರ ಮಕ್ಕಳೂ ನಮ್ಮ ನಿಮ್ಮ ಮಕ್ಕಳಂತೆಯೇ ಬದುಕಿ ಬಾಳಬೇಕಾದವರು'.

ಈ ಮಧ್ಯೆ ಜೆಬ್ಬಳ ಇನ್ನೊಂದು ನಿರ್ಧಾರ ಅವಳ ಬೆಂಬಲಿಗರನ್ನೇ ಅಚ್ಚರಿಗೆ ದೂಡಿತ್ತು. ನೆರೆ ದೇಶಗಳಿಗೆ (ಶತ್ರು ದೇಶಗಳು!) ಹೋಗಬೇಕಿದ್ದ ಆಹಾರ, ಔಷಧಗಳಿಗೆ ಇಂಗ್ಲೆಂಡಿನ ಪರವಾಗಿ ದಿಗ್ಬಂಧನ ಹಾಕಿಸುವಲ್ಲಿ ಮುಖ್ಯ ಪಾತ್ರ ವಹಿಸಿ ಇದಕ್ಕೆ ವಿರುದ್ಧವಾಗಿದ್ದವರಿಂದ ಖಳನಾಯಕನೆಂದೇ ಕರೆಸಿಕೊಂಡಿದ್ದ ಲಾಯ್ಡ್ ಜಾರ್ಜ್‌ನ (1916–22ವರೆಗೆ ಪ್ರಧಾನಿಯಾಗಿದ್ದವರು) ಹೆಂಡತಿ

ಮಾರ್ಗರೆಟ್, ಸೇವ್ ದ ಚಿಲ್ಡ್ರನ್ ಮತ್ತು ಎಗ್ಲಾಂಟೈನಳ ಕಲ್ಪನೆಯ ಬೆಂಬಲಕ್ಕೆ ಬಂದರು. ಅಷ್ಟೇ ಅಲ್ಲ, ಎಸ್.ಸಿ.ಎಫ್. ಮಂಡಳಿಯು ಆಕೆಯ ಹೆಸರನ್ನು ಎಸ್.ಸಿ.ಎಫ್. ಸಂಸ್ಥೆಯ ಸಂವಹನದ ಪತ್ರಗಳಲ್ಲಿ ನಮ್ಮ ಬೆಂಬಲಿಗರು ಎಂದೂ ಅಚ್ಚು ಹಾಕಿಸಿತು. ಇದಂತೂ ಯುದ್ಧವಿರೋಧಿಗಳು ಮತ್ತು ಶಾಂತಿಪ್ರಿಯರು ಅನೇಕರನ್ನು ರೊಚ್ಚಿಗೆಬ್ಬಿಸಿತ್ತು. ಜೆಬ್ ಏನೆಂದುಕೊಂಡಿದ್ದಾಳೆ ಎಂದೇ ಪ್ರಶ್ನಿಸಿದ್ದರು. ನೀನು ರಾಜಕೀಯಕ್ಕೆ ಬರುತ್ತೀಯೇನು, ಇದೆಲ್ಲಾ ನಿನ್ನ ಸ್ವಾರ್ಥಕ್ಕೆ ಎಂದೂ ಜನ ಟೀಕಿಸುವುದು ಎಗ್ಲಾಂಟೈನಳ ಕಿವಿಗೆ ಬೀಳುತ್ತಿತ್ತು. ಇವುಗಳಿಗೆಲ್ಲಾ ಜೆಬ್ಬಳದು ಒಂದೇ ಉತ್ತರ, 'ಎಸ್.ಸಿ.ಎಫ್. ಪಕ್ಷ ರಾಜಕಾರಣಕ್ಕೆ ಯಾವುದೇ ಬೆಲೆ ಕೊಡುವುದಿಲ್ಲ. ಹಾಗೆಯೇ ಯಾವುದೇ ಜನಾಂಗ, ಜಾತಿ, ಧರ್ಮದ ಹೆಸರಿಟ್ಟು ಬರುವವರಿಗೂ ಇಲ್ಲಿ ಮನ್ನಣೆಯಿಲ್ಲ. ಮಕ್ಕಳಿಗೆ ನೆರವು ನೀಡಲು, ಚಿಂತಿಸಲು ನೀವು ಬರುತ್ತೀರಾ, ನಿಮಗೆ ನಿಜವಾದ ಕಾಳಜಿ ಇದೆಯಾ? ಬನ್ನಿ. ಮಕ್ಕಳಲ್ಲಿ ಬಿಳಿ, ಕೆಂಪು, ಕಪ್ಪು, ಕಂದು ಎಂದು ನೀವು ಎಣಿಸುವುದಿಲ್ಲವೇ, ಇಲ್ಲಿ ಬನ್ನಿ. ಎಸ್.ಸಿ.ಎಫ್. ಒಡನೆ ಕಂಡುಕೊಳ್ಳಿ'. ಈ ಮಾತನ್ನು ಅವಳು ಸಭೆಗಳಲ್ಲಿ ಹೇಳಿದಳು. ಎಷ್ಟೋ ಜನರಿಗೆ ಕಾಗದಗಳನ್ನೂ ಬರೆದಳು. ಪತ್ರಿಕೆಗಳ ಸಂದರ್ಶನಗಳಲ್ಲಿ ಮುಕ್ತವಾಗಿ ಹೇಳಿದಳು.

ಸೇವ್ ದ ಚಿಲ್ಡ್ರನ್ ಯೂನಿಯನ್ ಫೆಬ್ರವರಿ 1920ರಲ್ಲಿ ಮೊದಲ ಮಹಾಯುದ್ಧದಲ್ಲಿ ಸಿಲುಕಿಕೊಂಡಿದ್ದ ಎಲ್ಲ ದೇಶಗಳ ಪ್ರತಿನಿಧಿಗಳನ್ನು ಕರೆಯಿಸಿ ಅಂತಾರಾಷ್ಟ್ರೀಯ ಮಟ್ಟದ ಮಹತ್ವಾಕಾಂಕ್ಷೆಯ ಸಭೆ ಏರ್ಪಡಿಸುತ್ತದೆ. ಆದರೆ ದುರಾದೃಷ್ಟವಶಾತ್ ಎಗ್ಲಾಂಟೈನ್ ಅನಾರೋಗ್ಯದಿಂದಾಗಿ ಈ ಸಭೆಯಿಂದ ದೂರವಿರಬೇಕಾಗುತ್ತದೆ. ತಮ್ಮ ದೇಶಗಳಲ್ಲಿ ತೊಂದರೆಗೆ ಕೋಟಲೆಗೆ ಸಿಲುಕಿರುವ ಮಕ್ಕಳಿಗಾಗಿ ಏನು ಮಾಡಬೇಕು, ಯುದ್ಧದಿಂದ ತಮ್ಮ ದೇಶಗಳಲ್ಲಿ ಮತ್ತು ಯುದ್ಧಗಳಲ್ಲಿ ಎದುರಾಳಿ ದೇಶಗಳ ಮಕ್ಕಳು ಮತ್ತು ಅವರ ಕುಟುಂಬಗಳಿಗೆ ಆದ ನಷ್ಟವನ್ನು ತುಂಬಿಕೊಡುವುದು ಹೇಗೆ ಎಂದು ಸಭೆ ಚರ್ಚೆ ಮಾಡುತ್ತದೆ.

ಎಗ್ಲಾಂಟೈನ್ ಸಭೆಗೆ ಬರಲಾಗಲಿಲ್ಲ, ಆದರೆ ಆ ಸಭೆಯಲ್ಲಿ ಭಾಗವಹಿಸಿದ್ದ ಎಲ್ಲ ದೇಶಗಳ ಪ್ರಮುಖರು ಮತ್ತು ಅಂತಾರಾಷ್ಟ್ರೀಯ ಸಂಸ್ಥೆಗಳು, ಅವುಗಳ ಪ್ರಮುಖರು ಇವರೆಲ್ಲರೊಡನೆ ಜೆಬ್ ಸಂಬಂಧ ಸಂಪರ್ಕ ಇಟ್ಟುಕೊಂಡಿರುತ್ತಾಳೆ. ಬಹಳ ಮುಖ್ಯವಾಗಿ ಜಿನಿವಾದಲ್ಲಿದ್ದ ಸಂಸ್ಥೆಗಳೊಡನೆ, ಅದರಲ್ಲೂ ರೆಡ್ ಕ್ರಾಸ್‌ನೊಂದಿಗೆ ಸೇವ್ ದ ಚಿಲ್ಡ್ರನ್ ಸಂಬಂಧ ಗಟ್ಟಿಯಾಗುತ್ತದೆ.

ಈ ಹಂತದಲ್ಲಿ ಎಗ್ಲಾಂಟೈನಳ ಚಿಂತನೆ ಮತ್ತು ಕಲ್ಪನೆಗಳು ಅವಳ ಮಾತುಗಳಲ್ಲಿ ಸ್ಪಷ್ಟವಾಗುತ್ತಿರುವುದು ಕಂಡು ಬರುತ್ತದೆ. 'ಆರ್ಥಿಕವಾಗಿ ಸಬಲವಾಗಿರುವ ದೇಶಗಳು ತೊಂದರೆಗೊಳಗಾದ, ನಿರಾಶ್ರಿತರಾದ ಜನರಿಗೆಂದು ಕೇವಲ ಪರಿಹಾರಗಳನ್ನು ಕೊಡುವುದಲ್ಲ, ಬದಲಿಗೆ ಎಲ್ಲ ಕುಟುಂಬಗಳು ಮತ್ತು ಅವರ ಮಕ್ಕಳಿಗೆ ಅತ್ಯುತ್ತಮವಾದುದನ್ನು ಒದಗಿಸುವುದು ಸರ್ಕಾರಗಳ ಜವಾಬ್ದಾರಿಯಾಗಬೇಕು. ಯುದ್ಧದ ಸಮಯದಲ್ಲೋ ಅಥವಾ ನಂತರದಲ್ಲೋ ಪರಿಹಾರ ಕೊಡುವುದು ಮಾತ್ರವಲ್ಲ. ಎಲ್ಲ ಸಮಯಗಳಲ್ಲೂ ಮಕ್ಕಳು ಚೆನ್ನಾಗಿ ಬದುಕಬೇಕು, ಪೌಷ್ಟಿಕ ಆಹಾರ ಪಡೆಯಬೇಕು, ರೋಗರುಜಿನಗಳಿಗೆ ಬಲಿಯಾಗದೆ, ಒಳ್ಳೆಯ ಬಾಲ್ಯವನ್ನು ಪಡೆಯಬೇಕು'.

ಸೇವ್ ದ ಚಿಲ್ಡ್ರನ್‌ನ ಶಾಖೆಗಳು ಬ್ರಿಟಿಷ್ ಅಧಿಪತ್ಯದುದ್ದಕ್ಕೂ ಹರಡಿಕೊಂಡಿತ್ತು – ಐರ್ಲೆಂಡಿಗೂ ತಲುಪಿತು. ಅಮೇರಿಕ ಸಂಯುಕ್ತ ಸಂಸ್ಥಾನದಲ್ಲಿ, ಸ್ಕ್ಯಾಂಡಿನೇವಿಯಾದ ಇತರ ದೇಶಗಳಲ್ಲಿ ಸೇವ್ ದ ಚಿಲ್ಡ್ರನ್ ಚುರುಕಾಗಿತ್ತು. ಈ ಎಲ್ಲವುಗಳ ಕೆಲಸ ಕೇವಲ ಯುದ್ಧದ ತೊಂದರೆಯಲ್ಲಿರುವವರಿಗೆ

ಪರಿಹಾರ ಒದಗಿಸುವುದಷ್ಟೇ ಆಗಿರಲಿಲ್ಲ, ಎಲ್ಲ ದೇಶಗಳಲ್ಲಿ ತೊಂದರೆಯಲ್ಲಿರುವ ಎಲ್ಲ ಮಕ್ಕಳನ್ನು ಮುಟ್ಟಬೇಕು ಅವರಿಗೆ ಒಳ್ಳೆಯ ಜೀವನ ಒದಗಿಸಬೇಕು ಎನ್ನುವುದಾಗಿತ್ತು.

ಆ ಹೊತ್ತಿಗೆ ಪರಿಹಾರಗಳನ್ನು ಒದಗಿಸುವ ಕೆಲಸಗಳಿಗಾಗಿ ಇನ್ನೂ ಹಲವಾರು ಸಂಸ್ಥೆಗಳು ಆರಂಭವಾಗಿದ್ದವು. ಉದಾಹರಣೆಗೆ, ಹರ್ಬರ್ಟ್ ಹೂವರ್‌ರ ಅಮೇರಿಕನ್ ರಿಲೀಫ್ ಆರ್ಗನೈಸೇಷನ್ ಯೂರೋಪಿನಲ್ಲಿ ಪರಿಹಾರ ಕಾರ್ಯಕ್ರಮ ನಡೆಸುತ್ತಿತ್ತು. ಆದರೆ ಅವರದು ವಯಸ್ಕರನ್ನು ಉದ್ದೇಶಿಸಿದ ಕೆಲಸವಾಗಿತ್ತು. ಎಗ್ಲಾಂಟೈನ್ ನಿಲುವು ಮಕ್ಕಳೇ ಅತ್ಯಂತ ತೊಂದರೆಯಲ್ಲಿರುವ ಗುಂಪು, ಅವರಿಗೆ ನಮ್ಮ ನೆರವು ಮೊದಲು ತಲುಪಬೇಕು ಎಂದರೆ ಅವರ ಕುಟುಂಬಗಳೊಡನೆ ಕೆಲಸ ಮಾಡಬೇಕು ಎನ್ನುವುದಾಗಿತ್ತು. ಈ ಹಿನ್ನೆಲೆಯಲ್ಲಿ ಎಗ್ಲಾಂಟೈನ್ ಬರೆಯುತ್ತಾಳೆ, 'ವಯಸ್ಕರೊಡನೆ ಕೆಲಸ ಬಹಳ ಮುಖ್ಯವಾದುದು. ಅದರೊಂದಿಗೆ, ಹರಿದು ಮುರಿದು ಮುಕ್ಕಾದ ಜಗತ್ತನ್ನು ಮತ್ತೆ ಎತ್ತಿ ಕಟ್ಟಲು ಮನುಕುಲಕ್ಕೆ ಪ್ರತಿ ತಲೆಮಾರಿನ ಮಕ್ಕಳ ಕೊಡುಗೆ ಅಪಾರವಾದುದು. ಈ ಮಕ್ಕಳ ಮೊಗದಿಂದ ನಗು ಕದಿಯುವುದು ಎಷ್ಟು ಸರಿ? ಈ ಮಕ್ಕಳಿಗೆ ನೆಮ್ಮದಿ ಕೊಡಲು ಎಲ್ಲರೂ ಮುಂದೆ ಬನ್ನಿ. ಈ ಮಕ್ಕಳ ಬದುಕು ಕಟ್ಟಿ ಕೊಡೋಣ. ಈ ಮಕ್ಕಳಿಂದ ಈ ಜಗದಲ್ಲಿ ಶಾಂತಿ, ನೆಮ್ಮದಿ ಮತ್ತು ಭರವಸೆಯನ್ನು ಕಾಣೋಣ'.

1921ರ ಹೊತ್ತಿಗೆ ಯು.ಕೆ. ಸೇವ್ ದ ಚಿಲ್ಡ್ರನ್ 10,00,000 ಪೌಂಡಿಗಿಂತಲೂ ಹೆಚ್ಚು ಹಣವನ್ನು ದೇಣಿಗೆಗಳಲ್ಲಿ ಸಂಗ್ರಹಿಸಿ ಪರಿಹಾರಗಳಿಗೆ ತಲುಪಿಸುವ ಕೆಲಸದಲ್ಲಿ ತೊಡಗಿತ್ತು. ಮಧ್ಯ ಯೂರೋಪಿನ ಬಹುಪಾಲು ಪ್ರದೇಶಗಳಲ್ಲಿ ಪರಿಸ್ಥಿತಿ ಸ್ವಲ್ಪ ಸ್ವಲ್ಪವೇ ಶಾಂತಿ ನೆಲೆಸುವಂತೆ ಕಾಣುತ್ತಿತ್ತು. ಇನ್ನು ಈ ಕೆಲಸ ಸಾಕು. ಯೂರೋಪು ನೆಮ್ಮದಿಯತ್ತ ನಡೆದಿದೆ ಎಂದು ಎಗ್ಲಾಂಟೈನ್ ಮತ್ತು ಡೊರೋತಿ ಅಂದುಕೊಂಡಿದ್ದರು. ಈ ಬಗ್ಗೆ ಸಂಸ್ಥೆಯಲ್ಲಿ ಆಂತರಿಕ ಮಾತುಕತೆ ನಡೆದಿತ್ತು. ಸೇವ್ ದ ಚಿಲ್ಡ್ರನ್ ಅನ್ನು ಹಂತಹಂತವಾಗಿ ಮುಚ್ಚುವ ಚಿಂತನೆ ನಡೆದಿತ್ತು. ಆದರೆ ರಷ್ಯಾದಲ್ಲಿನ ಬರಗಾಲ ಅವರ ಯೋಚನೆಯನ್ನು ಬದಲಿಸಿತು. ಅಲ್ಲೊಂದೇ ಕಡೆಯಲ್ಲಲ್ಲ. ಹಲವಾರು ದೇಶಗಳಲ್ಲಿ ಯುದ್ಧ, ಯುದ್ಧದ ನಂತರದ ಪರಿಸ್ಥಿತಿ ಮತ್ತು ಮಳೆ ಬೆಳೆ ಇಲ್ಲದೆ ಬರಗಾಲದಂತಹ ವಾತಾವರಣ ಮುಂದುವರೆದಿತ್ತು. ಮತ್ತೆ ಮತ್ತೆ ಮಕ್ಕಳ ಸಾವು, ಕುಟುಂಬಗಳು ಒಡೆಯುವ ಘಟನೆಗಳಿಂದಾಗಿ ಅವುಗಳನ್ನು ಮರುಗೂಡಿಸಲೆಂದೋ, ಮಕ್ಕಳಿಗೆ ಪುನರ್ವಸತಿ ಒದಗಿಸಲೆಂದೋ, ಮಕ್ಕಳಿಗೆ ಪುನರ್ವಸತಿ ಒದಗಿಸಲೆಂದೋ ಸಹಾಯ ಕೊಡುವುದು ಮತ್ತು ಅಂತಹ ಅನಿವಾರ್ಯತೆ ಮುಂದುವರೆದಿತ್ತು. ಎಗ್ಲಾಂಟೈನ್ ಮತ್ತು ಅವಳ ಸಂಗಡಿಗರು ಮತ್ತೆ ಮತ್ತೆ ವಾಸ್ತವದ ಕತೆಗಳನ್ನು ಜನರೆದುರು ಇಡತೊಡಗಿದರು. ಅರ್ಮೇನಿಯಾ, ಸರ್ಬಿಯಾ, ಜರ್ಮನಿ, ಜಕೋಸ್ಲಾವಾಕಿಯಾ, ರಷ್ಯಾ, ಸ್ವಿಟ್ಜರ್‌ಲ್ಯಾಂಡ್, ಫ್ರಾನ್ಸ್ ಮತ್ತು ಪೋಲೆಂಡ್ ಎಲ್ಲೆಡೆಯಿಂದ ಒಂದು ಕಡೆ ಸಹಾಯಕ್ಕಾಗಿ ಅರ್ಜಿಗಳು ಮತ್ತೊಂದೆಡೆಯಿಂದ ಸೇವ್ ನಡೆಸುವ ಕೆಲಸಗಳಿಗೆ ದೇಣಿಗೆಗಳು ಬರತೊಡಗಿದವು. ಇದಕ್ಕಾಗಿ ಸೇವ್ ದ ಚಿಲ್ಡ್ರನ್ ಒಂದು ಶಾಶ್ವತ ಸಂಸ್ಥೆಯಾಗಿ ನೆಲೆ ನಿಲ್ಲಲಿ ಎಂದು ಎಗ್ಲಾಂಟೈನ್ ಮತ್ತು ಡೊರೋತಿ ಸಮಿತಿಯೊಡನೆ ಮಾತನಾಡಿ ನಿರ್ಧರಿಸುತ್ತಾರೆ.

ರಷ್ಯಾದತ್ತ

ಸೋವಿಯತ್ ರಷ್ಯಾದ 'ರೊಟ್ಟಿಯ ಖಜಾನೆ' ಎಂದೇ ಹೆಸರಾಗಿದ್ದ ವೋಲ್ಗಾ ನದಿಯ ಪ್ರದೇಶದಲ್ಲಿ 1920ರ ಕೊನೆಯಿಂದಲೇ ಆರಂಭಿಸಿ 1921ರ ಹೊತ್ತಿಗೆ ಬರ ಉಂಟಾಗುತ್ತದೆ. ಬೆಳೆ ಹಾಳು, ಯುದ್ಧ, ಕ್ರಾಂತಿ, ನಾಗರಿಕ ಪ್ರತಿಭಟನೆ, ಆಂತರಿಕ ಯುದ್ಧ, ಬೋಲ್ಷವಿಕ್ ಸರ್ಕಾರದ ಆರ್ಥಿಕ ನೀತಿಯಲ್ಲಿ ಉಂಟಾದ ತೊಂದರೆಗಳು ಇವೇ ಮೊದಲಾದ ಕಾರಣಗಳಿಂದ ದೇಶದುದ್ದಕ್ಕೂ ಕ್ಷೋಭೆ ತಲೆದೋರುತ್ತದೆ. ಯೂರೋಪಿನಲ್ಲಿ ಅದಾಗಲೇ ಮನೆಮಾತಾಗಿದ್ದ ಸೇವ್ ದ ಚಿಲ್ಡ್ರನ್ ರಷ್ಯಾದ ಮಕ್ಕಳ ಪರಿಸ್ಥಿತಿಗೆ ಪ್ರತಿಕ್ರಿಯಿಸಲು ಮುಂದಾಗುತ್ತದೆ. ಎಗ್ಲಾಂಟೈನ್ ಮತ್ತು ಎಸ್.ಸಿ.ಎಫ್. ಔಷಧ, ಆಹಾರ ಸಂಗ್ರಹಣೆಯಲ್ಲಿ ತೊಡಗುತ್ತಾರೆ.

ಈ ಹಿನ್ನೆಲೆಯಲ್ಲಿ ಎಂಜಿನಿಯರ್ ಮತ್ತು ಮುಂದೆ ಅಮೇರಿಕಾದ ಅಧ್ಯಕ್ಷರಾದ ಹರ್ಬರ್ಟ್ ಹೂವರ್ ತನ್ನ "America's obligations in Belgian relief"ನಲ್ಲಿ ಬರೆಯುತ್ತಾರೆ. "1921ರ ಬೇಸಿಗೆಯಲ್ಲಿ ಯೂರೋಪ್ ಯುದ್ಧಾನಂತರದ ತೊಂದರೆಗಳಲ್ಲಿ ಬೇಯುತ್ತಿದ್ದಾಗ, ರಷ್ಯಾದ ಬರಗಾಲದ ಕತೆಗಳು ಯೂರೋಪಿನ ಇತರ ಭಾಗಗಳಿಗೆ ಮತ್ತು ಸಂಯುಕ್ತ ಅಮೇರಿಕೆಯವರೆಗೂ ತಲುಪಿತು. ಎಲ್ಲ ಬೆಳೆಗಳಿಗೆ ಆಧಾರವಾಗಿದ್ದ ರಷ್ಯಾದ ಜೀವನದಿ ವೋಲ್ಗಾದಲ್ಲಿ ಹಲವು ತಿಂಗಳುಗಳ ಕಾಲ ತೊಟ್ಟು ನೀರು ಹರಿಯಲಿಲ್ಲ. ಕೃಷಿಯನ್ನೇ ನಂಬಿದ್ದ ದಕ್ಷಿಣ ಉಕ್ರೇನ್, ಟ್ರಾನ್ಸ್‌ಕಾಕಸಸ್ ಮತ್ತು ಉರಾಲ್ಸ್‌ನಲ್ಲೂ ಸಮಸ್ಯೆ ಬಿಗಡಾಯಿಸಿತು. ಕೋಟಿಗಟ್ಟಲೆ ಜನ ಹಸಿವಿನಿಂದಾಗಿ ಸಾವಿನ ದವಡೆಗೆ ಬೀಳುವಂತಾಯಿತು. 1891–92ರಲ್ಲೂ ಇಂತಹದೇ ಕ್ಷಾಮಡಾಮರಗಳಿಂದ ಲಕ್ಷಾಂತರ ಜನ ಸತ್ತಿದ್ದನ್ನು ದೇಶ ನೆನಪಿಸಿಕೊಂಡು ಈಗಿನ ಪರಿಸ್ಥಿತಿ ಇನ್ನೂ ಭೀಕರ ಎನ್ನಲಾರಂಭಿಸಿದ್ದರು. ಲೇಖಕ ಮತ್ತು ಮಾನವ ಹಕ್ಕುಗಳ ಹೋರಾಟಗಾರ 68ರ ವೃದ್ಧ ವ್ಲಾಡಿಮಿರ್ ಕೋರೋಲೆಂಕೋ ಬರೆದಿರುವಂತೆ, '17ನೇ ಶತಮಾನದಲ್ಲಿನ ಝಾರ್ ಅಲೆಕ್ಸಿಸ್‌ನ ಕಾಲದಲ್ಲಾಗಿದ್ದ ಘೋರವಾದ ಕೃಷಿ ವಿನಾಶದ ನಂತರ ನಾವು ಇಂತಹದೊಂದು ವಿಪತ್ತನ್ನು ಕೇಳಿಯೇ ಇಲ್ಲ'.

ಮತ್ತೆ ಜನರೆದುರು ಬಂದು, ರಷ್ಯಾದ ಮಕ್ಕಳಿಗಾಗಿ ಜೆಬ್ ಮತ್ತು ಸಂಗಡಿಗರು ಕೈಚಾಚುತ್ತಾರೆ. ನಿಮ್ಮ ಸೋದರ ದೇಶದ ಮಕ್ಕಳ ಪರಿಸ್ಥಿತಿಗೆ ಬೆಂಬಲ ಕೊಡಲಾರಿರಾ? ಮತ್ತೆ ಬಂದಿತು ನೆರವಿನ ಮಹಾಪೂರ. ಬರಗಾಲದಿಂದ ತತ್ತರಿಸುತ್ತಿದ್ದ ಸರಾಟೋವ ನಗರಕ್ಕೆ ಪರಿಹಾರ ಸರಬರಾಜು ಹೊರಡುತ್ತದೆ. ಈಗಲೂ ಅದೇ ಹಳೆ ಕತೆ. 1921ರಿಂದ 1923ರ ವರೆಗೆ ಎಸ್.ಸಿ.ಎಫ್. ರಷ್ಯಾಕ್ಕೆ ಪರಿಹಾರ ಕಳುಹಿಸಲು ಮುಂದಾದಾಗ ಪಶ್ಚಿಮ ಯೂರೋಪಿನಲ್ಲಿ ಜನ ಹುಯಿಲೆಬ್ಬಿಸಿದರು. ಮತ್ತೆ ಶತ್ರು ರಾಷ್ಟ್ರಕ್ಕೆ ನೆರವು! ಅದೂ ಕಮ್ಯುನಿಸ್ಟರಿಗೆ. ಅಷ್ಟೇ ಅಲ್ಲ, ಪಶ್ಚಿಮ ಯೂರೋಪಿಗೆ ಏನನ್ನೂ ತೆರೆದು ತೋರಿಸದ, ಸದಾ ಬಾಗಿಲು ಮುಚ್ಚಿಕೊಂಡೇ ಇರುವ ದೇಶಕ್ಕೆ ನಮ್ಮ ಪರಿಹಾರ ಕೊಡಬಾರದು ಎಂದು ಕೆಲವು ಜನ ಪ್ರತಿಭಟಿಸುತ್ತಾರೆ. ಅದು ರಾಜಕೀಯ ಚರ್ಚೆಯ ವಿಷಯವೂ ಆಗುತ್ತದೆ. ಇಂಗ್ಲೆಂಡಷ್ಟೇ ಅಲ್ಲ ನೆರೆಯ ದೇಶಗಳಲ್ಲೂ ನಾವೇಕೆ ಬೋಲ್ಷೆವಿಸಂಗೆ ಮತ್ತು ಕೆಂಪು ಸೇನೆಯಾಗಿ ಬೆಳೆಯುವ ಮಕ್ಕಳಿಗೆ ನೆರವು ನೀಡಬೇಕು, ಈ ಎಗ್ಲಾಂಟೈನಳದ್ದು ಏನೋ ಕುತಂತ್ರ. ನಮ್ಮಿಂದ ನೆರವು ಪಡೆದು ಬದುಕುವ ಮಕ್ಕಳು ಇನ್ನು ಕೆಲವೇ ವರ್ಷಗಳಲ್ಲಿ ನಮ್ಮ ಮೇಲೆ ಬಂದೂಕು ಹಿಡಿದು ಬರುತ್ತಾರೆ ಎಂದು ದೊಡ್ಡ ದನಿಯಲ್ಲಿ ಕೂಗಾಡಿ ಒಂದಷ್ಟು ಜನ ಪ್ರತಿಭಟಿಸುತ್ತಾರೆ. ಡೈಲಿ ಎಕ್ಸ್‌ಪ್ರೆಸ್ ಪತ್ರಿಕೆ, ರಷ್ಯಾದಲ್ಲಿ ಸೇವ್ ದ ಚಿಲ್ಡ್ರನ್ ಕೆಲಸಗಳನ್ನು ಟೀಕಿಸಿ 56 ಲೇಖನಗಳನ್ನು ಬರೆಯುತ್ತದೆ. ಇನ್ನು ಕೆಲವೇ ದಿನಗಳಲ್ಲಿ ಬ್ರಿಟನ್ನಿನಲ್ಲೂ ಕಮ್ಯುನಿಸಂ ಹರಡಿಬಿಡುತ್ತದೆ. ಅದನ್ನು ತಡೆಗಟ್ಟಲು ಸಾಧ್ಯವೇ ಆಗುವುದಿಲ್ಲ, ಇತ್ಯಾದಿ. ಇದಕ್ಕೆಲ್ಲಾ ಎಗ್ಲಾಂಟೈನಳ ಜವಾಬು 'ಬರಗಾಲದಿಂದ ಆಹಾರ, ಆರೋಗ್ಯ ವಂಚಿತ ಮಕ್ಕಳಿಗೆ ನೆರವು ನೀಡುವುದು ನಮ್ಮ ಕರ್ತವ್ಯ ಅಷ್ಟೆ. ಅಮೇರಿಕಾ ಸಂಯುಕ್ತ ಸಂಸ್ಥಾನ ರಷ್ಯಾದ ಹಸಿವಿನಿಂದ ಬಳಲುತ್ತಿರುವ ಮಕ್ಕಳಿಗಾಗಿ ಆಹಾರ ಕೊಡಲು ಬದ್ಧವಾಗಿದೆ. ಫ್ರಾನ್ಸಿನ ಸರ್ಕಾರ ರಷ್ಯಾದ ಮಕ್ಕಳಿಗೆ ಸಹಾಯ ಮಾಡಲು ಮುಂದಾಗಿದೆ. ಪೋಪರು 10 ಲಕ್ಷ ಲಿರಾ[49] ಕೊಟ್ಟು ನೆರವು ಕಾರ್ಯಗಳಿಗೆ ಬೆಂಬಲವಾಗಿದ್ದಾರೆ. ಸ್ವೀಡನ್ ಸರ್ಕಾರ ರೆಡ್ ಕ್ರಾಸ್ ಸಂಸ್ಥೆಗೆ ಬೇಕಿರುವುದನ್ನೆಲ್ಲಾ ಒದಗಿಸಿ ನಮ್ಮ ಕೆಲಸಗಳಿಗೆ ಬೆಂಬಲವಾಗಲು ತಿಳಿಸಿದೆ. ಇವರೆಲ್ಲಾ ಏನು ಮೋಸ ಹೋಗಿದ್ದಾರೇನು. ನಾವು ಬ್ರಿಟಿಷ್ ಸರ್ಕಾರವನ್ನು, ಇಗ್ಲೆಂಡಿನ ಜನರನ್ನು ತಪ್ಪು ದಾರಿಗೆ ಎಳೆಯುತ್ತಿದ್ದೇವೇನು...?'

ಪ್ರತಿಭಟನಾ ಸಭೆಗಳು ನಡೆಯುತ್ತಿದ್ದಂತೆಯೇ ಜನರಲ್ಲಿ ಅರಿವು ಮೂಡಿಸುವ ಸಭೆಗಳಲ್ಲೂ ಎಗ್ಲಾಂಟೈನ್ ಮಾತನಾಡುತ್ತಾಳೆ, 'ನಿಮ್ಮ ಒಂದು ಶಿಲ್ಲಿಂಗ್ ಐದು ಪೆನ್ನಿಗಳು ಒಂದು ಮಗುವಿಗೆ ವಾರದ ಊಟ ಕೊಟ್ಟು ಜೀವ ಉಳಿಸುತ್ತದೆ' ಜನರನ್ನು ಸೆಳೆಯಲು ಅವಳ ಈ ಮಾತು ಬಹಳ ಪರಿಣಾಮಕಾರಿಯಾಗುತ್ತದೆ. ಪರಿಸ್ಥಿತಿಯನ್ನು ವಿವರಿಸಲು ಸೇವ್ ದ ಚಿಲ್ಡ್ರನ್ ಕರಪತ್ರಗಳ ವಿತರಣೆ, ಪತ್ರಿಕೆಗಳಲ್ಲಿ ಜಾಹೀರಾತು ಕೊಡುವುದಷ್ಟೇ ಅಲ್ಲ, ಪರಿಸ್ಥಿತಿ ಕುರಿತು ಚಿಕ್ಕಚಿಕ್ಕ ಚಲನಚಿತ್ರಗಳನ್ನೂ ತಯಾರಿಸಿ ಪ್ರದರ್ಶಿಸುತ್ತದೆ. ಇವುಗಳಿಂದ ಅಮೋಘ ಪರಿಣಾಮವಾಗುತ್ತದೆ.

600 ಟನ್ ತೂಕದ ಜೀವನಾವಶ್ಯಕ ಆಹಾರ, ಬಟ್ಟೆ ಮತ್ತು ಜೀವರಕ್ಷಕ ಔಷಧಿ ವಸ್ತುಗಳನ್ನು ಹೊತ್ತು ಎಸ್.ಎಸ್. ಟಾರ್ಸೆಲ್ಲೋ ಎಂಬ ಹಡಗು ಇಂಗ್ಲೆಂಡಿನ ಬಂದರಿನಿಂದ ರಷ್ಯಾ ಕಡೆ ಹೊರಡುತ್ತದೆ. ವಿರೋಧಿ ಪಡೆಯ ಮುಂಚೂಣಿಯಲ್ಲಿದ್ದ ರಷ್ಯಾ ದೇಶಕ್ಕೆ ಯೂರೋಪಿನವರ ಅದರಲ್ಲೂ, ಇಂಗ್ಲೆಂಡಿನ ಮೂಲಕ ಪರಿಹಾರ ಕಳುಹಿಸಿದ್ದು ಅತ್ಯಂತ ದೊಡ್ಡ ಅಂತಾರಾಷ್ಟ್ರೀಯ ಸಂಧಾನದ ಫಲವೇ ಆಗಿರುತ್ತದೆ. ಇದು ಅನೇಕ ರಾಜಕೀಯ ಪಂಡಿತರನ್ನೇ ದಂಗು ಬಡಿಸುತ್ತದೆ.

ರಷ್ಯಾ ದೇಶದ ಹಲವಾರು ಕಡೆ ಆಹಾರ ವಿತರಣೆ ಕೇಂದ್ರಗಳನ್ನು ಸೇವ್ ದ ಚಿಲ್ಡ್ರನ್ ಸ್ಥಳೀಯರನ್ನು ಒಳಗೊಂಡು ಆರಂಭಿಸುತ್ತದೆ. ಒಂದು ಅಂದಾಜಿನಂತೆ 3,00,000 ಮಕ್ಕಳಿಗಾಗಿ 157 ಮಿಲಿಯನ್ ಆಹಾರ ಪೊಟ್ಟಣಗಳನ್ನು ವಿತರಿಸಲಾಗುತ್ತದೆ. ಇದರಿಂದಾಗಿ ಸಾವಿರಾರು ಜನರ ಪ್ರಾಣ ಉಳಿಯಿತು ಎಂದು ದಾಖಲೆಗಳು ತಿಳಿಸುತ್ತವೆ.

ಸೇವ್ ದ ಚಿಲ್ಡ್ರನ್ ವಿಸ್ತರಣೆ

1921ರ ಕೊನೆಯ ಹೊತ್ತಿಗೆ ಯುನೈಟೆಡ್ ಕಿಂಗ್‌ಡಮ್ ಉದ್ದಕ್ಕೂ ಸೇವ್ ದ ಚಿಲ್ಡ್ರನ್‌ನ 300ಕ್ಕೂ ಹೆಚ್ಚು ಶಾಖೆಗಳು ಆರಂಭವಾಗುತ್ತವೆ. ಅವುಗಳ ಜಾಲವ್ಯವಸ್ಥೆ ಜನರು ಮೆಚ್ಚಿ ತಲೆದೂಗುವಂತೆ ನಿರ್ವಹಣೆಯಾಗುತ್ತಿತ್ತು.

ಮೊದಲ ಜಾಗತಿಕ ಯುದ್ಧ ದೇಶದೇಶಗಳ ನಡುವೆ ಕಂಡು ಕೇಳರಿಯದ ರೀತಿ ದ್ವೇಷ ಹೆಚ್ಚಿಸಿ, ಹಿಂಸೆ, ಮೋಸ, ಅನ್ಯಾಯಗಳನ್ನು ನಡೆಸಿದ್ದರೂ, ಈ ಎಲ್ಲದರ ನಡುವೆ ಒಂದಷ್ಟು ಮಾನವೀಯ ಅಂಶಗಳು ಅರಳಿ ಬೆಳೆಯುತ್ತಿತ್ತು. ಜನ ತಾವೇ ಮುಂದಾಗಿ ತಮ್ಮ ಸುತ್ತಮುತ್ತಲಿನಲ್ಲಿ ಕಷ್ಟದಲ್ಲಿದ್ದವರಿಗೆ ನೆರವಾದರು. ಅಷ್ಟೇ ಅಲ್ಲದೆ ಹೊರದೇಶಗಳಿಗೂ, ಅವರು ಶತ್ರುಗಳು, ಮಿತ್ರರು ಎಂಬ ಯಾವುದೇ ಭೇದಭಾವ ತೋರದೆ ಯುದ್ಧದಿಂದ ಸಂತ್ರಸ್ತರಾದವರಿಗೆ ನೆರವಿನ ಹಸ್ತ ಚಾಚಿದರು. ಯುದ್ಧದಲ್ಲಿ ಅಥವಾ ಯುದ್ಧದಿಂದಾಗಿ ಅಂಗವಿಕಲರಾದವರು, ನೆಲೆ ಕಳೆದುಕೊಂಡವರು, ದೇಶಭ್ರಷ್ಟರು ಅಥವಾ ಸ್ವಂತ ದೇಶವೇ ಇಲ್ಲವಾದವರು, ಅನಾಥರು, ಮನೆಯಿಲ್ಲದ ಮಕ್ಕಳು, ಮಹಿಳೆಯರು, ವೃದ್ಧರು ಹೀಗೆ ವಿವಿಧ ರೀತಿಯ ಜನರಿಗೆ, ಪ್ರಮುಖವಾಗಿ ಯೂರೋಪಿನಲ್ಲಿ ನೆರವಿನ ಮಹಾಪೂರವೇ ಹರಿದು ಬಂದಿತು. ಇಂತಹ ಕೆಲಸಗಳನ್ನು ಕೈಗೊಂಡವರು ಜನಸಾಮಾನ್ಯರು, ಸುಶಿಕ್ಷಿತರು, ರಾಜಕಾರಣಿಗಳು, ವಕೀಲರು, ಕಾರ್ಮಿಕ ಸಂಘಟಕರು, ಪರಿಹಾರ ಕಾರ್ಯಗಳನ್ನು ಮಾಡಲು ಮುಂದಾದ ಸ್ವಯಂಸೇವಕರು, ಹೀಗೆ ನೂರಾರು ಜನ ಸೇರಿದರು. ಯುದ್ಧದ ಅಡ್ಡ ಪರಿಣಾಮವೋ, ಒಳ್ಳೆಯ ಬೆಳವಣಿಗೆಯೋ, ಅಂತೂ ಹಲವಾರು ಕಲಿಕೆಗಳು, ಅರಿವು, ವಿಚಾರ, ಯೋಜನೆಗಳು, ಚಿಂತನೆಗಳು, ಕ್ರಿಯಾ ತಂತ್ರಗಳು, ತಂತ್ರಜ್ಞಾನದ ಬಳಕೆಯೇ ಮೊದಲಾದವು ಬೆಳೆದುಬಂದಿತ್ತು. ಜೊತೆಗೆ ಕೆಲವು ವಿರೋಧೀ ಚಿಂತನೆಗಳು ಸಮಾಜದ ಪರಿಸ್ಥಿತಿಯನ್ನು ಛಿದ್ರಗೊಳಿಸಿತ್ತು ಕೂಡಾ. ಒಂದೆಡೆ ಪರಿಹಾರ ಸಾಮಗ್ರಿಗಳು, ಹಣವನ್ನು ಹೇಗೆ ತಲುಪಿಸುವುದು ಎಂದು ಗೊತ್ತಿಲ್ಲದವರು ಇದ್ದರೆ, ಮತ್ತೊಂದೆಡೆ ಇಂತಹವುಗಳನ್ನು ವ್ಯವಸ್ಥಿತವಾಗಿ, ವೃತ್ತಿಶೀಲ ಚಿಂತನೆಗಳನ್ನು ಇಟ್ಟುಕೊಂಡು ವಿತರಿಸುವವರೂ ಇದ್ದರು. ಇಂತಹದೆಲ್ಲಾ ಮಾನವೀಯ ನಡೆಗಳ ನಡುವೆ, ಜನರ 'ಹಕ್ಕು'[50] ಎಂಬ ವಿಚಾರ ನಿಧಾನವಾಗಿ ಚಿಗುರೊಡೆದಿತ್ತು[51].

ತೊಂದರೆ, ಹಿಂಸೆ, ಅತಂತ್ರದಲ್ಲಿರುವವರಿಗೆ ಸ್ಪಂದಿಸುವುದು ಮಾನವೀಯ ಪ್ರತಿಕ್ರಿಯೆ. ಆದರೆ ಈ ಪ್ರತಿಕ್ರಿಯೆಯನ್ನು ಯೋಜನಾಬದ್ಧವಾಗಿ ನಿರ್ವಹಿಸದಿದ್ದರೆ ಏನೂ ಪ್ರಯೋಜನವಾಗುವುದಿಲ್ಲ ಎನ್ನುವುದು ಜೆಬ್‌ಳ ವಾದವಾಗಿತ್ತು. ಇದಕ್ಕಾಗಿ ಯೋಜನೆ, ತರಬೇತಿ, ಸಂಶೋಧನೆ ನಡೆಸಿ ಅವುಗಳ ಮೂಲಕ ನಿರ್ದಿಷ್ಟ ಜನರಿಗೆ ಜವಾಬ್ದಾರಿಗಳನ್ನು ಕೊಟ್ಟರೆ, ಸಂಪನ್ಮೂಲ, ಹಣ ನಷ್ಟವಾಗುವುದಿಲ್ಲ. ಇದಕ್ಕಾಗಿ ವೃತ್ತಿಶೀಲರನ್ನು ನೇಮಿಸಿಕೊಳ್ಳಬೇಕು ಎನ್ನುವುದು ಜೆಬ್‌ಳ ಕಾರ್ಯವಿಧಾನವಾಗಿತ್ತು. ಸೇವ್ ದ ಚಿಲ್ಡ್ರನ್ ಫಂಡ್‌ನ ಅಧ್ಯಕ್ಷರು ತಮ್ಮ ಮಾತಿನಲ್ಲಿ ಹೇಳಿದ್ದು, '...ಸೇವ್ ದ ಚಿಲ್ಡ್ರನ್‌ನ ಕೆಲಸಗಳು ಧನಾತ್ಮಕವೂ, ರಚನಾತ್ಮಕವೂ, ತೊಂದರೆಯಲ್ಲಿರುವವರಿಗೆ ಉಪಶಾಮಕವೂ ಆಗಿರುತ್ತದೆ. ನೀವು ನೀಡುವ ದೇಣಿಗೆ, ದಾನ ಧರ್ಮಗಳ ಹಣವನ್ನು ತೊಂದರೆಯಲ್ಲಿರುವ [illegible] ಬದುಕನ್ನು ಕಟ್ಟಿಕೊಡಲು ಗರಿಷ್ಠ ಮಟ್ಟದಲ್ಲಿ ಬಳಕೆಯಾಗುವುದರ ಬಗ್ಗೆ ನಾವು
[illegible] ಯುದ್ಧ, ಕ್ಷಾಮ, ಪ್ರವಾಹ, ಅವಘಡಗಳಾಗಿ ತಮ್ಮ
[illegible] ಯಾವುದೋ ಮೂಲೆಯಲ್ಲಿ ಜನಸಮುದಾಯಗಳು
[illegible]ದು ಕೈಚಾಚಿ ಕೇಳಿದ ಕೂಡಲೇ ಜನ ಪ್ರತಿಕ್ರಿಯಿಸುತ್ತಾರೆ.
[illegible]ವರಿಗೆ ಪ್ರತಿಸ್ಪಂದಿಸುತ್ತಾರೆ. ಇದು ಬಹಳ ಒಳ್ಳೆಯದು.
[illegible]ದಾವುದೂ ಸಹೃದಯರಿಗೆ ತೊಡಕಾಗುತ್ತಿಲ್ಲ. ಬಹಳ
[illegible]ನಲ್ಲಷ್ಟೆ ಪ್ರತಿಕ್ರಿಯಿಸುವುದಕ್ಕಿಂತಲೂ, ಯಾವುದೇ ಮಗು,
[illegible]ಮಾಜ ಸಂಕಷ್ಟಕ್ಕೆ ಬೀಳದಂತೆ ತಡೆಯುವ, ರಕ್ಷಿಸುವ
ಜನರನ್ನು ಕೇಳಿದರೆ ಹೇಗೆ?' ಎಂದು ಎಗ್ಲಾಂಟೈನ್

ಯೋಚಿಸುತ್ತಿದ್ದಳು. ಸೇವ್ ದ ಚಿಲ್ಡ್ರನ್ ಮತ್ತು ಇಂತಹ ಕೆಲಸಗಳಲ್ಲಿ ಇರುವವರು ಕೇವಲ ದುರಂತಗಳಾದಾಗ ಮಾತ್ರ ಪರಿಹಾರದ ಚೀಲ ಹೊತ್ತು ಓಡುವುದಕ್ಕಿಂತಲೂ, ಮಕ್ಕಳ ಒಳಿತಿಗಾಗಿ ಒಂದು ಶಾಶ್ವತ ವ್ಯವಸ್ಥೆ ಆಗಲೇಬೇಕು ಎನ್ನುವುದು ಅವಳ ಚಿಂತನೆಯಾಗಿತ್ತು.

ಈ ಸಮಯದಲ್ಲಿ ರಾಷ್ಟ್ರೀಯ ಮಹಿಳಾ ಕೌನ್ಸಿಲ್, ಕೇಂಬ್ರಿಡ್ಜ್ ಶಾಖೆಯಲ್ಲಿ ನಗರದ ಮೇಯರ್ ಜೊತೆಗೂಡಿ ಕಾರ್ಯಕ್ರಮವೊಂದನ್ನು ಏರ್ಪಡಿಸಿ ಎಗ್ಲಾಂಟೈನ್ ಜೆಬ್‌ಗೆ ಸಾರ್ವಜನಿಕ ಗೌರವ ನೀಡಿತು. ಆ ಕಾರ್ಯಕ್ರಮದಲ್ಲಿ ಮಾತನಾಡುತ್ತಾ ಎಗ್ಲಾಂಟೈನ್ ಜೆಬ್ ಹೇಳಿದ್ದು, 'ಸಮಾಜಕಾರ್ಯದ ಮೂಲಪಾಠಗಳನ್ನು ನನಗೆ ಕಲಿಸಿದ್ದು ಕೇಂಬ್ರಿಡ್ಜ್ ಊರು ಮತ್ತು ಇಲ್ಲಿನ ಜನ. ಈಗ ನಾನೇನು ಮಾಡುತ್ತಿದ್ದೇನೋ, ಏನು ಚಿಂತಿಸುತ್ತಿದ್ದೇನೋ ಅದೆಲ್ಲಕ್ಕೂ ನಾನು ಕೇಂಬ್ರಿಡ್ಜ್‌ಗೆ ಮತ್ತು ಇಲ್ಲಿನ ಸಮಾಜಸೇವಾ ಸಂಸ್ಥೆಗಳಿಗೆ ಋಣಿಯಾಗಿದ್ದೇನೆ. ಇಲ್ಲಿಗೆ ಬಂದಾಗಲೆಲ್ಲಾ ನನಗೆ ಹೊಸ ಹೊಸ ಕಲ್ಪನೆಗಳು, ಚಿಂತನೆಗಳು ಬರುತ್ತಿದ್ದವು' (22 ಫೆಬ್ರವರಿ 1922). ವಂದನಾರ್ಪಣೆ ಸಲ್ಲಿಸಿದ ಶ್ರೀಮತಿ ಕೇಯ್ನ್, 'ಎಗ್ಲಾಂಟೈನ್ ಜೆಬ್ ತಮ್ಮ ಮಾತುಗಳಲ್ಲಿ ಹೇಳಿದ್ದು, ಕೇಂಬ್ರಿಡ್ಜ್‌ನಲ್ಲಿ ಇದ್ದು, ಮಾಡಿದ ಕೆಲಸಗಳು ತಮ್ಮ ಅನುಭವಗಳನ್ನು ಹೆಚ್ಚಿಸಿತು ಮತ್ತು ಕೆಲಸದ ವಿಶಾಲತೆಯನ್ನು ತೋರಿತು ಎಂದು. ಒಂದು ರೀತಿಯಲ್ಲಿ ನಮ್ಮ ನಡುವೆ ಇದ್ದು ಸಮಾಜಕಾರ್ಯದ ಮೂಲ ಕೆಲಸಗಳನ್ನು ಕೈಗೊಂಡಾಕೆ ಎಗ್ಲಾಂಟೈನ್ ಜೆಬ್. ಆಕೆ ಇಲ್ಲಿ ಮಾಡಿದ ಕೆಲಸ ಎಂತಹದು ಮತ್ತು ಅದರಿಂದ ಇಲ್ಲಿನ ಜನರ ಚಿಂತನೆಗಳು ಎಷ್ಟು ಬದಲಾಗಿವೆ ಎಂಬುದು ಇಲ್ಲಿನ ಜನರಿಗೆ ಮಾತ್ರ ಗೊತ್ತು. ಹಾಗೆ ನಾವು ಎಗ್ಲಾಂಟೈನಗಳಿಗೆ ಋಣಿಯಾಗಿದ್ದೇವೆ. ಈಕೆ ನೀಡಿದ ಹಲವಾರು ನೀತಿ ನಿರೂಪಣೆಗಳು, ಸಲಹೆಗಳು ಇಂದು ಸ್ಥಳೀಯ ಸರ್ಕಾರ, ಸಂಸ್ಥೆಗಳು, ಮತ್ತು ದೇಶದ ಸರ್ಕಾರಕ್ಕೂ ಮಾದರಿಯಾಗಿವೆ. ಈಗ ಎಗ್ಲಾಂಟೈನ್ ಕೇವಲ ಬಡವರ ಪರವಾದ ದನಿಯಲ್ಲ. ಆಕೆ ಮಹಿಳಾ ಹಕ್ಕುಗಳು, ಮಕ್ಕಳ ಹಕ್ಕುಗಳು, ನಿರಾಶ್ರಿತರ ಹಕ್ಕುಗಳ ಪರವಾದ ಅತ್ಯಂತ ವಿಶ್ವಾಸಾರ್ಹವೂ, ಖಚಿತವೂ ಆದ ರಾಜಕೀಯ ನಿಲುವಿನ ದನಿಯಾಗಿದ್ದಾಳೆ'. ಸಂಶೋಧನೆಗೆ ಮಾರ್ಗದರ್ಶಕರಾಗಿದ್ದವರು, ಬದುಕಿನಲ್ಲಿ ಹೊಸ ದೃಷ್ಟಿಕೋನವನ್ನು ಬೆಳೆಸಿಕೊಳ್ಳಲು ಅವಕಾಶಕೊಟ್ಟವರಿಂದಲೇ ಇಂತಹದೊಂದು ಪ್ರಶಂಸೆ, ಪ್ರೋತ್ಸಾಹ ಬಂದದ್ದು ಎಗ್ಲಾಂಟೈನಳ ಚಿಂತನೆ, ಕೆಲಸಗಳಿಗೆ ದೊಡ್ಡ ಮನ್ನಣೆ ಸಿಕ್ಕಿದ ಹಾಗೆ ಆಯಿತು.

ಮಕ್ಕಳ ಹಕ್ಕುಗಳು – ಕಲ್ಪನೆ ಕುಡಿಯೊಡೆಯಿತು

ಮಕ್ಕಳಿಗಾಗಿ ಎಂದೇ ಒಂದಷ್ಟು ಜನ ಹಣ ಕೊಡುತ್ತಾರೆ. ನಾವದನ್ನು ತೆಗೆದುಕೊಂಡು ಆಹಾರ, ಬಟ್ಟೆ, ಔಷಧಿ ಅಂತ ಕೊಟ್ಟುಬಿಡುತ್ತೇವೆ. ಆದರೆ ಮಕ್ಕಳ ದುಃಸ್ಥಿತಿ ಬದಲಿಸುವಂತಹ ಚಿಂತನೆ ಜನರಿಗೆ, ಸಮುದಾಯಗಳಿಗೆ ಮತ್ತು ಸರ್ಕಾರಕ್ಕೆ ಬರಬೇಕು. ಇಂತಹದಕ್ಕಾಗಿ ಏನಾದರೂ ಮಾಡಬೇಕು ಎಂಬ ತುಡಿತ ಎಗ್ಲಾಂಟೈನಳಲ್ಲಿ ಹೆಚ್ಚಾಗುತ್ತಿತ್ತು. ಅಂತಹದೊಂದು ದಿನ ಅವಳು, ಮನಸ್ಸನ್ನು ನಿರಾಳಗೊಳಿಸಲು ಜಿನೀವಾದ ಹೊರಗಿನ ಮೌಂಟ್ ಸಾಲೆವಾ ಬೆಟ್ಟ ಹತ್ತಿ ಬಂಡೆಯೊಂದರ ಮೇಲೆ ಸುಳಿಗಾಳಿಗೆ ಮೈಯೊಡ್ಡಿ ಕುಳಿತಿರುತ್ತಾಳೆ (1922). ಕುಳಿರ್ಗಾಳಿ.

ಪ್ರಶಾಂತವಾದ ವಾತಾವರಣ. ಎದುರಿಗೆ ಆ ದೊಡ್ಡ ಅಂತಾರಾಷ್ಟ್ರೀಯ ಖ್ಯಾತಿಯ ನಗರ. ಬೆಟ್ಟದ ಮರ ಗಿಡಗಳ ಓಲಾಟ. ಎಲ್ಲೆಲ್ಲೂ ಪಕ್ಷಿಗಳು ಹಾಡುವ ಸದ್ದು. ಆದರೆ ಅವಳ ಪ್ರಕ್ಷುಬ್ಧ ಮನಸ್ಸಿಗೆ ಶಾಂತಿಯೆಲ್ಲಿ ಬರಬೇಕು?

ಮಕ್ಕಳಿಗಾಗಿ, ಜಗತ್ತಿನ ಎಲ್ಲ ಮಕ್ಕಳಿಗಾಗಿ ಸಮುದಾಯಗಳು, ಸರ್ಕಾರಗಳು ಬದ್ಧರಾಗುವಂತೆ ಏನಾದರೂ ಮಾಡಬೇಕು. ಅವಳ ಪೆನ್ಸಿಲ್ ಪುಟ್ಟ ನೋಟ್ ಪುಸ್ತಕದ ಮೇಲೆ ಓಡಾಡತೊಡಗಿತು.

"ಮಕ್ಕಳೂ ಮಾನವರು. ಅವರಿಗೂ ಹಕ್ಕುಗಳಿವೆ. ಮಾನವ ಹಕ್ಕುಗಳು, ಮಕ್ಕಳ ಹಕ್ಕುಗಳು..." ಚಿಂತನೆ ಬಲಿಯತೊಡಗಿತು. ಅದು ಸಾಂದ್ರವಾದಂತೆ, ಐದು ಅಂಶಗಳನ್ನು ಎಗ್ಲಾಂಟೈನ್ ಬರೆದಳು.

'ದ ಕ್ಲೇಮ್ಸ್ ಆಫ್ ದ ಚಿಲ್ಡ್ರನ್'

1. ಎಲ್ಲ ಮಕ್ಕಳು ವಿಕಾಸ ಹೊಂದಲಿಕ್ಕೆ ಅವಕಾಶವಿರಬೇಕು.
2. ಯಾವುದೇ ಮಗು ಹಸಿದಿರಬಾರದು, ಚಿಕಿತ್ಸೆ, ಔಷಧಕ್ಕಾಗಿ ಪಾಡು ಪಡಬಾರದು, ತಿರಸ್ಕೃತವಾಗಬಾರದು.
3. ಅವಘಡಗಳಾದಾಗ ಮಕ್ಕಳಿಗೆ ಮೊದಲು ನೆರವು ಸಿಗಬೇಕು.
4. ಜೀವಿಸುವ ವಿಧಾನ ಮಕ್ಕಳಿಗೆ ತಿಳಿದಿರಬೇಕು. ಮಕ್ಕಳನ್ನು ಎಲ್ಲರೂ ಒಗ್ಗೂಡಿ ರಕ್ಷಿಸಬೇಕು.
5. ಬೆಳೆಯುವ ಮಕ್ಕಳು ಬುದ್ಧಿ, ಶಕ್ತಿ, ಕೌಶಲ್ಯವನ್ನು ಬೇರೆಯವರಿಗೂ ಸಹಾಯ ಮಾಡಲು ಉಪಯೋಗಿಸಬೇಕು.

ಸದಾ ಕಾಲ ಮಕ್ಕಳ ಹಿತವನ್ನೇ ಚಿಂತಿಸುವ, ಎಲ್ಲ ಕೆಲಸಗಳಲ್ಲೂ ಮಕ್ಕಳ ಏಳ್ಗೆ, ರಕ್ಷಣೆ, ಅಭಿವೃದ್ಧಿಯ ಗುಂಗಿನಲ್ಲೇ ಇರುವ ಎಗ್ಲಾಂಟೈನಳ ಈ ಟಿಪ್ಪಣಿ ಮುಂದಿನ ದಿನಗಳಲ್ಲಿ ಮಕ್ಕಳ ಬದುಕಿನಲ್ಲಿ ಮಹತ್ತರವಾದ ಜಾಗತಿಕ ಬದಲಾವಣೆಗಳಿಗೆ, ಚಿಂತನೆಗಳಿಗೆ ನಾಂದಿಯಾಯಿತು.

ರಷ್ಯಾದ ಪರಿಹಾರ ಕೆಲಸ ಮುಗಿಯುವ ಹೊತ್ತಿಗೆ ಸೇವ್ ದ ಚಿಲ್ಡ್ರನ್‌ನ ದೇಣಿಗೆ ಸಂಗ್ರಹದಲ್ಲಿ ಇಳಿಕೆಯಾಗಲು ತೊಡಗಿತು (1923). ಅಷ್ಟು ಹೊತ್ತಿಗೆ ಎಗ್ಲಾಂಟೈನಳ ಮನದಲ್ಲಿ ಇನ್ನೊಂದೇನೋ ಕಲ್ಪನೆ ಸುತ್ತುತ್ತಿತ್ತು, 'ಮಕ್ಕಳ ಚಾರ್ಟರ್'. ಮಕ್ಕಳ ಹಕ್ಕುಗಳನ್ನು ಪ್ರತಿಪಾದಿಸುವುದು ಮತ್ತು ಎಲ್ಲ ಯೋಜನೆಗಳ ಮುಂಚೂಣಿಯಲ್ಲಿ ಮಕ್ಕಳ ಹಕ್ಕುಗಳನ್ನು ತರುವುದು ಅಂತಾರಾಷ್ಟ್ರೀಯ ಸಮುದಾಯದ ಕರ್ತವ್ಯವಾಗಬೇಕು. ಎಗ್ಲಾಂಟೈನಳ ಕಲ್ಪನೆ 'ದ ಕ್ಲೇಮ್ಸ್ ಆಫ್ ದ ಚಿಲ್ಡ್ರನ್' ಮೊದಲು ಸೇವ್ ದ ಚಿಲ್ಡ್ರನ್‌ನ ಪತ್ರಿಕೆ 'ದ ವರ್ಲ್ಡ್ಸ್ ಚಿಲ್ಡ್ರನ್'ನಲ್ಲಿ ಪ್ರಕಟವಾಗುತ್ತದೆ.

ಅಂತಾರಾಷ್ಟ್ರೀಯ ಸೇವ್ ದ ಚಿಲ್ಡ್ರನ್ ಯೂನಿಯನ್, ಜಿನೀವಾದ ಸಭೆಯಲ್ಲಿ ಜೆಬ್ ಸಿದ್ಧಪಡಿಸಿದ್ದ ಚಾರ್ಟರ್ ಅನ್ನು ಮಂಡಿಸಲಾಗುತ್ತದೆ. ಅದು ಮುಂದೆ ಮಕ್ಕಳ ಹಕ್ಕುಗಳ ಘೋಷಣೆಯ ಕರಡು ಪ್ರತಿಯೇ ಆಗುತ್ತದೆ. ಎಲ್ಲ ಮಕ್ಕಳಿಗೆ ಅತ್ಯುತ್ತಮವಾದ ಆರಂಭ ಒದಗಬೇಕು ಎನ್ನುವ ಜೆಬ್‌ಳ ಅಪೇಕ್ಷೆ, ಯೂನಿಯನ್‌ನ ಆಶಯವೂ ಆಗಿ ಮುಂದೆ ಬರುತ್ತದೆ. ಅಲ್ಲಿ ನಡೆದ ಚರ್ಚೆ, ಜೆಬ್ಬಳ ಮೂಲ ಅಂಶಗಳು ಎಲ್ಲವೂ ಒಟ್ಟಾಗಿ 1923ರ ಫೆಬ್ರವರಿ 23ರಂದು ಪ್ರಕಟವಾಗುತ್ತದೆ.

ಈ ಕುರಿತು ಎಗ್ಲಾಂಟೈನ್ ಜೆಬ್ ತನ್ನ ತಾಯಿಗೆ ಮತ್ತು ಸೋದರಿ ಡೋರೊತಿಗೆ ಪತ್ರ ಬರೆಯುತ್ತಾಳೆ. 'ದ ಕ್ಲೇಮ್ಸ್ ಆಫ್ ದ ಚಿಲ್ಡ್ರನ್' ಹೆಸರಿನಲ್ಲಿ ತಾನು ಸಿದ್ಧಪಡಿಸುತ್ತಿರುವ ಕರಡು

ಮತ್ತು ಅದನ್ನು ಎಲ್ಲಿ ಹೇಗೆ ಮಂಡಿಸುತ್ತಿರುವುದಾಗಿ ಹೇಳುತ್ತಾಳೆ. 'ಅಮ್ಮ, ಇದು ಲೀಗ್ ಆಫ್ ನೇಷನ್ಸ್‌ನಲ್ಲಿ ಪ್ರತಿಪಾದನೆಯಾಗಲು ಮಂಡನೆಯಾಗಬೇಕು. ಆಗ ಅದಕ್ಕೆ ಅಧಿಕೃತತೆ ಬರುತ್ತೆ. ಜಗತ್ತಿನ ಮಕ್ಕಳಿಗೆ ಒಳ್ಳೆಯದಾಗುತ್ತೆ'.

ಲೀಗ್ ಆಫ್ ನೇಷನ್ಸ್‌ನ ಐದನೇ ಸಭೆಯಲ್ಲಿ ಮಕ್ಕಳ ಹಕ್ಕುಗಳ ಚಾರ್ಟ್‌ರ್ / ಘೋಷಣೆಯನ್ನು ಒಪ್ಪಿಕೊಳ್ಳಲಾಗುತ್ತದೆ. 'ಮನುಕುಲ ತನ್ನ ಮಕ್ಕಳಿಗೆ ಅತ್ಯುತ್ತಮವಾದುದನ್ನು ಅರ್ಪಿಸುವ ಕರ್ತವ್ಯ ಹೊಂದಿದೆ' ಎಂಬುದನ್ನು ಒಪ್ಪಿಕೊಂಡ ಲೀಗ್ ಆಫ್ ನೇಷನ್ಸ್ ಜಗತ್ತಿನ ಎಲ್ಲ ಜನರಿಗೆ ಯಾವುದೇ ಮಗುವನ್ನು ಅದರ ಜನಾಂಗ, ದೇಶ ಮತ್ತು ಸ್ಥಾನಮಾನ, ಬಣ್ಣ, ಭಾಷೆ ಇದಾವುದರಿಂದಲೂ ತಾರತಮ್ಯ ಮಾಡದೆ ರಕ್ಷಿಸಬೇಕು ಮತ್ತು ಸಹಾಯ ನೀಡಬೇಕು ಎಂದು ಹೇಳುತ್ತದೆ (26 ಸೆಪ್ಟಂಬರ್ 1924).

1. ಪ್ರತಿ ಮಗುವಿಗೆ ವಸ್ತುನಿಷ್ಠವಾಗಿ ಮತ್ತು ಆಧ್ಯಾತ್ಮಿಕವಾಗಿ ವಿಕಾಸ ಹೊಂದಲು ಅವಕಾಶಗಳು ದೊರೆಯಬೇಕು
2. ಹಸಿವಿನಿಂದ ಬಳಲುವ ಮಗುವಿಗೆ ಆಹಾರ, ಅನಾರೋಗ್ಯಗೊಂಡ ಮಗುವಿಗೆ ಚಿಕಿತ್ಸೆ, ಹಿಂದುಳಿದ ಮಗುವಿಗೆ ಸಹಾಯ ನೀಡಬೇಕು. ತಪ್ಪು ಮಾಡಿದ ಮಗುವನ್ನು ಸನ್ಮಾರ್ಗಕ್ಕೆ ತರಬೇಕು. ತಿರಸ್ಕೃತ ಅಥವಾ ಅನಾಥ ಮಕ್ಕಳಿಗೆ ರಕ್ಷಣೆ ನೀಡಬೇಕು
3. ದುರಂತಗಳು, ತೊಂದರೆಗಳಾದಾಗ ಮಕ್ಕಳಿಗೆ ಮೊಟ್ಟ ಮೊದಲು ನೆರವು ಒದಗಿಸಬೇಕು
4. ಮಕ್ಕಳಿಗೆ ಜೀವಿಸುವ ವಿಧಾನಗಳನ್ನು ಕಲಿಸಬೇಕು, ಎಲ್ಲ ರೀತಿಯ ಶೋಷಣೆಗಳ ವಿರುದ್ಧ ಮಕ್ಕಳನ್ನು ರಕ್ಷಿಸಬೇಕು
5. ಪ್ರತಿಯೊಂದು ಮಗುವೂ ತನ್ನ ಬುದ್ಧಿ, ಶಕ್ತಿ, ಕೌಶಲ್ಯಗಳನ್ನು ತನ್ನ ಸಹವರ್ತಿಗಳ ಶ್ರೇಯೋಭಿವೃದ್ಧಿಗಾಗಿ ಬಳಸಬೇಕೆಂಬ ಪ್ರಜ್ಞೆಯೊಡನೆ ಬೆಳೆಯಬೇಕು.

ಈ ಐದು ಪಂಕ್ತಿಗಳು ಮುಂದೆ ಏಳು ಪಂಕ್ತಿಗಳಾಗಿ 1959ರಲ್ಲಿ ಮಕ್ಕಳ ಹಕ್ಕುಗಳ ಘೋಷಣೆಯಾಗುತ್ತದೆ.

ದ ಕ್ಲೇಮ್ಸ್ ಆಫ್ ದ ಚಿಲ್ಡ್ರನ್ ಅನ್ನು ಕೆಥಡ್ರಲ್ ಆಫ್ ಸೇಂಟ್ ಪೀಟರ್, ಜಿನೀವಾದಲ್ಲಿ ಮಂಡಿಸಲಾಗುತ್ತದೆ (10 ಆಗಸ್ಟ್ 1924). ಬಹಳ ಮುಖ್ಯವಾಗಿ ಮಕ್ಕಳ ಹಕ್ಕುಗಳನ್ನು ಎಲ್ಲರೂ ಸಾರ್ವಜನಿಕವಾಗಿ ಒಪ್ಪಲು ತೆಗೆದುಕೊಂಡ ಪ್ರಚಾರ ಎನ್ನಬಹುದು. 'ಸಹಾಯಕ್ಕೆ ಮರು ಸಹಾಯ ಮಾಡದಿರೆ ಮತ್ತೇನು? ಮಿಡಿದ ಮನಸಿಗೆ ಮರು ಮಿಡಿತವೇ ಕೊಡುಗೆ' ಎಂಬುದು ಎಗ್ಲಾಂಟೈನಳ ಮನದಾಳದ ಮಾತಾಗಿತ್ತು. ಈ ಎಲ್ಲ ಅನುಭವಗಳು ಸೇವ್ ದ ಚಿಲ್ಡ್ರನ್‌ನ ಮುಖವಾಣಿ 'ದ ವರ್ಲ್ಡ್ಸ್ ಚಿಲ್ಡ್ರನ್' ಪತ್ರಿಕೆಯಲ್ಲಿ ಪ್ರಕಟವಾಯಿತು.

ಜಿನೀವಾದಲ್ಲಿ ಸೇವ್ ದ ಚಿಲ್ಡ್ರನ್‌ನ ಸಿಬ್ಬಂದಿಯ ಮಕ್ಕಳಿಗಾಗಿ ಬೇಸಿಗೆ ಶಿಬಿರಗಳನ್ನು ಆಯೋಜಿಸಿ, ಅವರಲ್ಲೂ ಶಾಂತಿ, ಸಹನೆ, ಸಹೃದಯತೆಯ ಮೂಲವಿಚಾರಗಳನ್ನು ಅಳವಡಿಸಿಕೊಳ್ಳಲು ಪ್ರೋತ್ಸಾಹಿಸಲಾಯಿತು. 'ಮಕ್ಕಳ ಮಾನವ ಹಕ್ಕುಗಳು... ಮರೆತು ಹೋದ ಮಕ್ಕಳ ಹಕ್ಕುಗಳು... ಹಸಿದು ಬಳಲಿದ ಮಕ್ಕಳಿಗೆ ಊಟವಿಕ್ಕಬೇಕು, ರೋಗದಿಂದ ನರಳುವ ಮಕ್ಕಳಿಗೆ ಚಿಕಿತ್ಸೆ ಕೊಡಬೇಕು, ಮೂಲೆಗೆ ತಳ್ಳಲ್ಪಟ್ಟ ಮಕ್ಕಳಿಗೆ ಸಹಾಯ ಮಾಡಿ ಮುಂದೆ ತರಬೇಕು, ದಾರಿತಪ್ಪಿದ ಮಕ್ಕಳನ್ನು ಮುಖ್ಯವಾಹಿನಿಗೆ ಬರಲು ಸಹಾಯ ಮಾಡಬೇಕು, ಅನಾಥರಾದ, ನಿರ್ಗತಿಕರಾದ, ಅಂಗವಿಕಲರಾದ ಮಕ್ಕಳಿಗೆ ಆಶ್ರಯ ಕೊಟ್ಟು ರಕ್ಷಿಸಿ ಸಹಾಯ ಮಾಡಬೇಕು'.

ತೊಂದರೆಯಲ್ಲಿರುವ ಮಕ್ಕಳಿಗೆ ತನ್ನ ಪ್ರೀತಿಯನ್ನು ಧಾರೆಯೆರೆಯಲು ಸಂಪೂರ್ಣವಾಗಿ ಸಮರ್ಪಿಸಿಕೊಂಡು ಸ್ವಂತ ಆರೋಗ್ಯ ರಕ್ಷಣೆಗೆ ಅಷ್ಟೇನೂ ಗಮನಕೊಡದೆ ತನ್ನ ತಾನೇ ದಹಿಸಿಕೊಂಡು ಕರಗಿ ಹೋಗುತ್ತಿದ್ದ ಎಗ್ಲಾಂಟೈನ್‌ಳಿಗೆ ಜನ ಪ್ರೀತಿಯಿಂದ ಹೆಸರಿಸಿದ್ದು, 'ಶ್ವೇತಜ್ವಾಲೆ'. ಯೂರೋಪಿನ ಯಾವುದೇ ಮೂಲೆಯಲ್ಲಿ ಮಕ್ಕಳನ್ನು ಕುರಿತು ಚಿಂತನೆ ಮಾಡಲಿಕ್ಕೆ ಇದೆ ಎಂದರೆ ತನ್ನ ಪುಟ್ಟದೊಂದು ಚೀಲ ಹಿಡಿದು ಜೆಬ್ ಹೊರಟೇ ಬಿಡುತ್ತಿದ್ದಳು. ಎತ್ತರದ ನಿಲುವಿನ, ಕೃಶಕಾಯದ, ಬಿಳಿಕೂದಲ, ಸರಳ ಉಡುಪಿನ ಹೆಣ್ಣೊಬ್ಬಳು ಮಕ್ಕಳ ವಿಚಾರದಲ್ಲಿ ಮಾತನಾಡಲು ನಿಂತಳೆಂದರೆ ಓ ಅದು 'ವೈಟ್ ಫ್ಲೇಮ್, ಎಗ್ಲಾಂಟೈನ್ ಜೆಬ್' ಎಂದೇ ಜನ ಗುರುತಿಸುವಂತಾಗಿತ್ತು.

ಮಕ್ಕಳ ಹಕ್ಕುಗಳನ್ನು ಕುರಿತು ಘೋಷಣೆ

ಲೀಗ್ ಆಫ್ ನೇಷನ್ಸ್‌ನ ಸಾಮಾನ್ಯ ಸಭೆಯನ್ನು 1924 ಸೆಪ್ಟಂಬರ್ 26ರಂದು ಜಿನೀವಾದಲ್ಲಿ ಆಯೋಜಿಸಲಾಗಿತ್ತು. ಬ್ರಿಟನ್ನಿನ ನಿಯೋಗದ ಅಪೇಕ್ಷೆಯ ಮೇರೆಗೆ 'ಡಿಕ್ಲರೇಷನ್ ಆನ್ ದ ರೈಟ್ಸ್ ಆಫ್ ದ ಚೈಲ್ಡ್' (ಮಕ್ಕಳ ಹಕ್ಕುಗಳ ಘೋಷಣೆ) ಎಂಬ ವಿಚಾರವನ್ನು ಚರ್ಚಾ ವಿಷಯಗಳಲ್ಲಿ ಸೇರಿಸಲಾಗಿತ್ತು. ವಾಸ್ತವವಾಗಿ ಆ ಸಭೆಯ ಉದ್ದೇಶ ಯುದ್ಧದಲ್ಲಿ ಸೋತ ದೇಶಗಳು ಕೊಡುವ ತಪ್ಪು ದಂಡಗಳನ್ನು ಪಡೆಯುವುದು ಮತ್ತು ಅದರ ನಿರ್ವಹಣೆ ಯೋಜನೆ

ಕುರಿತು ಚರ್ಚಿಸುವುದಾಗಿತ್ತು. ಯೂರೋಪಿನ 21 ದೇಶಗಳ ವಿದೇಶಾಂಗ ಸಚಿವರು ಅದರಲ್ಲಿ ಭಾಗವಹಿಸಲು ಬಂದಿದ್ದರು. ಪ್ರಮುಖವಾಗಿ ಬ್ರಿಟನ್ ಪ್ರಧಾನಿ ರಾಮ್ಸೇ ಮೆಕ್‌ಡೊನಾಲ್ಡ್ ಮತ್ತು ಫ್ರಾನ್ಸಿನ ಪ್ರಧಾನಿ ಎಡ್ವರ್ಡ್ ಹೆರ್ರಿಯಟ್ ಸೇರಿದ್ದರು. ಈ ಸಭೆಯಲ್ಲಿ ಬ್ರಿಟನ್ನಿನ ಅಪೇಕ್ಷೆಯಂತೆ ಅಂತಾರಾಷ್ಟ್ರೀಯ ಮಾನವೀಯತೆ ಮತ್ತು ಮಾನವ ಹಕ್ಕುಗಳ ಉನ್ನತ ರಾಜಕೀಯ ನೆಲೆಗಳಲ್ಲಿ, ವೇದಿಕೆಗಳಲ್ಲಿ ಮೊತ್ತ ಮೊದಲ ಬಾರಿಗೆ ಮಕ್ಕಳ ವಿಚಾರಗಳನ್ನು ಸಂಬಂಧಿಸಿದವರ ಗಮನಕ್ಕೆ ತರಲಾಯಿತು.

ಆ ಬೆಳಗ್ಗೆ ಸೇರಿದ್ದ ಪ್ರತಿನಿಧಿಗಳ ಎದುರು ಒಂದು ಚಿಕ್ಕ ದಾಖಲೆಯನ್ನು ಇಡಲಾಗಿತ್ತು, 'ಜಾಗತಿಕ ಮಕ್ಕಳ ಕಲ್ಯಾಣ ಸನ್ನದು' (World Child Welfare Charter). ಅದನ್ನು ಸಿದ್ಧಪಡಿಸಿದ್ದು 1920ರಲ್ಲಿ ಆರಂಭವಾಗಿದ್ದ ಸೇವ್ ದ ಚಿಲ್ಡ್ರನ್ ಇಂಟರ್‌ನ್ಯಾಷನಲ್ ಯೂನಿಯನ್ (ಎಸ್.ಸಿ.ಐ.ಯು.). ಮೂಲತಃ ಅದು ಎಗ್ಲಾಂಟೈನ್ ಜೆಬ್ಬಳ ಕಲ್ಪನೆ ಮತ್ತು ಒಕ್ಕಣಿಕೆಯಾಗಿತ್ತು. ಆ ದಾಖಲೆಯ ಆರಂಭ ಎಲ್ಲರ ಮನಸೆಳೆದಿತ್ತು, 'ಮಕ್ಕಳಿಗೆ ಮನುಕುಲ ತಾನು ಕೊಡಬಹುದಾದ ಅತ್ಯುತ್ತಮವಾದುದನ್ನು ಮೀಸಲಿಡಲು ಬದ್ಧವಾಗಿದೆ... ಇದಕ್ಕೆ ಯಾವುದೇ ಜನಾಂಗ, ರಾಷ್ಟ್ರೀಯತೆ, ಧರ್ಮ, ಮತ್ತಾವುದೂ ಅಡ್ಡ ಬರಬಾರದು'. ಕ್ಲುಪ್ತ ಚರ್ಚೆಯ ನಂತರ ಸಭೆ ಸರ್ವಾನುಮತದಿಂದ ಮಕ್ಕಳ ಹಕ್ಕುಗಳ ಘೋಷಣೆಗೆ ಒಪ್ಪಿಗೆ ನೀಡಿತು. ಸೇವ್ ದ ಚಿಲ್ಡ್ರನ್‌ನ ಪ್ರಯತ್ನಗಳು, ಎಗ್ಲಾಂಟೈನಳ ಹತ್ತಾರು ವರ್ಷಗಳ ಕೆಲಸ ಮತ್ತು ಕಲ್ಪನೆ ಸಾರ್ವತ್ರಿಕವಾಯಿತು. ಈಗ ಅದು ಕೇವಲ ಯೂರೋಪಿಗೆ ಮಾತ್ರ ಸೀಮಿತವಾಗಲಿಲ್ಲ. ಜಗತ್ತಿನ ಎಲ್ಲ ಮಕ್ಕಳಿಗೆ ತಲುಪುವಂತಹ ಮೌಲ್ಯವಾಯಿತು.

'ಪರಿಹಾರ ಕೆಲಸಗಳು ಭಯಾತಂಕಗಳು, ಅಳುಕಿನಲ್ಲಿ ಮಾಡುವ ಕೆಲಸಗಳಲ್ಲ. ಅದಕ್ಕೆ ಅತೀವವಾದ ಧೈರ್ಯ ಬೇಕು. ಯುದ್ಧದ ಬೆಂಬಲಿಗರ ವಿರುದ್ಧ ಮಾತನಾಡಲು ಗಟ್ಟಿ ಎದೆ ಬೇಕು. ಧೈರ್ಯವಿರಬೇಕು. ಕಷ್ಟದಲ್ಲಿರುವವರಿಗೆ ಸಹಾಯ ಮಾಡಿ ಎಂದು ಕೇಳಲೂ ಗುಂಡಿಗೆ ಭದ್ರವಿರಬೇಕು. ಯುದ್ಧದ ಪರಿಣಾಮದಿಂದ ಕಂಗೆಡುವವರ ಲೆಕ್ಕ ನೋಡಿ ಕುಗ್ಗಲಾಗದು. ಜನರಿಗೆ ಕಷ್ಟ ಕೋಟಲೆ ಕೊಡುವ ಯುದ್ಧಕಾರಣಿಗಳ ನಿರಾಸಕ್ತಿ, ಕಲ್ಲೆದೆಗಳನ್ನು ಎದುರಿಸುವ ಛಾತಿ ಬೇಕೇ ಬೇಕು. ಅವರನ್ನೆದುರಿಸಲು ನಮ್ಮಲ್ಲಿ ಶಾಂತಿ, ದೃಢ ನಂಬಿಕೆ ಬೇಕೇಬೇಕು. ಇದೊಂದು ಸಾಹಸ. ಇದೊಂದು ಆಕರ್ಷಕ ಕೆಲಸ. ನಮಗೆ ಅರಿವಿಲ್ಲದ ಹೊಸ ಜಗತ್ತುಗಳ ಅನ್ವೇಷಣೆ ಈ ಪರಿಹಾರ ಕೆಲಸ' ಎಂಬುದು ಈ ಕೆಲಸಗಳನ್ನೆಲ್ಲಾ ನೀ ಏಕೆ ಮಾಡುತ್ತೀಯಾ, ನಿನಗೆ ಬೇರೆ ಕೆಲಸವಿಲ್ಲವೆ ಎಂದು ಟೀಕಿಸುವವರಿಗೆ ಅಥವಾ ಇದೂ ಒಂದು ಕೆಲಸವೇ ಎಂದು ಹೀಗಳೆಯುವವರಿಗೆ ಎಗ್ಲಾಂಟೈನ್ ನೀಡಿದ ಉತ್ತರವಾಗಿತ್ತು (1920). ಆರ್ಕಟಿಕ್ ಪ್ರದೇಶಗಳನ್ನು ಸುತ್ತಾಡಿ ಬಂದಿದ್ದ 'ಫ್ರಾಮ್' (ನಾರ್ವೀಜಿಯನ್ ಭಾಷೆಯಲ್ಲಿ ಮುಂದಾಗು ಎಂದರ್ಥ) ಎಂಬ ಹಡಗಿನ ನಾಯಕ ಫ್ರಿಡ್ಜಜೋಫ್ ನ್ಯಾನ್‌ಸೆನ್, ರಷ್ಯಾದಲ್ಲಾದ ಬರಗಾಲದ ಸಮಯದಲ್ಲಿ ಪರಿಹಾರಗಳನ್ನು ಒಯ್ಯಲು ಎಗ್ಲಾಂಟೈನ್‌ಗೆ ಸಹಾಯ ಮಾಡುತ್ತಾನೆ. ಜೆಬ್ಬಳಿಗೆ ಆತ ಎಷ್ಟು ಪ್ರಿಯನಾಗುತ್ತಾನೆಂದರೆ, ಅವನನ್ನು ಜೆಬ್ 'ಸಾಲಿಡ್ ವೈಕಿಂಗ್' ಎಂದು ಹೆಸರಿಸುತ್ತಾಳೆ (1921).

ಯುದ್ಧದ ಪರಿಣಾಮಗಳು ಕಡಿಮೆಯಾಗುತ್ತಾ ಯೂರೋಪಿನ ಬಹುಭಾಗಗಳಲ್ಲಿ ಶಾಂತಿ ನೆಲೆಯಾಗುತ್ತಿತ್ತು. ಹಸಿದವರಿಗೆ ಊಟ, ರೋಗಿಗಳಿಗೆ ಔಷಧೋಪಚಾರ ಮಾಡುವುದಕ್ಕೆ ಆಯಾ ಸರ್ಕಾರಗಳು ಜವಾಬ್ದಾರಿ ತೆಗೆದುಕೊಳ್ಳಲಾರಂಭಿಸಿದ್ದರು. (1925). ಈ ಸಮಯದಲ್ಲಿ ಜಿನಿವಾದಲ್ಲಿ

ಮೊದಲ 'ಅಂತಾರಾಷ್ಟ್ರೀಯ ಮಕ್ಕಳ ಕಲ್ಯಾಣ ಕಾಂಗ್ರೆಸ್' ನಡೆಯಿತು. ಎಗ್ಲಾಂಟೈನ್ ಇದರ ಮುಂಚೂಣಿಯಲ್ಲಿದ್ದಳೆಂದು ಮತ್ತೆ ಹೇಳಬೇಕಿಲ್ಲ. ಈ ಸಭೆ, ಮಕ್ಕಳ ಹಕ್ಕುಗಳ ಘೋಷಣೆಯನ್ನು ಕುರಿತು ವಿವರವಾಗಿ ಚರ್ಚೆ ನಡಸಿತು. ಇದಕ್ಕೆ ಹಲವಾರು ಸಂಸ್ಥೆಗಳು ಮತ್ತು ಸರ್ಕಾರಗಳು ಬೆಂಬಲ ನೀಡಿದವು. ಇಲ್ಲಿ ನಡೆದ ಚರ್ಚೆಯ ಆಧಾರದಲ್ಲೇ 1959ರಲ್ಲಿ ವಿಶ್ವಸಂಸ್ಥೆಯು ವಿಸ್ತೃತವಾದ ಮಕ್ಕಳ ಹಕ್ಕುಗಳ ಘೋಷಣೆಯನ್ನು ಒಪ್ಪಿಕೊಂಡಿತು. ಅದೇ ಮುಂದೆ 1989ರಲ್ಲಿ ಮಕ್ಕಳ ಹಕ್ಕುಗಳ ಒಡಂಬಡಿಕೆಯ ರೂಪ ತಾಳಿತು.

ಮಕ್ಕಳ ಹಕ್ಕುಗಳ ಚರ್ಚೆ ಉನ್ನತ ಮಟ್ಟದಲ್ಲಿ ನಡೆಯುತ್ತಿದ್ದಾಗ ಸೇವ್ ದ ಚಿಲ್ಡ್ರನ್ ಸಂಸ್ಥೆಯಲ್ಲಿ ಬಿಕ್ಕಟ್ಟು ಮನೆ ಮಾಡಿತ್ತು. ಯುನೈಟೆಡ್ ಕಿಂಗ್‌ಡಮ್‌ನಲ್ಲಿ ಹರಡಿಕೊಂಡಿದ್ದ 300ಕ್ಕೂ ಹೆಚ್ಚು ಸೇವ್ ದ ಚಿಲ್ಡ್ರನ್‌ನ ಶಾಖೆಗಳ ಸಿಬ್ಬಂದಿಗೆ ಕೊಡಬೇಕಿದ್ದ ಸಂಬಳ ಮತ್ತು ದೇಣಿಗೆ ಸಂಗ್ರಹಿಸುವವರಿಗೆ ಕೊಡಬೇಕಿದ್ದ ಪ್ರೋತ್ಸಾಹ ಧನದ ಪಾಲು ಹೆಚ್ಚು ಹೆಚ್ಚು ಏರುತ್ತಿತ್ತು. ಹೀಗಾಗಿ ಕೆಲವು ಶಾಖೆಗಳನ್ನು ವಿಧಿಯಿಲ್ಲದೆ ಮುಚ್ಚಲೇಬೇಕಾಯಿತು. ಆದರೆ ಈ ಸಂಸ್ಥೆಯೊಡನೆ ಕಂಡುಕೊಂಡಿದ್ದ ಅನೇಕ ವೃತ್ತಿಶೀಲರನ್ನು ವಿವಿಧ ಸಂಸ್ಥೆಗಳು ತಮ್ಮಲ್ಲಿ ಕೆಲಸಕ್ಕೆ ತೆಗೆದುಕೊಂಡವು.

1913ರಲ್ಲೇ ಎಗ್ಲಾಂಟೈನ್ ಜೆಬ್ ಹೇಳುತ್ತಿದ್ದುದು ಮ್ಯಾಸೆಡೋನಿಯನ್ ನಿರಾಶ್ರಿತರಿಗೆ ಒಂದು ನೆಲೆಯನ್ನು ಒದಗಿಸಲೇಬೇಕು ಎಂದು. 1925ರಲ್ಲಿ ಸೇವ್ ದ ಚಿಲ್ಡ್ರನ್ ಅಂತಹದೊಂದು ಸಮಗ್ರ ಪ್ರಯತ್ನಕ್ಕೆ ಕೈ ಹಾಕುತ್ತದೆ. ಬಲ್ಗೇರಿಯಾದಲ್ಲಿ ಮೆಸೆಡೋನಿಯನ್ ನಿರಾಶ್ರಿತರಿಗಾಗಿ ಹಳ್ಳಿಯೊಂದು ತಲೆಯೆತ್ತುತ್ತದೆ. ನಿರಾಶ್ರಿತರಿಗೆ ಮನೆಯಷ್ಟೇ ಅಲ್ಲದೆ ಕೃಷಿಯಲ್ಲಿ ತೊಡಗಿಕೊಳ್ಳಲು ಬೇಕಾದ ಸಾಧನ ಸಲಕರಣೆಗಳು ಮತ್ತು ಬಿತ್ತನೆಯ ಬೀಜವನ್ನು ಒದಗಿಸಲು ಸ್ಥಳೀಯ ಸರ್ಕಾರಗಳು ಮತ್ತು ಸ್ವಯಂಸೇವಾ ಸಂಸ್ಥೆಗಳನ್ನು ಪ್ರೋತ್ಸಾಹಿಸಿ ಕೊಡಿಸಲಾಗುತ್ತದೆ. ಸದಾಕಾಲಕ್ಕೂ ಯಾರನ್ನೋ ಅವಲಂಬಿಸಿ ಬದುಕಬೇಕಿಲ್ಲ. ನಿಮ್ಮ ಅನ್ನ ನೀವೇ ಕಂಡುಕೊಳ್ಳಿರಿ. ನಿಮ್ಮ ಬದುಕನ್ನು ನೀವೇ ರೂಢಿಸಿಕೊಳ್ಳಿರಿ. ಇದನ್ನು ಅಭ್ಯಾಸ ಮಾಡಿಕೊಳ್ಳಿ ಎಂದು ಧೈರ್ಯ ಮತ್ತು ಉತ್ಸಾಹವನ್ನು ತುಂಬಲು ಸ್ವಯಂಸೇವಕರು ಮನೆಮನೆಯಲ್ಲಿ ಕುಳಿತು ಕುಟುಂಬಗಳೊಡನೆ ಆಪ್ತಸಮಾಲೋಚನೆಯನ್ನು ನಡೆಸುತ್ತಾರೆ. ಮೊದಮೊದಲು ಹಲವರಿಗೆ ಈ ಕುರಿತು ಅನುಮಾನವಿತ್ತು. ಕೈಚಾಚಿಕೊಂಡು ಕೊಟ್ಟಿದ್ದನ್ನು ತಿಂದು ಅಭ್ಯಾಸವಾಗಿ ಕೂತಿದ್ದ ಜನ ಅಂಗಿಯ ತೋಳು ಮಡಿಸಿ ಕೆಸರಿಗಿಳಿಯುವರೆ ಎಂಬ ಕುಹಕಗಳು ಎದುರಾಗಿದ್ದರೂ ಸ್ಥಳೀಯ ಜನ ನಿಧಾನವಾಗಿ ಮೈಚಳಿ ಬಿಟ್ಟು ಕೃಷಿಯಲ್ಲಿ ತೊಡಗಿಕೊಳ್ಳುತ್ತಾರೆ. ಬದುಕಿನಲ್ಲಿ ನೆಮ್ಮದಿ ಕಾಣತೊಡಗಿದ ಅವರು ಬೆಂಬಲಿಸಿದವರಿಗೆ ಕೃತಜ್ಞತೆ ಹೇಳುತ್ತಾರೆ. ಇದೊಂದು ಅಭೂತಪೂರ್ವವಾದ ಯಶಸ್ಸಾಯಿತು. ಈ ಉದಾಹರಣೆಗೆ ಎಲ್ಲೆಡೆ ಸ್ವಾಗತವೂ ದೊರೆಯಿತು. ಮುಂದಿನ ದಿನಗಳಲ್ಲಿ ಸೇವ್ ದ ಚಿಲ್ಡ್ರನ್ ಇಂತಹ ಪ್ರಯೋಗಗಳನ್ನು ಸ್ಥಳೀಯ ಅನುಭವ, ಪರಿಸ್ಥಿತಿ ಮತ್ತು ವಿಚಾರಗಳನ್ನು ಇಟ್ಟುಕೊಂಡು ಆಲ್ಬೇನಿಯಾ, ಹಂಗೇರಿಯಲ್ಲೂ ಆರಂಭಿಸಿತು. ಈ ಪ್ರಯೋಗ ಯಶಸ್ವಿಯಾಗತೊಡಗುತ್ತದೆ. ಇದೇ ಅವಧಿಯಲ್ಲಿ ಯುವಕರಿಗೆ ಸೇವ್ ದ ಚಿಲ್ಡ್ರನ್ ಉದ್ಯೋಗ ತರಬೇತಿಯನ್ನೂ ಆರಂಭಿಸುತ್ತದೆ. ಎಗ್ಲಾಂಟೈನ್ ತನ್ನ ಕೇಂಬ್ರಿಡ್ಜಿನ ಕೆಲಸದ ದಿನಗಳನ್ನು ನೆನಪಿಸಿಕೊಳ್ಳುತ್ತಾಳೆ. ಯುವಕ ಯುವತಿಯರಿಗೆ ಉದ್ಯೋಗಕ್ಕಾಗಿ ತರಬೇತಿ ಕೊಡುವುದು, ಉದ್ಯೋಗ ಅವಕಾಶಗಳನ್ನು ಸೃಷ್ಟಿಸುವುದು ಎಷ್ಟು ಮುಖ್ಯ ಎಂದು ಎಲ್ಲರಿಗೂ ವಿವರಿಸುತ್ತಾಳೆ.

ಶಾಲಾ ಮಕ್ಕಳಿಗೆ ಊಟ

ಯುದ್ಧ ಮುಗಿದು ಎಲ್ಲೆಡೆ ಶಾಂತಿ ನೆಲೆಸುತ್ತಿದ್ದಂತೆ ಉದ್ಯೋಗಗಳನ್ನು ಅರಸಿಕೊಂಡು ಬಂದವರು, ಯುದ್ಧದ ಪರಿಣಾಮವಾಗಿ ನಿರಾಶ್ರಿತರಾದವರು, ಯುದ್ಧದ ಸಮಯದಲ್ಲಿ ಕೈತುಂಬಾ ಕೆಲಸವಿದ್ದು ಈಗ ಕೆಲಸ ಕಳೆದುಕೊಂಡವರು, ಕುಟುಂಬಗಳನ್ನು ಕಳೆದುಕೊಂಡವರು ಹೀಗೆ ಅನೇಕರು ಯುನೈಟೆಡ್ ಕಿಂಗ್‌ಡಮ್‌ನ ಅನೇಕ ನಗರಗಳಲ್ಲಿ ದಟ್ಟೈಸಲಾರಂಭಿಸುತ್ತಾರೆ. ಕೆಲಸಗಾರರ ಬಡಾವಣೆಗಳಲ್ಲಿ ಕಿಕ್ಕಿರಿದ ಜನದಟ್ಟಣೆ. ನೂರಾರು ಮಕ್ಕಳು. ಅವರಿಗೆ ಶಾಲೆ,

ಶಿಕ್ಷಣದ ವ್ಯವಸ್ಥೆ ಬಹಳ ಕಷ್ಟವಿತ್ತು. ಮಕ್ಕಳು ಶಾಲೆಗೆ ಬರುವುದೇ ಕಷ್ಟವಾಗುತ್ತಿತ್ತು. ಕಾರಣ ಹಸಿವು. ಅದರಲ್ಲೂ ನಗರದಲ್ಲಿ ಏನಾದರೂ ಗಲಭೆಯಾದರೆ, ಕೂಲಿ ಸಿಗದಿದ್ದರೆ, ಅದರಲ್ಲೂ ಊರಿನ ಕೂಲಿಕಾರ್ಮಿಕರೆಲ್ಲಾ ಸವಲತ್ತುಗಳಿಗಾಗಿ ಒತ್ತಾಯಿಸಿ ಮುಷ್ಕರ ಹೂಡಿದರೆ, ಅದರ ಪರಿಣಾಮವಾಗುತ್ತಿದ್ದುದು ಮಕ್ಕಳ ಮೇಲೆ. ಇದನ್ನರಿತ ಎಗ್ಲಾಂಟೈನ್ ಜೆಬ್, 'ನಾವು ದೂರದೂರಿನ ಮಕ್ಕಳ ಹಸಿವಿನ ಬಗ್ಗೆ ಯೋಚಿಸುತ್ತಿದ್ದೇವೆ. ಅವರಿಗೆ ಊಟ ಕೊಡಿಸಲು ಹೆಣಗುತ್ತಿದ್ದೇವೆ. ನಮ್ಮ ಮಧ್ಯದಲ್ಲೇ ಆಹಾರ, ಆರೈಕೆ ಇಲ್ಲದ ಮಕ್ಕಳು ಇರುವುದು ನಮಗೆ ಗೊತ್ತು. ಈ ಮಕ್ಕಳತ್ತಲೂ ಗಮನ ಕೊಡುವುದು ನಮ್ಮ ಕರ್ತವ್ಯ' ಎಂದು ಬಗೆದು ನಗರಗಳಲ್ಲಿ ಮುಷ್ಕರಗಳಾದಾಗ ಶಾಲಾ ಮಕ್ಕಳಿಗೆ ಉಚಿತವಾಗಿ ಹಾಲು ಮತ್ತು ಆಹಾರವನ್ನು ಸೇವ್ ದ ಚಿಲ್ಡ್ರನ್ ಮೂಲಕ ಕೊಡಿಸುವ ವ್ಯವಸ್ಥೆ ಮಾಡುತ್ತಾಳೆ (1926).

ಶಾಲಾ ಮಕ್ಕಳಿಗೆ ಮಧ್ಯಾಹ್ನದ ಊಟ ಕೊಡಿಸಿದರೆ ಅವರ ಪೌಷ್ಟಿಕ ಮಟ್ಟ ಏರುತ್ತದೆ, ಕಲಿಕೆಯಲ್ಲಿ ಆಸಕ್ತಿ ಬರುತ್ತದೆ ಎಂಬುದು ಎಗ್ಲಾಂಟೈನಳ ಖಚಿತ ನಂಬಿಕೆಯಾಗಿತ್ತು. ಅವಳ ಈ ವಿಚಾರ, 1933ರಲ್ಲಿ ಸೇವ್ ದ ಚಿಲ್ಡ್ರನ್‌ನ ಒಂದು ವರದಿಯಲ್ಲಿ ಮತ್ತೆ ಅನುರಣಿಸಿತು. ಸೇವ್ ದ ಚಿಲ್ಡ್ರನ್ ಈ ಕುರಿತು ಒಂದು ರಾಷ್ಟ್ರೀಯ ಮಟ್ಟದ ಆಂದೋಲನವನ್ನೇ ನಡೆಸಿತು. ಅದರ ಫಲ, ಮುಂದೆ 1944ರಲ್ಲಿ ಯುನೈಟೆಡ್ ಕಿಂಗ್‌ಡಂನ ಎಲ್ಲ ಶಾಲೆಗಳಲ್ಲಿ ಮಕ್ಕಳಿಗೆ ಮಧ್ಯಾಹ್ನದ ಊಟ ಕೊಡಿಸುವಂತೆ ಸರ್ಕಾರದಿಂದ ಅಧಿಸೂಚನೆಯೇ ಹೊರಬಿತ್ತು. ಇಂತಹದೊಂದು ಕಲ್ಪನೆಗೆ ಜಗತ್ತಿನ ಹಲವಾರು ದೇಶಗಳು ಬೆಂಬಲ ನೀಡಿ ಅಳವಡಿಸಿಕೊಂಡವು.

ಎಗ್ಲಾಂಟೈನ್ ಸದಾಕಾಲ ಜಾಗತಿಕ ಮಕ್ಕಳ ಪರಿಸ್ಥಿತಿ ಕುರಿತು ಚಿಂತನೆ, ಲಭ್ಯ ಅಂಕಿಸಂಖ್ಯೆಗಳ ವಿಶ್ಲೇಷಣೆ, ಅಧ್ಯಯನದಲ್ಲಿ ತೊಡಗಿದ್ದಳು. ಯೂರೋಪಿನ ಹೊರಕ್ಕೂ ನಮ್ಮ ಗಮನ ಬೀಳಬೇಕು. ಎಲ್ಲೆಲ್ಲಿ ಹಸಿವಿನಿಂದ, ರೋಗಗಳಿಂದ ಮಕ್ಕಳು ಬಳಲುತ್ತಿದ್ದಾರೋ, ಎಲ್ಲಿ ಮಕ್ಕಳ ಮೇಲೆ ದೌರ್ಜನ್ಯವಾಗುತ್ತಿದೆಯೋ ಅಲ್ಲೆಲ್ಲಾ ನಮ್ಮ ದೃಷ್ಟಿ ತಲುಪಬೇಕು, ಸಹಾಯ ಕೊಡಲೇಬೇಕು ಎಂದು ಹೇಳುತ್ತಿದ್ದಳು. ಅದರಲ್ಲೂ ಚೀನಾದ ಮಕ್ಕಳ ದುಃಸ್ಥಿತಿ ಕುರಿತು ಸುದ್ದಿ ಎಗ್ಲಾಂಟೈನಳ ಕಿವಿಗೆ ಬಿದ್ದಿತ್ತು.

ವಿಲ್ಸನ್ ಎಂಬುವವರು ಎಗ್ಲಾಂಟೈನ್‌ಳ ಕುರಿತು ಬರೆದಿರುವ ಜೀವನಚರಿತ್ರೆಯಲ್ಲಿ ಎಗ್ಲಾಂಟೈನಳ ಮಾತನ್ನು ಹೀಗೆ ದಾಖಲಿಸಲಾಗಿದೆ: 'ದುಃಸ್ಥಿತಿಯಲ್ಲಿರುವ ಮಕ್ಕಳು, ಯುದ್ಧ, ಕ್ಷಾಮಡಾಮರಗಳಿಗೆ ಬಲಿಯಾಗಿರುವ, ರೋಗಗಳಿಂದ ಬಳಲುವ ಮಕ್ಕಳು ಕೇವಲ ಯೂರೋಪಿನಲ್ಲಿ ಮಾತ್ರ ಇಲ್ಲ. ನಮಗೆ ಗೊತ್ತು ಏಷಿಯಾ ಮತ್ತು ಆಫ್ರಿಕಾದಲ್ಲಿ ಮಕ್ಕಳ ಪರಿಸ್ಥಿತಿ ನಮ್ಮಲ್ಲಿಗಿಂತಲೂ ಅತ್ಯಂತ ಕೆಟ್ಟದಾಗಿದೆ. ನಮಗೆ ಮಕ್ಕಳ ಬಗ್ಗೆ ಸಾರ್ವತ್ರಿಕ ಪ್ರೀತಿ ಮಮತೆ ಇದೆ ಎಂಬುದು ನಿಜವಾದರೆ, ನಮ್ಮ ಪ್ರಯತ್ನಗಳು ಎಲ್ಲೆಡೆ ಹರಡಬೇಕು. ಈ ಖಂಡಗಳಿಗೂ ಸಹಾಯ ತಲುಪಿಸಲು ನಾವು ಹೆಚ್ಚಿನ ನಿಧಿ ಸಂಗ್ರಹ ಮಾಡಲೇಬೇಕು' (1927).

ಮಕ್ಕಳ ದಿನಾಚರಣೆ, ಬಲ್ಗೇರಿಯಾ

ಮಕ್ಕಳನ್ನು ಕುರಿತು ಚಿಂತಿಸುವ ಜನಸಮೂಹಗಳು ಹೆಚ್ಚುತ್ತಾ ಹೋದಂತೆ ಸರ್ಕಾರಗಳೂ ಈ ಕುರಿತು ಗಟ್ಟಿ ನಿಲುವುಗಳನ್ನು ತೆಗೆದುಕೊಳ್ಳಲಾರಂಭಿಸಿದವು. ಎಗ್ಲಾಂಟೈನಳ ಮೊದಲ ಚಳವಳಿಯನ್ನು ಹತ್ತಿಕ್ಕಲು ಯತ್ನಿಸಿದ್ದ ಬ್ರಿಟನ್ ಸರ್ಕಾರವೇ ಲೀಗ್ ಆಫ್ ನೇಷನ್ಸ್‌ನಲ್ಲಿ ಅವಳು ಸಿದ್ಧಪಡಿಸಿದ್ದ ಕ್ಲೇಮ್ಸ್ ಆಫ್ ದ ಚಿಲ್ಡ್ರನ್‌ನ ಮೂಲ ಸ್ವರೂಪದಿಂದ ಪ್ರೇರೇಪಿತವಾದ 'ಮಕ್ಕಳ ಹಕ್ಕುಗಳ ಚಾರ್ಟರ್' ಅನ್ನು ಮಂಡಿಸಿತು. ಯುದ್ಧದ ಕರಾಳ ಅನುಭವದಿಂದ ತತ್ತರಿಸಿದ್ದ

ದೇಶಗಳಲ್ಲಿ ಒಂದಾಗಿದ್ದ ಬಲ್ಗೇರಿಯಾ 'ಮಕ್ಕಳ ದಿನಾಚರಣೆ'ಯನ್ನು ಅಧಿಕೃತವಾಗಿ ಆಚರಿಸಲು 1927 ಮೇ 8ರಂದು ಘೋಷಿಸಿತು. ತಮ್ಮ ದೇಶದ ಮಕ್ಕಳಿಗೆ ಸೇವ್ ದ ಚಿಲ್ಡ್ರನ್ ಹಾಗೂ ಎಗ್ಲಾಂಟೈನಳು ನೀಡಿದ ಕೊಡುಗೆಯನ್ನು ಬಲ್ಗೇರಿಯಾ ಈ ಸಂದರ್ಭದಲ್ಲಿ ಸ್ಮರಿಸುತ್ತದೆ. ಮುಂದೆ ಮಕ್ಕಳ ರಕ್ಷಣೆಗೆ ಪ್ರತಿ ವರ್ಷ ಈ ದಿನವನ್ನು ಆಚರಿಸಲು ದೇಶ ಮುಂದಾಗುತ್ತದೆ. ಕೆಲವು ಬದಲಾವಣೆಗಳೊಡನೆ ಬಲ್ಗೇರಿಯಾ 1 ಜೂನ್ ಅನ್ನು ತನ್ನ 'ಮಕ್ಕಳ ದಿನಾಚರಣೆ' ದಿನವಾಗಿ ಈಗಲೂ ಆಚರಿಸುತ್ತಿದೆ.

1928ರ ಕೊನೆಯ ಹೊತ್ತಿಗೆ ಸೇವ್ ದ ಚಿಲ್ಡ್ರನ್ 40 ಲಕ್ಷಕ್ಕೂ ಹೆಚ್ಚು ಪೌಂಡ್‌ಗಳನ್ನು ಸಂಗ್ರಹಿಸಿ ಅದನ್ನು ಮಕ್ಕಳ ಹಿತ ಕಾಪಾಡುವ ಕೆಲಸಗಳಿಗೆ ಬಳಸಿಕೊಂಡಿತ್ತು. ಹಲವು ದೇಶಗಳು ಸೇವ್ ದ ಚಿಲ್ಡ್ರನ್ ಕೆಲಸಗಳನ್ನು ಸ್ವಾಗತಿಸಿ ಅದಕ್ಕೆ ಕೃತಜ್ಞತೆಯನ್ನು ತೋರುತ್ತಿದ್ದರೂ, ಯೂರೋಪಿನಿಂದ ಹೊರಕ್ಕೂ ತನ್ನ ಸಹಾಯ ಹಸ್ತ ಚಾಚುವ ಎಗ್ಲಾಂಟೈನಳ ಸಾಹಸಕ್ಕೆ ಒಂದಷ್ಟು ಜನರಿಗೆ ಪ್ರಶ್ನೆಗಳು, ಆತಂಕ, ಅಸಮಾಧಾನ ಇದ್ದೇ ಇತ್ತು. ಸ್ವತಃ ಎಗ್ಲಾಂಟೈನ್‌ಳಿಗೆ ಈ ಕುರಿತು ಅಳುಕಿತ್ತು. ನೇರವಾಗಿ ಅಥವಾ ಚರ್ಚುಗಳ ಮೂಲಕ ಜನ ಎಷ್ಟೆಂದು ಕೊಟ್ಟಾರು. ಅವರ ಸಾಮರ್ಥ್ಯವೂ ಕಡಿಮೆಯಾಗುತ್ತಿದೆ. ಹೀಗೆ ಮೇಲಿಂದ ಮೇಲೆ ಕೇಳುತ್ತಿದ್ದರೆ, ಅವರೆಲ್ಲರ ಖಜಾನೆ ಖಾಲಿಯಾಗದೆ ಎನ್ನುವ ಭಯವೂ ಇತ್ತು. ಈ ಕುರಿತು ಇನ್ನೂ ಆಳವಾದ ಚಿಂತನೆ, ಆಲೋಚನೆ ಆಗಬೇಕು. ನಿರಂತರವಾಗಿ ಸೇವ್ ದ ಚಿಲ್ಡ್ರನ್‌ಗೆ ಬೆಂಬಲ ಸಿಕ್ಕರೆ ಮಾತ್ರ ಮಕ್ಕಳ ಪರವಾಗಿ ದನಿ ಎತ್ತುವ, ಅದರ ಫಲ ಮಕ್ಕಳಿಗೆ ಸಿಗುವ ಕೆಲಸಗಳು ಆಗುತ್ತಿರುತ್ತದೆ ಎಂದು ಅವಳು ನಂಬಿದ್ದಳು. ಇದಕ್ಕಾಗಿ ಒಂದು ಅಂತಾರಾಷ್ಟ್ರೀಯ ಚಿಂತನ ಮಂಥನ ಕಾರ್ಯಕ್ರಮ ಏರ್ಪಡಿಸಬೇಕು, ಅದು ಮೂಡಿಸುವ ಯೋಜನೆಗಳನ್ನು ಕಾರ್ಯಗತಗೊಳಿಸಬೇಕು ಎಂದು ಎಗ್ಲಾಂಟೈನ್ ತನ್ನ ಹತ್ತಿರದವರಿಗೆಲ್ಲಾ ಹೇಳುತ್ತಿದ್ದಳು. ಅದಕ್ಕಾಗಿ ತಯಾರಿಯನ್ನೂ ಆರಂಭಿಸಿದ್ದಳು. ಏಷ್ಯಾಕ್ಕೆ ಹೋಗಬೇಕು. ಅಲ್ಲಿ ಚೀನೀ ಭಾಷೆಯಲ್ಲಿ ಮಾತನಾಡಿ ಮಕ್ಕಳ ಬವಣೆ ಅರಿಯಬೇಕು, ಬಾಲಕಾರ್ಮಿಕ ಪದ್ಧತಿಯನ್ನು ನಿರ್ಮೂಲನೆ ಮಾಡಲು ಪರ್ಯಾಯವನ್ನು ಹುಡುಕಬೇಕು ಎಂದು ಚೀನೀ ಭಾಷೆ ಕಲಿಯಲಾರಂಭಿಸಿದ್ದಳು. ಆಫ್ರಿಕಾದ ಮಕ್ಕಳ ಬವಣೆಯನ್ನು ಅರಿಯಲು ಅಲ್ಲಿಗೆ ಹೋಗಬೇಕು ಎಂದು ಆಸೆ ಹೊತ್ತಿದ್ದಳು. ಆ ಹೊತ್ತಿಗೆ ದೀರ್ಘಕಾಲದ ಅನಾರೋಗ್ಯ, ಥೈರಾಯ್ಡ್ ಸಮಸ್ಯೆ ಮತ್ತು ಮೂರು ಬಾರಿ ಗಾಯಿಟರ್ ಶಸ್ತ್ರಚಿಕಿತ್ಸೆಗೆ ಎಗ್ಲಾಂಟೈನ್ ಗುರಿಯಾಗಿದ್ದಳು. ಬಂದವರ ಹತ್ತಿರವೆಲ್ಲಾ ಅವಳದ್ದೊಂದೇ ಮಾತು. 'ಶೀಘ್ರವಾಗಿ ಏಷ್ಯಾಕ್ಕೆ ಹೋಗಿ ಚೈನಾ ಪ್ರವಾಸ ಮಾಡಬೇಕು. ಭಾರತ ಮತ್ತು ಇಂಗ್ಲೆಂಡ್ ಒಡನೆ ಮಕ್ಕಳ ಹಿತಕ್ಕಾಗಿ ಒಂದು ಅರ್ಥಪೂರ್ಣ ಸಂಪರ್ಕ ಸಂಸ್ಥೆ ಕಟ್ಟಬೇಕು[52]. ಅದಕ್ಕಾಗಿ ರಬೀಂದ್ರನಾಥ್ ಠಾಗೋರ್ ಮತ್ತು ಮಹಾತ್ಮಾ ಗಾಂಧಿಯವರೊಡನೆ ಮಾತನಾಡಿ ಮಕ್ಕಳಿಗಾಗಿ ನಿಧಿ ಸಂಗ್ರಹಕ್ಕೆ ಸಹಾಯ ಮಾಡಲು ಕೇಳಿಕೊಳ್ಳಬೇಕು. ಆಮೇಲೆ ಆಫ್ರಿಕಾಕ್ಕೆ ಹೋಗಿ ಅಲ್ಲಿನ ಮಕ್ಕಳ ಆರೋಗ್ಯ ರಕ್ಷಣೆಯಲ್ಲಿ ತೊಡಗಿಕೊಳ್ಳಬೇಕು'. ಆದರೆ ಈ ಕಾರ್ಯಕ್ರಮಗಳು, ಪ್ರವಾಸ ಏರ್ಪಡಿಸುವ ಕನಸಿನಲ್ಲೇ ಇದ್ದಾಗ ಎಗ್ಲಾಂಟೈನ್ ಅನಾರೋಗ್ಯದಿಂದ ನರಳುತ್ತಿದ್ದಳು.

ಥೈರಾಯ್ಡ್ ಶಸ್ತ್ರ ಚಿಕಿತ್ಸೆಗೆ ಒಳಗಾಗಿ ಜಿನೀವಾದ ನರ್ಸಿಂಗ್ ಹೋಂ ಒಂದರಲ್ಲಿ ಇದ್ದಾಗ ಎಗ್ಲಾಂಟೈನ್ ತನ್ನ 52ನೇ ವಯಸ್ಸಿಗೆ ಲಕ್ವದ ಸೆಳೆತಕ್ಕೆ ವಿಧಿವಶಳಾದಳು (17 ಡಿಸೆಂಬರ್ 1928). ಅವಳ ಹೋರಾಟದ ಬದುಕು ಒಂದಷ್ಟು ಹಿತವಾದ ಫಲಿತಾಂಶಗಳನ್ನು ನೀಡಿ, ಇನ್ನೊಂದಷ್ಟು ನಿರ್ವಹಿಸಬೇಕಾಗಿದ್ದ ಕನಸುಗಳನ್ನು ಉಳಿಸಿ ಅಂತ್ಯಗೊಂಡಿತ್ತು. ಆದರೆ ಅವಳ ಕನಸನ್ನು

ಮುಂದೊಯ್ಯುವ ನೂರಾರು ಸಾವಿರಾರು ಅಭಿಮಾನಿಗಳು, ಬೆಂಬಲಿಗರು, ಚಿಂತಕರು, ಸಿಬ್ಬಂದಿ ಸೇವ್ ದ ಚಿಲ್ಡ್ರನ್‌ನಲ್ಲಿ ತಮ್ಮನ್ನು ತಾವು ಕಂಡುಕೊಂಡಿದ್ದರು.

ಎಗ್ಲಾಂಟೈನ್ ಜೆಬ್‌ಳ ಕಳೇಬರವನ್ನು ಸ್ಥಳೀಯ ಅಭಿಮಾನಿಗಳು ಮತ್ತು ಚರ್ಚ್‌ನ ಸಹಕಾರದೊಂದಿಗೆ ಸಕಲ ಗೌರವಗಳೊಂದಿಗೆ ಜಿನೀವಾದ ಸೇಂಟ್ ಜಾರ್ಜ್‌ರ ಸಿಮೆಟರಿಯಲ್ಲಿ ಸಮಾಧಿ ಮಾಡಲಾಯಿತು. ಎಗ್ಲಾಂಟೈನಳ ನೆನಪಿಗಾಗಿ ಲಂಡನ್ನಿನ ಸೇಂಟ್ ಮಾರ್ಟಿನ್‌ನಲ್ಲಿ ನಡೆದ ಶಾಂತಿ ಸಭೆಗೆ ದೇಶದ ಅನೇಕ ಹೆಸರಾಂತರೂ, ಉನ್ನತ ಸ್ಥಾನದಲ್ಲಿದ್ದ ಗೌರವಾನ್ವಿತರು, ಸಾವಿರಾರು ಸಾರ್ವಜನಿಕರು ನೆರೆದಿದ್ದರು.

ಎಗ್ಲಾಂಟೈನ್ ಜೆಬ್‌ಳ ಗೌರವಾರ್ಥ ಆಕೆ ನಿಧನಳಾದ ದಿನ 17 ಡಿಸೆಂಬರ್ ಅನ್ನು ಚರ್ಚ್ ಆಫ್ ಇಂಗ್ಲೆಂಡ್ 'ಎಗ್ಲಾಂಟೈನ್ ಅವರ ಸ್ಮರಣಾ ದಿನ'ವಾಗಿ ಆಚರಿಸಲು ಘೋಷಿಸುತ್ತದೆ. ಈಗಲೂ ಆ ದಿನವನ್ನು ಶ್ರದ್ಧಾಗೌರವಗಳೊಂದಿಗೆ ಆಚರಿಸಲಾಗುತ್ತಿದೆ.

ಜೆಬ್ಬಳ ಮಕ್ಕಳ ಮೇಲಿನ ಪ್ರೀತಿ ಮತ್ತು ನಿಸ್ವಾರ್ಥ ಸೇವೆಯನ್ನು ಗುರುತಿಸಿ 2016ರ ಮಾರ್ಚ್ 16ರಂದು ಎಗ್ಲಾಂಟೈನ್ ಜೆಬ್‌ಳ ಅಂಚೆಚೀಟಿ (ಸ್ಟಾಂಪ್) ಅನ್ನು ಇಂಗ್ಲೆಂಡಿನ ರಾಯಲ್ ಮೇಯ್ಲ್ ಬಿಡುಗಡೆ ಮಾಡಿತು.

ಎಗ್ಲಾಂಟೈನ್ ಒಬ್ಬ ನಿಸ್ವಾರ್ಥ ವ್ಯಕ್ತಿ, ದಣಿವರಿಯದೆ ಇತರರಿಗಾಗಿ ದುಡಿಯುತ್ತಿದ್ದಳು. ಇದಕ್ಕಾಗಿ ತನ್ನ ಆರೋಗ್ಯ, ವಿಶ್ರಾಂತಿ ಯಾವುದನ್ನು ಬೇಕಾದರೂ ಮುಡಿಪಾಗಿಡಲು ಅವಳು ಸದಾ ಸಿದ್ಧಳಿದ್ದಳು. ಶಾಂತಿಪ್ರಿಯಳೂ, ಪ್ರಜಾಪ್ರಭುತ್ವ ತತ್ತ್ವದಲ್ಲಿ ನಂಬಿಕೆಯುಳ್ಳವಳೂ, ಸಮತಾವಾದಿಯೂ, ಬುದ್ಧಿಜೀವಿಯೂ ಆಗಿದ್ದರೂ, ಕವಿ ಹೃದಯದ ಭಾವನಾ ಜೀವಿಯಾಗಿದ್ದಳು.

ಎಗ್ಲಾಂಟೈನ್ ಜೆಬ್‌ಳ ಪರಂಪರೆ

ಎಗ್ಲಾಂಟೈನ್ ಆರಂಭದ ದಿನಗಳಲ್ಲಿ ಕ್ರಿಶ್ಚಿಯನ್ ಸಂಪ್ರದಾಯಗಳನ್ನು ಕಡ್ಡಾಯವಾಗಿ ಅನುಸರಿಸುತ್ತಿದ್ದಳು. ಮುಂದೆ ಧರ್ಮದ ವಿವಿಧ ರೀತಿಯ ಅನುಸರಣೆಗಳಲ್ಲಿ ಅಲ್ಪಸ್ವಲ್ಪ ಕೈಯಾಡಿಸಿದ್ದರೂ, ಬೆಳೆದಂತೆ ಆಳವಾಗಿ ಆಧ್ಯಾತ್ಮಿಕ ಕ್ರಿಶ್ಚಿಯನ್ ವಿಧಾನಗಳನ್ನು ಅನುಸರಿಸುತ್ತಿದ್ದಳು. ಆದರೆ, ತನ್ನ ಧರ್ಮವನ್ನು ಎಂದಿಗೂ ಯಾರ ಮೇಲೂ ಹೇರಲಿಲ್ಲ ಅಥವಾ ಅನುಸರಿಸಲೇಬೇಕೆಂದು ಒತ್ತಾಯಿಸುತ್ತಿರಲಿಲ್ಲ. ಅವಳೊಬ್ಬ ಸಾರ್ವತ್ರಿಕ ಚಿಂತಕಿಯಾಗಿದ್ದಳು. ಧರ್ಮ, ಜಾತಿ, ಜನಾಂಗ, ಬಣ್ಣ, ರಾಜಕೀಯ ಇದಾವುದನ್ನೂ ಗಮನಿಸದೆ ತೊಂದರೆಯಲ್ಲಿರುವ

ಮಕ್ಕಳಿಗೆ ನೆರವು ಕೊಡಿಸುವುದಷ್ಟೇ ನನ್ನ ಕೆಲಸ ಎಂದು ಮುಂದಾಗುತ್ತಿದ್ದಳು. ಈ ವಿಶಾಲ ಹೃದಯದ ನಿಲುವಿನಿಂದಾಗಿಯೇ ಎಗ್ಲಾಂಟೈನಳ ಚಿಂತನೆ, ಕಲ್ಪನೆ, ಯೋಜನೆಗಳು ಎಲ್ಲರನ್ನೂ ಸೆಳೆದುಕೊಂಡವು. ಉದಾರವಾದಿಗಳು / ಲಿಬರಲ್ಸ್, ಸಂಪ್ರದಾಯವಾದಿಗಳು / ಕನ್ಸರ್ವೇಟಿವ್ಸ್, ಸಮಾಜವಾದಿಗಳು, ಕ್ಯಾಥೋಲಿಕ್ಸ್, ಮುಸ್ಲಿಮರು, ಹಿಂದೂಗಳು, ಬಹಾಯ್‌ಗಳು ಇನ್ನಿತರರೆಲ್ಲರೂ ಅವಳತ್ತ ಬಂದರು.

ಮಕ್ಕಳ ಹಕ್ಕುಗಳೆಂಬುದು ಇನ್ನೂ ಪೂರ್ಣವಾಗಿ ವಿಕಾಸ ಹೊಂದಿಲ್ಲದ, ಜಾರಿಯಾಗದ ಸಮಯದಲ್ಲಿ ಎಗ್ಲಾಂಟೈನ್ ಜಾಗತಿಕ ಚಿಂತನೆಯಲ್ಲಿ ಆ ವಿಚಾರವನ್ನು ಗಟ್ಟಿಯಾಗಿ ನಿರೂಪಿಸಿದ್ದಳು. ಮೊದಮೊದಲಿಗೆ ಮಕ್ಕಳೆಂದರೆ ತಂಟೆಕೋರರು ಅವರ ಸಹವಾಸವೇ ಬೇಡ ಎಂಬ ಭಾವನೆಯಿದ್ದ ಎಗ್ಲಾಂಟೈನ್ ಪ್ರೌಢೆಯಾದಂತೆ ಒಟ್ಟೂ ಮಕ್ಕಳ ಏಳ್ಗೆ, ಆ ಮೂಲಕ ಇಡೀ ಮಾನವ ಜನಾಂಗದ ಏಳ್ಗೆಯನ್ನು ಕಂಡಳು. ಮಕ್ಕಳಿಗೆ ನಾವು ಮೋಸ ಮಾಡಬಾರದು, ಮಕ್ಕಳ ಬಾಳುವೆಯನ್ನು ಹಾಳುಗೆಡವಬಾರದು ಎಂದೇ ಎಗ್ಲಾಂಟೈನ್ ಜಪವಾಗಿತ್ತು.

ಎಗ್ಲಾಂಟೈನ್ ಒಂದು ರೀತಿ ಕರ್ತವ್ಯ ದೈತ್ಯೆ. ಆದರೆ, ಅವಳು ಒಮ್ಮೊಮ್ಮೆ ಚಿಂತಿಸುತ್ತಿರುವುದು, ಅಸಾಧ್ಯವೆನಿಸುವ ಕೆಲಸಗಳ ಬಗ್ಗೆ ಕಲ್ಪನೆಗಳನ್ನು ಹರಿಬಿಡುವುದನ್ನು ಗಮನಿಸಿದ್ದ ಎಷ್ಟೋ ಜನ ಅವಳನ್ನು ವಿಚಿತ್ರವಾಗಿ ನೋಡುತ್ತಿದ್ದರು. ಇವಳದ್ದು ಬರೀ ಹಗಲುಗನಸುಗಳ ಕಂತೆ ಎಂದೆಲ್ಲಾ ಹೇಳುವವರೂ ಇದ್ದರು. ಆದರೆ, ಇವಳು ಅದೆಂತಹ ಮಹಾ ಕಷ್ಟಕರ ಕೆಲಸವಾದರೂ, ಸಾಹಸವಾದರೂ, ಅದಕ್ಕೊಂದು ಪರಿಹಾರವನ್ನು ಕಂಡುಕೊಳ್ಳುವ ಜಾಯಮಾನ ಬೆಳೆಸಿಕೊಂಡಿದ್ದಳು. ಯಾವುದಕ್ಕೂ ಅಡ್ಡದಾರಿ ಹಿಡಿಯುವುದು ಅವಳಿಗೆ ಎಂದೂ ಇಷ್ಟವಿರಲಿಲ್ಲ. ಅವಳದೇನಿದ್ದರೂ ನೇರನುಡಿ, ಸತ್ಯದ ಮಾತು.

ತಾನು ಕೈಗೊಂಡ ಎಲ್ಲ ಕೆಲಸಗಳನ್ನೂ ಎಡಬಿಡದೆ ಚಕಚಕನೆ ಮಾಡಿಬಿಡುತ್ತಿದ್ದಳು. ಅದಕ್ಕೊಂದು ಉದಾಹರಣೆ, ಎಗ್ಲಾಂಟೈನ್ ಬೇರೆ ಕೆಲಸಗಳಿಗೆ ಹೊರಡಬೇಕಾಗಿ ಬಂದು, 'ದ ಕೇಂಬ್ರಿಡ್ಜ್ ಮಾಗಜೈನ್' ಪತ್ರಿಕೆಯನ್ನು ಸಂಪಾದಿಸುವುದಕ್ಕೆ ಮಾಡುತ್ತಿದ್ದ ಅನುವಾದ, ಬರಹದ ಸಹಾಯ ನಿಲ್ಲಿಸಿದಾಗ, ಅದೇ ಕೆಲಸ ನೀಗಿಸಲು ಮೂರ್‍ನಾಲ್ಕು ಜನರನ್ನು ನೇಮಿಸಿಕೊಳ್ಳಬೇಕಾಗುತ್ತದೆ! ಇದೆಲ್ಲವೂ ಕಾಕತಾಳೀಯವಲ್ಲ. ಪ್ರಾಯಶಃ ಕುಟುಂಬದ ಮೌಲ್ಯಗಳು, ಬೆಳೆದುಬಂದ ರೀತಿ, ಸಿಕ್ಕ ಅವಕಾಶಗಳು, ಅದರಲ್ಲೂ ನಡೆಸಿದ ಅಧ್ಯಯನ, ಬಾಲ್ಕನ್‌ನಲ್ಲಿ ಆದ ಅನುಭವಗಳು, ಪ್ರತ್ಯಕ್ಷ ದರ್ಶನ, ಸರಿತಪ್ಪುಗಳ ವಿಶ್ಲೇಷಣೆಯಲ್ಲಿ ತೊಡಗಿದ ಮನಸ್ಸು, ಇದೆಲ್ಲವೂ ತೊಂದರೆಯಲ್ಲಿ ಹಿಂಸೆಯಲ್ಲಿ ಸಿಲುಕಿದವರಿಗೆ ನೆರವಾಗಲು, ಹಿತಕಾಯಲು ಮುಂದಾಗಲು ಅವಳನ್ನು ಪ್ರೇರೇಪಿಸಿತ್ತು. ಇಷ್ಟಿದ್ದರೂ, ತನ್ನಲ್ಲೇನೋ ಕೊರತೆ ಇದೆ ಎಂದು ಅವಳು ಸದಾಕಾಲಕ್ಕೂ ಕೊರಗುತ್ತಿದ್ದಳು. ಆದರೆ, ತನಗಿಂಗಲೂ ಹೆಚ್ಚಿನ ತೊಂದರೆ, ಕೊರತೆಗಳಲ್ಲಿರುವ ಎಲ್ಲ ಜನರಿಗೆ, ಅದರಲ್ಲೂ ಮಕ್ಕಳಿಗೆ ನೆರವಾಗಲು, ಜಗತ್ತನ್ನೇ ಬದಲಿಸಲು ಅವಳು ಯೋಚಿಸುತ್ತಿದ್ದಳು.

ಸಂಕಷ್ಟದಲ್ಲಿರುವ ಮಕ್ಕಳಿಗೆಲ್ಲಾ ನೆರವು ದೊರಕಬೇಕು ಎನ್ನುವುದು ಎಗ್ಲಾಂಟೈನಳ 'ದೃಷ್ಟಿ'ಯಾಗಿತ್ತು. ಅದಕ್ಕಾಗಿ ಅವಳು ಪಟ್ಟ ಪಾಡು, ನಡೆಸಿದ ಪ್ರಯೋಗಗಳು, ಚರ್ಚೆಗಳು, ಯೋಚನೆ, ಯೋಜನೆ, ಒಂದೇ ಎರಡೆ? ಒಮ್ಮೊಮ್ಮೆ ಅವಳು ಹಲವು ಕೆಲಸಗಳನ್ನು ಒಮ್ಮೆಲೇ ಕೈಗೆತ್ತಿಕೊಳ್ಳುವುದು, ಒಂದೆರಡರಲ್ಲಿ ಯಶಸ್ಸು ಕಂಡು ಸಂತೋಷಿಸುವುದು, ಉಳಿದುದು ಯಾಕೆ ಸೋತಿತು ಎಂದು ವಿಶ್ಲೇಷಣೆಯಲ್ಲಿ, ಸಂಶೋಧನೆಯಲ್ಲಿ ತೊಡಗುವುದು ನಡೆದಿತ್ತು. ಇದೆಲ್ಲದರ

ಫಲ, ಅಭಿವೃದ್ಧಿ ಕೆಲಸಗಳಲ್ಲಿ ವ್ಯವಸ್ಥಿತವಾದ ಯೋಜನೆ ಬೇಕು, ತಮಗೆ ತಾವೇ ಸಹಾಯ ಮಾಡಿಕೊಳ್ಳಲು, ಸಮುದಾಯಗಳಲ್ಲಿ ಮುಂದಾಗಲು ಜನರನ್ನು ಪ್ರೋತ್ಸಾಹಿಸಬೇಕು, ಹಣಕಾಸು ಮತ್ತು ಪರಿಹಾರ ವಸ್ತುಗಳನ್ನು ವೈಜ್ಞಾನಿಕವಾಗಿ ವಿತರಿಸಬೇಕು ಮತ್ತು ಅದರ ನಿರ್ವಹಣೆಗೆ ಜನರನ್ನೂ ಒಳಗೊಳ್ಳಬೇಕು ಎಂಬುದು ಅವಳು ಎದುರಿಟ್ಟ ಮಹತ್ತರವಾದ ವಿಚಾರವಾಗಿತ್ತು. ಅವಳು ಒಂದು ಕೆಲಸದಿಂದ ಇನ್ನೊಂದು ಕೆಲಸಕ್ಕೆ ಹಾರುವುದು, ಚಕಚಕನೆ ಎಲ್ಲವನ್ನೂ ಮುಗಿಸಿ ಮತ್ತೊಂದಕ್ಕೆ ದಾಟಿಕೊಳ್ಳುವುದನ್ನು ನೋಡುತ್ತಿದ್ದ ಜನ, ಇದೆಂತಹ ವಿಲಕ್ಷಣ ವ್ಯಕ್ತಿತ್ವ ಎಂದು ಅಂದುಕೊಂಡದ್ದು ಸುಳ್ಳಲ್ಲ. ಆದರೆ, ಮಕ್ಕಳಿಗಾಗಿ ಅವಳು ಯೋಚಿಸುತ್ತಿದ್ದ ಗತಿ, ವೇಗ ಎಲ್ಲರನ್ನೂ ಬೆಕ್ಕಸಬೆರಗಾಗಿಸಿತ್ತು.

ಮಕ್ಕಳನ್ನು ಕುರಿತು ತನ್ನಗಿದ್ದ ದೂರದೃಷ್ಟಿಯನ್ನು ಎಗ್ಲಾಂಟೈನ್ ನಿರ್ದಿಷ್ಟವಾದ ರೀತಿಯಲ್ಲಿ ಅಭಿವ್ಯಕ್ತಪಡಿಸಲು ಸಾಧ್ಯವಾಗಿತ್ತು. ಹತ್ತು ಹಲವು ಕಲ್ಪನೆಗಳು ಈಡೇರುವ ರೀತಿಯಲ್ಲಿ ಸ್ಪಷ್ಟವಾದ ರೂಪುತಾಳುವಂತೆ, ಸುಸ್ಥಿರ ಕ್ರಿಯಾಯೋಜನೆಗಳಂತೆ ಆಗಿರುವುದೇ ಅತ್ಯಂತ ವಿಶಿಷ್ಟವಾದ ನಡೆಯಾಗಿದೆ. ಇದು ಅವಳ ಜೀವಿತದ ಅವಧಿಯಲ್ಲೇ ಮಕ್ಕಳ ಹಕ್ಕುಗಳು ಎಂಬ ಕಲ್ಪನೆಗೆ ಜಗತ್ತಿನಿಂದ ಮನ್ನಣೆ ದೊರಕ್ಕಿದ್ದಲ್ಲದೇ, ಮಕ್ಕಳ ಹಕ್ಕುಗಳು ಸ್ಥಿರವಾಗಿ ನೆಲೆಯೂರಲು, ಅವಳ ಮರಣದ ನಂತರವೂ ಜಗತ್ತಿನಲ್ಲಿ ಆಗುತ್ತಿರುವ ಬದಲಾವಣೆಗಳನ್ನು ಮೈಗೂಡಿಸಿಕೊಂಡು ಉಳಿದು ಮತ್ತೂ ಬೆಳೆಯುತ್ತಿರುವುದರಲ್ಲಿ ಕಾಣುತ್ತದೆ. ಮೊದಮೊದಲು ಯುದ್ಧದ ಕಾವಿಗೆ ಬಲಿಯಾಗುತ್ತಿದ್ದ ಮಕ್ಕಳನ್ನು ರಕ್ಷಿಸುವ ಕಾಳಜಿ, ಮುಂದೆ ದೇಶದೇಶಗಳ ಗಡಿಗಳನ್ನು ದಾಟಿ, ಖಂಡಾಂತರಗಳಲ್ಲಿ ವಿಸ್ತರಿಸಿ, ಮಕ್ಕಳನ್ನು ಎಂತಹುದೇ ತೊಂದರೆ, ಹಿಂಸೆಗೆ ಸಿಗದಂತೆ ಕಾಪಾಡುವಲ್ಲಿ ಅವಳಿಗಿದ್ದ ವಿಶಾಲವಾದ ದೃಷ್ಟಿ ಎಂದೂ ಸೀಮಿತವಾಗದ ದೃಷ್ಟಿ ಎಂಬುದನ್ನು ತೋರುತ್ತದೆ. ಅದು ಸದಾ ವಿಕಾಸ ಹೊಂದುತ್ತಲೇ ಇದೆ.

ಎಗ್ಲಾಂಟೈನ್ ತನ್ನ ಕೆಲಸಗಳಿಗೆ ವಿಧಿಸಿಕೊಂಡಿದ್ದ ಒಂದಷ್ಟು ನಿಯಮಗಳು ಮುಂದೆ ಸೇವ್ ದ ಚಿಲ್ಡ್ರನ್‌ನ ಪ್ರಗತಿಗೆ ಕಾರಣವಾಯಿತು ಎನ್ನಬಹುದು. ಅವುಗಳಲ್ಲಿ ಕೆಲವು–

- ಪರಿಹಾರದ ನೆರವನ್ನು ಯೋಜಿತವಾಗಿ, ವೈಜ್ಞಾನಿಕವಾದ ರೀತಿಯಲ್ಲಿ ತಲುಪಿಸಬೇಕು.
- ಪರಿಹಾರ ತಲುಪಿಸುವ ಮೊದಲು ಎಚ್ಚರಿಕೆಯಿಂದ ಗಮನಿಸಬೇಕು, ಸಂಶೋಧಿಸಬೇಕು.
- ಪರಿಹಾರ ಎಂದಿಗೂ ಕುಟುಂಬಗಳನ್ನು ಕೇಂದ್ರೀಕರಿಸಬೇಕು.
- ಅವಶ್ಯಕತೆಯನ್ನು ಅನುಸರಿಸಿ ಪರಿಹಾರವನ್ನು ವಿತರಿಸಬೇಕು. ಯಾವುದೇ ಗುಂಪು, ಪಂಥಗಳನ್ನು ನೋಡಿ ಅಲ್ಲ.
- ಪರಿಹಾರ ರಚನಾತ್ಮಕವಾಗಿರಬೇಕು, ಸುಸ್ಥಿರತೆ ಮತ್ತು ಸಶಕ್ತತೆಯನ್ನು ತರುವಂತಿರಬೇಕು.
- ಪರಿಹಾರ ಸ್ವಸಹಾಯವನ್ನು ಪ್ರಚೋದಿಸಬೇಕು, ಪ್ರೋತ್ಸಾಹಿಸಬೇಕು.
- ಪರಿಹಾರದ ಕೆಲಸ ಇತರರಿಗೆ ಮಾದರಿಯಾಗಿರಬೇಕು, ಇತರರು ಅನುಸರಿಸುವಂತಿರಬೇಕು.

ಎಗ್ಲಾಂಟೈನ್ ಏನೇ ಕೆಲಸ ಕೈಗೊಂಡರೂ ಅದರ ಒಳಹೊರಗನ್ನೆಲ್ಲಾ ಯೋಚಿಸುತ್ತಿದ್ದಳು. ಜನರನ್ನು ಸೇರಿಸಿ ಆ ಕುರಿತು ಯೋಜಿಸುತ್ತಿದ್ದಳು. ಅವಳೊಬ್ಬ ಪರಿಣಾಮಕಾರಿ ಸಂಘಟಕಿ. ಯಾವುದೇ ಪರಿಹಾರ ಕೆಲಸ ದೀರ್ಘಾವಧಿಯ ಪರಿಣಾಮ ಬೀರಬಲ್ಲದಾಗಿರಬೇಕು ಮತ್ತು ಮಾಡಲು ಸಾಧ್ಯವಾಗಿರಬೇಕೆಂದು ಆಲೋಚಿಸುತ್ತಿದ್ದಳು.

ಕೆಲಸಗಳಲ್ಲಿ ನವೀನ ವಿಧಾನಗಳು, ವಿಚಾರಗಳನ್ನು ಅನುಸರಿಸುವುದು ಅತ್ಯಾವಶ್ಯಕ ಎಂದು ಬಗೆದ ಎಗ್ಲಾಂಟೈನ್ ಅನೇಕರ ವಿರೋಧ, ವ್ಯಂಗ್ಯದ ನಡುವೆಯೂ ಮಂದಗತಿಯಲ್ಲಿ ಆಗುತ್ತಿದ್ದ ಸೇವ್ ದ ಚಿಲ್ಡ್ರನ್‌ನ ದೇಣಿಗೆ ಸಂಗ್ರಹದ ಕೆಲಸಕ್ಕೆ ಶಕ್ತಿ ತುಂಬಲು ಹೊಸ ನಿರ್ವಹಣಾ ವ್ಯವಸ್ಥೆ, ದೊಡ್ಡ ಜಾಹೀರಾತುಗಳು, ಸಿನೆಮಾ, ದೊಡ್ಡ ಸಭೆಗಳನ್ನು ಆಯೋಜಿಸುವುದೇ ಮೊದಲಾದವುಗಳನ್ನು ಜಾರಿಗೆ ತಂದಳು. ನಿಧಿ ಸಂಗ್ರಹಕ್ಕಾಗಿ ಯುನೈಟೆಡ್ ಕಿಂಗ್‌ಡಮ್‌ನ ವಿವಿಧ ಪ್ರದೇಶಗಳಲ್ಲಿನ ಶಾಖೆಗಳಲ್ಲಿ ಯೋಜಿತ ನಿರ್ವಹಣಾ ವ್ಯವಸ್ಥೆಯನ್ನು ತಂದು, ಅದಕ್ಕೆಲ್ಲಾ ಜನರನ್ನು ನೇಮಿಸಿದ್ದು ಎಲ್ಲರಿಗೂ ಅಚ್ಚರಿ ಮೂಡಿಸಿತ್ತು. ಇಂತಹದಕ್ಕೆಲ್ಲಾ ಜನರಿಂದ ಸಂಗ್ರಹಿಸಿದ ಹಣ ವೃಥಾ ಖರ್ಚು ಮಾಡಬಾರದು ಎಂದವರೂ ಅದರಿಂದ ಬಂದ ಪ್ರತಿಫಲ ಕಂಡು ಮೂಗಿನ ಮೇಲೆ ಬೆರಳಿಟ್ಟುಕೊಂಡರು.

ಇವುಗಳಿಗೊಂದು ಮುಕಟ ಪ್ರಾಯವಾದ ಉದಾಹರಣೆ, ಎಗ್ಲಾಂಟೈನ್ ಅಂತಾರಾಷ್ಟ್ರೀಯ ಮಟ್ಟದ ಜನ ಪ್ರತಿನಿಧಿಗಳು, ಚಿಂತಕರನ್ನೆಲ್ಲಾ ಸೇರಿಸಿ ಮಕ್ಕಳಿಗೆ ಸಂಬಂಧಿಸಿದ ವಿವಿಧ ವಿಚಾರಗಳನ್ನು ಚರ್ಚೆ ಮಾಡಲು ಅವರನ್ನು ಹಚ್ಚಿದ್ದು. ವೇದಿಕೆ, ಸಭೆ, ಸಮ್ಮೇಳನವೆಂದರೆ ಕೇವಲ ರಾಜಕೀಯ ಮಾಡಿ, ರಾಡಿ ಮಾಡಿ ಏನೋ ಗಾಳಿಯಲ್ಲಿ ಮಾತನಾಡಿ ಹೊರಟು ಬಿಡುವುದಲ್ಲ ಎನ್ನುವುದನ್ನು ಎಗ್ಲಾಂಟೈನ್ ಮೊದಲೇ ತಿಳಿಯಪಡಿಸಿದ್ದಳು.

ಈ ಎಲ್ಲದರಲ್ಲೂ ಎಗ್ಲಾಂಟೈನಳ ಮಹತ್ತರವಾದ ಸಾಧನೆ ಸೇವ್ ದ ಚಿಲ್ಡ್ರನ್ ಅನ್ನು ಅಂತಾರಾಷ್ಟ್ರೀಯ ಮಟ್ಟದ ವೇದಿಕೆಯಾಗಿ ಕಲ್ಪಿಸಿ, ಅದರ ಮೂಲಕ 'ಮಕ್ಕಳ ಹಕ್ಕುಗಳ ಘೋಷಣೆ'ಯನ್ನು ಸಾರ್ವತ್ರೀಕರಿಸಲು ನಡೆಸಿದ ಯೋಜಿತ ಕೆಲಸಗಳು. ಇದು ಕೇವಲ ಆಶಯದ ಮಾತಾಗದೆ, ಮಕ್ಕಳನ್ನು ಕುರಿತು ಜಗತ್ತು ಚಿಂತಿಸಲೇಬೇಕಾದ ವಿಧಾನವನ್ನು ತೋರಿ, ಅವುಗಳ ಜಾರಿಗೆ ಬೇಕಾದ ಯೋಜನೆಗಳನ್ನು ಮಾಡುವುದು, ಅದು ಆಗುತ್ತಿರುವುದನ್ನು ಕಂಡುಕೊಳ್ಳಲು, ಅಳೆಯಲು ಬೇಕಾದ ಮಾನದಂಡಗಳನ್ನು ನಿರ್ಮಿಸಲೂ ಎಗ್ಲಾಂಟೈನ್ ಮುಂದಾಗಿದ್ದಳು. ಆಗಿನ ಕಾಲಕ್ಕೆ ಅದೊಂದು ಅದ್ಭುತವೇ ಸರಿ. ಇದು ಇಡೀ ಜಗತ್ತು ಮಕ್ಕಳನ್ನು ಕುರಿತು ಯೋಚಿಸುವ, ಮಕ್ಕಳನ್ನು ಗಮನಿಸುವ ದೃಷ್ಟಿಕೋನವನ್ನೇ ಬದಲಿಸಿ ಬಿಟ್ಟಿತು.

ಸೇವ್ ದ ಚಿಲ್ಡ್ರನ್ ಹೇಳುವಂತೆ, 'ನಾವು ಮಕ್ಕಳ ಹಕ್ಕುಗಳಿಗಾಗಿ ಹೋರಾಡುತ್ತೇವೆ. ಜಗತ್ತಿನೆಲ್ಲೆಡೆ ದುಃಸ್ಥಿತಿಯಲ್ಲಿರುವ ಮಕ್ಕಳ ಆವಶ್ಯಕತೆಗಳನ್ನು ತುರ್ತಾಗಿ ಒದಗಿಸಿ ಅವರು ಪುನರ್ವಸತಿ ಹೊಂದುವವರೆಗೂ ದೀರ್ಘಕಾಲ ಅವರಿಗೆ ನೆರವಾಗುತ್ತೇವೆ.' ಇದಕ್ಕಾಗಿ ಕುಟುಂಬಗಳೊಡನೆ ಕೆಲಸ, ಅಗಲಿಹೋದ ಮಕ್ಕಳು ಮತ್ತು ಪೋಷಕರನ್ನು ಒಂದುಗೂಡಿಸುವುದು, ದುರಂತಗಳಾದಾಗ ಅಲ್ಲಿ ಪರಿಹಾರ ಮತ್ತು ನಿರ್ವಹಣೆ, ಶಾಲೆಗಳ ಮರುನಿರ್ಮಾಣ, ಆರೋಗ್ಯ ಕೇಂದ್ರಗಳನ್ನು ಸ್ಥಾಪಿಸುವುದು, ಆರಂಭಿಕ ಬಾಲ್ಯದ ಮಕ್ಕಳಿಗೆ ನೆರವಾಗುವುದು, ಆರೋಗ್ಯ, ಪೌಷ್ಟಿಕಾಂಶ ಕುರಿತು ಶಿಕ್ಷಣ, ಬಾಲಕಾರ್ಮಿಕ ಪದ್ಧತಿ, ಬಾಲ್ಯವಿವಾಹ, ಮಕ್ಕಳ ಸಾಗಣೆ, ಕ್ರೌರ್ಯ ತಡೆ, ಮಾಹಿತಿ ಹಂಚಿಕೆ ಇವೇ ಮೊದಲಾದವುಗಳಲ್ಲಿ ಸೇವ್ ದ ಚಿಲ್ಡ್ರನ್ ತೊಡಗಿದೆ.

ಮಕ್ಕಳಿಗೆ ಆರೋಗ್ಯ ಮತ್ತು ಆಹಾರ ಮೊದಲ ಹಕ್ಕು, ಇರಲು ಮನೆಯ ನೆಲೆ, ಆಡಲು, ತಮ್ಮ ಭಾವನೆಗಳನ್ನು ವ್ಯಕ್ತಪಡಿಸಲು ಮತ್ತು ಶಿಕ್ಷಣ ಪಡೆಯುವ ಸ್ವಾತಂತ್ರ್ಯ, ಮಿಗಿಲಾಗಿ ಯಾವುದೇ ರೀತಿಯ ಶೋಷಣೆ, ಹಿಂಸೆ, ಅಪರಾಧಗಳ ವಿರುದ್ಧ ಮಕ್ಕಳು ರಕ್ಷಣೆ ಪಡೆಯುವುದು ಮಕ್ಕಳ ಹಕ್ಕುಗಳು ಎನ್ನುವುದು ಸೇವ್ ದ ಚಿಲ್ಡ್ರನ್‌ನ ಮೂಲ ನಿಲುವು.

ಕಷ್ಟದಲ್ಲಿರುವ ಜನರಿಗಾಗಿ ಕೆಲಸ ಮಾಡಿದ ಎಗ್ಲಾಂಟೈನ್ ಅವರನ್ನೆಲ್ಲಾ ಸಶಕ್ತರನ್ನಾಗಿಸುವ ದಿಶೆಯಲ್ಲಿ ಕೈಗೊಂಡ ಕ್ರಮಗಳು ಅತ್ಯಂತ ಗಮನಾರ್ಹ:

- ಸೇವ್ ದ ಚಿಲ್ಡ್ರನ್ ಸಂಸ್ಥೆಯ ಮೂಲಕ ಎಗ್ಲಾಂಟೈನ್ ಇಡೀ ಜಗತ್ತಿನ ಮಕ್ಕಳನ್ನು (ಅವರ ಮೂಲಕ ಕುಟುಂಬಗಳನ್ನು) ಅವರು ತಮ್ಮ ಕಷ್ಟದ ದಿನಗಳನ್ನು ಮರೆತು ಬದುಕುವಂತೆ ಸಶಕ್ತಗೊಳಿಸಿದಳು.

- ತನ್ನೊಡನೆ ಕೆಲಸ ಮಾಡುವವರಲ್ಲಿ ಬದಲಾವಣೆಯ ಸಶಕ್ತತೆಯನ್ನು ತಂದಳು. ತನ್ನಂತೆಯೇ ಅವರೂ ಕೂಡಾ ವಿಷಯ, ವಿಚಾರಗಳನ್ನು ತಿಳಿದುಕೊಳ್ಳಬೇಕು, ವಿಶ್ಲೇಷಣೆ ಮಾಡಬೇಕು, ತಮ್ಮೆಲ್ಲಾ ಶಕ್ತಿಯನ್ನು ಧಾರೆಯೆರೆದು ಕೆಲಸ ಮಾಡಬೇಕೆಂದು ಬಯಸುತ್ತಿದ್ದಳು. ಮಾಡುವ ಕೆಲಸದಲ್ಲಿ ಆಳವಾದ ಗಮನವಿರಬೇಕು, ವೃತ್ತಿಶೀಲತೆ ತರಬೇಕು ಮತ್ತು ಕೆಲಸದಲ್ಲಿ ಸಮರ್ಪಣೆಯಿರಬೇಕು. ಜನರಲ್ಲಿ ನಂಬಿಕೆ, ವಿಶ್ವಾಸ ಇಟ್ಟಿದ್ದ ಎಗ್ಲಾಂಟೈನ್, ನಿಮ್ಮ ಕೆಲಸದಲ್ಲಿ ನೀವು ತೊಡಗಿಕೊಳ್ಳಿ, ಸ್ವತಂತ್ರವಾಗಿ ಯೋಚಿಸಿ, ನಿರ್ವಹಿಸಿ, ಬೆಳೆಯಿರಿ, ಆದರೆ, ಫಲಿತಾಂಶಗಳ ಸೋಲು ಗೆಲವುಗಳಿಗೆ ಬದ್ಧರಾಗಿರಿ ಎನ್ನುತ್ತಿದ್ದಳು.

- ಜಾತಿ, ಮತ, ಧರ್ಮ, ಜನಾಂಗ ಇದಾವುದನ್ನೂ ಲೆಕ್ಕಿಸದೆ ಹೆಜ್ಜೆ ಇಟ್ಟ ಧೀಮಂತಳು ಎಗ್ಲಾಂಟೈನ್. ನೇರವಾಗಿ ಪೋಪ್ ಅವರನ್ನೇ ಭೇಟಿಯಾಗಿ ಮಕ್ಕಳ ಪರವಾದ ನಿಲುವನ್ನು ಪಡೆದುಕೊಂಡದ್ದು ಒಂದು ಸಾಮಾನ್ಯ ಕೆಲಸವಲ್ಲ. ಅದೇ ರೀತಿ ಎಲ್ಲರನ್ನೂ ಕುರಿತು ಅವಳಿಗಿದ್ದ ಸಾರ್ವತ್ರಿಕ ದೃಷ್ಟಿಕೋನದಿಂದ ಎಲ್ಲ ಧಾರ್ಮಿಕ ಕಟ್ಟಳೆಗಳು, ನಿಲುವುಗಳನ್ನೆಲ್ಲಾ ಬದಿಗಿರಿಸಿ, ಜನರ ಜೊತೆಗೂಡಿ ಮಕ್ಕಳ ಪರವಾಗಿ ಯೋಚಿಸಲು ಸಾಧ್ಯವಾಯಿತು

- ಸೇವ್ ದ ಚಿಲ್ಡ್ರನ್ ಯೂರೋಪಿನಲ್ಲಷ್ಟೇ ಅಲ್ಲ, ಹೊರಗಡೆಯೂ ತನ್ನ ಶಾಖೆಗಳನ್ನು ಆರಂಭಿಸಲು ಮತ್ತು ಮೂಲ ತತ್ತ್ವಗಳನ್ನು ಇಟ್ಟುಕೊಂಡು ಸ್ವತಂತ್ರವಾಗಿ ಕೆಲಸ ಮಾಡಲು ಸಾಧ್ಯವಾಗುವಂತೆ ವಿನ್ಯಾಸಗೊಳಿಸಿದ್ದು ಅತ್ಯಂತ ಪ್ರಮುಖ ಬೆಳವಣಿಗೆ.

ಎಗ್ಲಾಂಟೈನ್ ಜೆಬ್ ಒಬ್ಬ ಸಶಕ್ತ ನಾಯಕಿಯಾಗಿದ್ದಳು. ಜನರನ್ನು ನಂಬುವ, ತಾನು ಕೆಲಸ ಮಾಡಿ ಮಾದರಿಯಾಗುವ, ಮೌಲ್ಯಗಳನ್ನು ತತ್ತ್ವಗಳನ್ನು ಚಾಚೂ ತಪ್ಪದೆ ಅನುಸರಿಸುವ ಮೂಲಕ ಶಕ್ತಿಶಾಲಿ ವ್ಯಕ್ತಿತ್ವವನ್ನು ತೋರಿದಳು. ಆದರೆ ಇತರರಿಗೆ ಸ್ವತಂತ್ರವಾಗಿ ನಿರ್ಧರಿಸುವ, ಕೆಲಸ ಮಾಡುವ ಅವಕಾಶಗಳನ್ನು ಕಲ್ಪಿಸಿಯೂ, ಅವರು ತಮ್ಮ ಕೆಲಸಗಳಿಗೆ ಜವಾಬುದಾರರಾಗುವಂತೆ ಮಾಡಿದಳು.

ಅವಳ ಶಕ್ತಿಶಾಲೀ ವ್ಯಕ್ತಿತ್ವ ಹಲವು ಸಂದರ್ಭಗಳಲ್ಲಿ ಅನಾವರಣವಾಗುತ್ತದೆ. ನ್ಯಾಯಾಲಯದಲ್ಲಿ ದಂಡದ ಹಣ ತನ್ನಿಂದ ಕೊಡಲಾಗದು, ತಾನು ಮಾಡಿದ್ದು ಸರಿಯಿದೆ ಎಂದು ನ್ಯಾಯಾಧೀಶರನ್ನೇ ಒಪ್ಪಿಸಲು ಯತ್ನಿಸಿದಳು. ಸರ್ಕಾರಿ ವಕೀಲರೇ ದಂಡದ ಹಣವನ್ನು ದೇಣಿಗೆಯಾಗಿ ಕೊಡುವಂತೆ ಮಾಡಿದ್ದು; ಅದನ್ನು ಸೇವ್ ದ ಚಿಲ್ಡ್ರನ್‌ಗೆ ಬಂದ ಮೊದಲ ದೇಣಿಗೆ ಎಂದು ಸಾರ್ವಜನಿಕವಾಗಿ ಘೋಷಿಸಿದ್ದು; ಶತ್ರು ದೇಶಗಳ ಮಕ್ಕಳಿಗಾಗಿ ದೇಣಿಗೆ ಕೇಳುವವಳನ್ನು ಥಳಿಸಿಯೇ ಬಿಡೋಣವೆಂದು ಬಂದಿದ್ದ ಜನರೆದುರು ನಿಂತು ಭಾವನಾತ್ಮಕವಾಗಿ ಅತ್ಯಂತ ಪರಿಣಾಮಕಾರಿಯಾಗಿ ಮಾತನಾಡಿ ಅವರ ಮನಃಪರಿವರ್ತನೆ ಮಾಡಿದ್ದು; ಸೇವ್ ದ ಚಿಲ್ಡ್ರನ್‌ಗೆ ನೆರವಾಗಲು ಪೋಪ್‌ರವರು ಮನಸ್ಸು ಮಾಡುವಂತೆ ಮಾಡಿದ್ದು; ದೇಣಿಗೆ ನಿರ್ವಹಣೆ ಕೊಂಚ

ದುಬಾರಿ ಎನಿಸಿದರೂ ನವೀನ ನಿರ್ವಹಣೆ ವಿಧಾನಗಳನ್ನು ಅನುಸರಿಸಿದ್ದು; ದೇಣಿಗೆಯನ್ನು ಎತ್ತಲು ಜಗತ್ತಿನ ಎಲ್ಲರೆದುರು ಯಾವುದೇ ಸಂಕೋಚವಿಲ್ಲದೆ ಕೈಚಾಚಿದ್ದು; ಅದಕ್ಕಾಗಿ ಹೊಸ ಹೊಸ ವಿಧಾನಗಳನ್ನು, ಸಿನೆಮಾ, ಜಾಹೀರಾತುಗಳನ್ನು ಹೊರಡಿಸಿದ್ದು; ಒಂದೇ ಎರಡೇ! ಅವಳ ಶಕ್ತಿ ಮತ್ತು ಆಲೋಚನೆ ಅಗಾಧವಾಗಿತ್ತು.

ಪರಿಹಾರ, ಸಹಾಯ ಪಡೆಯುವವರು ಕೇವಲ ಅಶಕ್ತರಲ್ಲ, ನಿಷ್ಕ್ರಿಯ ಗುಂಪಲ್ಲ. ಬದಲಿಗೆ ಅವರಲ್ಲಿರುವ ಚೇತನವನ್ನು ಪ್ರಚೋದಿಸಬೇಕು, ಅವರಿಗಿತ್ತ ನೆರವಿನಿಂದ ಅವರು ಮತ್ತಷ್ಟು ಸಂಪನ್ಮೂಲಗಳನ್ನು ಬೆಳೆಸಬೇಕು ಎಂದು ಎಗ್ಲಾಂಟೈನ್ ಒತ್ತಾಯಿಸುತ್ತಿದ್ದಳು. ಅದಕ್ಕೆ ಬೇಕಾಗಿರುವ ವಿಧಾನಗಳನ್ನೂ ಅವರ ಮುಂದೆ ಇಡುತ್ತಿದ್ದಳು. ಈ ಚಿಂತನೆ ದೇಣಿಗೆ ನೀಡುವವರಿಗೆ ತೃಪ್ತಿ ತರುತ್ತಿತ್ತು. ಅದರೊಂದಿಗೆ, ಸಹಾಯ ಪಡೆದವರನ್ನೂ, ತಾವು ಕೇವಲ ಸ್ವೀಕರಿಸುವವರು ಎಂಬ ಕುಗ್ಗುವ ಭಾವನೆಯಿಂದ ಹೊರಗೆ ತರುತ್ತಿತ್ತು.

'ಈ ಯುದ್ಧಗಳಿಂದ ಕೃತಕವಾಗಿ ಕ್ಷಾಮಡಾಮರಗಳು, ಅಶಾಂತಿ, ಕೊರತೆಗಳು ಉಂಟಾಗಿವೆ. ಮಕ್ಕಳಿಗೆ ಅತೀವವಾದ ತೊಂದರೆಗಳಾಗಿವೆ. ಇದಕ್ಕೆಲ್ಲಾ ನಾವೇ ಕಾರಣ ಎಂಬುದರಲ್ಲಿ ಅನುಮಾನವೇ ಇಲ್ಲ. ಇವನ್ನು ಮುಂದಿಟ್ಟು, ಒಂದಷ್ಟು ಜನರಲ್ಲಿನ ಕಾಠಿಣ್ಯವನ್ನು ಕರಗಿಸಿ, ಕಾರುಣ್ಯ ಉಕ್ಕಿಸಿ ದೇಣಿಗೆ ಪಡೆದು ಬಿಟ್ಟೆವು. ಅದನ್ನು ಕೊಟ್ಟು ಒಂದಷ್ಟು ಪರಿಹಾರವನ್ನೂ ಮಾಡಿಯಾಯಿತು. ಆದರೆ, ಇಂತಹ ಪರಿಸ್ಥಿತಿಗಳು ಮತ್ತೆ ಮರುಕಳಿಸಬಾರದು. ಅದಕ್ಕೊಂದು ಶಾಶ್ವತ ಪರಿಹಾರ, ವಿಧಾನ ಕಂಡುಕೊಳ್ಳಲೇಬೇಕು' ಎಂದು ಆಲೋಚಿಸುತ್ತಿದ್ದ ಎಗ್ಲಾಂಟೈನ್, ಎಲ್ಲರಿಗೂ ಅಚ್ಚರಿ ಮೂಡಿಸುವಂತೆ, 'ಮಕ್ಕಳ ಹಕ್ಕುಗಳ' ಕಲ್ಪನೆಯನ್ನು ಹರಿಬಿಟ್ಟಳು. ಕೇವಲ 'ತುರ್ತು ಪರಿಸ್ಥಿತಿಗಳಲ್ಲಿ ಪರಿಹಾರ ಕೊಡುವುದು ನಮ್ಮ ಕೆಲಸವಲ್ಲ. ಬದಲಿಗೆ ಜಗತ್ತಿನೆಲ್ಲೆಡೆ ತುರ್ತು ಸಂದರ್ಭಗಳು ಬರದಂತೆ ಕಾಯುವುದು, ಎಚ್ಚರಿಕೆ ವಹಿಸುವುದು ನಮ್ಮ ಕರ್ತವ್ಯ'. ಈ ಅರಿವು ಬಂದ ಕೂಡಲೇ ಅದನ್ನು ಕಾರ್ಯಗತಗೊಳಿಸಿ, ಲೀಗ್ ಆಫ್ ನೇಷನ್ಸ್ ಅದನ್ನು ಒಪ್ಪುವಂತೆಯೂ, ಎಲ್ಲ ದೇಶಗಳು ಅದಕ್ಕೆ ಬದ್ಧರಾಗುವಂತೆ ಮಾಡಲು ಮುಂದಾದಳು. ಎಗ್ಲಾಂಟೈನಳ ದೃಷ್ಟಿ ಯುದ್ಧ ಪೀಡಿತ ಮಕ್ಕಳ ರಕ್ಷಣೆ, ಆರೋಗ್ಯಕ್ಕೆ ಮಾತ್ರ ಸೀಮಿತವಾಗಿರಲಿಲ್ಲ. ಯೂರೋಪು, ಚೀನಾ, ಪರ್ಷಿಯಾದಲ್ಲಿನ ಬಾಲಕಾರ್ಮಿಕರನ್ನು ರಕ್ಷಿಸಬೇಕು, ಭಾರತದಲ್ಲಿ ಆಗುತ್ತಿದ್ದ ಬಾಲ್ಯವಿವಾಹಗಳನ್ನು ತಡೆಗಟ್ಟಬೇಕು, ಆಫ್ರಿಕಾದಿಂದ ಮಕ್ಕಳನ್ನು ಕದ್ದು ತಂದು ಗುಲಾಮರನ್ನಾಗಿಸುವುದನ್ನು ತಪ್ಪಿಸಬೇಕು ಎಂಬ ವಿಚಾರಗಳ ಬಗ್ಗೆ ಬಹಳ ಗಂಭೀರವಾದ ಮತ್ತು ಕೆಲವೊಮ್ಮೆ ಅವಳದ್ದೇ ಸಂಗಡಿಗರು ಒಪ್ಪಲು ನಿರಾಕರಿಸುತ್ತಿದ್ದಂತಹ ನಿಲುವುಗಳನ್ನು ತೆಗೆದುಕೊಂಡಿದ್ದಳು.

ತನ್ನ ವೈಯ್ಯಕ್ತಿಕ ಸಮಸ್ಯೆಗಳು ಏನಿದ್ದರೂ, ಸದಾ ಕಾಲಕ್ಕೂ ಚಟುವಟಿಕೆಯಿಂದ ಇದ್ದು, ಇತರರನ್ನು ಪ್ರೋತ್ಸಾಹಿಸುತ್ತಲೇ ಇದ್ದ ಎಗ್ಲಾಂಟೈನ್ ಆಕರ್ಷಕ ವ್ಯಕ್ತಿತ್ವದೊಂದಿಗೆ ಸಾಧ್ಯಾಸಾಧ್ಯತೆಗಳನ್ನು ಗಮನಿಸುವ ವ್ಯಾವಹಾರಿಕ ಬುದ್ಧಿಯನ್ನೂ ಹೊಂದಿದ್ದಳು ಎನ್ನುವುದು ಅವಳ ವೈಶಿಷ್ಟ್ಯ. ಸಾಯುವಾಗಲೂ ಎಗ್ಲಾಂಟೈನ್ ತನ್ನ ಕನಸನ್ನೇ ಗುನುಗುನಿಸುತ್ತಿದ್ದಳು – 'ಹುಟ್ಟುವ ಎಲ್ಲ ಮಕ್ಕಳಿಗೆ ಅತ್ಯುತ್ತಮವಾದ ಆರೋಗ್ಯಕರ ಆರಂಭ ದೊರಕಿ, ಶಿಕ್ಷಣ ಪಡೆದು, ಯಾವುದೇ ತೊಂದರೆಗಳಿಲ್ಲದೆ ಬೆಳೆಯುವಂತಹ ಜಗತ್ತು ನಮ್ಮದಾಗಬೇಕು'

ಯುದ್ಧದ ದಳ್ಳುರಿಗೆ ಬಲಿಯಾದ ಮಕ್ಕಳ ಉಳಿವು, ರಕ್ಷಣೆ, ಬೆಳವಣಿಗೆಗಳಿಗೆ ವಯಸ್ಕ ಸಮಾಜ ಜವಾಬ್ದಾರಿ ಎಂದು 1919ರಲ್ಲಿ ಎಗ್ಲಾಂಟೈನ್ ಆರಂಭಿಸಿದ ಚಿಂತನೆ ಈಗಲೂ ಪ್ರಸ್ತುತವಾಗಿದೆ. 100 ವರ್ಷಗಳ ನಂತರವೂ ನಾವು ಎಗ್ಲಾಂಟೈನ್ ಜೆಬ್‌ಳ ಕಲ್ಪನೆಯ ಕೂಸಾದ ಮಕ್ಕಳ ಹಕ್ಕುಗಳನ್ನು ಇನ್ನೂ ಅರಿತುಕೊಳ್ಳುವ, ಎಲ್ಲ ಮಕ್ಕಳಿಗೆ ಅನ್ವಯಿಸುವ ತಲುಪಿಸುವ ಯತ್ನದಲ್ಲಿದ್ದೇವೆ.

ಸೇವ್ ದ ಚಿಲ್ಡ್ರನ್‌ನ ಶಾಖೆಗಳು ಮತ್ತೆ ಯುನೈಟೆಡ್ ಕಿಂಗ್‌ಡಮ್ ಮತ್ತಿತರ ಕಡೆಗಳಲ್ಲಿ ಹೆಚ್ಚು ಬಿಗಿಯಾದ ನಿರ್ವಹಣಾ ವೆಚ್ಚಗಳ ತಳಹದಿಯಲ್ಲಿ ಪುನರಾರಂಭವಾಗುತ್ತದೆ (1944). ಯೂರೋಪಿನಿಂದ ಹೊರಗಿನ ಮಕ್ಕಳಿಗೆ ನಮ್ಮ ನೆರವು ಯಾವಾಗ ಸಿಗುವುದು ಎಂದು ಕನವರಿಸುತ್ತಲೇ ಎಗ್ಲಾಂಟೈನ್ ಅಸ್ತಂಗತಳಾಗುತ್ತಾಳೆ. ದುರಾದೃಷ್ಟವಶಾತ್ 1939ರ ನಂತರ ಸ್ಫೋಟಗೊಂಡ ಎರಡನೇ ಮಹಾಯುದ್ಧದ ಪರಿಣಾಮಗಳನ್ನು ಎದುರಿಸಲು ಸೇವ್ ದ ಚಿಲ್ಡ್ರನ್ ತನ್ನ ಬಹುಪಾಲು ನೆರವನ್ನು ಯೂರೋಪಿನ ಹೊರಕ್ಕೂ ನೀಡಲಾರಂಭಿಸುತ್ತದೆ (1950).

ಸಾರ್ವತ್ರಿಕ ಮಕ್ಕಳ ದಿನ

ವಿಶ್ವಸಂಸ್ಥೆಯು ಅಸ್ತಿತ್ವಕ್ಕೆ ಬಂದ ಮೇಲೆ 1954 ಡಿಸೆಂಬರ್ 14ರಂದು ನಡೆದ ಅದರ ಸಾಮಾನ್ಯ ಸಭೆಯು ಜಗತ್ತಿನ ಎಲ್ಲ ದೇಶಗಳು 'ವರ್ಷದಲ್ಲಿ ಒಂದು ದಿನವನ್ನು ಮಕ್ಕಳ ದಿನಾಚರಣೆ' ಎಂದು ಆಚರಿಸಲು ಸೂಚಿಸುತ್ತದೆ. ಮಕ್ಕಳ ನಡುವೆ ವಿಶ್ವ ಭ್ರಾತೃತ್ವವನ್ನು ಪ್ರೋತ್ಸಾಹಿಸಲು ಮತ್ತು ಮಕ್ಕಳಿಗೆ ಪರಸ್ಪರರನ್ನು ಅರಿತುಕೊಳ್ಳಲು ಹಾಗೂ ಮಕ್ಕಳ ಕಲ್ಯಾಣಕ್ಕಾಗಿ ಈ ದಿನವನ್ನು 'ಜಾಗತಿಕ ಮಕ್ಕಳ ದಿನ' ಎಂದು 1956ರಿಂದ ನಡೆಸಲು ಎಲ್ಲರೂ ಒಪ್ಪಿಕೊಳ್ಳುತ್ತಾರೆ[53].

1959ರ ನವೆಂಬರ್ 20ರಂದು ನಡೆದ ವಿಶ್ವಸಂಸ್ಥೆಯ ಸಾಮಾನ್ಯ ಸಭೆ 'ಮಕ್ಕಳ ಹಕ್ಕುಗಳ ಘೋಷಣೆ'ಯನ್ನು ಜಗತ್ತಿನ ಮುಂದೆ ಇಡುತ್ತದೆ. ಎಗ್ಲಾಂಟೈನ್ ನೀಡಿದ್ದ ಮಕ್ಕಳ ಹಕ್ಕುಗಳ ಮೂಲ ಮಂತ್ರ ಅಂತಾರಾಷ್ಟ್ರೀಯ ಮಟ್ಟದಲ್ಲಿ ಮನ್ನಣೆ ಪಡೆಯುತ್ತದೆ. ಇದಕ್ಕೆ ಹೆಚ್ಚೂ ಕಡಿಮೆ ಎಲ್ಲ ಸದಸ್ಯ ರಾಷ್ಟ್ರಗಳು ಸಹಿ ಮಾಡಿ ಬದ್ಧರಾಗುತ್ತವೆ.

ಆ ಹೇಳಿಕೆಯಲ್ಲಿದ್ದ ಮೂಲಾಂಶಗಳು ಈ ಮುಂದಿನಂತಿದ್ದವು.

- ಯಾವುದೇ ಮಗು ತಾರತಮ್ಯಕ್ಕೆ ಈಡಾಗಬಾರದು
- ಮಕ್ಕಳಿಗೆ ಗೌರವಯುತ ಬಾಳು ಸಿಗಬೇಕು
- ಮಕ್ಕಳಿಗೆ ಸ್ವತಂತ್ರವಾಗಿ ವಿಕಾಸ ಹೊಂದುವ ಅವಕಾಶ ಇರಬೇಕು
- ಒಂದೊಂದು ಮಗುವಿಗೂ ಒಂದು ಹೆಸರು ಮತ್ತು ರಾಷ್ಟ್ರೀಯತೆ ಬೇಕು
- ಮಕ್ಕಳಿಗೆ ಸಾಮಾಜಿಕ ಭದ್ರತೆ ದೊರಕಬೇಕು
- ಮಕ್ಕಳಿಗೆ ಪ್ರೀತಿ ತೋರುವ ಮತ್ತು ಅವರನ್ನು ಅರ್ಥ ಮಾಡಿಕೊಳ್ಳುವ ಆಪ್ತರು ಇರಬೇಕು
- ಮಕ್ಕಳಿಗೆ ಶಿಕ್ಷಣ, ಮನೋರಂಜನೆ ಸಿಗಬೇಕು
- ದುರಂತ ಸಂಭವಿಸಿದ್ದಲ್ಲಿ ಮಕ್ಕಳಿಗೆ ಪ್ರಥಮ ಆದ್ಯತೆಯ ಮೇರೆಗೆ ರಕ್ಷಣೆ ಮತ್ತು ಪುನರ್ವಸತಿ ಸಿಗಬೇಕು
- ಮಕ್ಕಳಿಗೆ ನಿರ್ಲಕ್ಷ, ಹಿಂಸೆ ಮತ್ತು ಶೋಷಣೆಯ ವಿರುದ್ಧ ರಕ್ಷಣೆ ಸಿಗಬೇಕು.

ಇವೆಲ್ಲವನ್ನೂ ವಿಶ್ವಸಂಸ್ಥೆಯ ಸದಸ್ಯ ರಾಷ್ಟ್ರಗಳು ಒಪ್ಪಿ ಜಾರಿಗೆ ತರಬೇಕೆಂದು ಬಯಸಲಾಗಿತ್ತು. ಆದರೆ ಇವುಗಳನ್ನು ಜಾರಿಗೆ ತರಲು ತಪ್ಪಕೂಡದು ಎಂಬ 'ಒತ್ತಾಯಪೂರ್ವಕ ಆಗ್ರಹ' ಇರಲಿಲ್ಲ. ತಪ್ಪಿದಲ್ಲಿ ಶಿಕ್ಷೆ ಅಥವಾ ಕ್ರಮ ಎಂಬುದು ಇರಲಿಲ್ಲ.

ಈ ಮಧ್ಯೆ ಎರಡನೇ ಮಹಾಯುದ್ಧ ಮುಗಿಯಿತೆಂದು ಘೋಷಣೆಯಾದ ನಂತರದ ಕಾಲದಲ್ಲಿ ವಿಶ್ವಸಂಸ್ಥೆ 1948 ಡಿಸೆಂಬರ್ 10ರಂದು ಮಾನವ ಹಕ್ಕುಗಳ ಸಾರ್ವತ್ರಿಕ ಘೋಷಣೆಯನ್ನು ಮಾಡಿತು. ಮಕ್ಕಳ ಹಕ್ಕುಗಳನ್ನು ಉದ್ದೇಶಿಸಿ ಅದರಲ್ಲಿ ವಿಶೇಷವಾಗಿ ಅಭಿವ್ಯಕ್ತಿ/ಉಲ್ಲೇಖ ಇಲ್ಲದಿದ್ದರೂ, ಮಕ್ಕಳಿಗೂ ಈ ಹಕ್ಕುಗಳು ಇರುವುದು ಎಂಬ ಸಾರ್ವತ್ರಿಕ ಮನ್ನಣೆ ಈ ಮಾನವ ಹಕ್ಕುಗಳ ಘೋಷಣೆಯಲ್ಲಿದೆ.

ಅದರ ಮುಂದಿನ ಬೆಳವಣಿಗೆ 1989ರಲ್ಲಿ ಜಾರಿಗೆ ಬಂದ ವಿಶ್ವಸಂಸ್ಥೆಯ ಮಕ್ಕಳ ಹಕ್ಕುಗಳ ಒಡಂಬಡಿಕೆ. ಎಗ್ಲಾಂಟೈನಳ ಕಲ್ಪನೆಯ ಕೂಸು 'ಮಕ್ಕಳ ಹಕ್ಕು' ಈಗ ವಿಶ್ವಸಂಸ್ಥೆಯಿಂದ ಮನ್ನಣೆ ಪಡೆದು, ಜಗತ್ತಿನ ಬಹುತೇಕ ರಾಷ್ಟ್ರಗಳು ತಮ್ಮ ಆಡಳಿತದಲ್ಲಿ ಅಳವಡಿಸಿಕೊಂಡಿರುವ ವಿಚಾರವಾಗಿದೆ. ಈ ರೀತಿಯಾಗಿ ಜಗತ್ತಿನ ಮತ್ತು ಮಕ್ಕಳ ಸಾಮಾಜಿಕ ಒಳಿತಿಗಾಗಿ ತಮ್ಮ ಹೆಜ್ಜೆ ಗುರುತು ಬಿಟ್ಟು ಹೋದವರಲ್ಲಿ ಎಗ್ಲಾಂಟೈನ್ ಮುಂಚೂಣಿಯಲ್ಲಿದ್ದಾಳೆ.

ಎಗ್ಲಾಂಟೈನಳ ಕಲ್ಪನೆಗೆ ಕಾವು ಕೊಟ್ಟ ಪೋಲೆಂಡ್ ದೇಶದ ಮಾನವ ಹಕ್ಕುಗಳ ಆಯೋಗವು 1978ರಲ್ಲಿ ವಿಶ್ವಸಂಸ್ಥೆಯೆದುರು ಒಂದು ಕರಡನ್ನು ಮಂಡಿಸಿ, ಎಲ್ಲ ದೇಶಗಳ ಎಲ್ಲ ಮಕ್ಕಳಿಗೆ ಎಲ್ಲ ಕಾಲಗಳಿಗೂ ಅನ್ವಯಿಸುವಂತಹ ಮಕ್ಕಳ ಹಕ್ಕುಗಳನ್ನು ಕಾಪಾಡುವ ವ್ಯವಸ್ಥೆ ಮತ್ತು ಒಡಂಬಡಿಕೆ ಮಾಡಬೇಕೆಂದು ಆಗ್ರಹಿಸುತ್ತದೆ. ಆ ಮೂಲ ತತ್ತ್ವಗಳಿಗೆ ಒಪ್ಪುವ ವಿಶ್ವಸಂಸ್ಥೆ ಮಕ್ಕಳ ಹಕ್ಕುಗಳ ಒಡಂಬಡಿಕೆಯನ್ನು ರಚಿಸಲು ಸಮಿತಿಯೊಂದನ್ನು ನೇಮಿಸುತ್ತದೆ. ಅಂತಾರಾಷ್ಟ್ರೀಯ ಮಕ್ಕಳ

ವರ್ಷ 1979ರಿಂದ ತನ್ನ ಕೆಲಸ ಆರಂಭಿಸುವ ಸಮಿತಿಯ ನಿಯೋಗಗಳು 10 ವರ್ಷಗಳ ಕಾಲ ವಿಶ್ವದ ಎಲ್ಲ ದೇಶಗಳು, ಸ್ವಯಂಸೇವಾ ಸಂಸ್ಥೆಗಳು, ಒಕ್ಕೂಟಗಳೊಂದಿಗೆ ಚರ್ಚೆ ನಡೆಸಿ ಮಕ್ಕಳ ಹಕ್ಕುಗಳ ಒಡಂಬಡಿಕೆಯನ್ನು 1989ರ ನವೆಂಬರ್ 20ರಂದು ಮಂಡಿಸುತ್ತವೆ. ಈಗ ಜಗತ್ತಿನ ಎಲ್ಲ ದೇಶಗಳು ಈ ಮಕ್ಕಳ ಹಕ್ಕುಗಳ ಒಡಂಬಡಿಕೆಗೆ ಒಪ್ಪಿಕೊಂಡಿವೆ. ಭಾರತ ಈ ಮಕ್ಕಳ ಹಕ್ಕುಗಳ ಒಡಂಬಡಿಕೆಗೆ 1992ರಲ್ಲಿ ಸಹಿ ಹಾಕಿ, ಸಂಸತ್ತಿನ ಉಭಯ ಸದನಗಳಲ್ಲಿ ಮಂಡಿಸಿ ಅನುಮೋದಿಸಿ ಜಾರಿಗೆ ಬದ್ಧವಾಗಿದೆ[54].

ಮಕ್ಕಳ ಹಕ್ಕುಗಳ ವಿಚಾರ ಈಗ ಕೇವಲ ಸರ್ಕಾರದ ಅಥವಾ ಅಂತಾರಾಷ್ಟ್ರೀಯ ಮಟ್ಟದ ಚರ್ಚೆಯ ವಿಷಯವಾಗಿ ಉಳಿದಿಲ್ಲ. ಪ್ರತಿಯೊಂದು ರಾಜ್ಯದ ಗ್ರಾಮಪಂಚಾಯತಿ ಮಟ್ಟದಲ್ಲೂ, ಮನೆಮನೆಗಳಲ್ಲೂ ಮಕ್ಕಳ ಹಕ್ಕುಗಳ ಜಾರಿ ದಿನನಿತ್ಯದ ವಿಚಾರವಾಗಿ ಹರಡಿಕೊಂಡಿದೆ[55].

ಮಕ್ಕಳ ಹಕ್ಕುಗಳ ಯುಗ

ಮಕ್ಕಳನ್ನು ಕುರಿತಾದ ಎಲ್ಲ ಕಾಳಜಿಗಳನ್ನು ಒತ್ತಿ ಹೇಳುವ ವಿಶ್ವಸಂಸ್ಥೆಯ ದಾಖಲೆ ರೂಪುಗೊಳ್ಳಲು ಆರಂಭವಾದುದು 1979ರಲ್ಲಿ. 1924ರಲ್ಲೂ ಮತ್ತು 1959ರಲ್ಲೂ ವ್ಯಕ್ತಗೊಂಡ ಮಕ್ಕಳ ಹಕ್ಕುಗಳ ಸ್ವರೂಪದಲ್ಲಿ ಅಂತಹ ಪೂರ್ಣ ಬಿಗಿ ಇರಲಿಲ್ಲ. ಇದನ್ನು ಮನಗಂಡ ಕೆಲವರು ಅಂತಾರಾಷ್ಟ್ರೀಯ ಮಟ್ಟದಲ್ಲಿ ಸರ್ವರಿಗೂ ಒಪ್ಪಿಗೆಯಾಗುವಂತಹ ಮಕ್ಕಳ ಹಿತವನ್ನು ಕಾಪಾಡುವ ಚೌಕಟ್ಟುಗಳನ್ನು ನಿರ್ಮಿಸಬೇಕೆಂದು ಹೇಳುತ್ತಾ ಬಂದಿದ್ದರು. ಮಕ್ಕಳನ್ನು ಕುರಿತಾದ ಮತ್ತು ಮಕ್ಕಳ ವಿಚಾರಗಳಿಗೆ ಮಾತ್ರ ಮೀಸಲಾದ, ಹಿಂದಿನ, ಈಗಿನ ಹಾಗೂ ಮುಂದೆ ಬರಬಹುದಾದ

ಪರಿಸ್ಥಿತಿಗಳನ್ನು ಊಹಿಸಿಕೊಂಡು, ಸರ್ವ ರಾಷ್ಟ್ರಗಳ ಕಾನೂನುಗಳಿಗೆ ಅನುಗುಣವಾಗಿ ಒತ್ತಾಸೆಯಾಗಿ ನಿಲ್ಲುವಂತಹ ಮಕ್ಕಳ ಹಕ್ಕುಗಳ ಒಡಂಬಡಿಕೆ ಆಗಬೇಕೆಂದು ಪೋಲೆಂಡ್ ಸರ್ಕಾರ 1978ರಲ್ಲಿ ವಿಶ್ವಸಂಸ್ಥೆಯನ್ನು ಕೋರುತ್ತದೆ. ಪೋಲೆಂಡ್ ಯುದ್ಧಗಳಲ್ಲಿ ನೇರವಾಗಿ ಪಾಲ್ಗೊಳ್ಳದಿದ್ದರೂ, ಯುದ್ಧದ ಪರಿಣಾಮವನ್ನು ಸಾಕಷ್ಟು ಅನುಭವಿಸಿತ್ತು.

ಅದರಂತೆ 1979ರಲ್ಲಿ (ಅಂತಾರಾಷ್ಟ್ರೀಯ ಮಕ್ಕಳ ವರ್ಷ) ಮಕ್ಕಳ ಹಕ್ಕುಗಳ ಒಡಂಬಡಿಕೆಯನ್ನು ಬರೆಯಲು ಆರಂಭಿಸಲಾಯಿತು. ಇದಕ್ಕೆ ಆಧಾರವಾಗಿ ಇಟ್ಟುಕೊಂಡ ದಾಖಲೆಗಳೆಂದರೆ 1959ರ ಮಕ್ಕಳ ಹಕ್ಕುಗಳ ಘೋಷಣೆ; ಆರ್ಥಿಕ, ಸಾಮಾಜಿಕ ಮತ್ತು ಸಾಂಸ್ಕೃತಿಕ ಹಕ್ಕು ಮತ್ತು ನಾಗರೀಕ ಹಾಗೂ ರಾಜಕೀಯ ಹಕ್ಕುಗಳನ್ನು ಕುರಿತಾದ ಅಂತಾರಾಷ್ಟ್ರೀಯ ಒಡಂಬಡಿಕೆಗಳು. ಮಕ್ಕಳ ಹಕ್ಕುಗಳ ಒಡಂಬಡಿಕೆಯನ್ನು ಸಿದ್ಧಪಡಿಸುವ ಜವಾಬ್ದಾರಿ ಹೊತ್ತ ಸಮಿತಿಯಲ್ಲಿ ವಿಶ್ವಸಂಸ್ಥೆಯ ಮಾನವ ಹಕ್ಕುಗಳ ಕುರಿತಾದ ಆಯೋಗದ 43 ಸದಸ್ಯ ರಾಷ್ಟ್ರಗಳ ಪ್ರತಿನಿಧಿಗಳು, ಯುನಿಸೆಫ್, ಐ.ಎಲ್.ಓ. (ಅಂತಾರಾಷ್ಟ್ರೀಯ ಕಾರ್ಮಿಕ ಸಂಘಟನೆ), ನಿರಾಶ್ರಿತರನ್ನು ಕುರಿತು ಇರುವ ವಿಶ್ವಸಂಸ್ಥೆಯ ಉನ್ನತ ಸಮಿತಿ ಮತ್ತು ಸುಮಾರು 50 ಸ್ವಯಂಸೇವಾ ಸಂಸ್ಥೆಗಳ ಪ್ರತಿನಿಧಿಗಳು ಇದ್ದರು. ಇದರಲ್ಲಿ ಪ್ರಮುಖ ಪಾತ್ರ ವಹಿಸಿದ್ದು ಡಿಫೆನ್ಸ್ ಫಾರ್ ಚಿಲ್ಡ್ರನ್ ಇಂಟರ್‌ನ್ಯಾಷನಲ್, ರೆಡ್ಡಾಬಾರ್ನಾ, ಆಮ್ನೆಸ್ಟಿ ಇಂಟರ್‌ನ್ಯಾಷನಲ್ ಮತ್ತು ಇಂಟರ್‌ನ್ಯಾಷನಲ್ ಸೇವ್ ದ ಚಿಲ್ಡ್ರನ್ ಅಲೈಯನ್ಸ್.

ಈ ಹಿನ್ನೆಲೆಯಲ್ಲಿ, 1989ರಲ್ಲಿ ಜಾರಿಗೆ ಬಂದ 'ವಿಶ್ವಸಂಸ್ಥೆಯ ಮಕ್ಕಳ ಹಕ್ಕುಗಳ ಒಡಂಬಡಿಕೆ' ಒಂದು ರೀತಿಯ ದೃಢವಾದ ಕಾನೂನು. ಒಡಂಬಡಿಕೆಯನ್ನು ಒಪ್ಪಿ ಅನುಸರಿಸುವ ರಾಷ್ಟ್ರಗಳ ಜವಾಬ್ದಾರಿ, ಮಿತಿಗಳು ಮತ್ತು ಜಾರಿ ಮಾಡದಿದ್ದಲ್ಲಿ ತೆಗೆದುಕೊಳ್ಳಲಾಗುವ ಕ್ರಮಗಳು ಮೊದಲಾದವುಗಳ ಬಗ್ಗೆ ಕಾನೂನಿನ ಸ್ವರೂಪದಲ್ಲಿ ಅಡಕ ಮಾಡಿರುವುದು ಈ ಒಡಂಬಡಿಕೆಯ ವಿಶೇಷ. ಸದ್ಯ ಯಾವುದೇ ದೇಶಗಳಲ್ಲಿ ಚಾಲ್ತಿಯಲ್ಲಿರುವ ಯಾವುದೇ ಕಾನೂನು ಮತ್ತು ಮಕ್ಕಳ ಹಕ್ಕುಗಳ ಒಡಂಬಡಿಕೆಗಿಂತ ಇನ್ನೂ ಉತ್ತಮವಾದ ಆದರ್ಶಗಳು ಮತ್ತು ವ್ಯವಸ್ಥೆಗಳು ಮಕ್ಕಳಿಗಾಗಿ ಇರಬೇಕೆಂದು ಈ ಒಡಂಬಡಿಕೆ ಬಯಸುತ್ತದೆ.

ವಿಶ್ವಸಂಸ್ಥೆಯ ಮಕ್ಕಳ ಹಕ್ಕುಗಳ ಒಡಂಬಡಿಕೆ (UN Convention on the Rights of the Child) 1989ರಲ್ಲಿ ಪ್ರಮುಖವಾಗಿ ಕಂಡು ಬರುವುದು ಒಂದರಿಂದ ಇನ್ನೊಂದನ್ನು ಬೇರ್ಪಡಿಸಲಾಗದ ನಾಲ್ಕು ಮೂಲಭೂತ ಹಕ್ಕುಗಳ ಗುಂಪುಗಳು :

1. **ಬದುಕುವ ಹಕ್ಕುಗಳು :** ಪ್ರತಿಯೊಂದು ಮಗುವಿಗೂ ಜನ್ಮ ಹೊಂದುವ, ಜೀವಿಸುವ, ಉತ್ತಮ ಆರೋಗ್ಯ ಸೇವೆ, ಪೌಷ್ಟಿಕ ಆಹಾರ ಪಡೆಯುವ, ಒಂದು ಹೆಸರು ಹೊಂದಿರುವ, ತಾನು ಒಂದು ದೇಶದ ಪ್ರಜೆ ಎಂದು ಗುರುತಿಸಿಕೊಳ್ಳುವ ಹಕ್ಕು;

2. **ರಕ್ಷಣೆಯ ಹಕ್ಕುಗಳು :** ದಬ್ಬಾಳಿಕೆ, ತೊಂದರೆ, ಕಿರುಕುಳ, ಹಿಂಸೆಗಳ ವಿರುದ್ಧ, ತುರ್ತು ಸಂದರ್ಭಗಳಲ್ಲಿ ಮತ್ತು ಸಶಸ್ತ್ರ ಘರ್ಷಣೆಗಳಾದಾಗ ಎಲ್ಲ ಮಕ್ಕಳಿಗೆ ರಕ್ಷಣೆ;

3. **ವಿಕಾಸ ಹೊಂದುವ ಹಕ್ಕುಗಳು :** ಶಿಕ್ಷಣ, ಶೈಶವದಲ್ಲಿ ಬೆಳೆಯಲು ಅವಕಾಶ, ಆರೋಗ್ಯ ರಕ್ಷಣೆ, ಸಾಮಾಜಿಕ ಭದ್ರತೆ, ಬಿಡುವು, ಮನೋರಂಜನೆ ಮತ್ತು ಸಾಂಸ್ಕೃತಿಕ ಚಟುವಟಿಕೆಗಳಿಗೆ ಅವಕಾಶ, ಮತ್ತು

4. **ಭಾಗವಹಿಸುವ ಹಕ್ಕುಗಳು :** ಮಕ್ಕಳ ಅಭಿಪ್ರಾಯಗಳಿಗೆ ಮನ್ನಣೆ, ಸ್ವಾತಂತ್ರ್ಯ, ಮಾಹಿತಿಯ ಲಭ್ಯತೆ, ಚಿಂತನೆಗೆ, ಬುದ್ಧಿ ಬೆಳವಣಿಗೆಗೆ ಅವಕಾಶ, ಸಂಘಟಿತರಾಗುವ ಮತ್ತು ಧಾರ್ಮಿಕ ನಂಬುಗೆಯ ಹಕ್ಕುಗಳು.

ಈ ಎಲ್ಲ ವಿಚಾರಗಳನ್ನು ಒಳಗೊಂಡ ಮಕ್ಕಳ ಹಕ್ಕುಗಳ ಒಡಂಬಡಿಕೆಯಲ್ಲಿ 54 ಪರಿಚ್ಛೇದಗಳಿವೆ.

ಒಡಂಬಡಿಕೆಯ ರಚನೆಯಲ್ಲಿ ನಿರತವಾಗಿದ್ದ ಸಮಿತಿ ವಿವಿಧ ರಾಷ್ಟ್ರಗಳ ಸರ್ಕಾರಗಳು, ಸಮುದಾಯಗಳು, ವಿವಿಧ ಸಂಘಟನೆಗಳು, ಸಾಂಸ್ಕೃತಿಕ, ರಾಜಕೀಯ, ಧಾರ್ಮಿಕ ಗುಂಪುಗಳನ್ನು ಸಂಪರ್ಕಿಸಿ, ಮಕ್ಕಳ ಸ್ಥಿತಿಗತಿಗಳನ್ನು ಅರಿತು ಎಲ್ಲವನ್ನೂ ಕ್ರೋಡೀಕರಿಸಿ ಮಕ್ಕಳ ಹಕ್ಕುಗಳ ವಿಚಾರಗಳನ್ನು ಕುರಿತು ವಿಸ್ತೃತವಾದ ಸಮಾಲೋಚನೆಗಳನ್ನು ಮಾಡಿ, ಬರೆದು, ಒಡಂಬಡಿಕೆಯನ್ನು ಒಂದು ರೂಪಕ್ಕೆ ತರಲು ಹತ್ತು ವರ್ಷಗಳೇ ಹಿಡಿದವು. ಹೀಗೆ ಸಿದ್ಧವಾದುದನ್ನು 1989ರಲ್ಲಿ ವಿಶ್ವಸಂಸ್ಥೆಯ ಸಾಮಾನ್ಯ ಸಭೆ ಅಂಗೀಕರಿಸಿತು. ಅಂಗೀಕೃತ ಒಡಂಬಡಿಕೆಯನ್ನು ಒಪ್ಪಿ ಸಹಿ ಮಾಡಲು 1990 ಜನವರಿ 29ರಿಂದ ಜಗತ್ತಿನ ಎಲ್ಲ ರಾಷ್ಟ್ರಗಳನ್ನು ಆಹ್ವಾನಿಸಲಾಯಿತು. ಪ್ರಾರಂಭಿಕ ಹಂತದಲ್ಲಿ 61 ರಾಷ್ಟ್ರಗಳು ತಾವು ಒಡಂಬಡಿಕೆ ಜಾರಿಗೊಳಿಸಲು ಸಿದ್ಧವೆಂದು ಘೋಷಿಸಿದವು. 1990 ಸೆಪ್ಟೆಂಬರ್ 2ರಂದು ಮಕ್ಕಳ ಹಕ್ಕುಗಳ ಒಡಂಬಡಿಕೆ ಅಂತಾರಾಷ್ಟ್ರೀಯ ಕಾನೂನುಗಳ ಪಟ್ಟಿಗೆ ಸೇರ್ಪಡೆಯಾಯಿತು.

ಮಕ್ಕಳ ಹಕ್ಕುಗಳ ಒಡಂಬಡಿಕೆಯಲ್ಲಿ ಮೂರು ಭಾಗಗಳಿವೆ. ಮೊದಲನೆ ಭಾಗದಲ್ಲಿ 40 ಪರಿಚ್ಛೇದಗಳಿವೆ. ಮಕ್ಕಳ ಹಕ್ಕುಗಳು ಎಂದರೇನು ಎಂದು ವಿವರಿಸುತ್ತಾ ಒಡಂಬಡಿಕೆಯನ್ನು ಒಪ್ಪಿದ ದೇಶಗಳು ಒಡಂಬಡಿಕೆಯ ಜಾರಿಗಾಗಿ ಏನೇನು ಮಾಡಬೇಕೆಂದು ಇಲ್ಲಿ ಸೂಚಿಸಲಾಗಿದೆ. ಎರಡು ಮತ್ತು ಮೂರನೆಯ ಭಾಗಗಳಲ್ಲಿ ಮಕ್ಕಳ ಹಕ್ಕುಗಳ ಒಡಂಬಡಿಕೆಗೆ ಒಪ್ಪಿಗೆ ಸೂಚಿಸುವ ರೀತಿ ನೀತಿಗಳು, ಒಡಂಬಡಿಕೆಯಲ್ಲಿ ಒಪ್ಪಿದ ವಿಚಾರಗಳನ್ನು ಜಾರಿ ಮಾಡಿದ ಕುರಿತು ವಿಶ್ವಸಂಸ್ಥೆಗೆ ಹೇಗೆ ವರದಿ ಮಾಡಬೇಕು ಇತ್ಯಾದಿ ವಿವರಗಳಿವೆ. ಎರಡನೆಯ ಭಾಗದಲ್ಲಿ (ಪರಿಚ್ಛೇದ 41ರಿಂದ 45ರವರೆಗೆ) ಮಕ್ಕಳ ಹಕ್ಕುಗಳನ್ನು ಜಾರಿ ಮಾಡಲು ಸರ್ಕಾರಗಳು ಎಂತಹ ಕ್ರಮಗಳನ್ನು ಕೈಗೊಳ್ಳಬೇಕು ಎಂದು ಸೂಚಿಸಲಾಗಿದೆ. ಉಳಿದ 46ರಿಂದ 54ನೇ ಪರಿಚ್ಛೇದಗಳು ಈ ಹಕ್ಕುಗಳನ್ನು ಜಾರಿ ಮಾಡಲು ಸರ್ಕಾರ ಮತ್ತು ವಿಶ್ವಸಂಸ್ಥೆ ಎಂತಹ ಆಡಳಿತ ವಿಚಾರಗಳತ್ತ ಗಮನ ಕೈಗೊಳ್ಳಬೇಕು ಎಂದು ವಿವರಿಸಲಾಗಿದೆ.

ಇಡೀ ಒಡಂಬಡಿಕೆ ಮುಂದಿನ ನಾಲ್ಕು ಪ್ರಮುಖ ತತ್ತ್ವಗಳನ್ನು ಮತ್ತೆ ಮತ್ತೆ ಎತ್ತಿ ಹಿಡಿಯುತ್ತದೆ:

- ಮಕ್ಕಳ ಹಕ್ಕುಗಳ ಜಾರಿಯಲ್ಲಿ ಮಕ್ಕಳ ನಡುವೆ ಯಾವುದೇ ರೀತಿಯ ತಾರತಮ್ಯಕ್ಕೆ ಅವಕಾಶವಿಲ್ಲ. ದೇಶ, ಭಾಷೆ, ಜಾತಿ, ಲಿಂಗ, ಬಣ್ಣ, ಧರ್ಮ, ಶಿಕ್ಷಣ ಮಟ್ಟ, ಬಡವ–ಬಲ್ಲಿದ, ಕುಟುಂಬದ ಹಿನ್ನೆಲೆ ಈ ಯಾವುದೂ ಮಕ್ಕಳ ಒಳಿತಿಗೆ ಅಡ್ಡಿ ಬರಬಾರದು (ಪರಿಚ್ಛೇದ 2ರ ಆಶಯ).
- ಮಕ್ಕಳನ್ನು ಕುರಿತು ನಿರ್ಧಾರಗಳನ್ನು ಕೈಗೊಳ್ಳಬೇಕಾದರೆ ಅವು ಎಷ್ಟರ ಮಟ್ಟಿಗೆ ಮಕ್ಕಳ ಪರವಾಗಿವೆ ಮತ್ತು ಮಕ್ಕಳ ಹಿತರಕ್ಷಣೆಗಾಗಿ ಇವೆ ಎಂದು ವಿಮರ್ಶಿಸಿ ನೋಡಬೇಕು (ಪರಿಚ್ಛೇದ 4ರ ಆಶಯ).

- ಮಕ್ಕಳಿಗೆ ತಮ್ಮ ಅಭಿಪ್ರಾಯಗಳನ್ನು ತಿಳಿಸುವ, ಮಕ್ಕಳ ಹಿತ ರಕ್ಷಣೆಯಾಗುವಂತೆ ನಡೆಯಲು ಒತ್ತಾಯಿಸುವ ಹಕ್ಕಿದೆ. ಅಂತಹ ಸಂದರ್ಭಗಳಲ್ಲಿ ಅವರ ಮಾತಿಗೆ ಬೆಲೆ ಕೊಡಬೇಕು (ಪರಿಚ್ಛೇದ 12ರ ಆಶಯ).
- ಯಾವುದೇ ದೇಶದಲ್ಲಿ ಮಕ್ಕಳ ಹಕ್ಕುಗಳ ಒಡಂಬಡಿಕೆಯಲ್ಲಿ ಹೇಳಿರುವುದಕ್ಕಿಂತಲೂ ಉತ್ತಮವಾದ ಮತ್ತು ಮಕ್ಕಳ ಪರವಾದ ಕಾನೂನುಗಳಿದ್ದಲ್ಲಿ ಅವುಗಳನ್ನು ಉಳಿಸಿಕೊಳ್ಳಬೇಕು. (ಸದ್ಯ ಚಾಲ್ತಿಯಲ್ಲಿರುವ ಕಾನೂನುಗಳು ಮಕ್ಕಳ ವಿರೋಧಿಯಾಗಿದ್ದರೆ ಒಡಂಬಡಿಕೆಯನ್ನು ಒಪ್ಪಿದ ಮೇಲೆ, ಅವುಗಳನ್ನು ರದ್ದುಪಡಿಸಿದಂತೆಯೇ ಎಂದು ಭಾವಿಸಬೇಕು) (ಪರಿಚ್ಛೇದ 41ರ ಆಶಯ).

ಒಡಂಬಡಿಕೆ ಈ ಮುಂದಿನ ವಿಚಾರಗಳನ್ನು ಕುರಿತು ಗಮನ ಹರಿಸಿದೆ:

- ಮಕ್ಕಳು ಮತ್ತು ಅವರ ಪೋಷಕರ ನಡುವಿನ ಬಾಧ್ಯತೆಗಳು; ತಾನು ಇಂಥವನು / ಇಂಥವಳು ಎಂದು ಗುರುತಿಸಿಕೊಳ್ಳುವ ಹಕ್ಕು; ಸರ್ಕಾರ ಕೈಗೊಳ್ಳಬೇಕಾದ ಕ್ರಮಗಳು; ದತ್ತು, ತಾತ್ಕಾಲಿಕ ಪೋಷಣೆ, ರಕ್ಷಣೆ; ತಂದೆ-ತಾಯಿ ಮತ್ತು ಕುಟುಂಬದೊಡನೆ ಮರಳಿ ಸೇರುವುದು; ಮಕ್ಕಳಿಗೆ ತಮ್ಮ ಅಭಿಪ್ರಾಯಗಳನ್ನು ಮಂಡಿಸಲು ಇರುವ ಸ್ವಾತಂತ್ರ್ಯ, ತಮಗೆ ಸರಿತೋರಿದ ಧರ್ಮವನ್ನು ಪಾಲಿಸುವ ಸ್ವಾತಂತ್ರ್ಯ, ಶಿಕ್ಷಣ ಮತ್ತು ಮನೋರಂಜನೆ ಹೊಂದುವ ಹಕ್ಕು.
- ಮಕ್ಕಳಿಗೂ ಆವಶ್ಯಕತೆಯಿದ್ದಾಗ ಏಕಾಂತವಾಗಿರುವ ಹಕ್ಕಿದೆ; ಅವರ ಮನಸ್ಸು ದೇಹಗಳ ಮೇಲೆ ದಾಳಿಯಾಗುವುದರ ವಿರುದ್ಧ ಹಕ್ಕಿದೆ; ಮಕ್ಕಳಿಗೂ ಸಾಂಘಿಕ ಚಟುವಟಿಕೆಗಳಲ್ಲಿ ತೊಡಗುವ, ಸಾಂಘಿಕ ಚಿಂತನೆಯಲ್ಲಿ ತೊಡಗುವ ಹಕ್ಕಿದೆ; ಎಲ್ಲ ಮಕ್ಕಳಿಗೂ ಸಾಮಾಜಿಕ ಭದ್ರತೆ, ಸೂಕ್ತವಾದ ಜೀವನ ಮಟ್ಟವನ್ನು ಪಡೆಯುವ ಹಕ್ಕಿದೆ; ಅಂಗವಿಕಲತೆ ತಡೆಯುವ, ಸೇವೆ ಪಡೆಯುವ ಹಕ್ಕು ಮಕ್ಕಳಿಗಿದೆ; ಅಂಗವಿಕಲತೆ ಇರುವ ಮಕ್ಕಳಿಗೆ ಅವರಿಗೆ ನೀಡಲೇಬೇಕಾದ ಸೌಕರ್ಯಗಳನ್ನು ಪಡೆಯುವ ಹಕ್ಕಿದೆ.
- ಮಕ್ಕಳನ್ನು ದುಡಿಸುವುದರ ವಿರುದ್ಧ, ಮಕ್ಕಳ ಮೇಲಾಗಬಹುದಾದ ಲೈಂಗಿಕ ದೌರ್ಜನ್ಯದ ವಿರುದ್ಧ, ಅಶ್ಲೀಲ ಸಾಹಿತ್ಯ / ಚಿತ್ರಗಳಲ್ಲಿ ಮಕ್ಕಳನ್ನು ಬಳಸುವುದರ ವಿರುದ್ಧ, ಮಾದಕ ವಸ್ತು / ದ್ರವ್ಯಗಳನ್ನು ಬಳಸುವಂತೆ ಮಕ್ಕಳನ್ನು ಪ್ರಚೋದಿಸುವುದರ ವಿರುದ್ಧ ರಕ್ಷಣೆಗೆ ಹಕ್ಕು.
- ಮಕ್ಕಳ ಅಪಹರಣ, ಮಾರಾಟ, ಶೋಷಣೆಯ ವಿರುದ್ಧ ರಕ್ಷಣೆ; ಅವರಿಗೆ ಹಿಂಸೆ ಕೊಡುವುದರ, ಅಮಾನವೀಯವಾಗಿ ವರ್ತಿಸುವುದರ ವಿರುದ್ಧ ಕೈಗೊಳ್ಳಬಹುದಾದ ಕ್ರಮಗಳು.
- ಮಕ್ಕಳನ್ನು ಸೈನ್ಯಕ್ಕೆ ಸೇರಿಸಿಕೊಳ್ಳದಂತೆ ಕೈಗೊಳ್ಳಬೇಕಾದ ಕ್ರಮಗಳಷ್ಟೇ ಅಲ್ಲದೆ, ಅತ್ಯಂತ ಸಂಕಷ್ಟದಲ್ಲಿರುವ ಅಂಗವಿಕಲತೆ ಇರುವ ಮಕ್ಕಳು, ಬೀದಿಯಲ್ಲಿರುವ, ಲೈಂಗಿಕ ಶೋಷಣೆಗೆ/ ದೇವದಾಸಿ ಪದ್ಧತಿಗೆ ದೂಡಲ್ಪಟ್ಟವರ ಮಕ್ಕಳು, ಮೂಲನಿವಾಸಿ ಹಾಗೂ ಅಲ್ಪಸಂಖ್ಯಾತರ ಮಕ್ಕಳು, ನಿರಾಶ್ರಿತರ ಮಕ್ಕಳು, ತಪ್ಪು ಮಾಡಿದ ಹಾಗೂ ಕಾನೂನಿನೊಡನೆ ಸಂಘರ್ಷದಲ್ಲಿರುವ ಮಕ್ಕಳು, ಸಶಸ್ತ್ರ ಸಂಘರ್ಷಗಳಲ್ಲಿ ಸಿಲುಕಿದ ಮಕ್ಕಳು – ಇವರ ಬಗ್ಗೆ ವಿಶೇಷ ಕಾಳಜಿ ತೋರಬೇಕೆಂದು ಸ್ಪಷ್ಟವಾಗಿ ಹೇಳಲಾಗಿದೆ.

ಮಕ್ಕಳ ಹಕ್ಕುಗಳ ಒಡಂಬಡಿಕೆಯ ಜಾರಿ ಸಂದರ್ಭದಲ್ಲಿ ಬಹಳ ವಿಶೇಷವಾಗಿ ಮುಖ್ಯವಾಗಿ ಮೂರು ವಿಚಾರಗಳನ್ನು ನೇರವಾಗಿ ಗಮನಕ್ಕೆ ತೆಗೆದುಕೊಳ್ಳಲು ವಿಶ್ವಸಂಸ್ಥೆಯು ಐಚ್ಛಿಕ ಕಾರ್ಯನೀತಿಗಳನ್ನು ಹೊರಡಿಸಿದೆ :

1. ಮಕ್ಕಳನ್ನು ಸಶಸ್ತ್ರ ಸಂಘರ್ಷಗಳಲ್ಲಿ ತೊಡಗಿಸುವುದರ ವಿರುದ್ಧ (2000);
2. ಮಕ್ಕಳ ಮಾರಾಟ, ಮಕ್ಕಳನ್ನು ವ್ಯಭಿಚಾರಕ್ಕೆ ಮತ್ತು ಲೈಂಗಿಕ ಚಿತ್ರ ತಯಾರಿಯಲ್ಲಿ ಬಳಸುವುದರ ವಿರುದ್ಧ (2000) ಮತ್ತು
3. ಮಕ್ಕಳ ಹಕ್ಕುಗಳ ಸಮಿತಿಗೆ ಮಕ್ಕಳು ನೇರವಾಗಿ ದೂರು ಕೊಡುವುದಕ್ಕೆ ಅವಕಾಶ ಕೊಡುವುದು (2011).

ಈ ಐಚ್ಛಿಕ ಕಾರ್ಯನೀತಿಗಳಲ್ಲಿ ಮೊದಲೆರಡಕ್ಕೆ ಭಾರತ ಸರ್ಕಾರ ಸಹಿ ಮಾಡಿ ಒಪ್ಪಿಕೊಂಡಿದೆ.

ಜಗತ್ತಿನಾದ್ಯಂತ ಅತ್ಯಂತ ಹೆಚ್ಚಿನ ಸಂಖ್ಯೆಯ ರಾಷ್ಟ್ರಗಳು (ವಿಶ್ವಸಂಸ್ಥೆಯಲ್ಲಿ 193 ಸದಸ್ಯ ರಾಷ್ಟ್ರಗಳಿವೆ – 2019) ಒಪ್ಪಿರುವ ಅಂತಾರಾಷ್ಟ್ರೀಯ ಕಾನೂನು ಎಂಬ ಹೆಗ್ಗಳಿಕೆಯನ್ನು ಮಕ್ಕಳ ಹಕ್ಕುಗಳ ಒಡಂಬಡಿಕೆ ಗಳಿಸಿದೆ[56].

ಭಾರತ ಸರ್ಕಾರ ವಿಶ್ವಸಂಸ್ಥೆಯ ಮಕ್ಕಳ ಹಕ್ಕುಗಳ ಒಡಂಬಡಿಕೆಗೆ 1992ರಲ್ಲಿ ಒಪ್ಪುವ ಮೂಲಕ ದೇಶದ ಮಕ್ಕಳಿಗೆ ಸರ್ಕಾರ ಹೊಸ ಭರವಸೆಯನ್ನು ಕೊಟ್ಟಿತು. ಅರ್ಥಾತ್ ತನಗೆ ತಾನೇ ದೇಶದ ಮಕ್ಕಳ ಸದ್ಯದ ಬದುಕು, ಭವಿಷ್ಯದ ಬದುಕನ್ನು ಹಸನುಗೊಳಿಸಲು ನಿರ್ದೇಶನ ಕೊಟ್ಟುಕೊಂಡಿತು. ಇಂತಹದೇ ಭರವಸೆಯನ್ನು ಮಕ್ಕಳ ಹಕ್ಕುಗಳ ಒಡಂಬಡಿಕೆಯನ್ನು ಒಪ್ಪುವ ಎಲ್ಲ ದೇಶಗಳೂ ತೆಗೆದುಕೊಳ್ಳಬೇಕೆಂದು ಒಡಂಬಡಿಕೆ ಎದುರು ನೋಡುತ್ತದೆ. ಒಡಂಬಡಿಕೆಯನ್ನು ಒಪ್ಪಿದ ದೇಶಗಳು ತಮ್ಮಲ್ಲಿ ಮಕ್ಕಳಿಗಾಗಿ ಎಂತಹ ಕ್ರಮಗಳನ್ನು ಕೈಗೊಳ್ಳುತ್ತಿದೆ, ಕಾನೂನು ನಿಯಮಗಳನ್ನು ಮಕ್ಕಳ ಪರವಾಗಿ ಹೇಗೆ ಬದಲಾಯಿಸಿಕೊಳ್ಳುತ್ತಿದೆ ಅಥವಾ ನಿರ್ಮಿಸುತ್ತಿದೆ, ಹಣಕಾಸು ಎಷ್ಟರ ಮಟ್ಟಿಗೆ ನಿಗದಿಪಡಿಸಿ ಅವನ್ನು ಸಮರ್ಪಕವಾಗಿ ವಿನಿಯೋಗಿಸುತ್ತಿದೆ, ಮಕ್ಕಳ ಹಕ್ಕುಗಳಿಗೆ ವ್ಯತಿರಿಕ್ತವಾಗಿ ನಡೆದುಕೊಳ್ಳದಂತೆ ಜನರನ್ನು ಎಚ್ಚರಿಸಲು ಮಕ್ಕಳ ಹಕ್ಕುಗಳ ಒಡಂಬಡಿಕೆಯನ್ನು ಸ್ಥಳೀಯ ಕಾನೂನು, ಕಾರ್ಯಕ್ರಮಗಳೊಂದಿಗೆ ಹೇಗೆ ಸಮೀಕರಿಸಿ ಶಿಕ್ಷಣ, ಮಾಹಿತಿ ಕೊಡುತ್ತಿದೆ ಮತ್ತು ಮಕ್ಕಳ ಹಕ್ಕುಗಳನ್ನು ಉಲ್ಲಂಘಿಸಿದ ಪ್ರಕರಣಗಳನ್ನು ಹೇಗೆ ನಡೆಸಿಕೊಳ್ಳುತ್ತಿದೆ, ಒಟ್ಟಿನಲ್ಲಿ ಮಕ್ಕಳ ಹಕ್ಕುಗಳನ್ನು ಹೇಗೆ ದೇಶದಲ್ಲಿ ಅಂತರ್ಯಗೊಳಿಸುತ್ತಿದೆ ಎಂದು ಕಾಲಕಾಲಕ್ಕೆ ವಿಮರ್ಶಿಸುವುದಾಗಿದೆ.

ಮಕ್ಕಳ ಪರಿಸ್ಥಿತಿ ಉತ್ತಮವಾಗಬೇಕು, ಎಲ್ಲ ಮಕ್ಕಳು ನೆಮ್ಮದಿಯಿಂದಿರಬೇಕು ಎಂಬ ಕನಸು, ಕಲ್ಪನೆಯನ್ನು ಬೆಳೆಸಿಕೊಂಡು ಅದನ್ನು ಮಕ್ಕಳ ಹಕ್ಕುಗಳ ಒಡಂಬಡಿಕೆಯಾಗುವಂತೆ ಮುನ್ನಡೆಸಿ ಜಾಗತಿಕವಾಗಿ ಅದರ ಪಸರಿಸುವಿಕೆಗೆ ಕಾರಣಳಾದ ಎಗ್ಲಾಂಟೈನ್ ಜೆಬ್‌ಳ ಆಶಯವನ್ನು ಈಡೇರಿಸುವ ಜವಾಬ್ದಾರಿ ಈಗ ಎಲ್ಲ ವಯಸ್ಕರು ಮತ್ತು ಒಟ್ಟೂ ಸಮಾಜದ ಮೇಲಿದೆ.

ಒಂದಿಷ್ಟು ಮಾತಾಡೋಣ..

ಈ ಮಧ್ಯಾಹ್ನ ಟೀ ಸವಿಯುತ್ತಾ, ಗೆಳೆಯರೆ,
ಒಂದಷ್ಟು ಹೀಗೇ ಮಾತಾಡೋಣ.
ನಿಮಗಿದು ಮುಜುಗರವಾಗಬಹುದು... ಆದರೂ
ಅದೇಕೆ ನಾವು ಆರೇಳು ಲಕ್ಷ ಜನರನ್ನು ಹಸಿದು ಸಾಯಲು ಬಿಟ್ಟಿದ್ದೇವೆ?
ನಿಜ, ನಾವೇ ಅದೇಕೆ ಹಾಗೆ ಮಾಡಿದ್ದೇವೆ...
ನಾವು ಹಾಕಿದ 'ಶಾಂತಿ'ಯ ಗೆರೆಯ ಗಡಿ ಒಪ್ಪಿಸಲೆಂದೇನು
ಅಥವಾ
ನಮ್ಮ ಕೈಗೆಟುಕದಿರುವ ಮಾರುಕಟ್ಟೆಗಳನ್ನು ಕಬಳಿಸಲೇನು?
ನಾವು ತಿಂದೂ ತಿಂದೂ ವಾಂತಿ ಮಾಡಿದರೂ
ಬಡ ನೆರೆಯವರಿಂದ ಕಿತ್ತುಕೊಂಡು ಇನ್ನಷ್ಟು ತಿನ್ನಲೆಂದೇನು?
ಅಥವಾ ಶತ್ರುಗಳ ಜನಸಂಖ್ಯೆ ಇಳಿಯಲೆಂದೇನು?
ಆ 'ಪಾಪಿ'ಗಳ ಕೊಂದು ಶಿಕ್ಷಿಸಿ... ನನಗೆ ಖಂಡಿತಾ ತಿಳಿಸಿ
ವಾಸ್ತವ ಹೇಳಿ
ಜಗದಂತ್ಯದಲಿ ನಮ್ಮ ಸರಿತಪ್ಪುಗಳ ಆ ದೇವ ತೂಗುವ ದಿನ
ಏನ ಹೇಳಲಿ ನಾನು... ತಿಳಿ ಹೇಳಿ ನನಗೆ.
ನನಗೊಂದನುಮಾನವಿದೆ,
ನಿಮಗೂ ಇರಬಹುದು
ನಮಗೆ ತಿಳಿದಿರುವ ಸತ್ಯ ಬಚ್ಚಿಟ್ಟುಕೊಂಡು
ಸುಳ್ಳು ಹೇಳಲೇನು ದೇವರೆದುರು 'ಅದು ಸರ್ಕಾರ...
ಸರ್ಕಾರ ಅವರನೆಲ್ಲ ಕೊಂದದ್ದು. ನಾನಲ್ಲ!'
ಬಿಡುವನೇನು ದೇವ ನಮ್ಮ ಕ್ಷಮಿಸುವನೇನು
ಎಲ್ಲ ತಿಳಿದಿರುವ ಅವ.

– ಎಗ್ಲಾಂಟೈನ್ ಜೆಬ್

ಅಡಕ 1

ವಿಶ್ವಸಂಸ್ಥೆಯ ಮಕ್ಕಳ ಹಕ್ಕುಗಳ ಒಡಂಬಡಿಕೆ

ವಿಶ್ವಸಂಸ್ಥೆಯ ಸಾಮಾನ್ಯ ಸಭೆಯ ಮಸೂದೆ ಸಂಖ್ಯೆ 44/25ರಂತೆ 20 ನವೆಂಬರ್ 1989ರಂದು ಮಕ್ಕಳ ಹಕ್ಕುಗಳ ಒಡಂಬಡಿಕೆಯನ್ನು ಅಳವಡಿಸಿಕೊಂಡು ಸದಸ್ಯ ರಾಷ್ಟ್ರಗಳ ಸಹಿ ಮತ್ತು ಒಪ್ಪಿಗೆಗಾಗಿ ತೆರೆದಿಡಲಾಯಿತು. ಮಕ್ಕಳ ಹಕ್ಕುಗಳ ಒಡಂಬಡಿಕೆ 2 ಸೆಪ್ಟೆಂಬರ್ 1990ರಂದು ಒಡಂಬಡಿಕೆಯ ಪರಿಚ್ಛೇದ 49ರಂತೆ ಜಾರಿಗೆ ಬಂದಿತು.

ಮುಖ್ಯ ವಿಚಾರಗಳ ಅನಧಿಕೃತ ಸಾರಾಂಶ

1. **ಮಗು ಎಂಬುದರ ಬಗ್ಗೆ ವ್ಯಾಖ್ಯಾನ:** 18 ವರ್ಷದೊಳಗಿನ ವ್ಯಕ್ತಿಯನ್ನು ಮಗು ಎಂದು ಗುರುತಿಸಲಾಗಿದೆ. ರಾಷ್ಟ್ರೀಯ ಕಾನೂನುಗಳು 18 ವರ್ಷದೊಳಗೆ ಪ್ರೌಢತೆ ಬಂದಿದೆ ಎಂದು ಗುರುತಿಸಿಲ್ಲದಿದ್ದರೆ ಇದು ಜಾರಿಯಾಗಬೇಕು.

2. **ತಾರತಮ್ಯವಿರಬಾರದು:** ಮಕ್ಕಳ ಹಕ್ಕುಗಳು ಯಾವ ಮಗುವನ್ನೂ ಹೊರತುಪಡಿಸದೆ ಜಾರಿಯಲ್ಲಿ ಇದೆ. ಯಾವುದೇ ತಾರತಮ್ಯ ಯಾವುದೇ ಮಗುವನ್ನು ಬಾಧಿಸದಂತೆ ಮಕ್ಕಳನ್ನು ರಕ್ಷಿಸಿ, ಮಕ್ಕಳ ಹಕ್ಕುಗಳನ್ನು ಎತ್ತಿಹಿಡಿಯಲು ಗುಣಾತ್ಮಕ ಕ್ರಮ ಕೈಗೊಳ್ಳುವುದು ಸರ್ಕಾರದ ಜವಾಬ್ದಾರಿ.

3. **ಮಗುವಿನ ಹಿತದೃಷ್ಟಿ:** ಮಕ್ಕಳಿಗಾಗಿ ಯಾವುದೇ ಕ್ರಮ ಕೈಗೊಂಡರೂ ಅದು ಆಯಾ ಮಗುವಿನ ಹಿತಾಸಕ್ತಿಯನ್ನು ಸಂಪೂರ್ಣವಾಗಿ ಗಮನಕ್ಕೆ ತೆಗೆದುಕೊಳ್ಳಬೇಕು. ತಂದೆ ತಾಯಿ, ಪೋಷಕರು, ಅಥವಾ ಮಗುವಿನ ಲಾಲನೆ, ಪಾಲನೆ ಕೈಗೊಳ್ಳಬೇಕಾದವರು ದೂರವಾದರೆ ಅಂತಹ ಮಕ್ಕಳ ರಕ್ಷಣೆಗಾಗಿ ಸರ್ಕಾರ ಸೂಕ್ತ ಕ್ರಮ ಕೈಗೊಳ್ಳಬೇಕು.

4. **ಹಕ್ಕುಗಳ ಜಾರಿ:** ಒಡಂಬಡಿಕೆಯಲ್ಲಿ ಇರುವ ಹಕ್ಕುಗಳ ಜಾರಿಗಾಗಿ ಸರ್ಕಾರ ಎಲ್ಲಾ ಪ್ರಯತ್ನಗಳನ್ನು ಮಾಡಬೇಕು.

5. **ಪೋಷಕರ ಸಲಹೆ ಮತ್ತು ಮಕ್ಕಳ ಸಾಮರ್ಥ್ಯಗಳ ಬೆಳವಣಿಗೆ:** ಮಕ್ಕಳ ಸಾಮರ್ಥ್ಯಗಳು ವಿಕಾಸವಾಗಲು ಸೂಕ್ತವಾದ ಸಹಾಯ ಸಲಹೆಗಳನ್ನು ಪೋಷಕರು ಹಾಗೂ ಹತ್ತಿರದ ಸಂಬಂಧಿಗಳು ನೀಡುವ ಹಕ್ಕು ಹಾಗೂ ಜವಾಬ್ದಾರಿಗಳಿಗೆ ಸರ್ಕಾರವು ಮನ್ನಣೆ ನೀಡಬೇಕು.

6. **ಉಳಿವು ಮತ್ತು ಅಭಿವೃದ್ಧಿ:** ಪ್ರತಿ ಮಗುವಿಗೆ ಸಾಯದೆ ಬದುಕುಳಿಯುವ ಹಕ್ಕು ಇದೆ. ಮಕ್ಕಳು ಉಳಿದು ಅಭಿವೃದ್ಧಿ ಹೊಂದುವುದನ್ನು ಖಾತರಿಪಡಿಸುವುದು ಸರ್ಕಾರದ ಕರ್ತವ್ಯ.

7. **ಹೆಸರು ಮತ್ತು ರಾಷ್ಟ್ರೀಯತೆ:** ಹುಟ್ಟಿದ ಕೂಡಲೇ ಹೆಸರನ್ನು ಹೊಂದುವುದು ಮಗುವಿನ ಹಕ್ಕು. ರಾಷ್ಟ್ರೀಯತೆ ಹೊಂದಿರುವ ಹಾಗೂ ಸಾಧ್ಯವಿರುವ ಕಡೆ ತನ್ನ ತಂದೆ ತಾಯಿಯರು ಯಾರು ಎಂದು ತಿಳಿಯುವ ಹಾಗೂ ಅವರಿಂದ ಲಾಲನೆ, ಪೋಷಣೆ ಪಡೆಯುವ ಹಕ್ಕು ಕೂಡ ಮಕ್ಕಳಿಗಿದೆ.

8. **ಅನನ್ಯತೆಗೆ ಭಂಗವಾಗದಿರುವುದು:** ಮಕ್ಕಳ ಗುರುತು / ಅನನ್ಯತೆಗೆ ಭಂಗ ಬಾರದಂತೆ ರಕ್ಷಿಸುವ ಅವಶ್ಯಕತೆ ಇದ್ದರೆ ಅಂತಹ ಅನನ್ಯತೆಯನ್ನು ಮರುಸ್ಥಾಪಿಸುವುದು ಸರ್ಕಾರದ ಕರ್ತವ್ಯ. ಹೆಸರು, ಕೌಟುಂಬಿಕ ಸಂಬಂಧಗಳು ಹಾಗೂ ರಾಷ್ಟ್ರೀಯತೆಯನ್ನು ಇದು ಹೊಂದಿದೆ.

9. **ಹೆತ್ತವರಿಂದ ದೂರವಾಗದಿರುವುದು:** ಪ್ರತಿಯೊಂದು ಮಗುವಿಗೂ ತನ್ನ ಪೋಷಕರೊಂದಿಗೆ ಬದುಕುವ ಹಕ್ಕಿದೆ. ಆದರೆ ಮಗುವಿನ ಹಿತದೃಷ್ಟಿಯಿಂದ ಹೆತ್ತವರೊಡನಿರುವುದು ಸೂಕ್ತವಲ್ಲ ಎಂದು ತೀರ್ಮಾನವಾದಲ್ಲಿ ಮಾತ್ರ

ಅಂತಹ ಮಕ್ಕಳನ್ನು ಬೇರ್ಪಡಿಸಬೇಕು. ಅಕಸ್ಮಾತ್ ತಂದೆ ತಾಯಿಯರು ಬೇರ್ಪಟ್ಟಾಗ ಇಬ್ಬರೊಡನೆಯೂ ಸಂಪರ್ಕವಿಟ್ಟುಕೊಂಡಿರುವುದು ಮಗುವಿನ ಹಕ್ಕು.

10. **ಕೌಟುಂಬಿಕ ಪುನರ್ಮಿಲನ:** ಕುಟುಂಬದೊಡನೆ ಸೇರಲು ಅಥವಾ ಮಗು ಹಾಗೂ ಹೆತ್ತವರೊಡನೆ ಸಂಬಂಧ ಮರುಸ್ಥಾಪಿಸಲು ಮಕ್ಕಳು ಹಾಗು ಹೆತ್ತವರು ಯಾವುದೇ ದೇಶವನ್ನು ತೊರೆಯುವ ಹಾಗು ಪ್ರವೇಶಿಸುವ ಹಕ್ಕು ಹೊಂದಿದ್ದಾರೆ.

11. **ಮಕ್ಕಳ ಸಾಗಣೆ ತಡೆ:** ಮಕ್ಕಳನ್ನು ಕದ್ದೊಯ್ಯುವ, ಸಾಗಿಸಿ ಹಿಡಿದಿಟ್ಟುಕೊಳ್ಳುವುದು, ಮಾರುವುದರ ವಿರುದ್ಧ ಸರ್ಕಾರ ಕ್ರಮ ಕೈಗೊಳ್ಳಬೇಕು.

12. **ಮಕ್ಕಳ ಅಭಿಪ್ರಾಯ:** ಮಗುವಿನ ಮೇಲೆ ಪ್ರಭಾವ ಬೀರಬಹುದಾದ ಯಾವುದೇ ವಿಚಾರ ಅಥವಾ ಕ್ರಮಗಳ ಮೇಲೆ ತನ್ನ ಅಭಿಪ್ರಾಯ ವ್ಯಕ್ತಪಡಿಸುವ ಹಾಗೂ ಆ ಅಭಿಪ್ರಾಯವನ್ನು ಗಣನೆಗೆ ತೆಗೆದುಕೊಳ್ಳಬೇಕೆಂದು ಆಗ್ರಹಿಸುವ ಹಕ್ಕು ಮಕ್ಕಳಿಗಿದೆ.

13. **ಅಭಿವ್ಯಕ್ತಿ ಸ್ವಾತಂತ್ರ್ಯ ಮತ್ತು ಮಾಹಿತಿ:** ಮಕ್ಕಳಿಗೆ ತಮ್ಮ ಅಭಿಪ್ರಾಯ ವ್ಯಕ್ತಪಡಿಸುವ ಹಕ್ಕು ಇದೆ. ಯಾವುದೇ ದೇಶ, ಭಾಷೆಗಳ ಗಡಿಗಳಿಲ್ಲದೇ ಮಾಹಿತಿ ಪಡೆಯುವ, ವಿಚಾರ ತಿಳಿಯುವ ಹಕ್ಕು ಮಕ್ಕಳಿಗಿದೆ.

14. **ವಿಚಾರ ಮಾಡುವ, ಆತ್ಮಸಾಕ್ಷಿಯಂತೆ ನಡೆಯುವ ಮತ್ತು ಧಾರ್ಮಿಕ ಸ್ವಾತಂತ್ರ್ಯ:** ಪೋಷಕರ ಸೂಕ್ತ ಸಲಹೆಯಡಿ ಮಗುವಿಗೆ ವಿಚಾರ ಮಾಡುವ, ಆತ್ಮಸಾಕ್ಷಿಯಂತೆ ನಡೆಯುವ ಹಾಗೂ ಧಾರ್ಮಿಕ ಹಕ್ಕುಗಳನ್ನು ಸರ್ಕಾರ ಗೌರವಿಸಬೇಕು.

15. **ಸಂಘಟಿತರಾಗಿರುವ ಹಕ್ಕು:** ಮಕ್ಕಳಿಗೆ ಇತರರೊಡನೆ ಸೇರುವ, ಭೇಟಿ ಮಾಡುವ ಹಾಗೂ ಸಂಘಟಿತರಾಗಿರುವ ಹಕ್ಕು ಇದೆ.

16. **ಖಾಸಗೀತನದ ರಕ್ಷಣೆ:** ಮಕ್ಕಳ ಯಾವುದೇ ರೀತಿಯ ಖಾಸಗೀತನಕ್ಕೆ – ಕೌಟುಂಬಿಕ, ಗೃಹ, ಪತ್ರ ವ್ಯವಹಾರಗಳಲ್ಲಿ ಯಾರೂ ತಲೆ ಹಾಕದಂತೆ ಅಥವಾ ಮೂಗು ತೂರಿಸದಂತೆ ಹಾಗೂ ಆರೋಪಗಳು ಬಾರದಂತೆ ರಕ್ಷಿಸಿಕೊಳ್ಳುವ ಹಕ್ಕು ಮಕ್ಕಳಿಗಿದೆ.

17. **ಸೂಕ್ತ ಮಾಹಿತಿಯ ಲಭ್ಯತೆ:** ವಿವಿಧ ಮೂಲಗಳಿಂದ ಮಾಹಿತಿ ಸಾಮಗ್ರಿಗಳನ್ನು ಹೊಂದುವ ಹಕ್ಕನ್ನು ಮಕ್ಕಳಿಗೆ ಸರ್ಕಾರ ಒದಗಿಸಬೇಕು. ಸಾಮಾಜಿಕವಾಗಿ ಮತ್ತು ಸಾಂಸ್ಕೃತಿಕವಾಗಿ ಮಕ್ಕಳಿಗೆ ಉಪಯುಕ್ತವಾದ ಮಾಹಿತಿಯನ್ನು ಪಸರಿಸಲು ಮಾಧ್ಯಮಗಳನ್ನು ಸರ್ಕಾರ ಪ್ರೋತ್ಸಾಹಿಸಿ, ಮಕ್ಕಳಿಗೆ ಹಾನಿಕಾರಕ ಮಾಹಿತಿಗಳು ತಲುಪದಂತೆ ಎಚ್ಚರಿಕೆ ವಹಿಸಬೇಕು.

18. **ಪೋಷಕರ ಜವಾಬ್ದಾರಿ:** ತಂದೆ ತಾಯಿಯರಿಗೆ ತಮ್ಮ ಮಕ್ಕಳ ಲಾಲನೆ ಪಾಲನೆಯು ಪ್ರಾಥಮಿಕ ಜವಾಬ್ದಾರಿಯಾಗಿದ್ದು ಸರ್ಕಾರ ಅದನ್ನು ಬೆಂಬಲಿಸಬೇಕು. ಮಕ್ಕಳ ಆರೈಕೆ, ಬೆಳವಣಿಗೆಗೆ ಸೂಕ್ತವಾದ ಸಹಾಯವನ್ನು ಸರ್ಕಾರ ಮಾಡಿಕೊಡಬೇಕು.

19. **ದುರುಪಯೋಗ ಮತ್ತು ನಿರ್ಲಕ್ಷ್ಯದಿಂದ ರಕ್ಷಣೆ:** ಮಕ್ಕಳ ಪಾಲನೆಯ ಜವಾಬ್ದಾರಿ ಹೊಂದಿರುವ ಪೋಷಕರೇ ಮೊದಲಾದವರು ಮಕ್ಕಳ ದುರುಪಯೋಗ ಮಾಡುತ್ತಿದ್ದಲ್ಲಿ, ಮಕ್ಕಳನ್ನು ರಕ್ಷಿಸುವ, ಮಕ್ಕಳ ದುರುಪಯೋಗ ತಡೆದು, ಹಾಗೆ ಬಲಿಯಾಗಿದ್ದ ಮಕ್ಕಳ ಪುನರ್ವಸತಿಗಾಗಿ ಸೂಕ್ತ ಸಾಮಾಜಿಕ ಕಾರ್ಯಕ್ರಮ ರೂಪಿಸುವುದು ಸಹ ಸರ್ಕಾರದ ಜವಾಬ್ದಾರಿ.

20. **ಕುಟುಂಬವಿಲ್ಲದ ಮಕ್ಕಳ ರಕ್ಷಣೆ:** ಕೌಟುಂಬಿಕ ವಾತಾವರಣದಿಂದ ಹೊರಬಿದ್ದ ಮಗುವಿಗೆ ವಿಶೇಷ ರಕ್ಷಣೆ ಒದಗಿಸುವುದು ಸರ್ಕಾರದ ಜವಾಬ್ದಾರಿ. ಪರ್ಯಾಯ ಕೌಟುಂಬಿಕ ವ್ಯವಸ್ಥೆ ಅಥವಾ ಸಂಸ್ಥೆಗಳಲ್ಲಿ ಪುನರ್ವಸತಿ ಮಾಡುವಾಗ ಮಗುವಿನ ಸಾಮಾಜಿಕ, ಸಾಂಸ್ಕೃತಿಕ ಹಿನ್ನೆಲೆಗೆ ಸೂಕ್ತ ಮನ್ನಣೆ ನೀಡಬೇಕು.

21. **ದತ್ತು:** ಅನಾಥ ಮಕ್ಕಳಿಗೆ ಪರ್ಯಾಯ ಕೌಟುಂಬಿಕ ವ್ಯವಸ್ಥೆ ಮಾಡುವಾಗ ಮಗುವಿನ ಹಿತದೃಷ್ಟಿಯಿಂದ ದತ್ತು ನೀಡಬೇಕು. ಈ ಪ್ರಕ್ರಿಯೆಯನ್ನು ಸೂಕ್ತ ಕಾನೂನು, ನ್ಯಾಯಿಕ ವಿಧಾನಗಳಲ್ಲೇ ನಡೆಸಬೇಕು. ದತ್ತು ಪ್ರಕ್ರಿಯೆ ಲಾಭ ತರುವ ಉದ್ದಿಮೆಯಲ್ಲ.

22. **ನಿರಾಶ್ರಿತ ಮಕ್ಕಳು:** ನಿರ್ವಸಿತ ಮತ್ತು ನಿರಾಶ್ರಿತ ಮಕ್ಕಳು ಆಶ್ರಯ ಬೇಡಿ ಬಂದಾಗ ಆ ಮಕ್ಕಳಿಗೆ ವಿಶೇಷ ರಕ್ಷಣೆಯನ್ನು ನೀಡಬೇಕು. ಇಂತಹ ಮಕ್ಕಳಿಗೆ ರಕ್ಷಣೆ, ಸಹಾಯ ನೀಡುವ ಸಂಬಂಧಪಟ್ಟ ಇಲಾಖೆ, ಸಂಸ್ಥೆಗೆ ಸರ್ಕಾರ ವಿಶೇಷವಾದ ಸಹಕಾರ ನೀಡಬೇಕು.

23. **ಮಕ್ಕಳಿಗೆ ರಕ್ಷಣೆ:** ಯಾವುದೇ ರೀತಿಯ ಅಂಗವಿಕಲತೆ ಇದ್ದರೂ ತಮ್ಮ ಜೀವನವನ್ನು ಸಂಪೂರ್ಣವಾಗಿ ಸ್ವಂತವಾಗಿ ಅನುಭವಿಸಲು, ಗೌರವಯುತ ಬಾಳ್ವೆ ನಡೆಸಿ ಸಮಾಜದ ಮುಖ್ಯ ವಾಹಿನಿಯಲ್ಲಿ ಬೆರೆತು ಮುಂದೆ ಬರಲು ನೆರವಾಗುವಂತಹ ವಿಶೇಷ ರಕ್ಷಣೆ, ಶಿಕ್ಷಣ ಹಾಗೂ ತರಬೇತಿ ಪಡೆಯುವುದು ಮಕ್ಕಳ ಹಕ್ಕು.

24. **ಆರೋಗ್ಯದ ರಕ್ಷಣೆ ಮತ್ತು ಆರೋಗ್ಯ ಸೇವೆಗಳು:** ಅತ್ಯುನ್ನತವಾದ ಆರೋಗ್ಯ ಮಟ್ಟವನ್ನು ಕಾಪಾಡಿಕೊಳ್ಳಲು ಬೇಕಾದ ಉತ್ತಮ ಆರೋಗ್ಯ ಸೇವೆ ಪಡೆಯುವುದು ಮಕ್ಕಳ ಹಕ್ಕು. ಪ್ರಾಥಮಿಕ ಆರೋಗ್ಯ ಹಾಗೂ ರೋಗ ಹರಡುವಿಕೆ ತಡೆ, ಆರೋಗ್ಯ ಸೇವೆ ಮತ್ತು ಆರೋಗ್ಯ ಶಿಕ್ಷಣ ನೀಡಲು, ಮತ್ತು ಶಿಶು ಮರಣ ತಗ್ಗಿಸಲು ಸರ್ಕಾರ ಗಣನೀಯವಾದ ಕ್ರಮ ಕೈಗೊಳ್ಳಬೇಕು. ಇದಕ್ಕಾಗಿ ಅಂತಾರಾಷ್ಟ್ರೀಯ ಸಹಯೋಗಗಳನ್ನು ಪ್ರೇರೇಪಿಸುವುದೇ ಅಲ್ಲದೇ, ಯಾವುದೇ ಮಗು ಪರಿಣಾಮಕಾರಿ ಆರೋಗ್ಯ ಸೇವೆಯಿಂದ ವಂಚಿತವಾಗದಂತೆ ನೋಡಿಕೊಳ್ಳಬೇಕು.

25. **ನಿಯಮಿತ ಅವಧಿಯಲ್ಲಿ ಪುನರ್ವಿಮರ್ಶೆ:** ರಕ್ಷಣೆ, ಆರೈಕೆ, ಅಥವಾ ಚಿಕಿತ್ಸೆಗಾಗಿ ಸರ್ಕಾರವು ಮಕ್ಕಳನ್ನು ನಿಗದಿಪಡಿಸಿದ ಸ್ಥಳದಲ್ಲಿ ಇರಿಸಿದಾಗ, ಮಗುವಿನ ಆರೈಕೆ, ಚಿಕಿತ್ಸೆಯ ಪ್ರಗತಿ ಕುರಿತು ನಿಯಮಿತ ಕಾಲಾವಧಿಯಲ್ಲಿ ಪರಾಮರ್ಶೆ ಮಾಡಬೇಕು.

26. **ಸಾಮಾಜಿಕ ಭದ್ರತೆ:** ಸಾಮಾಜಿಕ ಭದ್ರತೆ ಮತ್ತು ಸಾಮಾಜಿಕ ವಿಮೆಯ

ಸಂಪೂರ್ಣ ಫಲ ಪಡೆಯುವುದು ಮಕ್ಕಳ ಹಕ್ಕು.

27. **ಜೀವನಮಟ್ಟ:** ತಮ್ಮ ದೈಹಿಕ, ಮಾನಸಿಕ, ಧಾರ್ಮಿಕ, ನೈತಿಕ ಹಾಗೂ ಸಾಮಾಜಿಕ ಅಭಿವೃದ್ಧಿಗೆ ಸೂಕ್ತವಾದ ಜೀವನಮಟ್ಟವನ್ನು ಹೊಂದುವುದು ಮಕ್ಕಳ ಹಕ್ಕು. ತಮ್ಮ ಸಾಮರ್ಥ್ಯದ ಮಿತಿಯೊಳಗೆ ಇವನ್ನು ಮಕ್ಕಳಿಗೆ ಒದಗಿಸುವುದು ಪೋಷಕರ ಕರ್ತವ್ಯ. ಮಕ್ಕಳಿಗೆ ಅತ್ಯಗತ್ಯವಾದುದನ್ನು ಒದಗಿಸುವುದಕ್ಕೆ ಸಹಾಯ ಮಾಡುವುದು ಸರ್ಕಾರದ ಕರ್ತವ್ಯ. ಪೋಷಕರಿಗೆ ಹಾಗೂ ಮಕ್ಕಳಿಗೆ ಅತ್ಯಗತ್ಯವಾದ ಸೇವೆ, ಆಹಾರ, ಬಟ್ಟೆ, ವಸತಿ ದೊರಕಿಸಲು ಸರ್ಕಾರ ಪ್ರಯತ್ನಿಸಬೇಕು.

28. **ಶಿಕ್ಷಣ:** ಶಿಕ್ಷಣ ಮಕ್ಕಳ ಹಕ್ಕು, ಉಚಿತ ಹಾಗೂ ಕಡ್ಡಾಯ ಪ್ರಾಥಮಿಕ ಶಿಕ್ಷಣ ಎಲ್ಲರಿಗೂ ದೊರೆಯಲು ಹಾಗೂ ಪ್ರತಿ ಮಗುವಿಗೂ ಪೌಢಶಾಲಾ ಶಿಕ್ಷಣ ಹಾಗೂ ಉನ್ನತ ಶಿಕ್ಷಣವು ಎಟಕುವಂತೆ ಮಾಡುವುದು ಸರ್ಕಾರದ ಕರ್ತವ್ಯ, ಶಾಲೆಯ ಶಿಸ್ತು ಮಕ್ಕಳ ಘನತೆ, ಗೌರವ, ಹಕ್ಕುಗಳಿಗೆ ವ್ಯತ್ಯಯವಾಗುವಂತಿರಬಾರದು. ಈ ಹಕ್ಕನ್ನು ಜಾರಿ ಮಾಡಲು ಅಂತಾರಾಷ್ಟ್ರೀಯ ಸಹಕಾರವನ್ನು ಸಹ ಸರ್ಕಾರಗಳು ಪಡೆಯಬಹುದು.

29. **ಶಿಕ್ಷಣದ ಗುರಿ ಮತ್ತು ಉದ್ದೇಶ:** ಮಕ್ಕಳ ವ್ಯಕ್ತಿತ್ವ, ಪ್ರತಿಭೆ ಮತ್ತು ಮಾನಸಿಕ, ದೈಹಿಕ ಸಾಮರ್ಥ್ಯಗಳು ಸಂಪೂರ್ಣವಾಗಿ ವಿಕಾಸ ಹೊಂದಲು ಶಿಕ್ಷಣವು ನೆರವಾಗಬೇಕು. ಬೆಳೆದಂತೆ ಮುಕ್ತ ಸಮಾಜದಲ್ಲಿ ಜೀವಿಸುವ, ತನ್ನ ಸಾಂಸ್ಕೃತಿಕ ಗುರುತು, ಭಾಷೆ, ಮೌಲ್ಯಗಳಲ್ಲದೆ ಇತರರ ಸಂಸ್ಕೃತಿ, ಮೌಲ್ಯಗಳನ್ನು ಗೌರವಿಸಲು ಸಿದ್ಧ ಮಾಡುವಂತಹ ಶಿಕ್ಷಣವನ್ನು ಪೋಷಕರು ಮತ್ತು ಸಮಾಜ ಮಕ್ಕಳಿಗೆ ನೀಡಬೇಕು.

30. **ಮೂಲನಿವಾಸಿಗಳು ಹಾಗೂ ಅಲ್ಪಸಂಖ್ಯಾತರ ಮಕ್ಕಳು:** ಮೂಲನಿವಾಸಿಗಳು ಹಾಗೂ ಅಲ್ಪಸಂಖ್ಯಾತರ ಮಕ್ಕಳಿಗೆ ತಮ್ಮ ಸಂಸ್ಕೃತಿ, ಧರ್ಮವನ್ನು ಆಚರಿಸುವ ಮತ್ತು ಭಾಷೆಯನ್ನು ಬಳಸುವ ಹಕ್ಕು ಇದೆ.

31. **ವಿರಾಮ, ವಿಶ್ರಾಂತಿ, ಮನೋರಂಜನೆ ಮತ್ತು ಸಾಂಸ್ಕೃತಿಕ ಚಟುವಟಿಕೆಗಳು:** ವಿರಾಮ, ವಿಶ್ರಾಂತಿ, ಆಟ, ಮನೋರಂಜನಾತ್ಮಕ, ಸೃಜನಶೀಲ ಹಾಗು ಸಾಂಸ್ಕೃತಿಕ ಚಟುವಟಿಕೆಗಳಲ್ಲಿ ಭಾಗವಹಿಸುವುದು ಮಕ್ಕಳ ಹಕ್ಕು.

32. **ಬಾಲಕಾರ್ಮಿಕರು:** ತನ್ನ ಆರೋಗ್ಯ, ಶಿಕ್ಷಣ ಹಾಗೂ ಅಭಿವೃದ್ಧಿಗೆ ಮಾರಕವಾಗುವಂತಹ ಎಂತಹದೇ ಕೆಲಸದಲ್ಲಿ ತೊಡಗುವುದರ ವಿರುದ್ಧ ರಕ್ಷಣೆಯ ಹಕ್ಕು ಮಕ್ಕಳಿಗೆ ಇದೆ. ಕೆಲಸಕ್ಕೆ ಸೇರಲು ಕನಿಷ್ಠ ವಯೋಮಿತಿಯನ್ನು ಸೂಚಿಸುವುದೇ ಅಲ್ಲದೇ, ಕೆಲಸದ ಅವಧಿಯನ್ನು ಸಹ ಸರ್ಕಾರ ನಿಯಂತ್ರಿಸಬೇಕು.

33. **ಮಾದಕ ದ್ರವ್ಯಗಳ ದುರುಪಯೋಗ:** ಯಾವುದೇ ರೀತಿಯ ಮಾದಕ ವಸ್ತುಗಳು ಹಾಗೂ ಭ್ರಾಮಕ ವಸ್ತುಗಳ ವಶಕ್ಕೆ ಸಿಲುಕುವುದು ಹಾಗೂ ಅವುಗಳ ತಯಾರಿ ಮತ್ತು ಸಾಗಾಣೆಗೆ ಗುರಿಯಾಗುವುದರ ವಿರುದ್ಧ ರಕ್ಷಣೆಯ ಹಕ್ಕು ಮಕ್ಕಳಿಗೆ ಇದೆ.

34. ಲೈಂಗಿಕ ಶೋಷಣೆ: ಮಕ್ಕಳನ್ನು ವೇಶ್ಯಾವೃತ್ತಿಗೆ ದೂಡುವ, ಲೈಂಗಿಕ ಸಾಹಿತ್ಯ/ಚಿತ್ರದ ಸೃಷ್ಟಿಗೆ ಬಳಸುವುದು, ಯಾವುದೇ ಲೈಂಗಿಕ ಶೋಷಣೆ, ದುರ್ಬಳಕೆಗೆ ಈಡು ಮಾಡುವುದರ ವಿರುದ್ಧ ರಕ್ಷಣೆ ನೀಡುವುದು ಸರ್ಕಾರದ ಕರ್ತವ್ಯ.

35. ಮಾರಾಟ, ಅಕ್ರಮ ಸಾಗಣೆ ಹಾಗೂ ಬಂಧನ: ಮಕ್ಕಳ ಮಾರಾಟ, ಅಕ್ರಮ ಸಾಗಣೆ ಹಾಗು ಬಂಧನವಾಗದಂತೆ ರಕ್ಷಣೆ ನೀಡಲು ಸರ್ಕಾರ ಎಲ್ಲ ಪ್ರಯತ್ನಗಳನ್ನು ಮಾಡಬೇಕು.

36. ಇನ್ನಿತರ ಶೋಷಣೆಗಳು: ಈ ಒಡಂಬಡಿಕೆಯಲ್ಲಿ ಹೇಳಿರದ ಯಾವುದೇ ರೀತಿಯ ಇತರ ಶೋಷಣೆಗಳಿಂದಲೂ, ಮಕ್ಕಳ ಅಭಿವೃದ್ಧಿಗೆ ಮಾರಕವಾಗುವ ಯಾವುದೇ ಕ್ರಮಗಳ ವಿರುದ್ಧ ರಕ್ಷಣೆ ಪಡೆಯುವುದು ಮಕ್ಕಳ ಹಕ್ಕು.

37. ಹಿಂಸೆ ಮತ್ತು ಸ್ವಾತಂತ್ರ್ಯಹರಣ: ಯಾವುದೇ ಮಗುವನ್ನು ಹಿಂಸೆಗೆ, ಶಿಕ್ಷೆ, ಅನಧಿಕೃತ ಬಂಧನ ಮತ್ತು ಸ್ವಾತಂತ್ರ್ಯ ಹರಣಕ್ಕೆ ಗುರಿಪಡಿಸಲಾಗದು. 18 ವರ್ಷದೊಳಗಿನ ಯಾವುದೇ ಮಗು ಮಾಡಿದ ಯಾವುದೇ ತಪ್ಪಿಗೆ ಮರಣದಂಡನೆ ಮತ್ತು ಬಿಡುಗಡೆಯ ಸಾಧ್ಯತೆಯೇ ಇಲ್ಲದ ಬಂಧನ ಮತ್ತು ಸೆರೆಮನೆವಾಸ ವಿಧಿಸಬಾರದು.

38. ಸಶಸ್ತ್ರ ಸಂಘರ್ಷ: ಯಾವುದೇ ರೀತಿಯ ಸಶಸ್ತ್ರ ಸಂಘರ್ಷಗಳಲ್ಲಿ 15 ವರ್ಷದೊಳಗಿನ ಯಾವುದೇ ಮಗು ನೇರವಾಗಿ ಭಾಗಿಯಾಗದಂತೆ ಎಲ್ಲ ರೀತಿಯ ಕ್ರಮಗಳನ್ನು ಕೈಗೊಳ್ಳುವುದು ಸರ್ಕಾರದ ಕರ್ತವ್ಯ. 15 ವರ್ಷದೊಳಗಿನ ಯಾವುದೇ ಮಗುವನ್ನು ಸೈನ್ಯಕ್ಕೆ ಸೇರಿಸಿಕೊಳ್ಳಬಾರದು. ಸಶಸ್ತ್ರ ಸಂಘರ್ಷದಿಂದ ತೊಂದರೆಗೀಡಾದ ಯಾವುದೇ ಮಕ್ಕಳಿಗೆ ಅಂತಾರಾಷ್ಟ್ರೀಯ ಕಾನೂನಿನಲ್ಲಿ ವಿವರಿಸಿರುವಂತೆ ರಕ್ಷಣೆ ಹಾಗೂ ಆರೈಕೆಗಳನ್ನು ಏರ್ಪಡಿಸಬೇಕು.

39. ಪುನರ್ವಸತಿ ಸೇವೆ: ಸಶಸ್ತ್ರ ಸಂಘರ್ಷ, ಹಿಂಸೆ, ತಿರಸ್ಕಾರ, ದುರುಪಯೋಗ, ಅಥವಾ ಶೋಷಣೆಗೆ ಗುರಿಯಾದ ಮಕ್ಕಳಿಗೆ ಸೂಕ್ತವಾದ ಚಿಕಿತ್ಸೆ, ಆರೈಕೆ ನೀಡಿ ಅವರನ್ನು ಸಮಾಜದಲ್ಲಿ ಒಂದಾಗಿಸುವ ಪ್ರಯತ್ನವನ್ನು ಮಾಡುವುದು ಸರ್ಕಾರದ ಜವಾಬ್ದಾರಿ.

40. ತಪ್ಪು ಮಾಡಿದ ಮಕ್ಕಳಿಗೆ ನ್ಯಾಯ: ಕಾನೂನಿನೊಡನ ಸಂಘರ್ಷಕ್ಕಿಳಿದಿರುವ ಮಕ್ಕಳ ವಯಸ್ಸನ್ನು ಗಮನದಲ್ಲಿಟ್ಟುಕೊಂಡು ಸರ್ಕಾರವು ಅವರ ಘನತೆ ಗೌರವಗಳಿಗೆ ಧಕ್ಕೆಯಾಗದಂತೆ ನೋಡಿಕೊಂಡು, ಅವರು ಸಮಾಜದಲ್ಲಿ ಮತ್ತೆ ಬೆರೆಯುವಂತಹ ಸಹಾಯ ನೀಡಬೇಕು. ಮಗುವಿಗೆ ಕಾನೂನಿನ ನೆರವು ನೀಡಿ ತನ್ನ ಪರವಾಗಿ ನ್ಯಾಯ ಪಡೆಯಲು ಅವಕಾಶ ಮಾಡಿಕೊಡಬೇಕು. ಎಲ್ಲೆಲ್ಲಿ ಸಾಧ್ಯವೋ ಅಲ್ಲೆಲ್ಲಾ ಮಕ್ಕಳನ್ನು ನ್ಯಾಯಾಲಯಗಳಿಗೆ ಅಲೆಯುವುದು ಮತ್ತು ಸಂಸ್ಥೆಯಲ್ಲಿ ಇರಿಸುವುದನ್ನು ತಪ್ಪಿಸಬೇಕು.

41. ಮೇಲ್ಮಟ್ಟದ ಮಾಪಕಗಳು: ಮಕ್ಕಳ ಹಕ್ಕುಗಳಿಗೆ ಸಂಬಂಧಪಟ್ಟ ರಾಷ್ಟ್ರೀಯ ಮತ್ತು ಅಂತಾರಾಷ್ಟ್ರೀಯ

ಕಾನೂನುಗಳ ಜಾರಿ ಸಂದರ್ಭದಲ್ಲಿ ಎಲ್ಲೆಲ್ಲಿ ಮಾಪಕಗಳನ್ನು ಅಳವಡಿಸುವ ಅಗತ್ಯಗಳು ಕಂಡುಬರುತ್ತದೋ, ಅಲ್ಲೆಲ್ಲಾ ಈ ಒಡಂಬಡಿಕೆಯಲ್ಲಿ ಸೂಚಿಸಿರುವುದಕ್ಕಿಂತಲೂ ಉನ್ನತವಾದ ಮಾಪಕಗಳು ಇದ್ದಲ್ಲಿ ಅಂತಹ ಉನ್ನತ ಮಾಪಕಗಳೇ ಮಾನ್ಯವಾಗುತ್ತದೆ.

42–54 ಹಕ್ಕುಗಳ ಜಾರಿ ಮತ್ತು ವರದಿ:

i. ಮಕ್ಕಳು ಮತ್ತು ಪ್ರೌಢರು ಇಬ್ಬರಿಗೂ ಈ ಒಡಂಬಡಿಕೆಯ ವಿಚಾರಗಳು ತಿಳಿಯುವಂತಹ ವಿಸ್ತೃತವಾದ ಏರ್ಪಾಡುಗಳನ್ನು ಮಾಡುವುದು ಸರ್ಕಾರದ ಕರ್ತವ್ಯ.

ii. ಒಡಂಬಡಿಕೆಗೆ ಸರ್ಕಾರಗಳು ಒಪ್ಪಿ ಸಹಿ ಮಾಡಿ ಎರಡು ವರ್ಷಗಳ ನಂತರ ಹಾಗೂ ಮುಂದೆ ಪ್ರತಿ ಐದು ವರ್ಷಗಳಿಗೊಮ್ಮೆ ನೀಡಬೇಕಾದ ವರದಿಗಳನ್ನು ಪರಿಶೀಲಿಸಲು ಹತ್ತು ಜನರ ಸಮಿತಿಯನ್ನು ವಿಶ್ವಸಂಸ್ಥೆ ನಿರ್ಮಿಸಬೇಕು. ಈ ಒಡಂಬಡಿಕೆ ತಕ್ಷಣ ಜಾರಿಯಾಗುವುದರಿಂದ ಒಡಂಬಡಿಕೆಯನ್ನು ಕನಿಷ್ಠ 20 ದೇಶಗಳು ಒಪ್ಪಿದ ಕೂಡಲೇ ಈ ಸಮಿತಿಯನ್ನು ರಚಿಸಬೇಕು.

iii. ಸರ್ಕಾರಗಳು ತಾವು ವಿಶ್ವಸಂಸ್ಥೆಗೆ ಸಲ್ಲಿಸುವ ವರದಿಯ ಪ್ರತಿಯನ್ನು ನಾಗರಿಕರಿಗೂ ತಲುಪಿಸಬೇಕು.

iv. "ಮಕ್ಕಳ ಹಕ್ಕುಗಳ ಒಡಂಬಡಿಕೆ"ಯ ಪರಿಣಾಮಕಾರಿ ಜಾರಿ ಹಾಗೂ ಅಂತಾರಾಷ್ಟ್ರೀಯ ಸಹಕಾರವನ್ನು ಪ್ರೋತ್ಸಾಹಿಸಲು ವಿಶ್ವಸಂಸ್ಥೆಯ ವಿಶೇಷ ಸಂಸ್ಥೆಗಳಾದ, ಅಂತಾರಾಷ್ಟ್ರೀಯ ಕಾರ್ಮಿಕ ಸಂಘ (ಐ.ಎಲ್.ಒ.); ವಿಶ್ವ ಆರೋಗ್ಯ ಸಂಸ್ಥೆ (ಡಬ್ಲ್ಯು.ಹೆಚ್.ಒ.) ಮತ್ತು ವಿಶ್ವ ಸಂಸ್ಥೆಯ ಶಿಕ್ಷಣ, ವಿಜ್ಞಾನ ಮತ್ತು ಸಾಂಸ್ಕೃತಿಕ ಸಂಘಟನೆ (ಯುನೆಸ್ಕೋ) ಮತ್ತು ಯುನಿಸೆಫ್‌ಗೆ ಸಮಿತಿಯ ಸಭೆಗಳಲ್ಲಿ ಭಾಗವಹಿಸಲು ವಿಶೇಷ ಆಹ್ವಾನವಿರುತ್ತದೆ. ವಿಶ್ವಸಂಸ್ಥೆಯೊಡನೆ ಸಂಪರ್ಕ, ಒಪ್ಪಿಗೆ ಪಡೆದು, ಸ್ವಯಂಸೇವಾ ಸಂಘಟನೆಗಳನ್ನು ಒಳಗೊಂಡಂತಹ, ಅರ್ಹ ಸಂಸ್ಥೆಗಳು ಹಾಗೂ ವಿಶ್ವ ಸಂಸ್ಥೆಯ ಅಂಗ ಸಂಸ್ಥೆಗಳಾದ ನಿರಾಶ್ರಿತರನ್ನು ಕುರಿತು ವಿಶ್ವಸಂಸ್ಥೆಯ ಉನ್ನತ ಕಮೀಷನ್ (ಯು.ಎನ್. ಹೆಚ್.ಸಿ.ಆರ್) ಈ ಸಮಿತಿಗೆ ಕೆಲವು ನಿರ್ದಿಷ್ಟ ವಿಚಾರಗಳನ್ನು ಕುರಿತು ವರದಿ ಸಲ್ಲಿಸಿ, ಒಡಂಬಡಿಕೆಯನ್ನು ಗರಿಷ್ಠ ಪ್ರಮಾಣದಲ್ಲಿ ಜಾರಿ ಮಾಡಲು ಸಲಹೆ ನೀಡಬಹುದು.

ಅಡಕ 2

ಭಾರತದ ಮೇಲೆ ಮಕ್ಕಳ ಹಕ್ಕುಗಳ ಒಡಂಬಡಿಕೆಯ ಪ್ರಭಾವ ಮತ್ತು ಪರಿಣಾಮ

ಮಕ್ಕಳ ಹಕ್ಕುಗಳ ಒಡಂಬಡಿಕೆಯನ್ನು ಜಗತ್ತಿನ ಎಲ್ಲ ದೇಶಗಳು ಒಂದು ಅಂತಾರಾಷ್ಟ್ರೀಯ ಕಾನೂನು ಒಪ್ಪಿಕೊಂಡಿವೆ. ಭಾರತ ಸಂಸತ್‌ನಲ್ಲಿ ಈ ಒಡಂಬಡಿಕೆಯನ್ನು ಮಂಡಿಸಿ ಅನುಮೋದನೆ ಪಡೆದಿದೆ ಮತ್ತು ಒಡಂಬಡಿಕೆಯಲ್ಲಿ ಒಪ್ಪಿರುವ ವಿಚಾರಗಳನ್ನು ತನ್ನ ಕಾಯಿದೆ, ಕಾರ್ಯಕ್ರಮ, ಯೋಜನೆಗಳಲ್ಲಿ ಅಳವಡಿಸಲು ಬದ್ಧವಾಗಿದೆ.

ಈ ಒಡಂಬಡಿಕೆಯ ಜಾರಿ ಹಂತಗಳಲ್ಲಿ ವಿಶ್ವಸಂಸ್ಥೆಯು ಗುರುತಿಸಿರುವಂತೆ ಮೂರು ಪ್ರಮುಖ ಅಂಶಗಳನ್ನು ಎಲ್ಲ ದೇಶಗಳೆದುರು ಐಚ್ಛಿಕ ಕಾರ್ಯಸೂಚಿಗಳಾಗಿ (Optional Protocols) ಎದುರಿಟ್ಟಿದೆ. ಯಾವ ದೇಶಗಳು ಮಕ್ಕಳ ಹಕ್ಕುಗಳ ಒಡಂಬಡಿಕೆಗೆ ಸಹಿ ಮಾಡಿ ತಮ್ಮ ದೇಶಗಳಲ್ಲಿ ಅಳವಡಿಸಿಕೊಳ್ಳಲು ಒಪ್ಪಿಗೆ ಸೂಚಿಸಿವೆಯೋ ಆ ದೇಶಗಳಿಗೆ ಈ ಐಚ್ಛಿಕ ಕಾರ್ಯಸೂಚಿಗಳಿಗೆ ಬದ್ಧರಾಗಲು ಆಹ್ವಾನವಿದೆ. ಅವು :

1. ಮಕ್ಕಳ ಮಾರಾಟ, ವ್ಯಾಪಾರೀ ಲೈಂಗಿಕ ಶೋಷಣೆ ಮತ್ತು ಲೈಂಗಿಕ ಚಿತ್ರಗಳ ತಯ್ಯಾರಿಕೆ ವಿರುದ್ಧ ಐಚ್ಛಿಕ ಕಾರ್ಯಸೂಚಿ (25 ಮೇ 2000).
2. ಸಶಸ್ತ್ರ ಸಂಘರ್ಷಗಳಲ್ಲಿ ಮಕ್ಕಳನ್ನು ತೊಡಗಿಸುವುದರ ವಿರುದ್ಧ ಐಚ್ಛಿಕ ಕಾರ್ಯಸೂಚಿ (25 ಮೇ 2000).
3. ಸಂವಹನ ಪ್ರಕ್ರಿಯೆ (ದೂರು ದಾಖಲು) ಕುರಿತು ಐಚ್ಛಿಕ ಕಾರ್ಯಸೂಚಿ (19 ಡಿಸೆಂಬರ್ 2011).

ಮಕ್ಕಳ ಹಕ್ಕುಗಳ ಒಡಂಬಡಿಕೆಯಲ್ಲಿರುವ ವಿಚಾರಗಳು ಕೇವಲ ಭಾಷಣದ ವಸ್ತುಗಳಾಗದೆ ಮಕ್ಕಳ ಬದುಕು ಭವಿಷ್ಯವನ್ನು ಉಜ್ವಲಗೊಳಿಸುವ ವಾಸ್ತವ ಕರ್ತವ್ಯಗಳನ್ನು ಕೈಗೊಳ್ಳುವ ದಾರಿದೀಪಗಳಾಗಿವೆ. ಅದನ್ನು ಜಾರಿಗೊಳಿಸುವ ಜವಾಬ್ದಾರಿ ಪ್ರತಿಯೊಬ್ಬ ವಯಸ್ಕರದ್ದಾಗಿದೆ.

ಬಹಳ ಮುಖ್ಯವಾಗಿ ಮಕ್ಕಳ ಹಕ್ಕುಗಳ ಒಡಂಬಡಿಕೆಯ ಪರಿಚ್ಛೇದ 42ರಲ್ಲಿ ಹೇಳಿರುವಂತೆ, 'ಮಕ್ಕಳ ಹಕ್ಕುಗಳ ಒಡಂಬಡಿಕೆಯಲ್ಲಿನ ವಿಧಿಗಳು, ವಿಚಾರಗಳನ್ನು ಸೂಕ್ತವಾದ ವಿಧಾನಗಳು ಮತ್ತು ಮಾಧ್ಯಮಗಳ ಮೂಲಕ ದೇಶದ ಎಲ್ಲ ಮಕ್ಕಳು ಮತ್ತು ವಯಸ್ಕರಿಗೆ ತಲುಪಿಸಲು ಸರ್ಕಾರಗಳೂ ಕಟಿಬದ್ಧವಾಗಿವೆ' ಮತ್ತು ಪರಿಚ್ಛೇದ 44ರಲ್ಲಿ ಹೇಳಿರುವಂತೆ ಭಾರತ ಸರ್ಕಾರವು ದೇಶದಲ್ಲಿ ಮಕ್ಕಳ ಹಕ್ಕುಗಳ ಒಡಂಬಡಿಕೆಯ ಬದ್ಧತೆಗಳನ್ನು ಹೇಗೆ ಜಾರಿ ಮಾಡಲಾಗಿದೆ ಎಂದು ವಿಶ್ವಸಂಸ್ಥೆಗೆ ವರದಿಯನ್ನು ಪ್ರತಿ ಐದು ವರ್ಷಗಳಿಗೊಮ್ಮೆ ಸಲ್ಲಿಸಬೇಕಿದೆ.

ಮಕ್ಕಳ ಹಕ್ಕುಗಳ ಜಾರಿ ದಿಶೆಯಲ್ಲಿ ಹಂತಗಳು

ಜಗತ್ತಿನಎಲ್ಲ ಮಕ್ಕಳನ್ನು ಶೋಷಣೆ ಮುಕ್ತರನ್ನಾಗಿಸಲು ವಿಶ್ವಸಂಸ್ಥೆ ಮುಂದಿಟ್ಟಿರುವ ಮಕ್ಕಳ ಹಕ್ಕುಗಳ ಒಡಂಬಡಿಕೆಯನ್ನು ದೇಶದ ಪ್ರಜೆಗಳ ಪರವಾಗಿ ವಿಶ್ವಸಂಸ್ಥೆಯ ಎದುರು ಒಪ್ಪಿರುವುದು ನಮ್ಮ ಸರ್ಕಾರ. ನಾವು ಪ್ರಜೆಗಳು ಎಂದ ಕೂಡಲೇ ಇಲ್ಲಿನ ಜನಪ್ರತಿನಿಧಿಗಳು, ಸರ್ಕಾರದ ಇಲಾಖೆಗಳು, ಅಲ್ಲಿನ ಸಿಬ್ಬಂದಿ, ಕಾನೂನು ಪಾಲನೆ ಮಾಡುವ ಜವಾಬ್ದಾರಿಯಿರುವ ವ್ಯವಸ್ಥೆಗಳು, ನ್ಯಾಯಾಂಗ, ಸರ್ಕಾರೇತರ ರಂಗ (ವ್ಯಾಪಾರೋದ್ಯಮಗಳು, ವ್ಯಾಪಾರೀ ಸಂಸ್ಥೆಗಳು ಇತ್ಯಾದಿ), ಸ್ವಯಂಸೇವಾ ಸಂಘಟನೆಗಳು (ಶೈಕ್ಷಣಿಕ ಸಂಸ್ಥೆಗಳನ್ನೂ ಒಳಗೊಂಡು), ಸಮುದಾಯಗಳು, ಕುಟುಂಬಗಳು ಮತ್ತು ಮಕ್ಕಳನ್ನೂ ಒಳಗೊಂಡ ಇಡೀ ಸಮಾಜ ಇದಕ್ಕೆ ಬದ್ಧವಾಗಿದೆ ಎಂದೇ ಅರ್ಥ. ಮಕ್ಕಳ ಹಕ್ಕುಗಳ ಒಡಂಬಡಿಕೆಗೆ ಯಾರದಾದರೂ ವಿರೋಧವಿದ್ದಲ್ಲಿ ಅದನ್ನು ವ್ಯಕ್ತಪಡಿಸಲೂ ಇದರಲ್ಲಿ ಅವಕಾಶವಿದೆ.

ಎಗ್ಲಾಂಟೈನ್ ಮಕ್ಕಳಿಗಾಗುತ್ತಿದ್ದ ತೊಂದರೆಯನ್ನು ಯುದ್ಧದ ಸಂದರ್ಭದಲ್ಲಿ ಗಮನಿಸಿದಳು. ಅದಕ್ಕೂ ಮೊದಲು ಕೇಂಬ್ರಿಡ್ಜ್‌ನಲ್ಲಿ ನಡೆಸಿದ ಅಧ್ಯಯನದಲ್ಲಿ ಕಂಡಿದ್ದಳು. ಈಗಲೂ ಆಹಾರ ಔಷಧಿ ಒದಗಿಸದಿರುವುದು, ಪ್ರೀತಿ ಕಾಳಜಿ ವ್ಯಕ್ತಪಡಿಸದಿರುವುದು, ಶಿಕ್ಷಣ ಮನೋರಂಜನೆಗೆ ಮತ್ತು ಅಭಿಪ್ರಾಯ ವ್ಯಕ್ತಪಡಿಸುವುದಕ್ಕೆ ಅವಕಾಶಗಳನ್ನು ಕೊಡದಿರುವುದು, ದುಡಿಮೆ, ಲೈಂಗಿಕ ಶೋಷಣೆಗೆ ಗುರಿ ಮಾಡುವುದೇ ಮೊದಲಾದವುಗಳ ರೂಪದಲ್ಲಿ ಮಕ್ಕಳ ಹಕ್ಕುಗಳ ಉಲ್ಲಂಘನೆಯಾಗುತ್ತಿರುವುದು ನಮ್ಮ ಅನುಭವಕ್ಕೆ ಬರುತ್ತದೆ. ಯುದ್ಧ ಮತ್ತು ಯುದ್ಧದಂತಹ ಪರಿಸ್ಥಿತಿಗಳು ಅನೇಕ ದೇಶಗಳಲ್ಲಿ ಈಗಲೂ ಇದೆ. ಭ್ರಷ್ಟಾಚಾರದಿಂದ ಮತ್ತು ಯಾರದೋ ಲಾಭ ಮತ್ತು ಲಾಲಸೆಗಾಗಿ ಮಕ್ಕಳ ಶೋಷಣೆ ಅವ್ಯಾಹತವಾಗಿ ನಡೆದಿದೆ. ಇವುಗಳನ್ನು ತಪ್ಪಿಸಲು ಐದು ಪ್ರಮುಖ ಹಂತಗಳಲ್ಲಿ ಮಕ್ಕಳ ಹಕ್ಕುಗಳ ಒಡಂಬಡಿಕೆಯ ವಿಚಾರಗಳನ್ನು ಜಾರಿ ಮಾಡುವ ಕ್ರಮಗಳನ್ನು ಗುರುತಿಸಬಹುದು.

1. **ತಡೆ ಕ್ರಮಗಳು (Prevention):** ಮಕ್ಕಳನ್ನು ಯಾವುದೇ ರೀತಿಯಲ್ಲೂ ಶೋಷಣೆಗೆ ಗುರಿಪಡಿಸದಂತೆ ತಡೆಯಲು ಮಕ್ಕಳನ್ನು, ಕುಟುಂಬಗಳನ್ನು ಮತ್ತು ಸಮುದಾಯಗಳನ್ನು ಸಶಕ್ತಗೊಳಿಸುವುದು. ಇದಕ್ಕಾಗಿ ತಳ ಮಟ್ಟದಿಂದಲೇ ಪ್ರತಿಯೊಬ್ಬರನ್ನೂ ಮಕ್ಕಳ ಹಕ್ಕುಗಳನ್ನು ಕುರಿತಂತೆ ಸೂಕ್ಷ್ಮಗೊಳಿಸಿ, ತಾವೇ ಕೈಗೊಳ್ಳಬೇಕಾದ ಕ್ರಮಗಳು ಮತ್ತು

ಲಭ್ಯವಿರುವ ವ್ಯವಸ್ಥೆಗಳು, ಅವುಗಳ ಬಳಕೆ ಕುರಿತು ಅರಿವು ಜಾಗೃತಿ ಮೂಡಿಸಲು ಮಾಹಿತಿ ಆಂದೋಲನಗಳನ್ನು, ಪ್ರಚಾರವನ್ನು ನಡೆಸುತ್ತಿರುವುದು. ಬಹಳ ಮುಖ್ಯವಾಗಿ ಮಕ್ಕಳ ಹಕ್ಕುಗಳ ಉಲ್ಲಂಘನೆ ಎಲ್ಲೇ ಯಾವುದೇ ರೂಪದಲ್ಲಿ ಆಗುತ್ತಿದ್ದರೂ ಅದನ್ನು ಕುರಿತು ವರದಿ ಮಾಡುವುದು/ ದೂರು ಕೊಡುವುದೂ ಕೂಡಾ ತಡೆ ಕ್ರಮಗಳಲ್ಲಿ ಪ್ರಮುಖವಾದುದು.

2. **ಅವಕಾಶಗಳನ್ನು ಕಲ್ಪಿಸುವುದು (Provision):** ಯಾವುದೇ ಮಗು ಎಂತಹದೇ ಶೋಷಣೆಗೆ, ವಂಚನೆಗೆ ಗುರಿಯಾಗಬಾರದೆಂದು ಹೇಳಿದರೂ, ಮಕ್ಕಳು ಸೇವೆಗಳಿಂದ ವಂಚಿತವಾಗುವುದುಅಥವಾ ಶೋಷಣೆಗೆ ಗುರಿಯಾಗುವುದು ನಡೆಯುತ್ತಲೇ ಇದೆ. ಹಾಗೆ ವಂಚನೆಗೀಡಾದ, ಶೋಷಣೆಗೀಡಾದ ಮಕ್ಕಳನ್ನು ರಕ್ಷಿಸಿ, ಸುರಕ್ಷಿತ ವಾತಾವರಣಗಳ ಅವಕಾಶಗಳನ್ನು ಕಲ್ಪಿಸುವುದು ಹಾಗೂ ಅದು ಸುಸ್ಥಿರವಾಗಿರುವಂತೆ ವ್ಯವಸ್ಥೆಗಳನ್ನು ಮಾಡುವುದು ಅತ್ಯಾವಶ್ಯಕ. ಇದು ಆರೋಗ್ಯ, ಆಹಾರ, ಶಿಕ್ಷಣ, ರಕ್ಷಣೆ, ಪುನರ್ವಸತಿ ಸೇವೆಗಳನ್ನು ಒದಗಿಸುವುದೆಲ್ಲದಕ್ಕೂ ಅನ್ವಯಿಸುತ್ತದೆ.

3. **ಉತ್ತೇಜಿಸುವುದು (Promotion):** ಮಕ್ಕಳ ಹಕ್ಕುಗಳನ್ನು ವಿವಿಧ ಹಂತಗಳಲ್ಲಿ ಗುರುತಿಸಿ ಅದರಜಾರಿಗಾಗಿ ವಕೀಲಿ ನಡೆಸುವುದು. ಇದು ಪ್ರಚಾರವೂ ಹೌದು, ಸಾರ್ವಜನಿಕ ಶಿಕ್ಷಣವೂ ಹೌದು. ಇದಕ್ಕಾಗಿ ಮಾಹಿತಿ ಸಂಗ್ರಹಕ್ಕಾಗಿ ಸಂಶೋಧನೆ, ಸರ್ವೇಕ್ಷಣೆ, ವಿಚಾರ ವಿನಿಮಯ, ಆಂದೋಲನಗಳನ್ನು ನಡೆಸುತ್ತಾ, ಬದಲಾವಣೆಯ ಆವಶ್ಯಕತೆ, ಮಕ್ಕಳನ್ನು ಹಕ್ಕುಗಳಿರುವ ಪ್ರಜೆಗಳಾಗಿ ಪರಿಗಣಿಸಲು ಸಮಾಜದ ವಯಸ್ಕರಲ್ಲಿ, ವ್ಯವಸ್ಥೆಗಳಲ್ಲಿ, ಕಾನೂನು ನಿರ್ಮಾತೃಗಳು, ಕಾನೂನು ಪಾಲಕರಲ್ಲಿ ವಕೀಲಿ ಮತ್ತು ಒತ್ತಡ ಕ್ರಮಗಳನ್ನು ಕೈಗೊಳ್ಳುವುದು.

4. **ಕಾನೂನು ಕ್ರಮಗಳು (Prosecution):** ಸೇವಾ ಸೌಲಭ್ಯಗಳಿಂದ ವಂಚಿತರಾದ ಮತ್ತು ಶೋಷಣೆಗೊಳಪಟ್ಟ ವಾತಾವರಣದಿಂದ ರಕ್ಷಿತರಾದ ಮಕ್ಕಳಿಗೆ ನ್ಯಾಯ ಒದಗಿಸುವುದು ಅತ್ಯಾವಶ್ಯಕ. ಇದಕ್ಕಾಗಿ ಕಾನೂನು ಜಾರಿ ವ್ಯವಸ್ಥೆಗಳನ್ನು ಸಂಪರ್ಕಿಸುವುದು (ಪೊಲೀಸ್, ನ್ಯಾಯಾಲಯ, ಸಾರ್ವಜನಿಕ ಫಿರ್ಯಾದಿದಾರರು) ಮತ್ತು ಆ ಮಕ್ಕಳ ಕುಟುಂಬಗಳು, ಸಮಾಜ, ಸಮುದಾಯವನ್ನು ಸಂಪರ್ಕಿಸಿ ಅವರೆದುರಿಸಿರುವ ಸೇವಾ ವಂಚನೆ, ಶೋಷಣೆ ಕುರಿತು ಸಂಬಂಧಿಸಿದರಿಗೆ ದೂರು ದಾಖಲಿಸಲು ಸಹಾಯ ಮಾಡುವುದು, ಪುನರ್ವಸತಿ ಕ್ರಮಗಳಿಗೆ ಸಂಪರ್ಕಿಸುವುದು ಇದಾಗಿದೆ. ಇದರೊಂದಿಗೆ ಕಾನೂನು ನೆರವು, ಸಾಮಾಜಿಕ ರಕ್ಷಣೆ, ತರಬೇತಿ, ಇತ್ಯಾದಿ ಒದಗಿಸುವುದು ಇದಾಗಿದೆ.

5. **ಭಾಗವಹಿಸುವುದು (Participation):** ಭಾರತದ ಸನ್ನಿವೇಶದಲ್ಲಿ ಇನ್ನೂ ವಿಕಾಸ ವಾಗುತ್ತಿರುವ ಕಲ್ಪನೆಇದಾಗಿದೆ. ಯಾರನ್ನು ಕುರಿತು ನಿರ್ಧಾರಗಳಾಗುತ್ತವೋ ಅಂತಹವರ ಅಭಿಪ್ರಾಯಗಳಿಗೆ ಅವಕಾಶವಿದ್ದಲ್ಲಿ ಅದು ಭಾಗವಹಿಸುವಿಕೆ. ಮಕ್ಕಳಿಗೆ ಸಂಬಂಧಿಸಿದ ಯಾವುದೇ ಹಂತದ ಎಂತಹದೇ ನಿರ್ಧಾರಗಳಾಗುವಾಗ ಅವುಗಳನ್ನು ಕುರಿತು ಮಕ್ಕಳಿಗೆ ಮಾಹಿತಿ ನೀಡುವುದು ಮತ್ತುಅದಕ್ಕೆ ಸಂಬಂಧಪಟ್ಟಂತೆ ಮಕ್ಕಳ ಮಾತುಗಳನ್ನು, ಅಭಿಪ್ರಾಯಗಳನ್ನು ಆಲಿಸುವ, ಗುರುತಿಸುವ, ಅದಕ್ಕೆ ಅರ್ಥ ನೀಡುವ ಮತ್ತು ಅವುಗಳನ್ನು ಎಲ್ಲೆಲ್ಲಿ ಸೂಕ್ತವೋ ಅಲ್ಲೆಲ್ಲಾ ಅಳವಡಿಸಿಕೊಳ್ಳುವ ಕ್ರಮಗಳು ಇದಾಗಿದೆ.

ಮಕ್ಕಳ ಹಕ್ಕುಗಳನ್ನು ಸಾರ್ವತ್ರಿಕವಾಗಿ ಜಾರಿ ಮಾಡಲು ಕ್ರಮಗಳು

ಸರ್ವಸಮ್ಮತವಾಗಿರುವ ಮಕ್ಕಳ ಹಕ್ಕುಗಳ ಒಡಂಬಡಿಕೆಯಲ್ಲಿರುವ ವಿಚಾರಗಳು, ಧ್ವನಿ, ಧೋರಣೆ ಕುರಿತು ಒಂದಷ್ಟು ಆಕ್ಷೇಪಣೆಗಳೂ ಇವೆ. ಆದಾಗ್ಯೂ, ವಿಶ್ವಸಂಸ್ಥೆಯ ಇನ್ನಾವುದೇ ಒಡಂಬಡಿಕೆಗಳಾಗಲಿ, ಒಪ್ಪಂದಗಳಾಗಲೀ ಇಷ್ಟೊಂದು ಮಟ್ಟದ ವಿಶ್ವಮನ್ನಣೆಯನ್ನು ಪಡೆದಿಲ್ಲ ಎಂಬುದನ್ನು ಗಮನಿಸಬೇಕು. ಎಗ್ಲಾಂಟೈನ್‌ಜೆಬ್ ಹೇಳಿರುವಂತೆ, ಇಡೀ ವಿಶ್ವಕ್ಕೆ ಬಹಳ ಬೇಗ ಮಕ್ಕಳ ಗೋಳು ಅರ್ಥವಾಗುತ್ತದೆ ಎಂಬ ತಾತ್ವಿಕ ವಿಚಾರ ಇದಕ್ಕೆ ಕಾರಣವಾಗಿರಬಹುದು. ಆದರೆ ಈ ಒಡಂಬಡಿಕೆಯನ್ನು ಸರ್ಕಾರಗಳು ಒಪ್ಪಿಕೊಂಡು ಬಿಟ್ಟರೆ ಸಾಲದು. ಅದನ್ನು ಸಾರ್ವಜನಿಕರು, ಮಕ್ಕಳಿಗಾಗಿ ಕಾನೂನು ನಿರ್ಮಾಣ ಮಾಡುವವರು, ಮಕ್ಕಳಿಗಾಗಿ ಕಾರ್ಯಕ್ರಮಗಳನ್ನು ರೂಪಿಸುವವರು, ನೀತಿ ನಿಯಮರಚಿಸುವವರು, ಮಕ್ಕಳಿಗಾಗಿ ಸೇವೆಗಳನ್ನು ಒದಗಿಸುವವರು (ಆರೋಗ್ಯ, ಪೌಷ್ಟಿಕ ಆಹಾರ, ಶಿಕ್ಷಣ, ರಕ್ಷಣೆ, ಮಾಹಿತಿ ಒದಗಿಸುವವರು, ಆಶ್ರಯ, ಮನೋರಂಜನೆ, ಇತ್ಯಾದಿ) ಮಕ್ಕಳನ್ನು ಕುರಿತು ಸೂಕ್ಷ್ಮಗೊಳ್ಳುವುದು ಅತ್ಯಾವಶ್ಯಕ.

ಮಕ್ಕಳ ಹಕ್ಕುಗಳ ಒಡಂಬಡಿಕೆ ಜಾರಿಯಾದಾಗಿನಿಂದ ಮಕ್ಕಳನ್ನು ಕುರಿತು ತಿಳಿವಳಿಕೆ ಮೂಡಿಸುವ ದಿಶೆಯಲ್ಲಿ ವಿಶ್ವಮಟ್ಟದಿಂದ ತಳಮಟ್ಟದವರೆಗೆ ಹಲವಾರು ಚಿಂತನೆ, ಚಳವಳಿಗಳು ನಡೆಯುತ್ತಿವೆ. ಈ ಒಡಂಬಡಿಕೆಗೆ ಒಂದು ಸಹಿ ಮಾಡಿಬಿಟ್ಟರೆ ಸಾಕು, ಏನೂ ಮಾಡದಿದ್ದರೂ ಪರವಾಗಿಲ್ಲ ಎನ್ನುವ ಕೆಲವು ದೇಶದ ನಾಯಕರುಗಳ ಉಡಾಫೆಯನ್ನೂ, ಸೋಗಲಾಡಿತನವನ್ನೂ ಈ ಒಡಂಬಡಿಕೆಯ ಜಾರಿಯ ಸಮಯದಲ್ಲಿ ಬಯಲಿಗೆಳೆಯಲಾಗಿದೆ. ಎರಡನೆಯದು ಒಡಂಬಡಿಕೆಯನ್ನು ಜಾರಿ ಮಾಡುವ ಅವಧಿಯಲ್ಲಿ, ಅದರಲ್ಲೇ ಇರುವ ಕೆಲವು ದ್ವಂದ್ವಗಳು ಮತ್ತು ತೊಂದರೆಗಳನ್ನು ಗುರುತಿಸಲಾಗಿದೆ. ಉದಾ. ಮಕ್ಕಳೆಂದರೆ 18 ವರ್ಷಗಳ ತನಕ ಎಂದು ವ್ಯಾಖ್ಯಾನಿಸಿದ ಮೇಲೂ, ಆಯಾ ದೇಶದ ಸಂಸ್ಕೃತಿ, ಪರಿಸ್ಥಿತಿಯನ್ನು ನೋಡಿಕೊಂಡು ಕೆಲವು ನಿರ್ಧಾರಗಳನ್ನು ಮಾಡಿಕೊಳ್ಳಬಹುದು ಎಂದು ಒಡಂಬಡಿಕೆಯಲ್ಲಿ ಹೇಳಿರುವುದು ಪ್ರಶ್ನಾರ್ಹವಾಗಿದೆ. ಹಾಗಿದ್ದಾಗ್ಯೂ ಮಕ್ಕಳೆಂದರೆ ಏನೆಂದು ಅರ್ಥ ಮಾಡಿಕೊಳ್ಳುವ, ಮಕ್ಕಳಿಗಾಗಿ ಮನೆಮನೆಗಳಿಂದಲೇ ಅವರ ಹಕ್ಕುಗಳನ್ನು ಮಾನ್ಯ ಮಾಡುವಂತಹ ಕೆಲಸಗಳೂ ಆರಂಭವಾಗಿವೆ. ಕಳೆದ 30 ವರ್ಷಗಳಲ್ಲಿ ಭಾರತದಲ್ಲಿ ಏನೇನು ನಡೆದಿದೆ ಎಂಬುವ ಕೆಲವನ್ನು ಈ ಮುಂದಿನಂತೆ ಗುರುತಿಸಬಹುದು:

- ಕಾನೂನು ನಿರ್ಮಾತೃಗಳಲ್ಲಿ (ಶಾಸಕರು, ಸಂಸದರು, ಸ್ಥಳೀಯ ಸರ್ಕಾರಗಳಲ್ಲಿ ಚುನಾಯಿತ ಜನಪ್ರತಿನಿಧಿಗಳು) ಮಕ್ಕಳನ್ನು ಕುರಿತ ದೃಷ್ಟಿಕೋನದಲ್ಲಿ ಬದಲಾವಣೆ ಕಂಡುಬರುತ್ತಿದೆ
- ಆವಶ್ಯಕತೆ ಬಿದ್ದಲ್ಲಿ ಅಂತಾರಾಷ್ಟ್ರೀಯ ಸಂಸ್ಥೆಗಳು (ವಿಶ್ವಸಂಸ್ಥೆಯ ಪ್ರತಿನಿಧಿಗಳು) ಸದಸ್ಯ ರಾಷ್ಟ್ರಗಳಲ್ಲಿ ಮಕ್ಕಳ ಹಕ್ಕುಗಳ ಉಲ್ಲಂಘನೆ ಪ್ರಕರಣಗಳನ್ನು ಕುರಿತು ಮಧ್ಯಪ್ರವೇಶಿಸಲು ಅವಕಾಶ ಬಂದಿದೆ
- ಒಡಂಬಡಿಕೆಯಿಂದಾಗಿ ದೇಶಗಳು ತಮ್ಮ ಮಕ್ಕಳನ್ನು ಕುರಿತು ಎಂತಹ ಕ್ರಮಗಳನ್ನು ಕೈಗೊಳ್ಳಲೇಬೇಕೆಂದು ಗುರುತಿಸುವ ಮತ್ತು ಅದಕ್ಕೆ ಜವಾಬ್ದಾರರಾಗುವ ಬದ್ಧತೆಯನ್ನು ತೋರಲು ಅದನ್ನು ತನ್ನ ದೇಶವಾಸಿಗಳಿಗೆ ತಿಳಿಸುವುದು ಕಡ್ಡಾಯವಾಗಿದೆ.

- ಮಕ್ಕಳ ಇರುವಿಕೆಯನ್ನು ಗುರುತಿಸುವುದಷ್ಟೇ ಅಲ್ಲ ಅವರನ್ನು ಹಕ್ಕುಗಳಿರುವ ನಾಗರೀಕರೆಂದು ಒಪ್ಪಿಕೊಳ್ಳಲಾಗುತ್ತಿದೆ.
- ಹೆಣ್ಣುಮಕ್ಕಳು, ದುರವಸ್ಥೆಯಲ್ಲಿರುವ ಮಕ್ಕಳು, ಅಪಾಯದ ಅಂಚಿನಲ್ಲಿರುವ ಮಕ್ಕಳು ಮತ್ತು ಅಂಗವಿಕಲತೆಯೇ ಮೊದಲಾದ ವಿಶೇಷ ಆವಶ್ಯಕತೆಯಿರುವ ಮಕ್ಕಳಿಗಾಗಿ ವಿಶೇಷ ಕಾಳಜಿ ವ್ಯಕ್ತವಾಗುತ್ತಿದೆ.
- ಮಕ್ಕಳ ಬದುಕಿನ ಗುಣಮಟ್ಟದಲ್ಲಿ ಅಭಿವೃದ್ಧಿ ಕಾಣಲು ಜಗತ್ತಿನಾದ್ಯಂತ ಕ್ರಮಗಳು ವಿಕಾಸವಾಗುತ್ತಿದೆ.
- ಮಕ್ಕಳೆಲ್ಲರೂ ಕಲಿಯಬೇಕು, ಎಲ್ಲ ಮಕ್ಕಳಿಗೆ ಶಿಕ್ಷಣದ ಅವಕಾಶಗಳು ಸಿಗಲೇಬೇಕೆಂದು ಕ್ರಮಗಳು ಆರಂಭವಾಗಿದೆ.
- ಬಾಲಕಾರ್ಮಿಕ ಪದ್ಧತಿ ಮತ್ತು ಮಕ್ಕಳ ಸಾಗಣೆಯನ್ನು ಸ್ಪಷ್ಟವಾಗಿ ನಿರಾಕರಿಸಲಾಗುತ್ತಿದೆ.
- ಮಕ್ಕಳು ತಮ್ಮ ಅಭಿಪ್ರಾಯಗಳನ್ನು ನೇರವಾಗಿತಮ್ಮದೇ ಸರ್ಕಾರಗಳಿಗಷ್ಟೇ ಅಲ್ಲ, ಆವಶ್ಯಕತೆ ಬಂದಲ್ಲಿ ನೇರವಾಗಿ ವಿಶ್ವಸಂಸ್ಥೆಗೇ ದೂರು ನೀಡಲು, ಮಾಹಿತಿ ಕಳುಹಿಸಲು ಅವಕಾಶಗಳು ಸೃಷ್ಟಿಯಾಗಿದೆ.

ಮಕ್ಕಳ ಹಕ್ಕುಗಳ ಒಡಂಬಡಿಕೆ ಜಾರಿಗೆ ಬಂದ ಮೇಲೆ ಕಳೆದ 30 ವರ್ಷಗಳಲ್ಲಿ ಭಾರತದ ಅನೇಕ ಕಾಯಿದೆ, ನಿಯಮಗಳು, ಕಾರ್ಯಕ್ರಮ, ಯೋಜನೆಗಳು ವಿಕಾಸವಾಗಿವೆ, ತಿದ್ದುಪಡಿಗಳಾಗಿವೆ ಮತ್ತು ನ್ಯಾಯಾಲಯಗಳ ನಿರ್ದೇಶನದಿಂದ ಸೃಷ್ಟಿಯಾಗಿವೆ. ಉದಾಹರಣೆಗೆ

1. **ಗರ್ಭಧಾರಣಾ ಪೂರ್ವ ಮತ್ತು ಪ್ರಸವ ಪೂರ್ವ ಪರೀಕ್ಷೆ ತಂತ್ರಗಳು (ನಿಯಂತ್ರಣ ಮತ್ತು ದುರುಪಯೋಗ ತಡೆ) ಕಾಯಿದೆ 1994 (ತಿದ್ದುಪಡಿ 2003) [Pre-Conception and Pre-Natal Diagnostic Techniques (PCPNDT) Act, 1994]:** ಭಾರತದಲ್ಲಿ ಲಿಂಗಾನುಪಾತ ಆಘಾತಕಾರಿಯಾಗಿದ್ದು, ಈಗಾಗಲೇ ಅಪಾಯದಗಂಟೆ ಹೊಡೆಯುತ್ತಿರುವುದುಕಂಡುಬರುತ್ತಿದೆ. 2001ರಲ್ಲಿ 6 ವರ್ಷದೊಳಗಿನ ಮಕ್ಕಳ ಲಿಂಗಾನುಪಾತ 927 ಇದ್ದದ್ದು, 2011ರಲ್ಲಿ 919ಕ್ಕೆ ಇಳಿದಿದೆ (ಆದರೆ ಇದೇ ಅವಧಿಯಲ್ಲಿ ಒಟ್ಟಾರೆ ಜನಸಂಖ್ಯೆಯಲ್ಲಿ ಲಿಂಗಾನುಪಾತ 933ರಿಂದ 947ಕ್ಕೆ ಏರಿದೆಎನ್ನಲಾಗಿದೆ). ಲಿಂಗಾನುಪಾತದಲ್ಲಿ ಇಳಿಕೆಗೆ ಮೂಲಕಾರಣ ಭ್ರೂಣ ಹತ್ಯೆ. ಗರ್ಭದಲ್ಲಿರುವ ಭ್ರೂಣ ಹೆಣ್ಣು ಎಂದು ತಿಳಿದುಕೊಂಡು ಅದನ್ನು ತೆಗೆಸಿಬಿಡುವುದು. ಮಕ್ಕಳ ಹಕ್ಕುಗಳ ಒಡಂಬಡಿಕೆಗೆ ಒಪ್ಪಿಗೆ ನೀಡಿದ ಭಾರತ ತಾನು ಮಕ್ಕಳ ನಡುವೆ ತಾರತಮ್ಯ ಮಾಡುವುದಿಲ್ಲ (ಪರಿಚ್ಛೇದ 2) ಎಂದು ಹೇಳಿರುವುದಲ್ಲದೆ, ಹೆಣ್ಣುಮಕ್ಕಳಿಗೆ ಆವಶ್ಯಕವಾದ ಎಲ್ಲ ಸೌಲಭ್ಯಗಳನ್ನು ಒದಗಿಸುವುದಾಗಿ ಭರವಸೆ ನೀಡಿದೆ. ಅದಕ್ಕೂ ಮೊದಲು ಹೆಣ್ಣು ಮಕ್ಕಳು ಹುಟ್ಟುವುದಕ್ಕೆ ರಕ್ಷಣೆಕೊಡುವುದರ ಆವಶ್ಯಕತೆ ಕಂಡುಬರುತ್ತದೆ. ಈ ಹಿನ್ನೆಲೆಯಲ್ಲಿ ಭಾರತ ಸರ್ಕಾರ ಹೊರಡಿಸಿದ ಕಾಯಿದೆ ಬಹಳ ಮುಖ್ಯವಾಗಿ ತಂತ್ರಜ್ಞಾನವನ್ನು ದುರುಪಯೋಗ ಮಾಡಿಕೊಳ್ಳಬಾರದೆಂದು ನಿರ್ದೇಶಿಸಿದೆ.
2. **ಮಕ್ಕಳ ನ್ಯಾಯ (ಮಕ್ಕಳ ಪೋಷಣೆ ಮತ್ತು ರಕ್ಷಣೆ) ಕಾಯಿದೆ 2000 / 2015 [Juvenile Justice (Care and Protection of Chidlren) Act 2015] :** ಅದಕ್ಕೆ ಮೊದಲು ಇದ್ದ 1986ರ ಕಾಯಿದೆಯನ್ನು ಮಕ್ಕಳ ಹಕ್ಕುಗಳ ಭಾಷೆ ಆಶಯಗಳನ್ನು ಅಳವಡಿಸಿಕೊಂಡು ಹೊಸ ವ್ಯಾಖ್ಯಾನಗಳೊಂದಿಗೆ ಕಾಯಿದೆ ಜಾರಿಗೆ ಬಂದಿದೆ. ಮಕ್ಕಳನ್ನು ಸಂಸ್ಥೆಗಳಲ್ಲಿ

ದೀರ್ಘಕಾಲ ಇರಿಸಬಾರದು, ಮಕ್ಕಳ ಅಭಿಪ್ರಾಯಗಳಿಗೆ ಗಮನ ಕೊಡಬೇಕು, ತಪ್ಪು ಮಾಡಿದ ಮಕ್ಕಳು/ಕಾನೂನಿನೊಡನೆ ಸಂಘರ್ಷದಲ್ಲಿರುವ ಮಕ್ಕಳು ಮತ್ತು ಪೋಷಣೆ ಮತ್ತು ರಕ್ಷಣೆ ಅವಶ್ಯಕತೆ ಇರುವ ಮಕ್ಕಳನ್ನು ಪ್ರತ್ಯೇಕಿಸಬೇಕು, ಮಕ್ಕಳನ್ನು ನ್ಯಾಯಾಲಯಗಳಿಗೆ ಎಳೆಯಬಾರದು ಇತ್ಯಾದಿ ವಿಚಾರಗಳ ಅಳವಡಿಕೆ ಮಕ್ಕಳ ಹಕ್ಕುಗಳ ಒಡಂಬಡಿಕೆಯ ಪ್ರಭಾವ.

3. **ಮಕ್ಕಳ ಹಕ್ಕುಗಳ ರಕ್ಷಣಾ ಆಯೋಗಗಳ ಕಾಯಿದೆ 2005. [The Commissions for Protection of Child Rights Act 2005] :** ವಿಶ್ವಸಂಸ್ಥೆಗೆ ಭಾರತ ಸರ್ಕಾರ ತಮ್ಮಲ್ಲಿ ಮಕ್ಕಳ ಹಕ್ಕುಗಳ ಒಡಂಬಡಿಕೆಯ ಜಾರಿ ಹೇಗೆ ಸಾಗಿದೆ ಎಂಬ ವರದಿ ನೀಡಿದಾಗ, ವಿಶ್ವಸಂಸ್ಥೆಯ ಮಕ್ಕಳ ಹಕ್ಕುಗಳ ಸಮಿತಿ ಕೇಳಿದ್ದ ಒಂದು ಪ್ರಶ್ನೆ, 'ನಿಮ್ಮಲ್ಲಿ ಮಕ್ಕಳ ಹಕ್ಕುಗಳ ಜಾರಿ ವ್ಯವಸ್ಥೆಗಳ ವಿಮರ್ಶೆಗೆ ಸ್ವತಂತ್ರವಾದ ಯಾವುದಾದರೂ ಸಂಸ್ಥೆ / ಆಯೋಗ / ಆಂಬುಡ್ಸ್‌ಮನ್ ವ್ಯವಸ್ಥೆ ಇದೆಯೆ?' ಇದಕ್ಕೆ ಪ್ರತಿಕ್ರಿಯಿಸಿ ಭಾರತ ಸರ್ಕಾರ 2005ರಲ್ಲಿ ಕಾಯಿದೆಯೊಂದನ್ನು ಹೊರಡಿಸಿ ರಾಷ್ಟ್ರ ಮಟ್ಟದಲ್ಲಿ ಮತ್ತು ಪ್ರತಿರಾಜ್ಯದಲ್ಲಿ ಮಕ್ಕಳ ಹಕ್ಕುಗಳ ರಕ್ಷಣಾ ಆಯೋಗಗಳನ್ನು ರಚಿಸಿ ಅವುಗಳಿಗೆ ಮಕ್ಕಳಿಗೆ ಸಂಬಂಧಿಸಿದ ಎಲ್ಲ ವಿಚಾರಗಳನ್ನು ವಿಮರ್ಶಿಸುವ, ಉಸ್ತುವಾರಿ ಮಾಡುವ ಮತ್ತು ಸರ್ಕಾರಕ್ಕೂ ನಿರ್ದೇಶನಗಳನ್ನು ನೀಡುವ ಅಧಿಕಾರ ನೀಡಿದೆ.

4. **ಬಾಲ್ಯವಿವಾಹ ನಿಷೇಧಕಾಯಿದೆ 2006 [Prohibition of Child Marriage Act 2006]:** ಬಾಲ್ಯವಿವಾಹಗಳನ್ನು ನಿಷೇಧಿಸುವ ಕಾನೂನುಗಳು ಸ್ವತಂತ್ರ್ಯ ಪೂರ್ವದಿಂದಲೂ ಭಾರತದಲ್ಲಿ ಜಾರಿಯಲ್ಲಿದೆ. 'ಬಾಲ್ಯ' ಎಂಬುದಕ್ಕೆ ಮಕ್ಕಳ ಹಕ್ಕುಗಳ ಒಡಂಬಡಿಕೆಯಲ್ಲಿರುವ ಸ್ಪಷ್ಟ ವ್ಯಾಖ್ಯಾನ ಈ ಕಾಯಿದೆಯ ಮೇಲೂ ಪ್ರಭಾವ ಬೀರಿದೆ. ಇದು ಕೇವಲ 18 ವರ್ಷದೊಳಗಿನ ಹೆಣ್ಣುಮಕ್ಕಳ ವಿವಾಹವನ್ನು ತಡೆಗಟ್ಟುವುದಷ್ಟೇ ಉದ್ದೇಶವನ್ನು ಹೊಂದಿಲ್ಲ. ಮಕ್ಕಳ ಹಕ್ಕುಗಳ ಒಡಂಬಡಿಕೆಯಲ್ಲಿ ಮಕ್ಕಳಿಗೆ ಖಾತರಿ ಮಾಡಿರುವ ಎಲ್ಲ ಹಕ್ಕುಗಳು ಹೆಣ್ಣುಮಕ್ಕಳಿಗೆ ಖಂಡಿತವಾಗಿಯೂ ಸಿಗಬೇಕು ಎನ್ನುವ ವಿಶಾಲ ದೃಷ್ಟಿಕೋನದಲ್ಲಿ 2006ರಲ್ಲಿ ಹೊಸ ಕಾಯಿದೆಯನ್ನು ಹೊರಡಿಸಲಾಗಿದೆ. ಇದರೊಡನೆ 2017ರ ಅಕ್ಟೋಬರ್‌ನಲ್ಲಿ ಸರ್ವೋಚ್ಚ ನ್ಯಾಯಾಲಯಒಂದು ಸಾರ್ವಜನಿಕ ಫಿರ್ಯಾದುವನ್ನು ಇತ್ಯರ್ಥ ಮಾಡುತ್ತಾ, 18 ವರ್ಷದೊಳಗಿನ ಹೆಂಡತಿಯೊಡನೆ ಲೈಂಗಿಕ ಸಂಪರ್ಕವನ್ನು ಅತ್ಯಾಚಾರ ಎಂದು ಪರಿಗಣಿಸಲು ನಿರ್ದೇಶಿಸಿದೆ.

5. **ಮಕ್ಕಳ ಉಚಿತ ಮತ್ತು ಕಡ್ಡಾಯ ಶಿಕ್ಷಣ ಹಕ್ಕು ಕಾಯಿದೆ 2009. [The Right of Children for Free and Compulsory Educaiton 2009]:** ಉನ್ನಿಕೃಷ್ಣನ್ ಮತ್ತು ಆಂಧ್ರಪ್ರದೇಶ ಸರ್ಕಾರದ ನಡುವಿನ ವ್ಯಾಜ್ಯ ಸರ್ವೋಚ್ಚ ನ್ಯಾಯಾಲಯದಲ್ಲಿ ವಿಚಾರಣೆಗೆ ಬರುವ ಹೊತ್ತಿಗೆ ಮಕ್ಕಳ ಹಕ್ಕುಗಳ ಒಡಂಬಡಿಕೆಗೆ ಭಾರತ ಸರ್ಕಾರ ಸಹಿ ಮಾಡಿತ್ತು (1992). ಒಡಂಬಡಿಕೆಯ ವಿಚಾರಗಳ ಪ್ರಭಾವದಟ್ಟವಾಗಿ ಇತ್ತು. ಸರ್ವೋಚ್ಚ ನ್ಯಾಯಾಲಯದ ಸಾಂವಿಧಾನಿಕ ಪೀಠ ಪ್ರಕರಣವನ್ನು ಸಂವಿಧಾನದ ವಿಧಿ 21ಕ್ಕೆ ಸಂಬಂಧಿಸಿ (ಜೀವಿಸುವ ಹಕ್ಕು), ವ್ಯಕ್ತಿ ಅರ್ಥಪೂರ್ಣವಾಗಿ ಬದುಕಬೇಕೆಂದರೆ ಅವರಿಗೆ ಶಿಕ್ಷಣದ ಅವಶ್ಯಕತೆ ಇದೆ ಎಂದೂ, ಅದನ್ನು ಹಕ್ಕಿನ ಸ್ವರೂಪದಲ್ಲಿ ಪರಿಗಣಿಸಲಾಗಿದೆ ಎಂದು ತೀರ್ಮ

ನೀಡಿತು. ಅದರ ಪ್ರಭಾವದಿಂದಾಗಿ ಸರ್ಕಾರ 2001ರಲ್ಲಿ ಸಂವಿಧಾನಕ್ಕೆ ತಿದ್ದುಪಡಿ ತಂದು 'ಮಕ್ಕಳ ಹಕ್ಕುಗಳನ್ನು ಅಳವಡಿಸಿಕೊಂಡಿತು' (ವಿಧಿ. 21, ಎ). ಮತ್ತೆ ಆ ವಿಚಾರವನ್ನು ಜಾರಿಗೆ ತರಲು 2009ರಲ್ಲಿ ಕಾನೂನು ತಂದಿತು.

6. **ಲೈಂಗಿಕ ಶೋಷಣೆಗಳ ವಿರುದ್ಧ ಮಕ್ಕಳ ರಕ್ಷಣೆ ಕಾಯಿದೆ 2012. [Protection of Children from Sexual Offences 2012]:** ದೆಹಲಿಯಲ್ಲಿ 2012ರಲ್ಲಿ ಆದ 18 ವರ್ಷದೊಳಗಿನ ಬಾಲಕಿಯ ಮೇಲಿನ ಅತ್ಯಾಚಾರ ಪ್ರಕರಣ ಮಕ್ಕಳ ಹಕ್ಕುಗಳ ಸ್ಪಷ್ಟ ಉಲ್ಲಂಘನೆ ಎಂದು ಎಲ್ಲೆಡೆ ಕೇಳಿ ಬಂದಿತು. ದೊಡ್ಡ ಪ್ರತಿಭಟನೆಗಳು ಆದವು. ಅದರ ಹಿಂದಿನ ದಶಕದಲ್ಲಿ ಸರ್ಕಾರಒಂದು ಸಮೀಕ್ಷೆಯನ್ನು ನಡೆಸಿ, ಭಾರತದಲ್ಲಿ ಮಕ್ಕಳ ಮೇಲಾಗುತ್ತಿರುವ ದೌರ್ಜನ್ಯ ಪ್ರಕರಣಗಳ ಪರಿಸ್ಥಿತಿ ಕುರಿತು ಅರಿತುಕೊಂಡಿತ್ತು. ಅದರಂತೆ ಪ್ರತಿ ಮೂವರು ವಯಸ್ಕರನ್ನು ಮಾತನಾಡಿಸಿದರೆ, ಅವರಲ್ಲಿ ಇಬ್ಬರು ತಮಗೆ ಬಾಲ್ಯದಲ್ಲಿ ಶೋಷಣೆ (ದೈಹಿಕ, ಲೈಂಗಿಕ, ಮಾನಸಿಕ, ಇತ್ಯಾದಿ) ಶೋಷಣೆ ಆಗಿತ್ತು ಎಂದು ಹೇಳಿದ್ದರು. ಮಕ್ಕಳ ಹಕ್ಕುಗಳ ಒಡಂಬಡಿಕೆಯೂ ಯಾವುದೇ ಮಗುವಿನ ಮೇಲೆ ಲೈಂಗಿಕ ಶೋಷಣೆಗಳು ಆಗದಂತೆ ರಕ್ಷಣೆ ಒದಗಿಸಬೇಕೆಂದು ಸರ್ಕಾರಗಳಿಗೆ ತಾಕೀತು ಮಾಡಿದೆ. ಇದರ ಪರಿಣಾಮ 2012ರಲ್ಲಿ ಸರ್ಕಾರ ಲೈಂಗಿಕ ಶೋಷಣೆಗಳ ವಿರುದ್ಧ ರಕ್ಷಣೆ ಕಾಯಿದೆ ಹೊರಡಿಸಿ, ಅದೊಂದು ಗುರುತರವಾದ ಅಪರಾಧವೆಂದು ಪರಿಗಣಿಸಿ ದೀರ್ಘಕಾಲದ ಸೆರೆವಾಸದಿಂದ ಹಿಡಿದು ಮರಣದಂಡನೆಯವರೆಗೂ ವಿಧಿಸಬಹುದಾದ ಶಿಕ್ಷೆಗಳನ್ನು ಘೋಷಿಸಿದೆ (2019ರಲ್ಲಿ ಆದ ತಿದ್ದುಪಡಿ).

7. **ರಾಷ್ಟ್ರೀಯ ಆಹಾರ ಭದ್ರತೆ ಕಾಯಿದೆ 2013 [National Food Security Act 2013]:** ಆಹಾರದ ಕೊರತೆಯಿಂದಾಗಿ ಮತ್ತು ಪೌಷ್ಟಿಕ ಆಹಾರ ಲಭ್ಯವಿಲ್ಲದೆ ಜನ ಅದರಲ್ಲೂ ಮಕ್ಕಳು ಭಾರತದಲ್ಲಿ ನಿಧನ ಹೊಂದುವುದು ಮತ್ತು ಅಪೌಷ್ಟಿಕತೆಯಿಂದ ನರಳುವುದು ಆಗಾಗ್ಗೆ ವರದಿಯಾಗುತ್ತಲೇ ಇರುತ್ತದೆ. ಒಂದು ಕಡೆ ಆಹಾರ ಧಾನ್ಯಗಳ ಬೆಳೆ ಮತ್ತು ಶೇಖರಣೆಯಲ್ಲಿ ದಾಖಲೆಗಳನ್ನೇ ಮಾಡುತ್ತಿದ್ದರೂ, ಬೇಕಾದವರಿಗೆ ಕೈಗೆಟುಕುವ ಬೆಲೆಯಲ್ಲಿ ಮತ್ತು ಹತ್ತಿರದಲ್ಲಿ ಆಹಾರ ಪದಾರ್ಥಗಳು ಸಿಗದಿರುವುದು ಇದಕ್ಕೆಕಾರಣ. ಈ ಹಿನ್ನೆಲೆಯಲ್ಲಿ ಆಹಾರ ಭದ್ರತೆ ಕಾರ್ಯಕ್ರಮಗಳನ್ನು ಹಕ್ಕಿನ ಸ್ವರೂಪದಲ್ಲಿ ಜಾರಿ ಮಾಡಲೆಂದೇ ರಾಷ್ಟ್ರೀಯ ಆಹಾರ ಭದ್ರತೆಕಾಯಿದೆಯನ್ನು ಜಾರಿ ಮಾಡಲಾಯಿತು. ಇದರಲ್ಲಿ ಪ್ರಮುಖವಾಗಿ ಕಂಡುಬರುವ ವಿಚಾರ ಮಕ್ಕಳನ್ನೇ ಕುರಿತಾಗಿದೆ. ಮಕ್ಕಳ ಹಕ್ಕುಗಳ ಒಡಂಬಡಿಕೆಯಲ್ಲಿ ಹೇಳಿರುವಂತೆ ಶಿಶುಗಳು ಮತ್ತು ಮಕ್ಕಳಿಗೆ ಅವರ ವಿಕಾಸದ ಅವಧಿಯಲ್ಲಿ ಪೌಷ್ಟಿಕ ಆಹಾರದ ಪ್ರಾಮುಖ್ಯತೆಯನ್ನೇ ಈ ಕಾಯಿದೆಯ ಜಾರಿಯಲ್ಲಿ ಕಾಣಲಾಗಿದೆ.

8. **ನಿರ್ಭಯಾ ಕಾಯಿದೆ ಅಥವಾ ಅಪರಾಧ ಕಾಯಿದೆ (ತಿದ್ದುಪಡಿ) ಕಾಯಿದೆ 2013 [Criminal Law (amendment) Act 2013] :** ಮಕ್ಕಳೆಂದರೆ 18 ವರ್ಷದೊಳಗಿನವರು ಎಂಬುದನ್ನು ಭಾರತ ಸರ್ಕಾರತನ್ನ ವಿವಿಧ ಕಾಯಿದೆಗಳಲ್ಲಿ ಸಾರ್ವತ್ರಿಕವಾಗಿ ಒಪ್ಪಿಕೊಳ್ಳಲು ವಿಶ್ವಸಂಸ್ಥೆಯ ಮಕ್ಕಳ ಹಕ್ಕುಗಳ ಒಡಂಬಡಿಕೆಯನ್ನು ಅಳವಡಿಸಿಕೊಂಡ ಮೇಲೆ ಬದ್ಧವಾಗಿದೆ. ಆದರೂ, ಆ ತತ್ತ್ವದ ಸಂಪೂರ್ಣ ಒಪ್ಪಿಗೆ ಮತ್ತು ಅಳವಡಿಕೆಗೆ ಹಿಂಜರಿಕೆಯಿತ್ತು. ಆದರೆ 2012ರಲ್ಲಿ ದೆಹಲಿಯಲ್ಲಾದ 18 ವರ್ಷದೊಳಗಿನ ಬಾಲಕಿಯ ಮೇಲಿನ ಅತ್ಯಾಚಾರ ಪ್ರಕರಣ

ಇಡೀ ದೇಶದಲ್ಲಿ ಸಂಚಲನವನ್ನುಂಟು ಮಾಡಿತು. ಅದರ ಹಿನ್ನೆಲೆಯಲ್ಲಿ 'ಅತ್ಯಾಚಾರ' ಎನ್ನುವುದಕ್ಕೆ ಭಾರತದ ವಿವಿಧ ಅಪರಾಧ ಕಾಯಿದೆಗಳಲ್ಲಿ ತಿದ್ದುಪಡಿಗಳನ್ನು ತರಲು ಅನುವಾಗಲು 2013ರಲ್ಲಿ ನಿರ್ಭಯಾ ಕಾಯಿದೆ ಎಂದೇ ಹೆಸರಾದ ತಿದ್ದುಪಡಿಯನ್ನು ತರಲಾಯಿತು. ಈ ಮೂಲಕ ಆ್ಯಸಿಡ್ ದಾಳಿ, ಲೈಂಗಿಕ ಶೋಷಣೆ, ವಾಯರಿಸಂ (ಲೈಂಗಿಕ ಉದ್ದೇಶದಿಂದ ಹುಡುಗಿಯರು ಮತ್ತು ಮಹಿಳೆರ ಅಂಗಾಂಗಗಳನ್ನು ಕದ್ದು ನೋಡುವುದು, ಚಿತ್ರ ತೆಗೆಯುವುದು) ಮತ್ತು ಲೈಂಗಿಕ ಅಥವಾ ಇನ್ನಿತರ ಉದ್ದೇಶದಿಂದ ಹೆಣ್ಣುಮಕ್ಕಳನ್ನು ಹಿಂಬಾಲಿಸುವುದು ಅಪರಾಧಗಳೆಂದು ಪರಿಗಣಿಸಲಾಗಿದೆ. ಬಹಳ ಪ್ರಮುಖವಾಗಿ ಭಾರತದಂಡ ಸಂಹಿತೆ (ಐ.ಪಿ.ಸಿ.)ಯ ಸೆಕ್ಷನ್ 370ಕ್ಕೆ 'ಎ' ಎಂಬ ಉಪಸಕ್ಷನ್ ಸೇರಿಸಿ, ಶೋಷಣೆಯ ಉದ್ದೇಶದಿಂದ ಯಾರನ್ನಾದರೂ ಸಾಗಿಸುವ ಮತ್ತು ಮಾರುವ ಕೃತ್ಯವನ್ನು ಶಿಕ್ಷಾರ್ಹ ಅಪರಾಧವೆಂದು ಘೋಷಿಸಲಾಗಿದೆ. ಇದು ಬಹುಪಾಲು ಮಕ್ಕಳನ್ನು ರಕ್ಷಿಸುವ ಉದ್ದೇಶದಿಂದಲೇ ರೂಪಿತವಾಗಿದೆ. ಸೆಕ್ಷನ್ 375ರಲ್ಲೂ 'ಅತ್ಯಾಚಾರ' ಎಂಬುದರ ವ್ಯಾಖ್ಯಾನವನ್ನು ಮುಂದುವರೆಸಿ (ಮಕ್ಕಳನ್ನು ಉದ್ದೇಶಿಸಿಕೊಂಡು) ಯಾರಾದರೂ ತಮ್ಮ ಅಧಿಕಾರ, ಬಲ ಉಪಯೋಗಿಸಿ ಮತ್ತು ಮೋಸ ಮಾಡಿ ಲೈಂಗಿಕ ಉದ್ದೇಶಕ್ಕೆ ವ್ಯಕ್ತಿಗಳನ್ನು ಬಳಸಿಕೊಂಡಲ್ಲಿ (ಇಲ್ಲಿ ಬಲವಂತ ಇಲ್ಲದಿರಬಹುದು, ಆಶೆ ಆಮಿಶಗಳನ್ನು ತೋರಿಸಿರಬಹುದು ಹಾಗೂ ಬಲಿಯಾದ ವ್ಯಕ್ತಿಗೆ ತನಗೇನಾಗುತ್ತಿದೆ ಎಂಬ ಕಲ್ಪನೆ ಇಲ್ಲದಿರಬಹುದು) ಅಂತಹದನ್ನು ಅತ್ಯಾಚಾರ ಎಂದು ಪರಿಗಣಿಸಲಾಗಿದೆ. ಅದೇರೀತಿ 18 ವರ್ಷದೊಳಗಿನ ವ್ಯಕ್ತಿಯೊಂದಿಗೆ ಲೈಂಗಿಕ ಸಂಬಂಧವನ್ನು (ಒಪ್ಪಿಗೆಯಿಂದ ಅಥವಾ ಇಲ್ಲದೆಯೋ) ಅಪರಾಧದ ವ್ಯಾಪ್ತಿಗೆ ತರಲಾಗಿದೆ (ಸೆ. 376 ಎ). ಸರ್ವೋಚ್ಚ ನ್ಯಾಯಾಲಯದ ತೀರ್ಪು (ಅಕ್ಟೋಬರ್ 2017).

9. **ಮಕ್ಕಳ ಮತ್ತು ಕಿಶೋರ ಕಾರ್ಮಿಕ ಪದ್ಧತಿ (ನಿಷೇಧ ಮತ್ತು ನಿಯಂತಣ) ಕಾಯಿದೆ 1986 (ತಿದ್ದುಪಡಿ2016) [Child and Adolescent Labour (Prohibition and Regulation) Act 1986, Amendment 2016]:** ಭಾರತದ ಸಂವಿಧಾನದಲ್ಲಿಯೇ ಕಾರ್ಖಾನೆಗಳಲ್ಲಿ ಮಕ್ಕಳಿಂದ ದುಡಿಸಿಕೊಳ್ಳುವುದನ್ನು ನಿಷೇಧಿಸಲಾಗಿದೆ ಎಂಬ ನಿರ್ದೇಶನವಿದೆ. 1986ರಲ್ಲಿ ಬಾಲಕಾರ್ಮಿಕ ಪದ್ಧತಿ (ನಿಷೇಧ ಮತ್ತು ನಿಯಂತ್ರಣ) ಕಾಯಿದೆಯನ್ನು ಜಾರಿಗೊಳಿಸಲಾಗಿತ್ತು. ಅದರಂತೆ 14 ವರ್ಷದೊಳಗಿನ ಮಕ್ಕಳನ್ನು ದುಡಿಮೆಗೆ ನೇಮಿಸಿಕೊಂಡವರಿಗೆ ಶಿಕ್ಷೆ ವಿಧಿಸಲಾಗುತ್ತದೆ. ವಿಶ್ವಸಂಸ್ಥೆಯ ಮಕ್ಕಳ ಹಕ್ಕುಗಳ ಒಡಂಬಡಿಕೆ 1989ಕ್ಕೆ ಸಹಿ ಮಾಡಲು ದೇಶಗಳ ಸರ್ಕಾರಗಳಿಗೆ ಆಹ್ವಾನ ಬಂದಾಗ, ಮಕ್ಕಳೆಂದರೆ 18 ವರ್ಷದೊಳಗಿನವರು ಮತ್ತು ದುಡಿಮೆಗೆ ಯಾರನ್ನಾದರೂ ನೇಮಕ ಮಾಡಿಕೊಳ್ಳಬೇಕೆಂದರೆ ಅದಕ್ಕಾಗಿ ಕನಿಷ್ಠ ವಯಸ್ಸನ್ನು ನಿಗದಿ ಮಾಡಬೇಕು (ಆದಷ್ಟೂ ಮಕ್ಕಳು ದುಡಿಮೆಯ ಬದಲು ಶಿಕ್ಷಣದಲ್ಲಿ ತೊಡಗಿಸಿಕೊಂಡಿರಬೇಕು) ಎನ್ನುವ ವಿಚಾರ ಭಾರತ ಸರ್ಕಾರಕ್ಕೆ ಬಿಸಿತುಪ್ಪವಾಗಿತ್ತು. ಈ ಒಂದು ವಿಷಯಕ್ಕೆ ತನ್ನ ಆಕ್ಷೇಪಣೆಯನ್ನಿಟ್ಟುಕೊಂಡೇ ಭಾರತ ಮಕ್ಕಳ ಹಕ್ಕುಗಳ ಒಡಂಬಡಿಕೆಗೆ 1992ರಲ್ಲಿ ಸಹಿ ಮಾಡಿತ್ತು. ಇದು ಭಾರತದೊಳಗೆ ಮತ್ತು ಅಂತಾರಾಷ್ಟ್ರೀಯ ಮಟ್ಟದಲ್ಲಿ ಸಾಕಷ್ಟು ಟೀಕೆಗೆ ಗುರಿಯಾಗಿತ್ತು. ಕಾಲಾನುಕಾಲಕ್ಕೆ ನಡೆದಿರುವ ಹಲವಾರು ಅಧ್ಯಯನಗಳು, ಚಳುವಳಿಗಳು, ಆಂದೋಲನಗಳು, ನ್ಯಾಯಾಲಯಗಳ ತೀರ್ಪು, ಚರ್ಚೆಗಳು ಹಾಗೂ ಶಿಕ್ಷಣದ ಹಕ್ಕು ಹೋರಾಟಗಳು ಹಾಗೂ ವಿಶ್ವಸಂಸ್ಥೆಯ ಮಕ್ಕಳ ಹಕ್ಕುಗಳ ಸಮಿತಿ ಮತ್ತು ಅಂತಾರಾಷ್ಟ್ರೀಯ ಕಾರ್ಮಿಕ ಸಂಘಟನೆ (ಐ.ಎಲ್.ಓ)

ಗಳ ಪ್ರಶ್ನೆ, ಒತ್ತಡಗಳಿಂದಾಗಿ ಭಾರತ 2016ರಲ್ಲಿ ಬಾಲಕಾರ್ಮಿಕ ಪದ್ಧತಿ (ನಿಷೇಧ ಮತ್ತು ನಿಯಂತ್ರಣ) ಕಾಯಿದೆ 1986ಕ್ಕೆ ತಿದ್ದುಪಡಿತಂದು 18 ವರ್ಷದೊಳಗಿನ ಮಕ್ಕಳನ್ನು ಯಾವುದೇ ಅಪಾಯಕಾರಿ ಉದ್ದಿಮೆಗಳಲ್ಲಿ ದುಡಿಮೆಗೆ ನೇಮಿಸಿಕೊಳ್ಳಬಾರದು ಎಂದು ನಿರ್ದೇಶನ ಹೊರಡಿಸಿದೆ. ಮಕ್ಕಳು ಪೂರ್ಣಾವಧಿ ಶಾಲೆಗಳಲ್ಲಿ ನೋಂದಾಯಿತರಾಗಿ ಕಲಿಯಬೇಕು ಎನ್ನುವುದು ಇದರ ಆಶಯ.

ಮಕ್ಕಳಿಗೆ ಸಂಬಂಧಿಸಿದಂತೆ ಪ್ರಮುಖ ನೀತಿಗಳು:

a) **ರಾಷ್ಟ್ರೀಯ ಮಕ್ಕಳ ನೀತಿ 2013 [National Policy for Chlidren 2013):** ಮಕ್ಕಳ ಹಕ್ಕುಗಳ ಒಡಂಬಡಿಕೆಗೆ 1992ರಲ್ಲಿ ಭಾರತ ಸಹಿ ಮಾಡಿದ ಮೇಲೆ ದೇಶದ ಮೇಲಿದ್ದ ದೊಡ್ಡ ಒತ್ತಡ ತನ್ನ ಎಲ್ಲ ನೀತಿಗಳು, ಕಾಯಿದೆಗಳನ್ನು ಮಕ್ಕಳ ಪರವಾಗಿ ಬದಲಿಸಬೇಕು ಎನ್ನುವುದು. 1974ರಲ್ಲಿ ರಚಿಸಲಾಗಿದ್ದ ರಾಷ್ಟ್ರೀಯ ಮಕ್ಕಳ ನೀತಿಯನ್ನು ಮಕ್ಕಳ ಹಕ್ಕುಗಳ ಪರಿಭಾಷೆಯಲ್ಲಿ ಮತ್ತು ಮಕ್ಕಳೆಂದರೆ 18 ವರ್ಷದೊಳಗಿನವರು ಎಂದು ಸ್ಪಷ್ಟ ಪಡಿಸುವ ನಿಲುವನ್ನು ಈ ಹೊಸ ನೀತಿ ಒಳಗೊಂಡಿದೆ. ಇದು ದೇಶದ ಎಲ್ಲ ಕಾಯಿದೆಗಳು, ಕಾರ್ಯಕ್ರಮಗಳು, ಯೋಜನೆಗಳ ಮೇಲೆ ತನ್ನ ಪ್ರಭಾವವನ್ನು ಬೀರುತ್ತಿದೆ.

b) **ರಾಷ್ಟ್ರೀಯ ಆರಂಭಿಕ ಬಾಲ್ಯದಆರೈಕೆ ಮತ್ತು ಶಿಕ್ಷಣ ನೀತಿ [National Early Childhood Care and Education Policy 2013] :** ಮಕ್ಕಳ ಹಕ್ಕುಗಳ ಒಡಂಬಡಿಕೆಯ ಪರಿಚ್ಛೇದ 28 ಮತ್ತು 29ರಲ್ಲಿ ಮಕ್ಕಳಿಗೆ ಅರ್ಥಪೂರ್ಣವಾದ ಶಿಕ್ಷಣವನ್ನು ಒದಗಿಸುವುದು ಸರ್ಕಾರದ ಕರ್ತವ್ಯ ಎಂದು ಹೇಳುತ್ತಾ ಆರಂಭಿಕ ಬಾಲ್ಯದಲ್ಲಿ ಮಕ್ಕಳಿಗೆ ಕಲಿಕೆಯ ವಾತಾವರಣವನ್ನು ಒದಗಿಸಬೇಕು ಎಂದೂ ಸಲಹೆ ನೀಡುತ್ತದೆ. ಈ ಹಿನ್ನೆಲೆಯಲ್ಲಿ ಸರ್ಕಾರವು ರಾಷ್ಟ್ರೀಯ ಆರಂಭಿಕ ಬಾಲ್ಯದ ಆರೈಕೆ ಮತ್ತು ಶಿಕ್ಷಣ ನೀತಿಯನ್ನು ಹೊರಡಿಸಿ ಆರು ವರ್ಷದೊಳಗಿನ ಎಲ್ಲ ಮಕ್ಕಳನ್ನು ಒಳಗೊಳ್ಳುವಂತೆ, ಉಚಿತ, ಸಮಾನ ಮತ್ತು ಆಟ, ಹಾಡು, ಚಿತ್ರಕಲೆಯೇ ಮೊದಲಾದವುಗಳೊಂದಿಗೆ ಆನಂದದಾಯಕವಾದ ಕಲಿಕೆಯ ವಾತಾವರಣವನ್ನು ಸೃಷ್ಟಿಸಬೇಕು ಎಂದು ಸೂಚಿಸುತ್ತದೆ. ಈ ಮೂಲಕ ಖಾಸಗೀ ಮತ್ತು ದುಬಾರಿ ಪ್ರಾಥಮಿಕ ಪೂರ್ವ ಶಿಕ್ಷಣ ವ್ಯವಸ್ಥೆಗಳನ್ನು ನಿಯಂತ್ರಿಸುವ ಇರಾದೆಯನ್ನೂ ಈ ನೀತಿ ಸೂಚಿಸಿದೆ. ಬಹಳ ಮುಖ್ಯವಾಗಿ ಪ್ರಾಥಮಿಕ ಪೂರ್ವ ಶೈಕ್ಷಣಿಕ ವಾತಾವರಣವನ್ನು ಎಲ್ಲ ಮಕ್ಕಳಿಗೆ ಒದಗಿಸಿದ್ದೇ ಆದಲ್ಲಿ, ಆ ಮಕ್ಕಳು ಪ್ರಾಥಮಿಕ ಶಾಲೆಗೆ ಪ್ರವೇಶಿಸುವುದು ಮತ್ತು ಸುಲಭವಾಗಿ ಕಲಿಯುವ ಮನೋಭಾವವನ್ನು ಬೆಳೆಸಿಕೊಳ್ಳುತ್ತಾರೆ ಎಂದು ಹೇಳಲಾಗಿದೆ.

c) **ರಾಷ್ಟ್ರೀಯ ಶಿಕ್ಷಣ ನೀತಿ (ಕರಡು) 2019 [National Education Policy Draft 2019] :** ದೇಶದ ಎಲ್ಲ ಮಕ್ಕಳಿಗೆ ಶಿಕ್ಷಣ ಖಾತರಿ ಮಾಡಿರುವ ಕಾಯಿದೆ ಇದ್ದರೂ ಅದು ಕೇವಲ 6ರಿಂದ 14 ವರ್ಷದೊಳಗಿನವರಿಗೆ ಮಾತ್ರ ಎಂದು ಹೇಳುತ್ತದೆ. ಮಕ್ಕಳ ಹಕ್ಕುಗಳ ಒಡಂಬಡಿಕೆ ಮಕ್ಕಳೆಂದರೆ 18 ವರ್ಷಎಂದು ಹೇಳಿರುವುದು ಮತ್ತು ನ್ಯಾಯಾಲಯಗಳು ಮಕ್ಕಳಿಗೆ ಶಿಕ್ಷಣ ಹಕ್ಕನ್ನು ಖಾತರಿಗೊಳಿಸಿ ಎಂದು ಸೂಚಿಸಿರುವುದು ಹಾಗೂ ಬದಲಾದ ಸಾಮಾಜಿಕ ಪರಿಸ್ಥಿತಿಗಳಿಂದಾಗಿ ದೇಶದ 18 ವರ್ಷದೊಳಗಿನ ಎಲ್ಲ ಮಕ್ಕಳಿಗೆ ಸೂಕ್ತವಾದ ಶಿಕ್ಷಣವನ್ನು ಖಾತರಿಗೊಳಿಸಲು ನೀತಿಯನ್ನು ಹೊರಡಿಸಲಾಗಿದೆ. ಇದು ಅಂತಾರಾಷ್ಟ್ರೀಯವಾಗಿ ಭಾರತದ ಸ್ಥಾನಮಾನವನ್ನು ಹೆಚ್ಚಿಸುತ್ತದೆ ಎಂದು ನಂಬಲಾಗಿದೆ.

ಮಕ್ಕಳ ಮೇಲೆ ಆಗುವ ಅನ್ಯಾಯಗಳನ್ನು ಕುರಿತು ಹಿಂದೆ ಯಾರೂ ಸ್ಪಷ್ಟವಾಗಿ ಮುಕ್ತವಾಗಿ ಮಾತನಾಡುತ್ತಿರಲಿಲ್ಲ. ಮಕ್ಕಳ ಮಾತನ್ನು ನಂಬುತ್ತಲೂ ಇರಲಿಲ್ಲ. ಕಾರಣ ಸ್ಪಷ್ಟ. ಮಕ್ಕಳು ತಾನೆ. ಆದರೆ ಈಗ ಕಾಲ, ಚಿಂತನೆ, ವ್ಯವಸ್ಥೆ, ವ್ಯಾಖ್ಯಾನಗಳು ಬದಲಾಗಿವೆ. ಮಕ್ಕಳನ್ನು ಕುರಿತು ಪ್ರತಿಯೊಬ್ಬರೂ ತಮ್ಮ ವಿದ್ಯಾರ್ಥಿದೆಸೆಯಲ್ಲಿದ್ದಾಗಲೇ, ಯಾವುದೇ ಉದ್ಯೋಗವನ್ನು ಕೈಗೊಳ್ಳುವ ಹಂತದಲ್ಲೇ ಮಕ್ಕಳ ಹಕ್ಕುಗಳನ್ನು ಕುರಿತು ಸೂಕ್ಷ್ಮಗೊಳ್ಳಲೇಬೇಕು. ಪ್ರತಿಯೊಂದು ಸಂಸ್ಥೆ (ಸರ್ಕಾರಿ, ಅರೆ ಸರ್ಕಾರಿ, ಖಾಸಗಿ, ಸ್ವಯಂಸೇವಾ ಸಂಸ್ಥೆ, ಇತ್ಯಾದಿ) ಅವರು ನೇರವಾಗಿ ಅಥವಾ ಪರೋಕ್ಷವಾಗಿ ಮಕ್ಕಳೊಂದಿಗೆ ಕೆಲಸ ಮಾಡುತ್ತಿದ್ದರೆ ಮತ್ತು ಮಕ್ಕಳೊಡನೆ ಎಂತಹದೇ ಸಂಪರ್ಕ ಇಲ್ಲದಿದ್ದರೂ, ಅಲ್ಲಿ ಮಕ್ಕಳ ರಕ್ಷಣಾ ನೀತಿ ಜಾರಿಯಲ್ಲಿರಲೇಬೇಕು. ಇಷ್ಟೆಲ್ಲಾ ಮಹತ್ತರವಾದ ಬದಲಾವಣೆಗೆ ಮಕ್ಕಳ ಹಕ್ಕುಗಳ ಒಡಂಬಡಿಕೆ ತನ್ನ ಕೊಡುಗೆಗಳನ್ನು ನೀಡಿದೆ. ಇನ್ನು ಮುಂದೆಯೂ ನೀಡುತ್ತಲೇ ಇರುತ್ತದೆ.

ಈ ಎಲ್ಲ ವಿಚಾಗಳನ್ನು ವಿಶ್ವವಿದ್ಯಾಲಯಗಳ ಮಟ್ಟದಲ್ಲಿ, ಶಿಕ್ಷಕ ತರಬೇತಿ, ವೈದ್ಯಕೀಯ ಮತ್ತು ದಾದಿಯರ ತರಬೇತಿ ವಿದ್ಯಾರ್ಥಿಗಳು ಗಂಭೀರವಾಗಿ ಅಧ್ಯಯನ ಮಾಡುವುದು ಮತ್ತು ಆ ಕುರಿತು ತಮ್ಮದೇ ಆದ ರೀತಿಯಲ್ಲಿ ವ್ಯಾಖ್ಯಾನಿಸಿ ಅರ್ಥ ಮಾಡಿಕೊಳ್ಳುವ ಕೆಲಸಗಳನ್ನು ಮಾಡಲು ಶಿಕ್ಷಕ ವರ್ಗ ಪ್ರೇರೇಪಿಸಬೇಕಿದೆ. ಈ ಕುರಿತು ಶಿಕ್ಷಣ ಮಂತ್ರಿಗಳು, ಕಾರ್ಯದರ್ಶಿಗಳು ಪ್ರಯತ್ನವನ್ನು ನಡೆಸಿದರೆ ಮುಂದಿನ ದಿನಗಳಲ್ಲಿ ಮಕ್ಕಳನ್ನು ಕುರಿತು ಧನಾತ್ಮಕವಾಗಿಯೂ ಸಮರ್ಪಕವಾಗಿಯೂ ಚಿಂತಿಸುವವರು ಕಾರ್ಯಗತಗೊಳಿಸುವವರ ಪ್ರಮಾಣ ಗಣನೀಯವಾಗಿ ಏರುತ್ತದೆ. ಮಕ್ಕಳನ್ನು ಪ್ರಜೆಗಳೆಂದು ಗುರುತಿಸಬೇಕು ಎನ್ನುವುದಕ್ಕೆ ಅರ್ಥ ಬರುತ್ತದೆ. ಮಕ್ಕಳ ಹಕ್ಕುಗಳು ನಿಜವಾಗಿ ಜಾರಿಯಾಗುತ್ತಲಿರುತ್ತದೆ.

ವಿವಿಧ ಮೂಲಗಳು

1. Advocacy Matters: Helping children change their world, An International Save the Children Alliance guide to advocacy (2007)
2. Bruno Cabanes, The Great War and the Origins of Humanitarianism, 1918-1924
3. Mulley, Clare (2009), The Woman who saved the children A Biography of Eglantyne Jebb, Founder of Save the Children, One World Publications,
4. Horn, Pamela; (2012), Ladies of the Manor: How Wives & Daughters Really Lived in Country House society over a century ago, Amberley Publishing, Gloucestershire, GL5 4EP
5. http://childlineindia.org.in/United-Nations-Convention-on-the-Rights-of-the-Child.html
6. http://discovery.nationalarchives.gov.uk/details/r/50770510-f835-493d-9bf0-110daa24c6bf
7. http://discovery.nationalarchives.gov.uk/details/r/50770510-f835-493d-9bf0-110daa24c6bf
8. http://www.childrensrightswales.org.uk/history-of-children-rights.aspx
9. https://en.wikipedia.org/wiki/Europe
10. https://en.wikipedia.org/wiki/Lady_Margaret_Hall,_Oxford
11. https://en.wikipedia.org/wiki/U.S._ratification_of_the_Convention_on_the_Rights_of_the_Child
12. https://journals.openedition.org/lisa/2487#bodyftn5 [Emily Ussher and The Trail of the Black & Tans1]

13. https://prezi.com/fu-upqg1ht90/childrens-rights-timeline/
14. https://wiki2.org/en/Timeline_of_young_people%27s_rights_in_the_United_Kingdom
15. https://www.encyclopedia.com/women/encyclopedias-almanacs-transcripts-and-maps/jebb-eglantyne-1876-1928
16. https://www.encyclopedia.com/women/encyclopedias-almanacs-transcripts-and-maps/jebb-eglantyne-1876-1928
17. https://www.historycampus.org/wp-content/uploads/2015/09/PDF2_childrens_convention_riddle2__CW_CJ1.pdf
18. https://www.savethechildren.org.uk/about-us/our-history
19. https://www.savethechildren.org.uk/about-us/our-history
20. https://www.thirdsector.co.uk/founding-mothers-eglantyne-jebb-1876-1928-dorothy-buxton-1881-1963/article/1407180
21. https://www.thirdsector.co.uk/founding-mothers-eglantyne-jebb-1876-1928-dorothy-buxton-1881-1963/article/1407180
22. https://www.vox.com/a/world-war-i-maps
23. Mahood, Linda (2009), Feminism and Voluntary Action, Eglantyne Jebb and Save the Children, 1876-1928, Palgrave, Macmillan, New York 10010
24. The State of the World's Children (2001), UNICEF, NewYork
25. UN Convention on the Rights of the Child 1989
26. ಶರ್ಮಾ ವಾಸುದೇವ ಎನ್.ವಿ., (1989 ಮತ್ತು 2005) ಕಲ್ಪನೆಯಿಂದ ಸಾಧ್ಯತೆಯೆಡೆಗೆ – ಮಕ್ಕಳ ಹಕ್ಕುಗಳು, ಚೈಲ್ಡ್ ರೈಟ್ಸ್ ಟ್ರಸ್ಟ್, ಬೆಂಗಳೂರು

ಟಿಪ್ಪಣಿಗಳು

1. **ಪ್ರಥಮ ಮಹಾಯುದ್ಧ** *(1914 ಜುಲೈ 28ರಿಂದ 1918 ನವೆಂಬರ್ 11) ಮುಗಿಯಿತೆಂದು ಅಧಿಕೃತವಾಗಿ ಘೋಷಿಸಿ ಐದು ತಿಂಗಳುಗಳಾಗಿತ್ತು.*
2. **ಟ್ರಫಾಲ್ಗರ್ ಚೌಕ :** *1805ರಲ್ಲಿ ಫ್ರಾನ್ಸ್ ಮತ್ತು ಸ್ಪೇನ್ ವಿರುದ್ಧದ ಯುದ್ಧದಲ್ಲಿ ಬ್ರಿಟಿಷರು 'ಟ್ರಫಾಲ್ಗರ್ ಕೊಲ್ಲಿ'ಯಲ್ಲಿ ಜಯಗಳಿಸಿದ ನೆನಪಿನಲ್ಲಿ ನಿರ್ಮಿಸಿದ್ದ ಸ್ಮಾರಕ.*
3. **ಡೈಲಿ ಹೆರಾಲ್ಡ್ :** *ಲಂಡನ್ ನಗರದಲ್ಲಿ ಪ್ರಕಟವಾಗುತ್ತಿದ್ದ ಪತ್ರಿಕೆ (1912–1964).*
4. **ಮಹಿಳೆಯರ ಮತ ಚಲಾವಣೆ ಹಕ್ಕಿನ ಹೋರಾಟ** *(Suffragette): ಯುನೈಟೆಡ್ ಕಿಂಗ್‌ಡಂನಲ್ಲಿ ಪುರುಷರಿಗೆ ಮತ್ತು ಆಸ್ತಿ ಹೊಂದಿದ್ದ ಮಹಿಳೆಯರಿಗೆ ಮಾತ್ರ ಸಂಸತ್ ಚುನಾವಣೆಗಳಲ್ಲಿ ಮತ ಚಲಾವಣೆ ಮಾಡುವ ಹಕ್ಕು ಇತ್ತು. ಇಂತಹ ತಾರತಮ್ಯದ ವಿರುದ್ಧ ಮಹಿಳೆಯರು ಹಲವು ವರ್ಷಗಳಿಂದ ಹೋರಾಡುತ್ತಿದ್ದರು. ಸೌಮ್ಯವಾದ ಮಾತುಕತೆ, ವಕೀಲಿ, ಮನವಿಗಳಿಗೆ ಸರ್ಕಾರ ಪ್ರತಿಸ್ಪಂದಿಸದ ಕಾರಣ 1906ರ ಹೊತ್ತಿಗೆ ಮತ ಚಲಾವಣೆಯ ಹಕ್ಕು ಮಾನ್ಯ ಮಾಡದ ಸರ್ಕಾರದ ವಿರುದ್ಧ ಮಹಿಳಾ ಗುಂಪುಗಳು ಬೀದಿಗಿಳಿದು ಮುಷ್ಕರ ನಡೆಸಿ ಸಾರ್ವಜನಿಕ ಆಸ್ತಿಪಾಸ್ತಿಗಳಿಗೆ ಕಲ್ಲು ಹೊಡೆದು ಪ್ರತಿಭಟಿಸಲಾರಂಭಿಸಿದರು. ಪ್ರಥಮ ಮಹಾಯುದ್ಧದ ಕೊನೆಯ ಹೊತ್ತಿಗೆ (1918) ಮತ ಚಲಾವಣೆಯ ಹಕ್ಕನ್ನು ಎಲ್ಲ ಪುರುಷರಿಗೆ ಮತ್ತು 30 ವರ್ಷ ದಾಟಿದ, ಆದರೆ ನಿರ್ದಿಷ್ಟ ಮಟ್ಟದ ಆಸ್ತಿ ಹೊಂದಿರುವ ಮಹಿಳೆಯರಿಗೆ ಅಥವಾ ಸ್ಥಳೀಯ ಸರ್ಕಾರದ ದಾಖಲೆಗಳಲ್ಲಿ ಆಸ್ತಿ ಇರುವ ಪುರುಷರ ಕುಟುಂಬದ ಸದಸ್ಯರು ಅಥವಾ ಅಂತಹವರ ಹೆಂಡತಿಯರಿಗೆ ಮಾತ್ರ ನೀಡಲಾಯಿತು. ಚಳವಳಿ ಮುಂದುವರೆಯಿತು. 1918ರ ಕೊನೆಯಲ್ಲಿ ಹೊರಬಂದ ಕಾಯಿದೆಯಂತೆ ಮಹಿಳೆಯರಿಗೆ ಸಂಸತ್ ಚುನಾವಣೆಯಲ್ಲಿ ಸ್ಪರ್ಧಿಸುವ ಅವಕಾಶ ನೀಡಲಾಯಿತು. ಮುಂದೆ 1928ರಲ್ಲಿ ಸರ್ಕಾರ ಹೊಸ ನಿರ್ದೇಶನ ಹೊರಡಿಸಿ 21 ವರ್ಷ ದಾಟಿದ ಎಲ್ಲ ಪುರುಷರು ಮತ್ತು ಮಹಿಳೆಯರಿಗೆ ಸಮಾನವಾಗಿ ಮತ ಚಲಾವಣೆಯ ಹಕ್ಕನ್ನು ಒದಗಿಸಿತು.*
5. **ಸೇವ್ ದ ಚಿಲ್ಡ್ರನ್ ಫಂಡ್ (ಎಸ್.ಸಿ.ಎಫ್):** *15 ಏಪ್ರಿಲ್ 1919ರಲ್ಲಿ ಎಗ್ಲಾಂಟೈನ್ ಜೆಬ್ ಮತ್ತು ಡೊರೋತಿ ಬಕ್ಸ್‌ಟನ್ ಸೋದರಿಯರ ನೇತೃತ್ವದಲ್ಲಿ ಆರಂಭವಾದ ಸೇವಾ ಸಂಸ್ಥೆ. ಸಂಕಷ್ಟದಲ್ಲಿರುವ ಮಕ್ಕಳ ಆರೋಗ್ಯ, ಶಿಕ್ಷಣ, ರಕ್ಷಣೆ ಮತ್ತು ಭವಿಷ್ಯದ ನಿರ್ಮಾಣದ ಗುರಿಯನ್ನು ಈ ಸಂಸ್ಥೆ ಹೊಂದಿದೆ. ಸದ್ಯ 29 ದೇಶಗಳಲ್ಲಿ ಸೇವ್ ದ ಚಿಲ್ಡ್ರನ್ ಸಂಸ್ಥೆಗಳು ಇದ್ದು ಅವುಗಳ ಒಕ್ಕೂಟ ಸೇವ್ ದ ಚಿಲ್ಡ್ರನ್ ಅಲೈಯನ್ಸ್ ಎಂದು ಹೆಸರಾಗಿದೆ. ಭಾರತವನ್ನೂ ಒಳಗೊಂಡು ಜಗತ್ತಿನ 120ಕ್ಕೂ ಹೆಚ್ಚು ದೇಶಗಳಲ್ಲಿ ಸೇವ್ ದ ಚಿಲ್ಡ್ರನ್ ವಿವಿಧ ಸ್ವಯಂಸೇವಾ ಸಂಘಟನೆಗಳು ಮತ್ತು ಸರ್ಕಾರಗಳೊಡನೆ ಕೈಜೋಡಿಸಿ ಮಕ್ಕಳ ಹಕ್ಕುಗಳನ್ನು ರಕ್ಷಿಸುವ ಕೆಲಸಗಳಲ್ಲಿ ನಿರತವಾಗಿವೆ.*
6. **ರಾಯಲ್ ಆಲ್ಬರ್ಟ್ ಹಾಲ್:** *ಲಂಡನ್ ನಗರದ ದಕ್ಷಿಣ ಕೆನ್ಸಿಂಗ್ಟನ್ ಭಾಗದಲ್ಲಿ ರಾಯಲ್ ಆಲ್ಬರ್ಟ್ ಹಾಲ್ 1871ರಲ್ಲಿ ಆರಂಭವಾಯಿತು. ಆ ಸಭಾಭವನದಲ್ಲಿ ಸುಮಾರು 5,267 ಜನ ಆಸೀನರಾಗಬಹುದು. ಮುಖ್ಯ ಸಭಾಂಗಣದಲ್ಲಿ ಸದಾಕಾಲಕ್ಕೂ ಸಂಗೀತ, ನೃತ್ಯ, ನಾಟಕಗಳನ್ನೊಳಗೊಂಡ ಸಾಂಸ್ಕೃತಿಕ ಚಟುವಟಿಕೆಗಳು ನಡೆದಿರುತ್ತದೆ. ಜನಸಮುದಾಯಗಳ ರಾಜಕೀಯ ಹಾಗೂ ಸಾಮಾಜಿಕ ವಿಚಾರಗಳ ಚರ್ಚೆಗಳನ್ನೂ ಇಲ್ಲಿ ನಡೆಸಲಾಗುತ್ತಿತ್ತು.*

7. **ಆರ್ಥರ್ ಮತ್ತು ಲೂಯಿಯ ಮಕ್ಕಳು** : *ಎಮಿಲಿ (1872–1935); ಲೂಯಿಸಾ /ಲಿಲ್ (1873–1929); ರಿಚರ್ಡ್ / ಡಿಕ್ (1874–1953); ಎಗ್ಲಾಂಟೈನ್ (1876–1928); ಗಾಮಲ್ (1879–1896)* ಮತ್ತು ಡೊರೋತಿ *(1881–1963)*

8. **ಬ್ಯಾರಿಸ್ಟರ್ :** ಇಂಗ್ಲೆಂಡ್ ಮತ್ತು ವೇಲ್ಸ್‌ನಲ್ಲಿ ಕಕ್ಷೀದಾರರ ಪರವಾಗಿ ಉನ್ನತ ಮಟ್ಟದ ನ್ಯಾಯಾಲಯಗಳಲ್ಲಿ ವಾದ ಮಂಡಿಸುವ ವಕೀಲರು.

9. ಫ್ರಾನ್ಸ್‌ನ ಮೇಲ್ತುದಿ ಮತ್ತು ಜರ್ಮನಿ ಹಾಗೂ ಸ್ವಿಟ್ಜರ್‌ಲ್ಯಾಂಡ್‌ನ ಗಡಿಗಂಟಿಕೊಂಡಿರುವ ಪ್ರದೇಶ ಆಲ್ಸೇಷಿಯನ್. ಈ ಪ್ರದೇಶ ಸದಾಕಾಲ ಜರ್ಮನಿಯಿಂದ ಆಕ್ರಮಣಕ್ಕೊಳಗಾಗುವುದು ಫ್ರಾನ್ಸಿನವರು ಮತ್ತೆ ಗೆಲ್ಲುವುದು, ಸೋಲುವುದು, ಒಟ್ಟಿನಲ್ಲಿ ಸತತವಾಗಿ ಅತಂತ್ರ, ಅನಿಶ್ಚಿತತೆಯಲ್ಲೇ ಜನ ಬದುಕುತ್ತಿದ್ದರು. 1870ರಲ್ಲಿ ಆದ ಜರ್ಮನರ ಆಕ್ರಮಣದಿಂದಾಗಿ ಆಲ್ಸೇಷಿಯನ್ ಪ್ರದೇಶದ ಜನ ಹರಿದುಹಂಚಿಕೊಂಡು ಹೋಗುವಂತೆ ಮಾಡುತ್ತದೆ. ಮುಂದೆ ಪ್ರಶಿಯಾದವರಿಂದ ಈ ಪ್ರಾಂತ ಸಂಪೂರ್ಣವಾಗಿ ಆವರಿಸಿಕೊಂಡು ಮೂಲ ನಿವಾಸಿಗಳು ನಿರ್ವಸಿತರಾಗುತ್ತಾರೆ.

10. ರೋಮನ್ನಿನ ಸೈನಿಕರು ಜೀಸಸ್ ಕ್ರೈಸ್ಟ್ ಅನ್ನು ಹಿಡಿದು ಹಿಂಸಿಸುವಾಗ ಮೊದಲು ಹಾಥಾರ್ನ್ ಎನ್ನುವ ಗುಲಾಬಿ ಜಾತಿಯ ಮುಳ್ಳು ಕಂಟಿಯನ್ನು ತಲೆಗೆ ಸುತ್ತುತ್ತಾರೆ. ಮುಂದೆ ನ್ಯಾಯಾಧೀಶ ಕೈಫಾಸನ ಮುಂದೆ ಕ್ರಿಸ್ತನನ್ನು ಎಳೆತರುವಾಗ ಎಗ್ಲಾಂಟೈನ್ ಅಥವಾ ಬ್ರಿಯರ್ ಗುಲಾಬಿ ಮುಳ್ಳು ದಂಟನ್ನು ತಲೆಗೆ ಸುತ್ತಿರುತ್ತಾರೆ. ನಂತರ ಪಿಲೇಟ್‌ನ ಎದುರು ಅಂತಿಮ ತೀರ್ಮಾನಕ್ಕೆ ಮೊದಲು ಜೀಸಸ್‌ನನ್ನು ತರುವಾಗ ಸೀರೀಡ್ (ಕಳೆ ಹುಲ್ಲು/ಸಸ್ಯ)ನ ದಂಟನ್ನು ಸುತ್ತುತ್ತಾರೆ. ಇವೆಲ್ಲವೂ ಅವಮಾನಕರ ಎಂಬ ಮೂಢ ನಂಬಿಕೆ.

11. **ಚಾರ್ಲ್ಸ್ ಡಾರ್ವಿನ್ (1809–1882):** ಜೀವ ವಿಕಾಸ ಹೇಗೆ ಆಯಿತು ಎಂಬ ವಿಜ್ಞಾನದ ಮೂಲ ಸಿದ್ಧಾಂತವನ್ನು ಜಗತ್ತಿಗೆ ನೀಡಿದ ಇಂಗ್ಲೆಂಡಿನ ಜೀವಶಾಸ್ತ್ರ ವಿಜ್ಞಾನಿ.

12. **ಲೇಡಿ ಮಾರ್ಗರೆಟ್ ಹಾಲ್:** ಒಂಬತ್ತು ಸುಶಿಕ್ಷಿತ ಮಹಿಳೆಯರಿಂದ 1878ರಲ್ಲಿ ಶೆರ್ವೆಲ್ ನದಿ ತಡದಲ್ಲಿ ಮಹಿಳಾ ವಿದ್ಯಾರ್ಥಿಗಳಿಗೆಂದೇ ಆರಂಭವಾದ ಮೊದಲ ಎರಡು ಕಾಲೇಜುಗಳಲ್ಲಿ ಲೇಡಿ ಮಾರ್ಗರೆಟ್ ಹಾಲ್ (ಎಲ್.ಎಂ.ಎಚ್. ಎಂದೇ ಖ್ಯಾತಿ) ಆಕ್ಸ್‌ಫರ್ಡ್‌ನ ವಿಶ್ವವಿದ್ಯಾಲಯದ ಒಂದು ಪ್ರಮುಖ ಶಿಕ್ಷಣ ಸಂಸ್ಥೆ. 1979ರ ನಂತರ ಈ ಕಾಲೇಜು ಪುರುಷರನ್ನೂ ವಿದ್ಯಾರ್ಥಿಗಳಾಗಿ ತೆಗೆದುಕೊಳ್ಳಲಾರಂಭಿಸಿತು.

13. **ವಿಲಿಯಂ ವರ್ಡ್ಸ್‌ವರ್ತ್ (1770–1850):** ಇಂಗ್ಲಿಷ್ ಭಾಷೆಯ ಅತ್ಯಂತ ಪ್ರಸಿದ್ಧ ಕವಿ.

14. **ಆರ್ನಾಲ್ಡ್ ಟಾಯ್ನಬೀ (1852–1883):** ಒಬ್ಬ ಬ್ರಿಟಿಷ್ ಆರ್ಥಿಕ ಇತಿಹಾಸ ತಜ್ಞ, ಆತ ತನ್ನ ಸಾಮಾಜಿಕ ಬದ್ಧತೆಗಳು ಮತ್ತು ಬಡಜನರ ಜೀವನ ಮಟ್ಟವನ್ನು ಉನ್ನತೀಕರಿಸುವ ದಿಶೆಯಲ್ಲಿ ಸಾಕಷ್ಟು ಕೆಲಸಗಳನ್ನು ನಡೆಸಿದ್ದರು.

15. **ಫ್ರೆಡ್ರಿಕ್ ವಿಲ್ಹೆಮ್ ಆಗಸ್ಟ್ ಫ್ರೋಬೆಲ್ (1782–1852):** ಒಬ್ಬ ಜರ್ಮನ್ ಶಿಕ್ಷಣ ತಜ್ಞ, ಎಲ್ಲ ಮಕ್ಕಳಲ್ಲಿ ವಿಶೇಷವಾದ ಸಾಮರ್ಥ್ಯಗಳಿರುತ್ತವೆ ಮತ್ತು ಅವಶ್ಯಕತೆಗಳಿರುತ್ತವೆ. ಅವುಗಳನ್ನು ಗುರುತಿಸಿ

ಮಕ್ಕಳೊಡನೆ ಆಟಪಾಟಗಳೊಡನೆ ಕಲಿಯುವ ವಾತಾವರಣ ಬೆಳೆಸಬೇಕು ಎಂಬ ತತ್ತ್ವವನ್ನು ಎದುರಿಟ್ಟಿದ್ದ ಜೊಹಾನ್ ಹೆನ್ರಿಕ್ ಪೆಸ್ಟಾಲೊಝಿಯ ವಿದ್ಯಾರ್ಥಿ. ಕಿಂಡರ್‌ಗಾರ್ಟನ್ ಎಂಬ ಕಲ್ಪನೆಯನ್ನು ಜಗತ್ತಿಗೆ ಇತ್ತವನು ಫ್ರೋಬೆಲ್. ಮಕ್ಕಳಿಗೆ ಓದಲು ಪುಸ್ತಕಗಳು ಮತ್ತು ಆಟಿಕೆಗಳನ್ನು ಫ್ರೋಬೆಲ್ ತಯಾರಿಸಿದ್ದ.

16. **ಬೊಯರ್ ಯುದ್ಧ:** ಯೂರೋಪಿನ ಬಹುತೇಕ ದೇಶಗಳು 1800ರ ಹೊತ್ತಿಗೇ ಆಫ್ರಿಕಾ, ಅಮೇರಿಕಾ ಮತ್ತು ಏಷ್ಯಾ ಖಂಡಗಳಲ್ಲಿ ತಮ್ಮ ವಸಾಹತುಗಳನ್ನು ಸ್ಥಾಪಿಸಿಕೊಂಡಿದ್ದವು. ಆಫ್ರಿಕಾದಲ್ಲಿ ಇದ್ದ ಅಮೂಲ್ಯ ಖನಿಜಗಳು, ಅದರಲ್ಲೂ ಚಿನ್ನ ಮತ್ತು ವಜ್ರದ ಗಣಿಗಳ ಮೇಲೆ ಹತೋಟಿ ಸಾಧಿಸಲು ಎಲ್ಲ ದೇಶಗಳ ನಾಯಕರು ಪ್ರಯತ್ನಿಸುತ್ತಿದ್ದರು. ದಕ್ಷಿಣ ಆಫ್ರಿಕಾದ ರೈತರು (ಬೋಯರ್‌ಗಳು) ಬ್ರಿಟಿಷ್ ಸೈನ್ಯವನ್ನು 1880ರಿಂದಲೇ ಎದುರಿಸುತ್ತಿದ್ದರು. ವಿಟ್ವಾಟರ್‌ಸ್ಯಾಂಡ್ ಚಿನ್ನದ ಗಣಿಗಳ ಮೇಲಿನ ಹಿಡಿತಕ್ಕಾಗಿ ಬ್ರಿಟಿಷರು ನಡೆಸಿದ ಯತ್ನ ಎರಡನೇ ಬೊಯರ್ ಯುದ್ಧಕ್ಕೆ ಕಾರಣವಾಯಿತು. ಈ ಯುದ್ಧದಲ್ಲಿ ಮೊದಮೊದಲು ಬೋಯರ್‌ಗಳು ಗೆರಿಲ್ಲಾ ಯುದ್ಧವಿಧಾನದಿಂದ ಜಯ ಸಾಧಿಸಿದ್ದರೂ, ಬ್ರಿಟಿಷರು ಹೆಚ್ಚಿನ ಪ್ರಮಾಣದ ಸೈನ್ಯ ತಂದು ಬೋಯರ್‌ಗಳನ್ನು ಸಂಪೂರ್ಣವಾಗಿ ಸೋಲಿಸುತ್ತಾರೆ.

17. **ಬ್ರಿಟನ್ನಿನಲ್ಲಿ ಬಡವರು:** ಎಲ್ಲ ದೇಶಗಳಲ್ಲಿ ಇದ್ದಂತೆ ಯುನೈಟೆಡ್ ಕಿಂಗ್‌ಡಂನಲ್ಲೂ ದುಡಿಯುವ ವರ್ಗದ ಬಡವರ ಶೋಷಣೆ ತಲೆತಲಾಂತರಗಳಿಂದಲೂ ನಡೆದಿತ್ತು. ದುಡಿಮೆಯನ್ನು ಅರಸಿ ಜನ ಪ್ರಪಂಚದ ವಿವಿಧ ಭಾಗಗಳಿಂದ (ಆಫ್ರಿಕಾ ಮೂಲದವರೂ ಸೇರಿದಂತೆ) ನಗರಗಳಿಗೆ ಬಂದು ಘೆಟ್ಟೋಗಳಲ್ಲಿ / ಕೊಳೆಗೇರಿಗಳಲ್ಲಿ ವಾಸಿಸುತ್ತಿದ್ದರು.

18. *Cambridge, a Study in Social Questions (1906)*

19. **ಸ್ಕಾರ್ಲೆಟ್ ಜ್ವರ:** ಬ್ಯಾಕ್ಟೀರಿಯಾಗಳಿಂದ ಸೋಂಕುಗಳಿಂದಾಗಿ ಹರಡುವ ರೋಗ. ಗಂಟಲು ಬಾಧೆ, ಜ್ವರ, ತಲೆನೋವು, ಮೈಮೇಲೆ ಗಂದೆಗಳೇಳುವುದು ಮತ್ತು ಲಿಂಫ್‌ನೋಡ್‌ಗಳು ಊದುವುದು ಈ ರೋಗದ ಲಕ್ಷಣ

20. **ಕನ್ಸರ್ವೇಟಿವ್ ಪಕ್ಷ :** ಯುನೈಟೆಡ್ ಕಿಂಗ್‌ಡಂನಲ್ಲಿ, ಅಷ್ಟೇಕೆ ಇಡೀ ಜಗತ್ತಿನಲ್ಲೇ ಅಸ್ತಿತ್ವದಲ್ಲಿರುವ ಅತ್ಯಂತ ಹಳೆಯ ರಾಜಕೀಯ ಪಕ್ಷ (ಸ್ಥಾಪನೆ 1830). ಈ ಪಕ್ಷದ ಬೆಂಬಲಿಗರನ್ನು ಟೋರೀಸ್ ಎಂದು ಗುರುತಿಸಲಾಗುತ್ತದೆ. ಈ ಪಕ್ಷದ ಸಂಸ್ಥಾಪಕ ರಾಬರ್ಟ್ ಪೀಲ್ (1788–1850).

21. **ಲಿಬರಲ್ ಪಕ್ಷ :** ಯುನೈಟೆಡ್ ಕಿಂಗ್‌ಡಂನಲ್ಲಿ 1859ರಲ್ಲಿ ಅಸ್ತಿತ್ವಕ್ಕೆ ಬಂದ ರಾಜಕೀಯ ಪಕ್ಷ. ಈಗ ಈ ಪಕ್ಷ ವಿವಿಧ ರೂಪಗಳನ್ನು ತಾಳಿಕೊಂಡಿದೆ.

22. **ಗಾಯ್ಟರ್:** ಥೈರಾಯ್ಡ್ ಗ್ರಂಥಿಗಳ ಊತದಿಂದಾಗಿ ಕತ್ತು ಊದಿಕೊಳ್ಳುವುದು.

23. **ಬ್ರಿಟಿಷ್ ಸಂಸತ್:** ಗ್ರೇಟ್ ಬ್ರಿಟನ್ ಮತ್ತು ಸ್ಕಾಟ್‌ಲ್ಯಾಂಡ್‌ನ ಸಂಸತ್‌ಗಳನ್ನು ಒಗ್ಗೂಡಿಸುವ ಮೂಲಕ 1707ರಿಂದ ಯುನೈಟೆಡ್ ಕಿಂಗ್‌ಡಂ (ಇಂಗ್ಲೆಂಡ್)ನಲ್ಲಿ ಹೊಸ ಸಂಸತ್ ಅಸ್ತಿತ್ವಕ್ಕೆ ಬಂದಿತು. ಸಂಸತ್ ಎರಡು ವಿಭಾಗಗಳನ್ನು ಹೊಂದಿದೆ. ಹೌಸ್ ಆಫ್ ಕಾಮನ್ಸ್ (ಜನರಿಂದ ನೇರವಾಗಿ ಚುನಾಯಿತರಾಗುವ ಪ್ರತಿನಿಧಿಗಳು. ಸಾಮಾನ್ಯವಾಗಿ ಕೆಳಮನೆ ಎನ್ನಲಾಗುತ್ತದೆ). ಮೇಲ್ಮನೆ

ಹೌಸ್ ಆಫ್ ಲಾರ್ಡ್ಸ್. ಇದಕ್ಕೆ ಪ್ರತಿನಿಧಿಗಳನ್ನು ನೇಮಕ ಮಾಡಲಾಗುತ್ತದೆ ಅಥವಾ ವಿವಿಧ ಮನೆತನಗಳ ಆನುವಂಶೀಯತೆಯಿಂದ ನಿರ್ಧರಿಸಲಾಗುತ್ತದೆ. ಈ ಎರಡೂ ಸದನಗಳು ಹೆಚ್ಚೂ ಕಡಿಮೆ ಒಂದೇ ರೀತಿಯ ಕೆಲಸಗಳನ್ನು ಮಾಡುತ್ತವೆ. ಕಾನೂನುಗಳನ್ನು ರಚಿಸುವುದು, ಸರ್ಕಾರದ ಕಾರ್ಯವೈಖರಿಯನ್ನು ವಿಮರ್ಶಿಸುವುದು ಹಾಗೂ ಪ್ರಸಕ್ತ ವಿಚಾರಗಳನ್ನು ಚರ್ಚಿಸುವುದು. ಹೌಸ್ ಆಫ್ ಕಾಮನ್ಸ್‌ಗೆ ಹಣಕಾಸು / ಬಜೆಟ್ ಮಂಡಿಸುವ ಮತ್ತು ತೆರಿಗೆಗಳನ್ನು ನಿರ್ಧರಿಸುವ ಕೆಲಸವಿರುತ್ತದೆ. ಮೇಲ್ಮನೆ ಕೆಳಮನೆಯ ನಿರ್ಧಾರಗಳನ್ನು ವಿಮರ್ಶಿಸುತ್ತದೆ ಮತ್ತು ಸಲಹೆಗಳನ್ನು ನೀಡುತ್ತದೆ. ಬಹಳಷ್ಟು ಬಾರಿ ಗ್ರೇಟ್ ಬ್ರಿಟನ್‌ನ ಮೇಲ್ಮನೆಯಲ್ಲಿ ಕೆಳಮನೆಯಲ್ಲಿಗಿಂತ ಹೆಚ್ಚು ಸದಸ್ಯರು ಇರುತ್ತಾರೆ. ಇದು ಇಲ್ಲಿನ ವಿಶೇಷ.

24. **ಯೂರೋಪ್** *ಖಂಡ* ಭೂಗೋಳದ ಉತ್ತರ ಭಾಗದಲ್ಲಿ ಬಹುತೇಕ ಪಶ್ಚಿಮಾರ್ಧದಲ್ಲೇ ಇರುವುದಾಗಿ ಗುರುತಿಸಲ್ಪಟ್ಟಿದೆ. ಯೂರೋಪ್ ಖಂಡದೊಡನೆ 51 ದೇಶಗಳನ್ನು ಗುರುತಿಸಲಾಗುತ್ತದೆ. ಯೂರೋಪಿನ ಉತ್ತರ ಭಾಗದಲ್ಲಿ ಆರ್ಕ್‌ಟಿಕ್ ಸಾಗರ, ಪಶ್ಚಿಮದಲ್ಲಿ ಅಟ್ಲಾಂಟಿಕ್ ಸಾಗರ, ಪೂರ್ವದಲ್ಲಿ ಏಷಿಯಾ ಮತ್ತು ದಕ್ಷಿಣದಲ್ಲಿ ಮೆಡಿಟರೇನಿಯನ್ ಸಮುದ್ರವಿದೆ. ವ್ಯಾಟಿಕನ್ ಸಿಟಿಯನ್ನು ಒಂದು ದೇಶವಾಗಿ ಪರಿಗಣಿಸಲಾಗುತ್ತದೆ. ರಷ್ಯಾ ಮತ್ತು ಅದರ ಸುತ್ತ ಇರುವ ಕೆಲವು ದೇಶಗಳು ಭೂಪಟದಲ್ಲಿ ಏಷಿಯಾದ ಉತ್ತರದಲ್ಲಿ ಇರುವಂತೆ ಕಂಡುಬಂದರೂ, ಕೆಲವು ಭೌಗೋಳಿಕ ಕಾರಣಗಳಿಂದ ಅವು ಯೂರೋಪಿಗೆ ಸೇರಿದ ದೇಶಗಳೆಂದು ಪರಿಗಣಿಸಲಾಗಿದೆ. ಯೂರೋಪ್ ಮತ್ತು ಏಷಿಯಾವನ್ನು ಪ್ರತ್ಯೇಕಿಸುವುದು ಉರಾಲ್ ನದಿ ಮತ್ತು ಕಾಕಸಸ್ ಪರ್ವತಗಳೆಂದು ಪರಿಗಣಿಸಲಾಗಿದೆ. ಟರ್ಕಿಯ ಬಹುತೇಕ ಪ್ರದೇಶ ಏಷಿಯಾ ಖಂಡದಲ್ಲಿದ್ದರೂ ಆ ದೇಶದ ಒಂದು ಚಿಕ್ಕ ಭಾಗ ಬಾಲ್ಕನ್, ಯೂರೋಪಿನ ದಕ್ಷಿಣ ಪೂರ್ವದ ತುದಿಯಲ್ಲಿರುವುದರಿಂದ ಟರ್ಕಿ ಎರಡೂ ಖಂಡಗಳಲ್ಲಿ ಹರಡಿಕೊಂಡಿದೆ. ಟರ್ಕಿಯ ದೇಶದ ಪ್ರಜೆಗಳನ್ನು ಟರ್ಕರು ಎನ್ನುವುದು ವಾಡಿಕೆ. ಈ ಬಾಲ್ಕನ್ನಿನ ಸಮುದ್ರ ಪ್ರದೇಶದ ಮೇಲೆ ಹತೋಟಿ ಸಾಧಿಸಲೆಂದೇ ಯೂರೋಪಿನ ಆ ಭಾಗದಲ್ಲಿ ಅಸಮಾಧಾನ, ಸಂಘರ್ಷ ಮುಂದೆ ಯುದ್ಧಗಳಿಗೆ ಕಾರಣವಾಯಿತು.

25. **ಮ್ಯಾಸೆಡೋನಿಯ** : ಈಗಿನ ಗ್ರೀಸ್, ಆಸ್ಬೇನಿಯ ಮತ್ತು ಕೊಸೋವೊ ಹಾಗೂ ಬಲ್ಗೇರಿಯಾ ನಡುವಿನ ಭಾಗ.

26. **ಬಾಲ್ಕನ್ ಪ್ರದೇಶ** : ಯೂರೋಪಿನ ದಕ್ಷಿಣ ಪೂರ್ವದ ದೇಶಗಳ ಸಮೂಹ. ಇದಕ್ಕೆ ಈ ಹೆಸರು ಬರಲು ಅಲ್ಲಿ ಬಾಲ್ಕನ್ ಪರ್ವತಗಳು ಬಲ್ಗೇರಿಯಾ, ಸರ್ಬಿಯಾ ಸೇರಿ ಕಪ್ಪು ಸಮುದ್ರದವರೆಗೆ ಚಾಚಿಕೊಂಡಿರಲು ಕಾರಣವಾಗಿದೆ. ಈ ಭಾಗವನ್ನು 19ನೇ ಶತಮಾನದಲ್ಲಿ ಯೂರೋಪಿಯನ್ ಟರ್ಕಿ ಎಂದೂ ಗುರುತಿಸಲಾಗಿದ್ದು, ಅಟ್ಟೊಮಾನ್ ಸಾಮ್ರಾಜ್ಯವೆಂದು ಹೇಳಲಾಗಿತ್ತು. ಈ ಪ್ರದೇಶದ ದೇಶಗಳು ಅಲ್ಬೇನಿಯಾ, ಬೋಸ್ನಿಯಾ ಮತ್ತು ಹರ್ಜ಼ೆಗೋವಿನ, ಬಲ್ಗೇರಿಯಾ, ಕ್ರೋಷಿಯಾ, ಕೊಸೋವೋ, ಉತ್ತರ ಮೆಸೆಡೋನಿಯ, ಮಾಂಟೆನೆಗ್ರೋ, ರೊಮೇನಿಯಾ, ಸರ್ಬಿಯಾ ಮತ್ತು ಸ್ಲೋವೇನಿಯಾ (ಈ ದೇಶಗಳು ಅಥವಾ ಅವುಗಳ ಕೆಲ ಭಾಗವನ್ನು ಬಾಲ್ಕನ್ ಪ್ರದೇಶ ಎನ್ನಲಾಗುತ್ತದೆ)

27. **ಸರ್ಬಿಯಾ** ದೇಶದ ನಿವಾಸಿಗಳು ಸರ್ಬರು. ಬಾಲ್ಕನ್ ಪ್ರದೇಶದ ಪ್ರಮುಖ ಮೂಲನಿವಾಸಿಗಳು. ಕೊಸೋವೋ ಮತ್ತು ಸುತ್ತಮುತ್ತಲಿನ ಬೋಸ್ನಿಯಾ, ಹರ್ಜೆಗೋವಿನ, ಕ್ರೋಷಿಯಾ ಮತ್ತು ಮಾಂಟೆನೆಗ್ರೋದ ಅನೇಕ ವಿವಾದಿತ ಪ್ರದೇಶಗಳಲ್ಲೂ ಸರ್ಬರು ಇದ್ದಾರೆ.

28. **ಪೆನ್ನಿ :** ಬ್ರಿಟನ್ನಿನ ನಾಣ್ಯ. ಪೌಂಡಿನ ನೂರನೇ ಒಂದು ಭಾಗ ಒಂದು ಪೆನ್ನಿ (ಭಾರತದಲ್ಲಿನ ಒಂದು ಪೈಸೆಯಂತೆ. ಪೈಸೆ ಒಂದು ರೂಪಾಯಿಯ ನೂರನೇ ಒಂದು ಭಾಗ). 1900ರ ಆರಂಭದಲ್ಲಿ ಹಣದ ಬೆಲೆ ಬಹಳವಿತ್ತು. ಹೀಗಾಗಿ ಎರಡು ಪೆನ್ನಿಗೆ ಸಾಕಷ್ಟು ಆಹಾರ ಕೊಳ್ಳಲು ಸಾಧ್ಯವಾಗುತ್ತಿತ್ತು.

29. **ಲಿಲ್ :** ಯುದ್ಧದ ಸಮಯದಲ್ಲಿ ಕೃಷಿ ಸಂಬಂಧಿತ ಕೆಲಸಗಳನ್ನು ಮಾಡಲು ಮಹಿಳೆಯರ ಲ್ಯಾಂಡ್ ಆರ್ಮಿಯನ್ನು ಲಿಲ್ ಸ್ಥಾಪಿಸುತ್ತಾಳೆ. ಈ ಪ್ರಯತ್ನ ಮತ್ತು ಕೆಲಸಗಳಿಗಾಗಿ ಇಂಗ್ಲೆಂಡಿನ ರಾಣಿ ವಿವಿಧ ಕ್ಷೇತ್ರಗಳಲ್ಲಿ ಅತ್ಯುನ್ನತ ಸಾಧನೆ ಮಾಡುವ ವ್ಯಕ್ತಿಗಳಿಗೆ ಕೊಡುವ ಅತ್ಯುನ್ನತ ಗೌರವ ಪದವಿ, 'ಓ.ಬಿ.ಇ' (ಆಫೀಸರ್ ಆಫ್ ದ ಮೋಸ್ಟ್ ಎಕ್ಸೆಲೆಂಟ್ ಆರ್ಡರ್ ಆಫ್ ದ ಬ್ರಿಟಿಷ್ ಎಂಪೈರ್) ಮೂಲಕ ಲೂಯಿಸಳನ್ನು ಸನ್ಮಾನಿಸಲಾಗುತ್ತದೆ. ಮುಂದೆ ಕುಟುಂಬದ ಕೃಷಿಯನ್ನು ಅಭಿವೃದ್ಧಿ ಮಾಡುವುದಕ್ಕೆ ಲಿಲ್ ತೊಡಗುತ್ತಾಳೆ. ಈಕೆ ಕೃಷಿ ಮತ್ತು ಆಹಾರ ಪದ್ಧತಿಗಳನ್ನು ಕುರಿತು ಪುಸ್ತಕಗಳನ್ನು ರಚಿಸಿದ್ದಾಳೆ.

30. **ಆರ್ಚ್‌ಡ್ಯೂಕ್ ಫ್ರಾನ್ಜ್ ಫರ್ಡಿನಾಂಡ್ (1863–1914)** ಆಸ್ಟ್ರಿಯಾದ ರಾಜವಂಶಸ್ಥನಾಗಿದ್ದು, ಅವನು ಮುಂದೆ ಆಸ್ಟ್ರೋ–ಹಂಗೇರಿಯನ್ ರಾಜನಾಗುವವನಾಗಿದ್ದನು. ಆದರೆ ಬೋಸ್ನಿಯಾ ಮತ್ತು ಹರ್ಝೆಗೋವಿನಾದಲ್ಲಿ ಆಸ್ಟ್ರೋ–ಹಂಗೇರಿಯನ್ ಆಡಳಿತಕ್ಕೆ ವಿರೋಧವಾಗಿದ್ದ ಯಂಗ್ ಬೋಸ್ನಿಯಾ ಗುಂಪಿಗೆ ಸೇರಿದ್ದ ಬೋಸ್ನಿಯಾದ ಸರ್ಬ್‌ನಾಗಿದ್ದ ಗಾವ್ರಿಲ್ಲೋ ಪ್ರಿನ್ಸಿಪ್ ಎಂಬುವನ ಗುಂಡೇಟಿಗೆ 1914ರ ಜೂನ್ 28ರಂದು ಫರ್ಡಿನಾಂಡ್ ಮತ್ತು ಅವನ ಹೆಂಡತಿ ಸೋಫಿಯಾ ಗಂಭೀರವಾಗಿ ಗಾಯಗೊಂಡು ಮರಣಿಸುತ್ತಾರೆ.

31. **ಜನರಲ್ ಸ್ಮಟ್ಸ್:** 1917ರಿಂದ 1919ರವರೆಗಿನ ಬ್ರಿಟೀಷ್ ಇಂಪೀರಿಯಲ್ ವಾರ್ ಕ್ಯಾಬಿನೆಟ್‌ನ (ಬ್ರಿಟೀಷ್ ರಾಜರ ಯುದ್ಧ ಮಂಡಳಿ) ಸದಸ್ಯರಾಗಿದ್ದ ಜನರಲ್ ಜಾನ್ ಕ್ರಿಶ್ಚಿಯನ್ ಸ್ಮಟ್ಸ್ ದಕ್ಷಿಣ ಆಫ್ರಿಕಾದಲ್ಲಿ ಜರ್ಮನಿಯರ ವಿರುದ್ಧ ಬೋಯರ್ ಯುದ್ಧವನ್ನು ಮುನ್ನಡೆಸಿದ್ದರು. ಬ್ರಿಟನ್ನಿನಲ್ಲಿ ರಾಯಲ್ ಏರ್ ಫೋರ್ಸ್ (ವೈಮಾನಿಕ ದಳ) ಪ್ರಾರಂಭಿಸಿದವರು ಸ್ಮಟ್ಸ್. ಮೊದಲ ಮಹಾಯುದ್ಧ ಮತ್ತು ಎರಡನೇ ಮಹಾಯುದ್ಧಗಳೆರಡರ ಮಕ್ತಾಯ ಸೂಚಿಸಿದ ಶಾಂತಿ ಒಪ್ಪಂದಗಳಿಗೆ ಸಹಿ ಹಾಕಿದ ಹೆಗ್ಗಳಿಕೆ ಈತನೊಬ್ಬನಿಗೇ ಇರುವುದು.

32. **ಜಾನ್ ಮೇನಾರ್ಡ್ ಕೇಯ್ನಸ್ (1883–1946)** ಆರ್ಥಿಕ ವಿಚಾರಗಳು, ವ್ಯಾಪಾರ ವಹಿವಾಟುಗಳ ಮೇಲೆ ಅಗಾಧವಾದ ಪ್ರಭಾವ ಬೀರಿದ ಬ್ರಿಟನ್ನಿನ ಆರ್ಥಿಕ ಚಿಂತಕ.

33. **ಬೋರಿಸ್ ಮಿರ್ಕೈನೆ ಗ್ಯುಯೆಟ್ಸ್‌ವಿಚ್,** Boris Mirkine-Guetzévitch, "Le passeport international," La Tribune Juive, March 13, 1922

34. **ರಾಮ್ಸೇ ಮೆಕ್‌ಡೊನಾಲ್ಡ್ (1866–1937)** ಬ್ರಿಟಿಷ್ ರಾಜಕೀಯ ಪಟು ಮತ್ತು ಪ್ರಥಮ ಮಹಾಯುದ್ಧವನ್ನು ವಿರೋಧಿಸಿದವರಾಗಿದ್ದರು. ಲೇಬರ್ ಪಾರ್ಟಿಯ ನಾಯಕರಾಗಿ 1924ರಲ್ಲಿ ಒಂಬತ್ತು ತಿಂಗಳುಗಳ ಕಾಲ ಪ್ರಧಾನಿಯಾಗಿ ಮುನ್ನಡೆಸುತ್ತಾರೆ.

35. **ರಷ್ಯಾ ಕ್ರಾಂತಿ:** *1917ರ ಸಮಯದಲ್ಲಿ ರಷ್ಯಾದಲ್ಲಿ ರಾಜಸತ್ತೆಯ ಪತನದೊಂದಿಗೆ ರಾಷ್ಟ್ರದುದ್ದಕ್ಕೂ ಆದ ರಾಜಕೀಯ ಮತ್ತು ಸಾಮಾಜಿಕ ಕ್ರಾಂತಿ. ಇದರ ಕೊನೆಯಲ್ಲಿ ಬೋಲ್ಷೆವಿಕ್ಕರಿಂದ ಸೋವಿಯತ್ ಯೂನಿಯನ್ ಹೆಸರಿನಲ್ಲಿ ದೇಶದ ಮರು ನಿರ್ಮಾಣವಾಗುತ್ತದೆ.*

36. **ಕೈಸರ್ ವಿಲ್‌ಹೆಲ್ಮ್ (1859–1941):** *ತನ್ನ ತಂದೆಯ ಮರಣದ ನಂತರ 1888ರ ಜೂನ್ 15ರಂದು ಜರ್ಮನಿಯ ಚಕ್ರವರ್ತಿ ಮತ್ತು ಪ್ರಷಿಯಾದ ರಾಜನಾಗಿ ನೇಮಕವಾಗುತ್ತಾನೆ (ಆಡಳಿತಾವಧಿ 1888–1918). ತನ್ನ ಆಡಳಿತದುದ್ದಕ್ಕೂ ಹಲವಾರು ವಿವಾದಗಳಿಗೆ ಗುರಿಯಾಗಿದ್ದ ಕೈಸರ್ ತನ್ನ ಅಧಿಕಾರಿಗಳು, ನಾಗರೀಕರು ಮತ್ತು ಸೈನ್ಯದಿಂದಲೇ ತಿರಸ್ಕೃತನಾಗುತ್ತಾನೆ. ಅವನ ವಿದೇಶಾಂಗ ನಿಲುವು ಹಲವಾರು ಅಪಾಯಗಳನ್ನು ಜರ್ಮನಿಯ ಮೇಲೆ ಎಳೆಯುವಂತಾಗುತ್ತದೆ. ಆದರೆ ಅವನ ಸೈನ್ಯದ ಮುಖ್ಯಸ್ಥರ ಸಲಹೆಯಂತೆ ಯುದ್ಧ ಸಾರಲು ಆಜ್ಞೆ ನೀಡುವಾಗ, 'ಈ ಯುದ್ಧದಿಂದಾಗಿ ನಾವೆಲ್ಲರೂ ಮುಂದೆ ವಿಷಾದಪಡಬೇಕಾದೀತು' ಎಂದು ಹೇಳಿದ್ದನೆಂದು ನಂಬಲಾಗಿದೆ. ಪ್ರಥಮ ಮಾಹಾಯುದ್ಧದ ಕೊನೆಯಲ್ಲಿ ಕೈಸರ್ ನೆದರ್‌ಲ್ಯಾಂಡಿನ ಆಶ್ರಯದಲ್ಲಿದ್ದು, ತನ್ನ 82ನೇ ವಯಸ್ಸಿನಲ್ಲಿ ನಿಧನಹೊಂದುತ್ತಾನೆ. ಜರ್ಮನಿಯ ಹಿಂದಿನ ರಾಜಸತ್ತೆ ಪ್ರಷಿಯಾ. ಬಾಲ್ಟಿಕ್‌ನ ನೈರುತ್ಯ (ದಕ್ಷಿಣ ಪೂರ್ವ)ದ ಭಾಗದಲ್ಲಿನ ಒಂದು ಸಣ್ಣ ದೇಶವಾಗಿದ್ದ ಪ್ರಷಿಯಾ ಮುಂದೆ ಬಹುಮುಖ್ಯವಾದ ಯೂರೋಪಿಯನ್ ಶಕ್ತಿಯಾಗಿ ಬೆಳೆಯುತ್ತದೆ. ಈಗಿನ ಪೋಲೆಂಡ್ ಮತ್ತು ಜರ್ಮನಿಯ ಎಲ್ಲ ಭಾಗಗಳನ್ನು ಆವರಿಸಿಕೊಂಡು ಯೂರೋಪಿನ ಬಹುಭಾಗವು ಪ್ರಷಿಯಾ ಆಗಿದ್ದು, ಮುಂದೆ 1870ರಲ್ಲಿ ಆದ ಫ್ರಾಂಕೋ–ಪ್ರಷಿಯನ್ ಯುದ್ಧದ ನಂತರ ಬಿಸ್ಮಾರ್ಕ್‌ನ ಹೊಸ ಜರ್ಮನ್ ಸಾಮ್ರಾಜ್ಯವಾಗುತ್ತದೆ. ಆದರೆ ಮೊದಲ ಮಹಾಯುದ್ಧದ ನಂತರ ಈ ಪ್ರಷಿಯನ್ ರಾಜಸತ್ತೆ ಅವಸಾನವಾಗುತ್ತದೆ.*

37. **ಲೀಗ್ ಆಫ್ ನೇಷನ್ಸ್:** *ಜಾಗತಿಕ ಶಾಂತಿಯನ್ನು ಸ್ಥಾಪಿಸುವ ಹಾಗೂ ಯುದ್ಧಗಳನ್ನು ತಡೆಯುವ ಉದ್ದೇಶದಿಂದ ಆರಂಭವಾದ ಅಂತಾರಾಷ್ಟ್ರೀಯ ಸರ್ಕಾರಗಳ ಸಂಸ್ಥೆಯಾಗಿ 1920ರ ಜನವರಿ 10ರಂದು ಲೀಗ್ ಆಫ್ ನೇಷನ್ಸ್ ಸ್ವಿಟ್ಜರ್‌ಲ್ಯಾಂಡಿನ ಜಿನೇವಾದಲ್ಲಿ ಆರಂಭವಾಗುತ್ತದೆ. ವಿಶ್ವಸಂಸ್ಥೆಯ ಸ್ಥಾಪನೆಯೊಂದಿಗೆ 1946ರ ಏಪ್ರಿಲ್ 18ರಂದು ಲೀಗ್ ಆಫ್ ನೇಷನ್ಸ್ ಅನ್ನು ವಿಸರ್ಜಿಸಲಾಗುತ್ತದೆ.*

38. **ನೊಬೆಲ್ ಶಾಂತಿ ಪುರಸ್ಕಾರ:** *ಸ್ವೀಡನ್ನಿನ ಕೈಗಾರಿಕೋದ್ಯಮಿ ಮತ್ತು ಯುದ್ಧೋಪಕರಣಗಳ ತಯಾರಕ ಆಲ್ಫ್ರೆಡ್ ನೊಬೆಲ್‌ನ (1833–1896) ಆಶಯದಂತೆ 1901ರಲ್ಲಿ ಸ್ಥಾಪಿಸಿದ ಜಾಗತಿಕ ಪ್ರಶಸ್ತಿ 'ನೊಬೆಲ್ ಪುರಸ್ಕಾರ'. ನೊಬೆಲ್ ಪ್ರಶಸ್ತಿಯನ್ನು ಮೊದಮೊದಲು ರಸಾಯನಶಾಸ್ತ್ರ, ಭೌತಶಾಸ್ತ್ರ, ವೈದ್ಯಶಾಸ್ತ್ರ, ಸಾಹಿತ್ಯ ಮತ್ತು ಜಾಗತಿಕ ಶಾಂತಿ ಕ್ಷೇತ್ರಗಳಲ್ಲಿ ಉತ್ಕೃಷ್ಟವಾದ ಸಾಧನೆ ಮಾಡಿದವರಿಗೆ ನೀಡಲಾಗುತ್ತಿತ್ತು. ಇದಕ್ಕೆ ಅರ್ಥಶಾಸ್ತ್ರ ವಿಜ್ಞಾನವನ್ನು 1968ರಲ್ಲಿ ಸೇರಿಸಲಾಯಿತು.*

39. **ರೆನೆ ಕಾಸ್ಸಿನ್ (1887–1976)** *ಫ್ರಾನ್ಸಿನ ನ್ಯಾಯಾಧೀಶ ಮತ್ತು ಕಾನೂನು ಶಿಕ್ಷಕರು. ಮೊದಲ ಮಹಾಯುದ್ಧದಲ್ಲಿ ಸೈನಿಕನಾಗಿ ಕೆಲಸ ಮಾಡಿದ್ದ ರೆನೆ ಮುಂದೆ ಎಡಪಂಥೀಯ ಶಾಂತಿ ಚಿಂತನೆಯ ತಂಡಗಳನ್ನು ಕಟ್ಟುತ್ತಾರೆ. ಮುಂದೆ 1948ರಲ್ಲಿ ವಿಶ್ವಸಂಸ್ಥೆ ಹೊರಡಿಸಿದ ಸಾರ್ವತ್ರಿಕ ಮಾನವ ಹಕ್ಕುಗಳ ಘೋಷಣೆಯ ರಚನೆಯಲ್ಲಿ ರೆನೆ ನೀಡಿದ ಕೊಡುಗೆಯನ್ನು ಗುರುತಿಸಿ 1968ರಲ್ಲಿ ಅವರಿಗೆ ನೊಬೆಲ್ ಪುರಸ್ಕಾರವನ್ನು ನೀಡಲಾಗುತ್ತದೆ.*

40. **ಹಣದುಬ್ಬರ :** ಆರ್ಥಿಕ ಚಿಂತನೆಗಳ ಪ್ರಕಾರ ವಸ್ತುಗಳ ಬೆಲೆ ಮತ್ತು ಆವಶ್ಯಕ ಸೇವೆಗಳ ಶುಲ್ಕ ದಿನೇದಿನೇ ಹೆಚ್ಚಾಗುವುದಕ್ಕೆ ಹಣದುಬ್ಬರ ಎನ್ನಲಾಗುತ್ತದೆ. ಜನರ ಬಳಿ ಹಣವಿದ್ದರೂ ಕೈಗೆಟುಕದ ಬೆಲೆಗಳಿಂದಾಗಿ ಅವರ ಕೊಳ್ಳುವ ಶಕ್ತಿ ಕಡಿಮೆಯಾಗುತ್ತದೆ.

41. **ಜಾರ್ಜ್ ಬರ್ನಾಡ್ ಶಾ (1856–1950)** ಅತ್ಯಂತ ಪ್ರಸಿದ್ಧರಾದ ಲೇಖಕ, ನಾಟಕಕಾರ ಮತ್ತು ರಾಜಕೀಯ ಚಿಂತಕರು. 1925ರಲ್ಲಿ ಅವರಿಗೆ ಸಾಹಿತ್ಯ ಕ್ಷೇತ್ರದಲ್ಲಿ ಸಾಧನೆಗಾಗಿ ನೊಬೆಲ್ ಪ್ರಶಸ್ತಿ ನೀಡಲಾಯಿತು.

42. **ಕ್ಯಾಂಟರ್‌ಬರಿ :** ಇಂಗ್ಲೆಂಡಿನ ಒಂದು ಕಥೆಡ್ರಲ್ (ಕ್ರಿಶ್ಚಿಯನ್ ಚರ್ಚ್, ಧಾರ್ಮಿಕ ಸ್ಥಳ) ನಗರ. ಇದು ಇಂಗ್ಲೆಂಡಿನ ಸ್ಟೋಅರ್ ನದಿ ದಂಡೆಯಲ್ಲಿರುವ ಕೆಂಟ್ ಜಿಲ್ಲೆಯಲ್ಲಿದೆ. ಈ ಚರ್ಚಿನ ಮುಖ್ಯಸ್ಥರಿಗೆ ಭಾರೀ ಸ್ಥಾನಮಾನವಿದ್ದು ಇಡೀ ಜಗತ್ತಿನ ಆಂಗ್ಲಿಕನ್ ಸಮುದಾಯದ ಮುಖ್ಯಸ್ಥರಾಗಿರುತ್ತಾರೆ. ಈಗ ಈ ಚರ್ಚ್ ಯುನೆಸ್ಕೋವಿನ ಜಾಗತಿಕ ಸಂರಕ್ಷಿತ ಸ್ಥಳವಾಗಿದೆ.

43. **ಪೋಪ್ :** ವಿಶ್ವದಾದ್ಯಂತ ಇರುವ ಕ್ಯಾಥೋಲಿಕ್ ಕ್ರಿಶ್ಚಿಯನ್ ಸಮುದಾಯದ ಮಹಾ ಧಾರ್ಮಿಕ ನಾಯಕರು. ಅವರ ಕೇಂದ್ರ ಸ್ಥಾನ ವ್ಯಾಟಿಕನ್ ಸಿಟಿ.

44. **ಯಹೂದಿ :** ಜ್ಯೂಗಳು ಅಥವಾ ಯಹೂದಿ ಎನ್ನುವ ಧರ್ಮವನ್ನು ಅನುಸರಿಸುವ ಸಮುದಾಯ. ಪಶ್ಚಿಮ ಏಷ್ಯಾದ ಯೂಫ್ರೆಟಿಸ್ ಮತ್ತು ಟೈಗ್ರಿಸ್ ನದಿಗಳ ಬಯಲಿನಲ್ಲಿ ಈ ಸಮುದಾಯ ರೂಪತಾಳಿತ್ತು ಎನ್ನಲಾಗಿದೆ. ಜಗತ್ತಿನಲ್ಲೇ ಅತ್ಯಂತ ಬುದ್ಧಿವಂತ ಜನಾಂಗವೆಂದೂ ಇವರನ್ನು ಗುರುತಿಸಲಾಗುತ್ತದೆ. ಎರಡನೇ ಮಹಾಯುದ್ಧದ ಕಾಲದಲ್ಲಿ ಈ ಸಮುದಾಯದ ಜನರನ್ನು ಜರ್ಮನಿಯಲ್ಲಿ ಹಿಟ್ಲರ್ ವ್ಯವಸ್ಥಿತವಾಗಿ ಕೊಲ್ಲಿಸದನೆಂದು ಚರಿತ್ರೆಯ ದಾಖಲೆಗಳು ಹೇಳುತ್ತವೆ.

45. **ಥಿಯೋಸೋಫಿಸ್ಟ್‌ಗಳು:** 1875ರಲ್ಲಿ ಅಮೇರಿಕಾದ ನ್ಯೂಯಾರ್ಕ್‌ನಲ್ಲಿ ರಷ್ಯಾದ ಹೇಲೀನಾ ಬ್ಲಾವಟ್ಕೀ ಮತ್ತವರ ಅಮೇರಿಕನ್ ಗೆಳೆಯರಿಂದ ಆರಂಭವಾದ ಧಾರ್ಮಿಕ ಪಂಥ. ಪಾಶ್ಚಿಮಾತ್ಯ ಮತ್ತು ಪೌರಸ್ತ್ಯ ಚಿಂತನೆಗಳನ್ನು ಒಗ್ಗೂಡಿಸುವ ಯತ್ನ. 1880ರಲ್ಲೇ ಈ ಪಂಥದವರು ತಮಿಳುನಾಡಿನ ಅಡ್ಯಾರ್‌ನಲ್ಲಿ ತಮ್ಮ ಶಾಖೆ ಆರಂಭಿಸುತ್ತಾರೆ.

46. **ರಡ್ಡಾ ಬಾರ್ನಾ :** ಸ್ವೀಡನ್, ನಾರ್ವೆ ಮತ್ತು ಡನ್ಮಾರ್ಕ್ ಪ್ರದೇಶಗಳಲ್ಲಿ ಸೇವ್ ದ ಚಿಲ್ಡ್ರನ್ ಅನ್ನು ಅವರ ಭಾಷೆಯಲ್ಲಿ ರಡ್ಡಾ ಬಾರ್ನಾ ಎಂದು ಹೆಸರಿಸುತ್ತಾರೆ

47. **ರೆಡ್ ಕ್ರಾಸ್ :** ಅಂತಾರಾಷ್ಟ್ರೀಯ ರೆಡ್‌ಕ್ರಾಸ್ ಸಮಿತಿ 1863ರಲ್ಲಿ ಸ್ವಿಟ್ಸರ್‌ಲ್ಯಾಂಡ್‌ನ ಜಿನೀವಾದಲ್ಲಿ ಒಂದು ಖಾಸಗಿ ಸಂಸ್ಥೆಯಾಗಿ ಹೆನ್ರಿ ಡುನಾಂಟ್ ಮತ್ತು ಗುಸ್ತಾವೇ ಮೋಯ್ನೈರ್ ಅವರಿಂದ ಆರಂಭವಾಯಿತು. ಮತ್ತೆ 1919ರಲ್ಲಿ ಅಂತಾರಾಷ್ಟ್ರೀಯ ರೆಡ್ ಕ್ರಾಸ್ ಫೆಡರೇಷನ್ ಮತ್ತು ರೆಡ್ ಕ್ರೆಸೆಂಟ್ ಸೊಸೈಟೀಸ್ ಆರಂಭವಾಗಿ ಈಗ 190 ದೇಶಗಳಲ್ಲಿ ಕಾರ್ಯನಿರತವಾಗಿದೆ. ರೆಡ್‌ಕ್ರಾಸ್ ಸಂಸ್ಥೆಗೆ 1917, 1944 ಮತ್ತು 1963ರಲ್ಲಿ ನೊಬೆಲ್ ಶಾಂತಿ ಪ್ರಶಸ್ತಿ ಲಭಿಸಿದೆ.

48. **ಸ್ಪಾನ್ಸರ್‌ಶಿಪ್:** ತೊಂದರೆ, ಬಡತನ ಅಥವಾ ವಿವಿಧ ರೀತಿಯ ಬವಣೆಯಲ್ಲಿರುವ ಮಕ್ಕಳಿಗೆ ನೆರವು ನೀಡಲು ಸ್ಪಾನ್ಸರ್‌ಶಿಪ್ ಎನ್ನುವ ವಿಧಾನ ಅತ್ಯಂತ ಹೆಸರುವಾಸಿ. ದೇಣಿಗೆ ನೀಡುವವರು ಮತ್ತು

ಅವರಿಂದ ದೇಣಿಗೆ ಪಡೆಯುವ ಮಗು ಇವರಿಬ್ಬರ ನಡುವೆ ಪರಿಚಯ, ಪತ್ರ ವ್ಯವಹಾರ ಇರುವಂತೆ ಇದನ್ನು ನಡೆಸಲಾಗುತ್ತದೆ. ಮೊದಮೊದಲು ಹಲವಾರು ಶ್ರೀಮಂತ ದೇಶಗಳ ವ್ಯಕ್ತಿಗಳು ಬಡದೇಶಗಳ ಮಕ್ಕಳಿಗೆ ಹಣ, ಉಡುಗೊರೆಗಳನ್ನು ಕಳುಹಿಸುತ್ತಿದ್ದುದು ಹೆಸರುವಾಸಿಯಾಗಿತ್ತು. 1990ರ ದಶಕದ ನಂತರ ಭಾರತದಂತಹ ದೇಶಗಳಲ್ಲೂ ಪ್ರಾಯೋಜನೆಗೆ ಸ್ಥಳೀಯರೂ ಕೈಜೋಡಿಸಿದರು. ಈ ವಿಧಾನ ಕುರಿತು ವಿವಿಧ ಕಾರಣಗಳನ್ನು ಉಲ್ಲೇಖಿಸಿ ಈಗೀಗ ಹಲವಾರು ವಿಮರ್ಶೆ ಟೀಕೆಗಳು ಬರುತ್ತಿವೆ. ಆದರೂ ಹಲವಾರು ದೇಣಿಗೆ ಸಂಗ್ರಹಿಸುವ ಸಂಸ್ಥೆಗಳು ಈಗಲೂ ಪ್ರಾಯೋಜನೆ ವಿಧಾನವನ್ನು ಬಹಳ ಯಶಸ್ವಿಯಾಗಿ ಬಳಸುತ್ತಿವೆ.

49. **ಲಿರಾ:** ಇಟಲಿ ಮತ್ತು ಟರ್ಕಿಯಲ್ಲಿ ಚಾಲ್ತಿಯಲ್ಲಿದ್ದ ಹಣದ ಹೆಸರು. 2002ರಲ್ಲಿ ಯೂರೋ ಚಲಾವಣೆಗೆ ಬರುವವರೆಗು ಲಿರಾ ಇಟಲಿಯಲ್ಲಿ ಬಳಕೆಯಲ್ಲಿತ್ತು.

50. **ಹಕ್ಕು:** ಯಾವುದು ಸ್ವಾಭಾವಿಕವಾಗಿ ಎಲ್ಲರಿಗೂ ದೊರಕಲೇಬೇಕಾಗಿರುವುದೋ, ಯಾವುದು ನೈತಿಕವೋ, ಯಾವುದು ಸಾಮಾಜಿಕವಾಗಿ ಸಮ್ಮತವಾಗಿ ಮೂಲಭೂತವಾಗಿ ಕಾನೂನಿನ ರಕ್ಷೆಯಲ್ಲಿ ಸಿಗಲೇಬೇಕೋ ಅವುಗಳನ್ನು ಸಾಮಾನ್ಯವಾಗಿ ಹಕ್ಕು ಎಂದು ಗುರುತಿಸಲಾಗುತ್ತದೆ. ಸದ್ಯ ಸಾರ್ವತ್ರಿಕ ಮಾನವ ಹಕ್ಕುಗಳು ಎಂಬ ಕಲ್ಪನೆ ಜನಜನಿತವಾಗಿದೆ. ಇದರ ದೃಷ್ಟಿಕೋನದಲ್ಲಿ ಜಗತ್ತಿನ ಎಲ್ಲವನ್ನೂ ಕಾಣಬೇಕು ಎನ್ನುವ ಪರಿಪಾಠ ಬೆಳೆದಿದೆ.

51. *BRUNO CABANES. The Great War and the Origins of Humanitarianism, 1918–1924*

52. ವಾಸ್ತವವಾಗಿ ಈ ಹೊತ್ತಿಗೆ ಯೂರೋಪಿನ ಸರ್ಕಾರಗಳು, ಬಹುಮುಖ್ಯವಾಗಿ ಬ್ರಿಟಿಷ್ ಸರ್ಕಾರದ ದಬ್ಬಾಳಿಕೆಯಲ್ಲಿ ಭಾರತ ಮತ್ತು ಆಫ್ರಿಕಾ ಎರಡೂ ದೇಶಗಳು ಬಡವಾಗಿದ್ದವು. ಚರಿತ್ರೆಯ ದಾಖಲೆಗಳಂತೆ ಭಾರತದಲ್ಲಿ ಎಲ್ಲ ತರಹದ ಗುಡಿ ಕೈಗಾರಿಕೆಗಳನ್ನು ಮುಚ್ಚಿಸುವಂತಹ ಪರಿಸ್ಥಿತಿ ನಿರ್ಮಾಣವಾಗಿತ್ತು. ಕೃಷಿ ಮತ್ತು ವ್ಯವಹಾರಗಳು ನೆಲ ಕಚ್ಚುತ್ತಿತ್ತು. ಭಾರತದಲ್ಲಿ ಬಡತನ, ಹಸಿವು, ರೋಗರುಜಿನಗಳಿಂದಾಗಿ ಮಕ್ಕಳ ಪರಿಸ್ಥಿತಿ ಅತ್ಯಂತ ಕಠಿಣವಾಗಿತ್ತು. ಮಹಾತ್ಮಾ ಗಾಂಧಿ ಮತ್ತಿತರರ ನಾಯಕತ್ವದಲ್ಲಿ ನಡೆದಿದ್ದ ಸ್ವಾತಂತ್ರ್ಯ ಹೋರಾಟ ತೀವ್ರವಾಗಿತ್ತು.

53. **ಮಕ್ಕಳ ದಿನಾಚರಣೆ:** ಭಾರತದಲ್ಲೂ 1956 ರಿಂದ ನವೆಂಬರ್ 20ರಂದು ಮಕ್ಕಳ ದಿನಾಚರಣೆ ಆಚರಿಸಲಾಗುತ್ತಿತ್ತು. ದೇಶದ ಪ್ರಥಮ ಪ್ರಧಾನಿ ಜವಹರಲಾಲ ನೆಹರೂ ಅವರ ನಿಧನದ ನಂತರ ಅವರ ಜನ್ಮದಿನಾಚರಣೆಯಾದ ನವೆಂಬರ್ 14ನ್ನು ಭಾರತದಲ್ಲಿ ಮಕ್ಕಳ ದಿನಾಚರಣೆಯಾಗಿ ಆಚರಿಸುವ ಪರಿಪಾಠ 1964ರ ನಂತರ ಆರಂಭವಾಯಿತು. ಹೀಗಾಗಿ ಈಗ ನವೆಂಬರ್ 14ರಿಂದ 20ರವರೆಗೆ ನಮ್ಮಲ್ಲಿ ಮಕ್ಕಳ ಹಕ್ಕುಗಳ ವಾರದ ಕಲ್ಪನೆ ಬಂದಿದೆ. ಜೊತೆಯಲ್ಲಿ ನವೆಂಬರ್ 20ನ್ನು ಜಾಗತಿಕ ಮಕ್ಕಳ ಹಕ್ಕುಗಳ ದಿನಾಚರಣೆಯನ್ನಾಗಿ ಸಂಭ್ರಮಿಸುವ ಮತ್ತು ಮಕ್ಕಳ ಹಕ್ಕುಗಳನ್ನು ಕುರಿತು ಜಾಗೃತಗೊಳಿಸುವ ದಿನವೆಂದು ಪರಿಗಣಿಸುವುದಾಗಿದೆ.

54. **ಅನುಮೋದನೆ / ರ್‍ಯಾಟಿಫಿಕೇಷನ್:** ವಿಶ್ವಸಂಸ್ಥೆಯ ವಿವಿಧ ಒಡಂಬಡಿಕೆಗಳನ್ನು ಸದಸ್ಯ ಸಂಸ್ಥೆಗಳು ಸಹಿ ಮಾಡಲು ಮುಕ್ತ ಆಹ್ವಾನವನ್ನು ನೀಡಲಾಗುತ್ತದೆ. ಯಾವ ದೇಶಗಳು ಅದನ್ನು ಒಪ್ಪಲು

ಮುಂದಾಗುತ್ತವೋ, ಅಂತಹ ದೇಶಗಳು ಮೊದಲು ಒಡಂಬಡಿಕೆಗೆ ಸಹಿ ಮಾಡುತ್ತವೆ. ಅಷ್ಟು ಮಾಡಿದರೆ ಆ ಒಡಂಬಡಿಕೆಯನ್ನು ದೇಶ ಜಾರಿ ಮಾಡುತ್ತದೆ ಎಂದು ಹೇಳಲಾಗದು. ಹೀಗೆ ಸಹಿ ಮಾಡಿದ ಒಡಂಬಡಿಕೆಯ ವಿಚಾರಗಳನ್ನು ಆಯಾ ದೇಶ ತನ್ನ ಸಂಸತ್‌ನಲ್ಲಿ ಮಂಡಿಸಿ (ಭಾರತದಲ್ಲಿ ಲೋಕಸಭೆ ಮತ್ತು ರಾಜ್ಯಸಭೆ ಎರಡರಲ್ಲೂ) ಒಪ್ಪಿಗೆ ಪಡೆದಾಗ ಮಾತ್ರ (ರ‍್ಯಾಟಿಫಿಕೇಷನ್) ಅದರೊಳಗಿನ ವಿಚಾರಗಳನ್ನು ದೇಶದ ಕಾನೂನು, ನೀತಿ, ನಿಯಮಗಳಲ್ಲಿ ಅಳವಡಿಸಿಕೊಳ್ಳಲು ಅವಕಾಶವಿರುತ್ತದೆ. ಮಕ್ಕಳ ಹಕ್ಕುಗಳ ಒಡಂಬಡಿಕೆಗೆ ಭಾರತ ಅನುಮೋದನೆ ನೀಡಿರುವುದರಿಂದ 1992ರ ನಂತರದಲ್ಲಿ ಹೊರಡಿಸಲಾಗಿರುವ ಮಕ್ಕಳ ಪರವಾದ ಕಾನೂನು, ನೀತಿ, ನಿಯಮ, ಕಾರ್ಯಕ್ರಮಗಳಲ್ಲಿ ಮಕ್ಕಳ ಹಕ್ಕುಗಳ ವಿಚಾರಗಳನ್ನು ಅಳವಡಿಸಿಕೊಳ್ಳುತ್ತಿರುವುದನ್ನು ಮೇಲ್ನೋಟಕ್ಕೆ ನೋಡಬಹುದು. ಅಮೇರಿಕಾ ಸಂಯುಕ್ತ ಸಂಸ್ಥಾನ (ಯು.ಎಸ್.ಎ) ಮಕ್ಕಳ ಹಕ್ಕುಗಳ ಒಡಂಬಡಿಕೆಗೆ ಸಹಿ ಮಾಡಿದ್ದರೂ, ತನ್ನ ಸಂಸತ್‌ನಲ್ಲಿ ಮಂಡಿಸಿ ರ‍್ಯಾಟಿಫಿಕೇಷನ್ / ಅನುಮೋದನೆ ಪಡೆದುಕೊಂಡಿಲ್ಲ. ಅಂದರೆ ತನ್ನ ದೇಶದ ಕಾನೂನುಗಳಲ್ಲಿ ಅಳವಡಿಸಿಕೊಂಡಿಲ್ಲ.

55. ಗ್ರಾಮೀಣಾಭಿವೃದ್ಧಿ ಮತ್ತು ಪಂಚಾಯತ್ ರಾಜ್ ಇಲಾಖೆ, ಕರ್ನಾಟಕ ಸರ್ಕಾರ 2006ರಲ್ಲಿ ಒಂದು ಸುತ್ತೋಲೆ ಹೊರಡಿಸಿ ರಾಜ್ಯದ ಎಲ್ಲ ಗ್ರಾಮಪಂಚಾಯತಿಗಳು 'ಮಕ್ಕಳ ಹಕ್ಕುಗಳ ಗ್ರಾಮಸಭೆ'ಗಳನ್ನು ನವೆಂಬರ್ ತಿಂಗಳಲ್ಲಿ ನಡೆಸಲು ನಿರ್ದೇಶಿಸಿದೆ. ಅದರ ಮೂಲಕ ತಳಮಟ್ಟದಲ್ಲಿರುವ ಮಕ್ಕಳ ಪರಿಸ್ಥಿತಿಯನ್ನು ತಿಳಿದು ಅಗತ್ಯ ಕ್ರಮಗಳನ್ನು ಕೈಗೊಳ್ಳುವುದು ಗ್ರಾಮಪಂಚಾಯತಿಗಳ ಕರ್ತವ್ಯವಾಗಿದೆ. ಈ ವಿಚಾರ ಈಗ (2015ರಿಂದ) ಕರ್ನಾಟಕ ರಾಜ್ಯ ಗ್ರಾಮಸ್ವರಾಜ್ ಮತ್ತು ಪಂಚಾಯತ್ ರಾಜ್ ಕಾಯಿದೆಯ ಭಾಗವಾಗಿದೆ.

56. ಸದ್ಯದಲ್ಲಿ ಅಮೇರಿಕಾ ಸಂಯುಕ್ತ ಸಂಸ್ಥಾನ ತಾತ್ವಿಕವಾಗಿ ಒಡಂಬಡಿಕೆಯನ್ನು ಒಪ್ಪಿದೆ. ಆದರೆ, ಅದನ್ನು ರಾಷ್ಟ್ರೀಯ ಕಾಯಿದೆಯೊಡನೆ ಸಾಂವಿಧಾನಿಕವಾಗಿ ಒಪ್ಪಿಲ್ಲ.

www.ingramcontent.com/pod-product-compliance
Lightning Source LLC
Chambersburg PA
CBHW031350230926
51848CB00002B/463
9788194291701